ഗ്രീൻ ബുക്സ്

അഡോൾഫ് ഹിറ്റ്ലർ അവസാനദിനങ്ങൾ

യോ ആഹിം ഫെസ്റ്റ്

1926ൽ ബെർലിനിൽ ജനനം.
ജർമ്മൻ പത്രപ്രവർത്തകനും ചരിത്രകാരനും.
നാസി ജർമ്മനിയെപ്പറ്റിയുള്ള രചനകൾ അദ്ദേഹത്തെ
പ്രശസ്തിയിലേക്ക് നയിച്ചു. 1963 മുതൽ നോർത്ത് ജർമൻ
റേഡിയോ സ്റ്റേഷന്റെ എഡിറ്റർ ഇൻ ചീഫും
1973 മുതൽ 1993 വരെ 'ഫ്രാങ്ക് ഫുർട്ടർ ആൽഗെമൈനെറ്റ്
സൈറ്റൂംഗി'ന്റെ (ദിനപത്രം) പ്രസാധകനും ആയിരുന്നു.
ഹിറ്റ്ലർ - ഒരു ജീവചരിത്രം, ഹിറ്റ്ലറും മൂന്നാം റൈഷിന്റെ
അവസാനവും, ഉത്തരം പറയാനാവാത്ത ചോദ്യങ്ങൾ,
ആൽബേർട്ട് സ്പേയറുമായുള്ള സംഭാഷണങ്ങൾ,
ഞാൻ അല്ല, കുട്ടിക്കാലത്തെയും യുവത്വത്തെയും പറ്റിയുള്ള
ഓർമ്മകൾ എന്നിവ സുപ്രധാന കൃതികൾ.
യോ ആഹിം ഫെസ്റ്റ് 2006 സെപ്തംബർ 11ന് അന്തരിച്ചു.

തോമസ് ചകൃത്ത്

1947 ൽ എറണാകുളത്തിനടുത്ത് വരാപ്പുഴയിൽ ജനനം.
കെമിസ്ട്രിയിൽ ബിരുദവും ഇംഗ്ലീഷ് സാഹിത്യത്തിൽ
ബിരുദാനന്തര ബിരുദവും. മലയാളത്തിൽനിന്ന് ജർമ്മനിലേക്കും
ജർമ്മനിൽനിന്ന് മലയാളത്തിലേക്കും ഇംഗ്ലീഷിൽനിന്ന്
ജർമ്മനിലേക്കും കൃതികൾ വിവർത്തനം ചെയ്തിട്ടുണ്ട്.
കൊളോണിൽനിന്ന് പ്രസിദ്ധീകരിക്കുന്ന രശ്മി എന്ന
സ്വതന്ത്ര മലയാളം ദ്വൈമാസികയുടെ ചീഫ് എഡിറ്റർ.
ജർമ്മനിയിലെ കോളോണിൽ താമസം.

ചരിത്രാഖ്യായിക

അഡോൾഫ് ഹിറ്റ്ലർ
അവസാന ദിനങ്ങൾ

യോ ആഹിം ഫെസ്റ്റ്

വിവർത്തനം
തോമസ് ചക്യത്ത്

ഗ്രീൻ ബുക്സ്

green books private limited
gb building, civil lane road, ayyanthole,
thrissur- 680 003, kerala, ph: +91 487-2381066, 2381039
website: www.greenbooksindia.com
e-mail: info@greenbooksindia.com

original title
(german)
der untergang
historic novel
joachim fest

english
the last days of hitler

malayalam
adolf hitler - avasanadinangal

translated by
thomas chakkyath

first published june 2019

copyright © 2002, by alexander fest verlag, berlin, germany
published by permission of Rowohlt Verlag GmbH,
Reinbek bei Hamburg, Germany

cover design : sajith peupa

branches:
thrissur 0487-2422515
palakkad 0491-2546162
thiruvananthapuram 0471-2335301
calicut 0495 4854662
kannur 0497-2763038

isbn : 978-93-87357-79-2

---

no part of this publication may be reproduced,
or transmitted in any form or by any means,
without prior written permission of the publisher.

GBPL/1092/2019

മുഖക്കുറി

പൊയ്മുഖമില്ലാത്ത ഹിറ്റ്ലറെ അവതരിപ്പിക്കുന്ന കൃതി. ബർലിനിൽ റഷ്യൻസേന വലയം ചെയ്തതിനുശേഷ മുള്ള ഹിറ്റ്ലറുടെ അവസാനനാളുകൾ. മരിച്ചവർ ജീവി ച്ചിരിക്കുന്നവരായി അഭിനയിച്ച ഒരു മൃതദേഹപ്രദർശന ശാലയിലെ അന്തേവാസികളുടെ സങ്കീർണ്ണമായ ഒരു യുദ്ധകഥയുടെ വായന. പൂർണമായി അടിയറവു പറ യുക - ഹിറ്റ്ലറുടെ ഈ ചിന്ത സംഹാരത്തിന്റെ വിവിധ രൂപങ്ങളെ അനാവരണം ചെയ്യുന്നു.

കൃഷ്ണദാസ്
മാനേജിങ് എഡിറ്റർ

ആമുഖം

1945. ഹിറ്റ്ലറുടെ ജർമ്മനിയുടെ വൻപതനം ഒരു മഹാദുരന്തമായി ലോകചരിത്രത്തിന്റെ ഏടുകളിൽ എഴുതപ്പെട്ടു. സമാനമായ ഒരു ചരിത്രസംഭവം ലോകചരിത്രത്തിലൊരിടത്തും നമുക്കു കാണാൻ കഴിയുകയില്ല. മുമ്പൊരിക്കലും ഒരു സാമ്രാജ്യത്തിന്റെ തകർച്ചയോടനുബന്ധിച്ച് ഇത്രയധികം മനുഷ്യജീവൻ പൊലിഞ്ഞിട്ടില്ല. ഇത്രയധികം നഗരങ്ങൾ നശിപ്പിക്കപ്പെട്ടിട്ടില്ല, ഭൂപ്രദേശങ്ങൾ അപ്പാടെ മരുഭൂമിയാക്കപ്പെട്ടിട്ടില്ല. ബെർലിൻ തകർന്നു തരിപ്പണമായി കിടക്കുന്നത് രണ്ടു യുദ്ധകാല അമേരിക്കൻ പ്രസിഡന്റുമാരുടെ ഉപദേഷ്ടാവായിരുന്ന ഹാരി എൽ. ഹോപ്കിൻസ് നേരിൽ കണ്ടപ്പോൾ പറഞ്ഞത്, ചരിത്രത്തിന്റെ അരണ്ട വെളിച്ചത്തിൽനിന്ന് ഒരു സമാനചിത്രത്തെ ഓർക്കുകയാണെങ്കിൽ അത് തകർക്കപ്പെട്ട കാർത്തേജ് നഗരമായിരിക്കും എന്നാണ്.

എല്ലാം നശിപ്പിക്കപ്പെട്ടു കിടക്കുമ്പോഴും പരാജയത്തിന്റെ അനിവാര്യമായ ഭീകരതകളും കൊടുംയാതനകളും നില നിൽക്കുമ്പോഴും ജർമ്മനിയെ നിയന്ത്രിക്കുന്ന ഒരു ശക്തിയുടെ സാന്നിധ്യം പ്രത്യക്ഷത്തിൽ കാണാമായിരുന്നു. ഹിറ്റ്ലറുടെ വാഴ്ച അവസാനിപ്പിക്കുന്നതിനു മാത്രമല്ല, രാജ്യം മുഴുവനായും അക്ഷരാർത്ഥത്തിൽ തറ പറ്റുന്നതിനും ആവശ്യമായതെല്ലാം ആ ശക്തി ചെയ്തു. താൻ ഒരിക്കലും കീഴടങ്ങില്ലെന്ന് അധികാരം ഏറ്റെടുത്തപ്പോഴും അതിനുശേഷം മറ്റു പല അവസരങ്ങളിലും ഹിറ്റ്ലർ വീണ്ടും പ്രഖ്യാപിച്ചിരുന്നു.

1945 ആരംഭത്തിൽ തന്റെ വ്യോമസേനയുടെ സൈനിക സഹായിയായ നിക്കോളൗസ് ഫോൺ ബേലോവിന് ഹിറ്റ്ലർ ഉറപ്പു നൽകിയിരുന്നു "നാം തറപറ്റിയേക്കാം. പക്ഷേ, ഒരു ലോകം നാം നമ്മോടൊപ്പം കൊണ്ടുപോകും."

യുദ്ധത്തിൽ പരാജയപ്പെടുമെന്ന് ഹിറ്റ്ലർക്ക് പണ്ടേ അറിയാമായിരുന്നു. 1941 നവംബറിൽത്തന്നെ ഇതേപ്പറ്റിയുള്ള

പരാമർശങ്ങൾ നടക്കുന്നുണ്ട്. പരാജയഭീതിയെ മറികടന്നു കൊണ്ട് വേണ്ടത്ര നശീകരണശേഷിയുള്ള ഒരു ഊർജ്ജം അദ്ദേഹത്തിൽ കുടികൊണ്ടിരുന്നു. അവസാന മാസങ്ങളിൽ എന്ത് ത്യാഗം സഹിച്ചും അന്ത്യംവരെ പിടിച്ചു നിൽക്കണം എന്ന അഭ്യർത്ഥനകളിലും പ്രതിരോധാഹ്വാനങ്ങളിലും കൃത്രിമ മായ ഒരുതരം വിജയകാഹളം ആർക്കും കേൾക്കാം, ഡ്രേസ് ഡെൻ നഗരത്തിന്റെ നശിപ്പിക്കലിനോടനുബന്ധിച്ച് റോബർട്ട് ലെയ് നടത്തിയ തീവ്രമായ വികാരപ്രകടനത്തിൽ പുറത്തു ചാടിയതുപോലെ.

"നമുക്കു ഏറെക്കുറെ ശ്വാസം വിടാം! ഇപ്പോൾ എല്ലാം കഴിഞ്ഞിരിക്കുന്നു! ജർമ്മൻ സംസ്കാരത്തിന്റെ സ്മാരകങ്ങൾ ഇനിയും നമ്മുടെ ചിന്തകളെ തിരിച്ചു വിടില്ല!"

ഗീബെൽസാവട്ടെ, കഷണം കഷണമായി തകർക്കപ്പെട്ടു കഴിഞ്ഞിരുന്ന ജയിൽ ഭിത്തികളെപ്പറ്റി സംസാരിച്ചു. ഹിറ്റ്ലർ 1944ലെ ശിശിരകാലത്തും 1945 മാർച്ച് 19ന് വീണ്ടും 'നീറോ-ഓർഡർ' എന്നറിയപ്പെടുന്ന ഉത്തരവിലും നിർദ്ദേശിച്ചിരുന്നു: ശത്രുവിന്റെ കൈകളിൽ നാഗരികതയുടെ ഒരു മരുഭൂമി മാത്രമേ പെടാവൂ. വ്യവസായശാലകൾ, വിതരണസ്ഥാപനങ്ങൾ, റോഡു കൾ, പാലങ്ങൾ, അഴുക്കുചാൽ സംവിധാനങ്ങൾ, ജീവൻ നില നിർത്താൻ ആവശ്യമായ എല്ലാ മുൻഉപാധികളും നശിപ്പിക്കണം.

നാല്പതുകളുടെ ആരംഭത്തിൽ പണിയിച്ചിരുന്ന ഒരു ബങ്കറി ലാണ് ഹിറ്റ്ലർ, യുദ്ധത്തിന്റെ അവസാന മാസങ്ങൾ ചെല വഴിച്ചത്. ഭൂനിരപ്പിൽ നിന്ന് ഏതാണ്ട് പത്തുമീറ്റർ താഴെയുള്ള ഇവിടെ നിന്നായിരുന്നു ഹിറ്റ്ലർ പണ്ടേ നശിപ്പിക്കപ്പെട്ടു കഴി ഞ്ഞിരുന്ന സൈനികഘടകങ്ങൾക്ക് പടനീക്കത്തിനായി ആജ്ഞ കൾ നൽകിയതും യഥാർത്ഥത്തിൽ ഒരിക്കലും നടക്കാത്ത നിർണ്ണായക പോരാട്ടങ്ങൾ തുടങ്ങിയതായി പ്രഖ്യാപിച്ചതും. കോൺക്രീറ്റിൽ വാർത്ത ഫ്യൂറർ-ഹെഡ്ക്വാർട്ടേഴ്സ് കണ്ടിട്ട്, 1944 ജൂലൈ 20ന് ഹിറ്റ്ലർക്കെതിരെ വധശ്രമം നടത്തിയ ക്ലൗസ് ഷെങ്ക്-ഫോൺ സ്റ്റൗഫെൻബെർഗ് ഇങ്ങനെ പറഞ്ഞതായി രേഖ യുണ്ട്: "ഹിറ്റ്ലർ ബങ്കറിനകത്ത്- അതാണ് ശരിയായ ഹിറ്റ്ലർ!"

ഹിറ്റ്ലറുടെ അവസാനനാളുകളിലെ തീരുമാനങ്ങളെ നിർണ്ണായകമായി സ്വാധീനിച്ചിരുന്ന വൈകാരിക തണുപ്പ്, ലോകത്തിന് അന്യമായ നശീകരണ പ്രവണത, ഓപ്പറകളിൽ കാണാറുള്ളതുപോലുള്ള ആർദ്രത എന്നിവയുടെ ഒന്നിച്ചുചേരൽ യഥാർത്ഥത്തിൽ അദ്ദേഹത്തിന്റെ ഏറ്റവും ശ്രദ്ധേയമായ സ്വഭാവഗുണങ്ങളിൽ പലതും വെളിപ്പെടുത്തുന്നുണ്ട്. മുൻപെ ത്തെക്കാളും കൂടുതലായി തന്നെത്തന്നെ പുറംലോകത്തുനിന്ന്

അടച്ചുപൂട്ടിയ ആ ആഴ്ചകളിലെ പെരുമാറ്റത്തേക്കാൾ, കൃത്യമായി മറ്റൊന്നിനും ഹിറ്റ്ലറെ മുന്നോട്ടുനയിച്ച ആ ശക്തിയുടെ ഉറവിടം കണ്ടുപിടിക്കാനും ആവില്ല. ഒരിക്കൽകൂടി എല്ലാം സാന്ദ്രീകരിക്കപ്പെടുകയാണ്, പാരമ്യത്തിലെത്തുകയാണ്: ലോകത്തോടുള്ള വെറുപ്പ്, നേരത്തെ സ്വായത്തമാക്കിയ ചിന്താശൈലികളിൽ ഉറച്ചുനില്പ്, അവസാനംവരെ ഒന്നിനുപുറകെ മറ്റൊന്നായി നേടിയെടുത്ത വിജയങ്ങൾ, അചിന്തനീയമായതിലേക്കുള്ള ചായ്‌വ്. ജീവിതകാലമത്രയും താൻ ലക്ഷ്യം വെച്ചിരുന്ന മഹാകാര്യങ്ങൾ ഏതായാലും മറ്റെന്നത്തേക്കാൾ ഗംഭീരമായി സംഘടിപ്പിക്കാൻ അവസാനംവരെ ഹിറ്റ്ലർക്കു കഴിഞ്ഞു.

വാർദ്ധക്യസഹജമായ തളർച്ചകൾക്കിടയിലും ചോദ്യം ചെയ്യാനാകാത്ത തന്റെ അധികാരം ഹിറ്റ്ലർ മറ്റാർക്കും കൈമാറിയില്ല. അവശനായി ഏങ്ങിവലിച്ചു നടക്കുമ്പോഴും ഈ മനുഷ്യന് എതിര് പറയാൻ ആരും ധൈര്യപ്പെട്ടില്ല. എല്ലാം തകർത്തു തരിപ്പണമാക്കുന്ന യുദ്ധാവസാനഘട്ടത്തിലും ഹിറ്റ്ലറുടെ ശക്തി അജയ്യമായി കാണപ്പെട്ടു. ദിവസേന നടന്നിരുന്ന ബ്രീഫിംഗുകളിൽ പയറ്റിത്തെളിഞ്ഞ ജനറൽമാരും ഏറെ ബഹുമതി ചിഹ്നങ്ങൾ ധരിച്ച ഓഫീസർമാരും നിശ്ശബ്ദരായി, മനഃപൂർവ്വം നിർവ്വികാരമാക്കിയ മുഖത്തോടെ ചുറ്റും കേട്ടുനിന്നു. തങ്ങൾക്കു ലഭിച്ച ഉത്തരവുകൾ ഇവർ നിർവ്വികാരമായി നടപ്പിലാക്കി. ഈ ഉത്തരവുകളുടെ നിരർത്ഥകത യുദ്ധാവസാനഘട്ടങ്ങളിൽ അവർക്ക് അറിയാത്തതായിരുന്നില്ല.

എല്ലാറ്റിനുംമേലെ അസാധാരണമായ, അപൂർവ്വമായ ഒരു നാടകീയത നിറഞ്ഞുനിൽക്കുന്നു. അതിലും കൂടുതൽ ആശ്ചര്യജനകമാണ് ഫ്യൂറൽബങ്കറിൽ നടന്ന സംഭവങ്ങളുടെമേൽ കിടക്കുന്ന ആ 'അനിശ്ചിതമായ വെളിച്ചം'. ഈ പ്രയോഗം ബ്രിട്ടീഷ് ചരിത്രകാരനായ ഹ്യൂ ആർ. ട്രെവർ-റോപ്പറിന്റേതാണ്- 'ഹിറ്റ്ലറുടെ അവസാനത്തെ ദിവസങ്ങൾ' എന്ന ആദ്യത്തെ വിശ്വസനീയമായ ഗ്രന്ഥത്തിന്റെ രചയിതാവ്. 1946ൽ തന്നെ *ബാക്കിപത്രിക* പുറത്തു വന്നിരുന്നു. ഇന്നുവരെ ഈ വെളിച്ചത്തിന് തെളിച്ചം കൂടിയിട്ടില്ല. ഹിറ്റ്ലർ എങ്ങനെ ജീവനൊടുക്കി എന്നതിനുതന്നെ ഏറ്റവും അടുത്തുനിന്നവരിൽനിന്നുള്ള, വൈരുദ്ധ്യാത്മകമായ നാല് ദൃക്സാക്ഷി മൊഴികളെങ്കിലും ചുരുങ്ങിയ പക്ഷം ഇന്ന് നിലവിലുണ്ട് - ഹിറ്റ്ലറുടെയും തലേന്ന് രാത്രി ഹിറ്റ്ലർ വിവാഹം കഴിച്ച ഭാര്യയുടെയും ജഡങ്ങൾ എവിടെയാണെന്ന കാര്യത്തിലും. റൈഷ്ചാൻസെലറിയുടെമേൽ നടത്തിയതായി സോവിയറ്റ് റഷ്യയുടെ ഭാഗത്തുനിന്നുണ്ടായ അവകാശവാദത്തിന്റെയും മറ്റു പലതിന്റെയും കഥ ഇതുതന്നെ.

ഹിറ്റ്ലറുടെ അന്ത്യനാളുകളെക്കുറിച്ച് ട്രെവർ-റോപ്പറുടേതുൾപ്പെടെയുള്ള അന്വേഷണാത്മകമായ പരിശോധനകൾ സംഭവങ്ങൾ നടന്ന് മാസങ്ങൾക്കുശേഷം മാത്രമാണ് ആരംഭിച്ചത്. കണ്ടെത്തലുകളിൽ കടന്നുകൂടിയിട്ടുള്ള അവ്യക്തതയായിരുന്നു ഭാഗികമായ കാരണം.

പരിശോധനകൾ നടന്ന സമയത്ത് പല പ്രധാനപ്പെട്ട സാക്ഷികളും യുദ്ധത്തിന്റെ ബഹളത്തിൽ അപ്രത്യക്ഷരാവുകയോ സോവിയറ്റ് തടവിൽപ്പെടുകയോ അപ്രാപ്യരായിത്തീരുകയോ ചെയ്തിരുന്നു. റൈഷ്ചാൻസ്‌ലെറിയുടെ സുരക്ഷയ്ക്കായി വിന്യസിക്കപ്പെട്ടിരുന്ന നിരവധി എസ്.എസ്. ഭടന്മാർ മാത്രമല്ല, ബർലിനിലും ചുറ്റുപാടും ഉള്ള യുദ്ധമേഖലയിൽ പൊരുതിയിരുന്ന വെയർ മാഹ്റ്റ് ഓഫീസർമാരും (ജർമ്മൻസൈന്യം) ബങ്കർ-സ്റ്റാഫും ഹിറ്റ്ലറുടെ സ്വകാര്യദന്തഡോക്ടർപോലും 1955ൽ, ആഡനോവറുടെ മോസ്കോ യാത്രയ്ക്കുശേഷം മാത്രമാണ് ജർമ്മനിയിൽ തിരികെ എത്തിയത് എന്ന് ഓർക്കുക.

അതോടെ, ജർമ്മൻചരിത്രത്തിലെ ഏറ്റവും സംഭ്രമജനകവും ഏറെ ഭവിഷ്യത്തുകളും അനന്തരഫലങ്ങളും സൃഷ്ടിച്ചുകൊണ്ട് കടന്നുപോയതുമായ സംഭവങ്ങളെക്കുറിച്ച് അറിവു നൽകുന്നു എന്ന് അവകാശപ്പെട്ട ഒരുപറ്റം പേർതന്നെ പെട്ടെന്ന് പൊന്തിവന്നു. അവരോട് വിവരങ്ങൾ ചോദിച്ചുമനസ്സിലാക്കാനുള്ള അവസരം പാഴായിപ്പോയി. സംഭവത്തിൽ ഒരു വിധത്തിലല്ലെങ്കിൽ മറ്റൊരു വിധത്തിൽ നേരിട്ട് ഭാഗമായവർക്ക് മറ്റുള്ളവരിൽ പലതുകൊണ്ടും ശക്തമായ താത്പര്യം ഉണർത്താൻ കഴിഞ്ഞില്ല. അതിന് ചില കാരണങ്ങൾ ഉണ്ടായിരുന്നു.

സാമ്രാജ്യത്തിന്റെ പതനം ഒരു ദേശീയദുരന്തമായി ജനം ഉൾക്കൊണ്ടു എന്നത് ഈ കാരണങ്ങളിൽ ഒന്നാണ്. ഇത് ഒരു ദേശീയ ദുരന്തമായി കരുതപ്പെട്ടുവെങ്കിലും ദേശം എന്നൊന്ന് ഇല്ലാതായിക്കഴിഞ്ഞിരുന്നു. ദുരന്തം എന്ന സങ്കല്പം കാലികമായ അകലം വർദ്ധിച്ചതോടെ, വിശദാംശങ്ങൾക്ക് അമിത പ്രാധാന്യം നൽകിയ വാദപ്രതിവാദങ്ങളുടെ ഫലമായി മിക്കവാറും ഒരു തലവിധിയായും സ്വയം കുറ്റവിമുക്തനാക്കലായും ആണ് കലാശിച്ചത്. സംഭവിച്ചതെല്ലാം അപ്രതീക്ഷിതമായി വന്ന ചരിത്രപരമായ ഒരു മഴമേഘത്തിൽ നിന്ന് പെട്ടെന്ന് പെയ്തിറങ്ങിയതുപോലെ. ഇരുളടഞ്ഞ ഒരു കാലഘട്ടത്തിൽ നിന്ന് തങ്ങൾ മോചിപ്പിക്കപ്പെട്ടു എന്ന ആശയത്തിനെ ദുരന്തം എന്ന ആശയം വിഴുങ്ങി. 1945നെ എവിടെനിന്ന് നോക്കിക്കണ്ടാലും മോചനത്തെപ്പറ്റി ചിന്തിക്കണമായിരുന്നു. ചിന്തിക്കേണ്ടതുണ്ടായിരുന്നു. അത് സംഭവിച്ചില്ല.

സംഭവങ്ങളെപ്പറ്റി ഗവേഷണം നടത്തുന്നതിലും ഗവേഷണ ത്തിനാവശ്യമായ സ്രോതസ്സുകൾ കണ്ടുപിടിക്കുന്നതിലും കാണപ്പെട്ട അസാധാരണമായ നിസ്സംഗതയുടെ ഒരു കാരണം ആയിരുന്നു ഇത്. ചരിത്രത്തിൽ അവഗാഹമുണ്ടായിരുന്ന ആംഗ്ലോ സാക്സൺ വംശജരായ ഏതാനും റിപ്പോർട്ടർമാർ മാത്രമാണ് അറുപതുകൾതൊട്ട് ഈ വിഷയത്തിൽ താത്പര്യം പ്രകടിപ്പിച്ചതും സംഭവങ്ങൾ നേരിട്ട് അനുഭവിച്ചവരെ കണ്ട് വിവരങ്ങൾ ശേഖരിച്ചതും ചോദ്യങ്ങൾ ചോദിച്ചതും.

ചരിത്രവിജ്ഞാനീയം കൃത്യം ഇതേ സമയത്തുതന്നെ ചരിത്രപ്രക്രിയയിൽ ഘടനകൾക്കുള്ള പ്രാധാന്യം കണ്ടുപിടി ക്കാനും സംഭവങ്ങളെക്കാൾ വളരെയേറെ പ്രധാനപ്പെട്ടതായി സാമൂഹികസാഹചര്യങ്ങളെ കണക്കാക്കാനും തുടങ്ങി. ഇതും ഇവിടെ ഒരു പങ്കു വഹിച്ചു. എല്ലാ ചരിത്രപരമായ നിരീക്ഷണ ങ്ങളുടെയും വർത്തമാനവൽക്കരണത്തിനുവേണ്ടിയുള്ള അഭിവാഞ്ഛ അന്നുതൊട്ട് അശാസ്ത്രീയമായി അപലപിക്ക പ്പെട്ടു; ആഖ്യാനപരമായ സങ്കേതത്തിനും നാടകീയതയുള്ള ഏത് ചരിത്രപരമായ പ്രമേയത്തിനും ജനപ്രിയത്തിന്റെ കാര്യ ത്തിൽ ഇടിവു പറ്റി, അതിന്റെ ആഖ്യാനം അനിവാര്യമായും ഒരു തരത്തിലുള്ള 'മഞ്ഞ ചരിത്ര'ത്തിലെത്തും എന്ന് ഭയപ്പെട്ടതു പോലെ. ചെറിയ കാര്യങ്ങളിൽ ആകൃഷ്ടരാവുന്ന ചരിത്രകാര ന്മാരുടെ സ്വാധീനമുള്ള തലമുറ, താരതമ്യേന വലിയ ഉദ്വേഗ ജനകമായ പ്രക്രിയകളുള്ള ഒരു ചരിത്രം മൊത്തത്തിൽ ഒഴി വാക്കുകയാണ് ചെയ്യുന്നത്. സംഭവങ്ങളുടെ കാര്യകാരണ ബന്ധത്തിനും അതിന്റേതായ പ്രാധാന്യമുണ്ട്. ഇതുവഴി ഉൾ ക്കാഴ്ചകൾ നേടാനാവുന്നു. ഗഹനമായ വിശദാംശങ്ങളുടെ നിരീക്ഷണത്തിന് ഇത് നേടാനാവില്ല.

ഈ ഉദ്ദേശ്യത്തോടെയാണ് നിങ്ങളുടെ മുന്നിലുള്ള ഈ ഗ്രന്ഥം എഴുതപ്പെട്ടിട്ടുള്ളത്. എറ്റീൻ ഫ്രാസ്വായും ഹാഗൻ ഷുൾ സെയും ചേർന്ന് ഫ്യൂററുടെ ബങ്കറെപ്പറ്റി 'ജർമൻ ഓർമ്മകളിലെ ഇടങ്ങൾ' എന്ന പേരിൽ പ്രസാധനം ചെയ്ത സമാഹാരത്തിനു വേണ്ടി ഏതാണ്ട് ഒന്നര വർഷം മുമ്പ് ഞാൻ എഴുതിയിരുന്ന ലേഖനമാണ് ഇതിന് പ്രചോദനം നൽകിയത്. സാഹചര്യ ങ്ങളുടെ നിർബന്ധം കൊണ്ട് ഹ്രസ്വമാക്കപ്പെട്ടതും അതേ സമയം വില്ലെം സ്ട്രീറ്റിലെ റൈഷ്ചാൻസ്ലെറിയുടെ ചരിത്രം വിവരിച്ചതുമായ ആ ലേഖനം ഹിറ്റ്ലറുടെ ജീവിതത്തിന്റെ അവസാനനാളുകളും ഹിറ്റ്ലറുടെ അന്ത്യത്തെത്തുടർന്നുണ്ടായ സംഭവങ്ങളും മാത്രമാണ് വർണ്ണിക്കുന്നത്.

ഈ സമാഹാരത്തിന്റെ പ്രസിദ്ധീകരണത്തിനുശേഷം പല ചോദ്യങ്ങളും വന്നു. ഏത് പ്രസിദ്ധീകരണത്തിൽ നിന്നാണ്

സാമ്രാജ്യത്വത്തിന്റെ തകർച്ചയെപ്പറ്റി ഏറെക്കുറെ സമഗ്രമായ ഒരു ചിത്രം വരച്ചെടുക്കാനാവുക എന്നാണ് ചോദ്യകർത്താക്കൾ ആരാഞ്ഞത്. അപ്പോൾ മാത്രമാണ് എനിക്ക് ആ ബോധോദയം ഉണ്ടായത്: ഹിറ്റ്ലറുടെ അവസാനനാളുകളോട് നീതി പുലർത്തുന്ന ഒരു ഗ്രന്ഥവും നിലവിൽ ലഭ്യമല്ല. തിരശ്ശീല വീണു കഴിഞ്ഞിട്ടും ചരിത്രത്തിന്റെ ഭാവപ്പകർച്ചകൾക്കനുസൃതമായി, ഏതാനും പ്രദർശനങ്ങൾകൂടി കാഴ്ചവെച്ച അനന്തരകഥയ്ക്കും ഇത് പ്രസക്തമാണ്.

സംഗതികളുടെ പോക്കും അവയുടെ പശ്ചാത്തലത്തിന്റെ പ്രധാന വശങ്ങളും രേഖപ്പെടുത്തുന്ന ഒരു സമഗ്രചിത്രം വ്യക്തമായും നിലവിൽ ഇല്ല. നിങ്ങളുടെ മുന്നിലുള്ള ഈ ഗ്രന്ഥത്തിനും ഒരു പ്രചോദനം നൽകുക എന്നതിനേക്കാൾ കൂടുതലായി എന്തെങ്കിലും ചെയ്യുവാൻ കഴിയില്ല; ആഗ്രഹിക്കുന്നുമില്ല. ചരിത്രപരമായ ഒരു രേഖാചിത്രം വരച്ചുകാണിക്കുകയാണ് ഉദ്ദേശ്യം. നാല് വിവരണാത്മകമായ അദ്ധ്യായങ്ങളിൽ കലുഷിതമായ, യാതൊന്നിനും വഴിമാറാതെ അടുത്തെത്തിക്കൊണ്ടിരിക്കുന്ന വിപത്തിന്റെ സമ്മർദ്ദം നിറഞ്ഞുനിന്ന ബങ്കറിലെയും നാശത്തിന്റെ ചുഴിയിലേക്ക് എല്ലാവരുടെ കൺമുമ്പാകെ നിരാശാജനകമായ വിധത്തിൽ താണുകൊണ്ടിരിക്കുന്ന തലസ്ഥാനനഗരത്തിലെയും സംഭവങ്ങൾ വിവരിക്കുന്നു. ഇവയ്ക്കിടയിൽ നാല് ഹ്രസ്വമായ അദ്ധ്യായങ്ങൾ തിരുകിക്കയറ്റിയിട്ടുണ്ട്. ഇത് സംഭവങ്ങളുടെ തുടർച്ചയ്ക്കിടെ തെളിഞ്ഞുവരുന്ന ഒരു നിശ്ചിതസൂചകപദം വിശകലനം ചെയ്യുന്നു.

ആ പതിന്നാല് ഞെട്ടിക്കുന്ന ദിനങ്ങൾ മനസ്സിലാക്കാൻ ഇവ രണ്ടും ആവശ്യമാണ്. ഒരു മനുഷ്യജിവിതത്തിൽനിന്ന് വെട്ടിയെടുത്ത ഏതെങ്കിലും ഒരു ഖണ്ഡം ചിത്രീകരിക്കുക ചരിത്രലേഖനത്തിന്റെ കർത്തവ്യങ്ങളിൽ ഒന്നെങ്കിൽ ഹിറ്റ്ലർ തിടുക്കത്തിൽ തുടങ്ങിവെച്ചതും നിരവധി മനുഷ്യർ പൂർണ്ണമനസ്സോടെ മുന്നോട്ടു നയിച്ചതുമായ വൻതകർച്ചയുടെ വിപുലമായ ഒരു പരിപ്രേക്ഷ്യത്തിൽനിന്ന് തുടങ്ങേണ്ടിവരും. നേതൃത്വത്തിന്റെ, വിവേകം തൊട്ടുതീണ്ടിയിട്ടില്ലാത്ത തീരുമാനങ്ങൾ കാണാതെ പോകരുത്. ഭയവും ഞെട്ടലും. കഥാപാത്രങ്ങൾ വഴിതെറ്റി അകപ്പെട്ടുപോയ ചിന്താപരവും വൈകാരികവുമായ നിസ്സഹായാവസ്ഥകളും രേഖപ്പെടുത്തേണ്ടതുണ്ടായിരുന്നു. സ്ഥിതിവിശേഷത്തിന്റെ ഭീകരത ഒരുതരത്തിൽ സീറോ ഡിഗ്രി സെൽഷ്യസ് വരെയെത്തിച്ചുകൊണ്ട് ഇടയ്ക്കിടയ്ക്ക് കടന്നുവന്നുകൊണ്ടിരുന്ന പരുക്കൻകോമഡിയുടെ അംശങ്ങളും അവഗണിക്കാനാവാതെ വരുമായിരുന്നു. ചരിത്രത്തിലെ മൂലഘടകമായ,

അനന്തമായ നശീകരണഭ്രമം കാണുമ്പോൾ അങ്ങേയറ്റത്തെ അർത്ഥശൂന്യതയെച്ചൊല്ലി ഉണ്ടാവുന്ന ഖേദവും എത്ര പ്രതീകാത്മകമായവിധത്തിലാണെങ്കിലും വായനയിൽ അനുഭവവേദ്യമാക്കണമായിരുന്നു.

മരിക്കാറായി കിടക്കുന്ന ഒരു രാഷ്ട്രം - അതേപ്പറ്റിയാണ് തുടർന്നുവരുന്ന താളുകളിൽ പറയുന്നത്; അനിവാര്യമായും അതിലേക്കു നയിച്ച സാഹചര്യങ്ങളെപ്പറ്റിയും.

ഹിറ്റ്ലറിലും ഹിറ്റ്ലറുടെ നിയോഗത്തിലും ഉണ്ടായിരുന്ന വിശ്വാസവും അതോടൊപ്പം പരിഗണിക്കണം. ഇവയെല്ലാം സങ്കീർണങ്ങളായ പ്രത്യേകസാഹചര്യങ്ങളെ നേരിടാനാണ് സജ്ജമാക്കിയിരുന്നത്. ദുരന്തത്തിൽ കലാശിക്കുന്ന ഒരു അഗ്നിപ്രളയത്തിന്റെ കാലഘട്ടത്തിൽ ജീവിക്കുക എന്നത് ഒരു ചരിത്രനിയോഗമായിരുന്നു. അധികാരം കയ്യാളിയിരുന്ന കാലമത്രയും ഈ ഭരണകൂടം വൈകാരികജീവിതത്തിന്റെ പുതു ഉണർവുകളെ മനഃപൂർവ്വം സൃഷ്ടിച്ചെടുത്ത ജീവന്മരണ പ്രതിസന്ധികളിൽ കൊണ്ടുചെന്നെത്തിക്കുകയായിരുന്നു. മുപ്പതുകളിൽ ഹിറ്റ്ലർ നടത്തിയ വാരാന്ത അട്ടിമറികളുടെ നിര തന്നെ ഇക്കൂട്ടത്തിൽപെട്ടവയായിരുന്നു. എന്നാൽ ഹിറ്റ്ലറും അനുയായികളും തങ്ങളോട് സ്വയം യോജിപ്പിലെത്തിയത് യുദ്ധസമയത്ത് എല്ലാ ആഡംബരങ്ങളോടും കൂടി നടത്തപ്പെട്ട മരണോത്സവങ്ങളിൽ മാത്രമായിരുന്നു:

സ്റ്റാലിൻഗ്രേഡിലെ തോൽവിക്കുശേഷം, തീയും രക്തവും കൊണ്ടുള്ള ഉപമകളിലൂടെ സ്വന്തം അന്ത്യത്തെ സഹർഷം പുൽകുന്ന ആഹ്ലാദത്തിമിർപ്പിൽ ഗ്വേറിങ് നടത്തിയ പ്രസംഗങ്ങൾ, വൈകാരികവിക്ഷോഭത്തിന്റെ അതിഭയങ്കരമായ ബഹളത്തിൽ അവസാനിക്കുന്ന, ജീവന്മരണ പോരാട്ടത്തിനായുള്ള ഗ്വേബൽസിന്റെ ആഹ്വാനങ്ങൾ, സാങ്കല്പികമോ യഥാർത്ഥമോ ആയ അഗാധഗർത്തങ്ങളുടെ അരികുകളിലേക്ക് ഭയപ്പെടുത്തി ജനങ്ങളെ ആട്ടിത്തെളിയിക്കുകയല്ലാതെ ദേശസ്നേഹം എന്ന വികാരത്തിന് ആത്മാർത്ഥമായി അടിവരയിടുകയല്ല ഹിറ്റ്ലറുടെ ഭരണകൂടം ചെയ്തത്.

അവസാനമായി, ജനം എല്ലായിടത്തും ആ മാന്ത്രികശക്തിയുടെ പിടിയിൽ നിന്ന് ഞെട്ടിയുണർന്ന്, വിവേകത്തിലേക്ക് തിരികെ വന്നതിനെപ്പറ്റിയുള്ള സൂചനയും നാം ഒഴിവാക്കരുത്. വർഷാവർഷം, യുദ്ധത്തിന്റെ അവസാന ആഴ്ചകളിൽവരെ ഭരണകൂടം ആലോചിച്ച് നടത്തിയ തുടർച്ചയായുള്ള കള്ളപ്രചരണം, യുദ്ധമെന്ന യാഥാർത്ഥ്യത്തെപ്പറ്റി തെറ്റായ വിവരങ്ങൾ

നൽകി ജനത്തെ വഞ്ചിച്ചിരുന്നു. ജർമൻസൈന്യത്തിനു ഏറ്റു വാങ്ങേണ്ടിവന്ന ഏറ്റവും വലിയ തിരിച്ചടികൾപോലും എണ്ണത്തിൽ കൂടുതലായിരുന്ന ശത്രുക്കൾക്കുവേണ്ടി മനഃപൂർവ്വം ഒരുക്കിയ കെണികളായാണ് പ്രചരിപ്പിക്കപ്പെട്ടത്. മനുഷ്യരെ സമർത്ഥമായി കബളിപ്പിക്കുന്നതിൽ അധിഷ്ഠിതമായിരുന്ന ആ വ്യവസ്ഥിതി പെട്ടെന്ന് കട പുഴകി വീണു. മറ്റെല്ലായ്പ്പോഴും പോലെ രഹസ്യങ്ങളുടെ മൂടുപടങ്ങൾ വലിച്ചു കീറപ്പെടുകയും മറയ്ക്കപ്പെട്ട യാഥാർത്ഥ്യങ്ങൾ വെളിച്ചപ്പെടുകയും അധികാര മേൽക്കുകയും ചെയ്തപ്പോൾ ആത്മഹത്യാപരമായ ഒരു ജീവിതനിന്ദ എല്ലായിടത്തും പരന്നു. റെഡ് ആർമിയുടെ പ്രതികാരക്കൊതിയെപ്പറ്റി അവർണനീയമായ ഒരു ഭീതിയും പരന്നു. "കിരാതരായ പൗരസ്ത്യരെപ്പറ്റി പണ്ടു മുതലേ ഉണ്ടായിരുന്ന ഞെട്ടിപ്പിക്കുന്ന സങ്കല്പങ്ങൾ, സോവിയറ്റു യൂണിയനെതിരെ പടനീക്കം നടത്തുന്നതിനിടെ ഒറ്റപ്പെട്ടുപോയ പല ജർമൻ ട്രൂപ്പുകൾക്കും ഉണ്ടായ അനുഭവങ്ങൾ, സേനാവിഭാഗങ്ങൾ ക്രോധം കൊണ്ട് പൊട്ടിത്തെറിച്ചതിനെപ്പറ്റിയുള്ള നേരിയ അറിവ്, സ്വന്തം പ്രചാരണവിഭാഗത്തിന്റെ ഭീഷണിപ്പെടുത്തുന്ന ചിത്രങ്ങൾ എന്നിവ ഒന്നിച്ചുചേർന്ന് വരാനിരിക്കുന്ന വൻവിപത്തിന്റെ നിഗൂഢ സൂചനകളായി പെട്ടെന്ന് എല്ലാ ചുവരുകളിലും പ്രത്യക്ഷപ്പെട്ടു.

അങ്ങേയറ്റത്തെ വൈകാരികവിക്ഷോഭമുണ്ടാക്കിയ ഈ രാഷ്ട്രീയത്തിന്റെ ചാലകനും ഒപ്പം ബന്ദിയും ഹിറ്റ്ലർ തന്നെയായിരുന്നു. മൂർച്ചയുള്ള കത്തിയുടെ വായിൽ നിന്ന് അമ്മാനമാടുക എന്നത് ഹിറ്റ്ലർക്ക് മയക്കുമരുന്നുപോലെ ഒഴിച്ചുകൂടാൻ വയ്യാത്ത ഒന്നായിരുന്നു. യുദ്ധാരംഭത്തിൽ പോളണ്ടിനും നോർവേക്കും ഫ്രാൻസിനും മേലുണ്ടായ വിജയം ഹിറ്റ്ലർക്ക് താൽക്കാലികവും ഒട്ടും രുചികരമല്ലാത്തതുമായ ആത്മസംതൃപ്തിയേ നല്കിയിരുന്നുള്ളൂ. ഒരുപക്ഷേ, സോവിയറ്റ് യൂണിയനെതിരെ പടനീക്കാൻ ഫ്രാൻസിനുമേലുള്ള വിജയനാളുകളിൽ എടുത്ത തീരുമാനത്തിൽ ആത്യന്തികമായ ഒരു ഭാഗ്യപരീക്ഷണത്തിനുള്ള പ്രവണതയും ഉണ്ടായിരുന്നു. ഒരു വിധത്തിൽ പറഞ്ഞാൽ ഹിറ്റ്ലർ ഇപ്പോൾ ഏതാണ്ട് ലക്ഷ്യത്തിൽ എത്തിയെങ്കിലും സോവിയറ്റ് യൂണിയനെ പരാജയപ്പെടുത്താൻ കഴിഞ്ഞില്ല. ഏപ്രിൽ അവസാനം നടന്ന പിൻമാറ്റങ്ങളിൽ കെട്ടുപിണഞ്ഞുകിടന്ന ഈ ലക്ഷ്യങ്ങൾ ആർക്കും തിരിച്ചറിയാൻ കഴിയുംവിധം പ്രകടമായി; എന്തുകൊണ്ട് ഹിറ്റ്ലർ മുൻ ആഗ്രഹങ്ങൾക്കു വിപരീതമായി ബർളിൻ വിടാൻ ആഗ്രഹിക്കുന്നില്ലെന്നും...

യോ ആഹിം ഫെസ്റ്റ്

ഒന്ന്

ജീവന്മരണ സംഘട്ടനത്തിന്റെ ആരംഭം

മൂന്ന് മണിക്ക് ഏതാനും പ്രത്യേകതരം സ്റ്റാർ ഷെല്ലുകൾ[1] രാത്രി ആകാശത്തേക്ക് ഉയരുകയും ക്യൂസ്ട്രീൻ[2] പട്ടണത്തിനടുത്തുള്ള ബ്രിഡ്ജ്ഹെഡ്[3] ചുവപ്പിൽ കുളിപ്പിക്കുകയും ചെയ്തു. ഒരു നിമിഷനേരത്തെ വീർപ്പുമുട്ടിക്കുന്ന നിശ്ശബ്ദതയ്ക്കുശേഷം ഇടിമുഴക്കം പോലെയുള്ള ശബ്ദം കേട്ടുതുടങ്ങി. ഫ്രാങ്ക് ഫുർട്ടിന്[4] ദൂരെയുള്ള, താണ ഓഡർ നദീതീരപ്രദേശങ്ങളെ ഇത് വിറപ്പിച്ചു. ഒരു അദൃശ്യകരം സ്വിച്ച് ഓൺ ചെയ്തിട്ടെന്നപോലെ, ചില സ്ഥലങ്ങളിൽ ബർളിൻ വരെ, സൈറണുകൾ അലറി. ഫോണുകൾ ശബ്ദിച്ചു. ഷെൽഫുകളിൽനിന്ന് പുസ്തകങ്ങൾ താഴെ വീണു.

ഇരുപത് സൈനിക ഡിവിഷനുകളും ഇരുപത്തഞ്ചു ലക്ഷം ഭടന്മാരും നാല്പതിനായിരത്തിലേറെ പീരങ്കികളും ഫീൽഡ് ഗണ്ണുകളും കിലോ

---

1. ആർട്ടിലറിയിൽ ഉപയോഗിക്കപ്പെടുന്ന ഒരു പ്രത്യേകതരം അമിട്ട്. ഫയർ ചെയ്യുമ്പോൾ നിശ്ചിത ഉയരത്തിൽ പൊട്ടി മഗ്നീഷ്യം ഫ്ളെയറുണ്ടാക്കുന്നു. ഇരുട്ടിൽ യുദ്ധരംഗം പ്രകാശമാനമാക്കാനാണ് മുഖ്യമായും ഉപയോഗിക്കുക. സൈനികനടപടികൾക്കുള്ള സിഗ്നലായും ആവശ്യാനുസരണം വിവിധ വർണങ്ങളിൽ ഇത് ഉപയോഗിക്കപ്പെടുന്നുണ്ട്.
2. ഓഡർ നദിയുടെ ഇരുവശങ്ങളിലുമായി സ്ഥിതിചെയ്യുന്ന ചെറുപട്ടണം. ലോകമഹായുദ്ധത്തിന്മുമ്പ് പ്രഷ്യൻ പ്രോവിൻസായ ബ്രാന്റൻബുർഗിന്റെ ഭാഗം ആയിരുന്നു.
3. ഒരു പാലത്തിന്റെ ശത്രുക്കൾക്ക് ഏറ്റവും അടുത്ത അറ്റം. ആക്രമണത്തിൽ നിന്ന് കാത്തുസൂക്ഷിക്കാൻ ഉണ്ടാക്കിയിരിക്കുന്ന കോട്ട. തുടർന്നുള്ള ആക്രമണത്തിന് ചവിട്ടുറപ്പിക്കാനായി ഒരു ശത്രുരാജ്യത്ത് കൈവശമാക്കിയിരിക്കുന്ന മുന്നണിപ്രദേശം എന്നും അർത്ഥമുണ്ട്.
4. ബർളിനിൽനിന്ന് 80 കി.മീ. ദൂരത്തായി, ജർമ്മൻ-പോളിഷ് അതിർത്തിയിൽ ബ്രാന്റൻബുർഗ് സംസ്ഥാനത്ത് ഓഡർ നദിയുടെ കരയിൽ സ്ഥിതിചെയ്യുന്ന പട്ടണം. അന്താരാഷ്ട്രവിമാനത്താവളം സ്ഥിതിചെയ്യുന്ന, സാമ്പത്തികകേന്ദ്രമായ ഫ്രാങ്ക്ഫുർട്ട് അം മൈൻ ആയി ഇതിനെ തെറ്റിദ്ധരിക്കരുത്.

മീറ്ററിൽ 300 എണ്ണം വെച്ച് സ്ഥാപിക്കപ്പെട്ടിരുന്ന നൂറുകണക്കിന് സ്റ്റാലിൻ ഓർഗനുകളും[5] ഉപയോഗിച്ച് ഇന്നേദിവസം, 1945 ഏപ്രിൽ 16-ന് റെഡ് ആർമി യുദ്ധം ആരംഭിച്ചു. ലെറ്റ്ഷിൻ, സേലോവ്, ഫ്രീ ഡേർസ്ഡോർഫ്, ഡാൾഗെലിൻ എന്നീ സ്ഥലങ്ങളിൽ കൂറ്റൻ തീനാളങ്ങൾ ഉയർന്നു. മിന്നലും ചിന്നിത്തെറിക്കുന്ന മൺകട്ടകളും ചുറ്റും തെറിക്കുന്ന കെട്ടിടാവശിഷ്ടങ്ങളുംകൊണ്ട് എവിടെയും ഭീകരമായ കാഴ്ചകളുടെ കോട്ടകൾ പടുത്തുയർത്തപ്പെട്ടു. വൃക്ഷത്തോപ്പുകൾ അപ്പാടെ ആളിക്കത്തി. സർവ്വതും തീയും പൊടിയും ചാരവും ആയി രൂപാന്തരപ്പെട്ടു. രാജ്യത്തിലൂടെ കടന്നുപോയ ചുട്ടുപൊള്ളുന്ന കൊടുങ്കാറ്റുകളെയാണ് രക്ഷപ്പെട്ടവരിൽ ചിലർ പിൽക്കാലത്ത് ഓർമ്മിച്ചത്.

ഏതാനും നിമിഷനേരത്തേക്ക് അതിഭയങ്കരമായ ഒച്ചപ്പാടും ബഹളവും പെട്ടെന്ന് നിന്നു. ശ്വാസം മുട്ടിക്കുന്ന, പൊട്ടിപ്പടരുന്ന തീയും ചൂളം വിളിക്കുന്ന കാറ്റും മാത്രം അവശേഷിച്ചു. ഭയപ്പെടുത്തുന്ന ഒരു നിശ്ശബ്ദത പരക്കുകയും ചെയ്തു. അങ്ങനെയിരിക്കെ, സോവിയറ്റു സൈനിക നിരയ്ക്കു മുകളിൽ, ആകാശത്തിന് കുറുകെ ഒരു ഫ്ളെഡ് ലൈറ്റിന്റെ പ്രകാശരശ്മി ജ്വലിച്ചുയർന്നു. യുദ്ധക്കളത്തിനുമീതെ 200 മീറ്റർ ഇടവിട്ട് നിരപ്പായി ഉറപ്പിച്ചിരുന്ന 143 ഫ്ളെഡ് ലൈറ്റുകൾക്ക് ഓപ്പറേഷനുള്ള സിഗ്നൽ നൽകി. കണ്ണഞ്ചിപ്പിക്കുന്ന പ്രകാശവീചികൾ തലങ്ങും വിലങ്ങും സഞ്ചരിച്ചു. ആഴത്തിൽ ചക്രങ്ങൾ പതിഞ്ഞ് ചാലുകൾ കീറിയ ഒരു പ്രദേശം പ്രത്യക്ഷമായി. ഏതാനും കിലോമീറ്ററുകൾക്കപ്പുറമുള്ള സേലോവ് ഹൈറ്റ്സിൽ[6] എന്ന പട്ടണത്തിൽ ഫ്ളഡ് ലൈറ്റിന്റെ പ്രകാശരേണുക്കൾ മാഞ്ഞ് അലിഞ്ഞു. ഈ സ്ഥലമായിരുന്നു ഒന്നാം ബെലോറഷ്യൻ സൈന്യത്തിന്റെ കമാൻഡർ-ഇൻ-ചീഫ് മാർഷൽ ജ്യോർജി കെ ഷുഖോവ് അപ്പോഴത്തെ സൈനിക ലക്ഷ്യമായി വെച്ചിരുന്നത്.

പ്രസ്തുത ഉത്തരവോടെയായിരുന്നു ഷുഖോവ് യുദ്ധം ആരംഭിച്ചത്: “ബെർലിനിൽ എത്താനുള്ള ഏറ്റവും ഹ്രസ്വമായ വഴിയുപയോഗിച്ച്

---

5. യുദ്ധകാലത്ത് റഷ്യ വികസിപ്പിച്ചെടുത്തതും താരതമ്യേന ചെലവു കുറഞ്ഞതും അപരിഷ്കൃതവുമായ മിസൈൽ വിക്ഷേപണപീരങ്കി, ട്രക്കുകളിലാണ് ഇവ സ്ഥാപിച്ചിരുന്നത്. ചെന്നുവീഴുന്ന സ്ഥാനത്തിന്റെ കാര്യത്തിൽ കൃത്യത കുറവായിരുന്നെങ്കിലും ഇവ വിക്ഷേപിക്കുന്ന മിസൈലുകൾ വലിയ നാശനഷ്ടങ്ങൾ വരുത്തിയിരുന്നു. റഷ്യക്കാർ കറ്റ്യൂഷ എന്ന് വിളിച്ചിരുന്ന ഈ മിസൈൽ വിക്ഷേപിണിക്ക് ജർമ്മൻകാർ നൽകിയ ഓമനപ്പേരാണ് സ്റ്റാലിൻ ഓർഗൻ.

6. ബർളിനിൽനിന്ന് ഏതാണ്ട് 90 കി.മീറ്റർ കിഴക്കുമാറി സേലോവ് എന്ന പട്ടണത്തിനു ചുറ്റുപാടുമുള്ള പ്രദേശം. 1945 ഏപ്രിൽ മാസത്തിൽ റഷ്യയും ജർമ്മനിയും തമ്മിൽ ഈ സേലോവ് ഹൈറ്റ്സിനുവേണ്ടി നടന്ന സംഘട്ടനം രണ്ടാംലോകമഹായുദ്ധത്തിലെ ഏറ്റവും രൂക്ഷമായവയിൽ പെടുന്നു.

ശത്രുവിനെ നശിപ്പിക്കണം. ഫാസിസ്റ്റു ജർമനിയുടെ തലസ്ഥാനം പിടിച്ചെടുക്കുകയും അതിനുമുകളിൽ വിജയപതാക നാട്ടുകയും വേണം."

സോവിയറ്റ് സൈന്യത്തിന്റെ ആസൂത്രണ വിഭാഗങ്ങളിൽ ഷുഖോവിന്റെ 'അദ്ഭുതായുധം' എന്ന് വിളിക്കപ്പെട്ടിരുന്ന, പ്രകാശം കൊണ്ടുള്ള നാടകീയമായ ഈ അതിഗംഭീര പ്രദർശനം ധാരാളം ജീവൻ അപഹരിച്ച ഒരു പരാജയമാണെന്ന് തെളിഞ്ഞു. മുമ്പ് നടന്ന തുടർവെടിവെയ്പിനിടയിൽ പരിഭ്രാന്തി പൂണ്ട്, ധൈര്യം നഷ്ടപ്പെട്ട ശത്രുവിനെ യുദ്ധം ചെയ്യാനാവാത്ത വിധം കണ്ണഞ്ചിപ്പിക്കുക എന്ന തീരുമാനത്തിൽ എതിർപ്പുകൾ ഉണ്ടായിരുന്നു. എന്നിട്ടും മാർഷൽ ഷുഖോവ് ഉറച്ചുനിന്നിരുന്നു; ഏതാണ്ട് മുപ്പതുമീറ്റർ ഉയർന്നു പോകുന്ന, താഴ്‌വരകളും താഴ്ചകളും നിറഞ്ഞ ആ കുന്നിൻ പ്രദേശം ആദ്യത്തെ ആക്രമണത്തിൽ തന്നെ തകർന്നുതരിപ്പണമാക്കാമെന്ന കാര്യത്തിലും. എന്നാൽ തുടർച്ചയായുണ്ടായ വെടിവെയ്പ് ആ പ്രദേശത്തിൽ ആകെയുണ്ടാക്കിയ പുകയുടെയും പൊടിപടലങ്ങളുടെയും കട്ടികൂടിയ തിരശ്ശീല ഫ്ളെഡ് ലൈറ്റുകളുടെ വെളിച്ചത്തെ വിഴുങ്ങുക മാത്രമല്ല ചെയ്തത്. ചാരനിറമുണ്ടായിരുന്ന വെളുപ്പാൻകാലത്ത് എങ്ങോട്ട് തിരിയണമെന്നറിയാതെ അക്രമികളെ തപ്പി തടയിക്കുകയും ചെയ്തു. തന്നെയുമല്ല, വർഷാരംഭത്തിൽ ഉണ്ടാകാറുള്ള വെള്ളപ്പൊക്കത്തിൽ മുങ്ങിക്കിടന്നിരുന്ന, ചളിനിറഞ്ഞ ചതുപ്പുനിലങ്ങളും കാനകളും ഓവുകളും നിറഞ്ഞ പ്രദേശത്തേക്കുള്ള വരവും സോവിയറ്റ് കമാൻഡർ തീർത്തും തെറ്റായി വിലയിരുത്തുകയും ചെയ്തിരുന്നു. സൈനികരെ കൊണ്ടുപോകുന്ന വാഹനങ്ങളും ട്രെയ്‌ലർ വലിച്ചുകൊണ്ടു പോകുന്ന വാഹനങ്ങളും എല്ലാത്തരത്തിലുള്ള സാധനസാമഗ്രികളും ചളി നിറഞ്ഞ പ്രദേശത്ത് പൂണ്ടു പോയി. ഒടുവിൽ അവർക്ക് അവ അവിടെ ഉപേക്ഷിച്ചു പോകേണ്ടി വന്നു.

ഏറ്റവും കൂടുതൽ അനന്തരഫലങ്ങളുണ്ടാക്കിയിരുന്ന കാര്യം മറ്റൊന്നാണ്. റഷ്യൻ ട്രൂപ്പ് ലീഡറുടെ തന്ത്രം നന്നായി അറിയാമായിരുന്ന ആർമി ഗ്രൂപ്പ് വൈക്സെലിന്റെ കമാൻഡർ സീനിയർ ജനറൽ[7] ഗോട്ട്ഹാർഡ് ഹൈൻട്രിക്കി, ആക്രമണം തുടങ്ങുന്നതിന് തൊട്ടുമുമ്പ് മുന്നണിയിൽ പ്രതിരോധത്തിനായി നിർത്തിയിരുന്ന സൈന്യ വിഭാഗങ്ങളെ അവിടെനിന്ന് മാറ്റി. അങ്ങനെ റഷ്യൻ സൈന്യത്തിന്റെ വെടിവെയ്പ് ഏറിയ പങ്കും വൃഥാവിലായി. ഇതുമൂലം നിരവധി ടാങ്കുകളാൽ നയിക്കപ്പെടുകയും അനുഗമിക്കപ്പെടുകയും ചെയ്ത റഷ്യൻ ഇൻഫന്ററി യൂണിറ്റുകൾ പറക്കുന്ന കൊടികളും ഉച്ചത്തിലുള്ള അലർച്ചകളുമായി ധൂമപടലത്തിൽ നിന്ന് മുന്നോട്ട് ആക്രമിച്ചുകയറിയപ്പോൾ, ബലം കുറഞ്ഞ്, പലപ്പോഴും ശക്തി തീരെ ക്ഷയിച്ച യൂണിറ്റുകളിൽ നിന്ന് കൂട്ടിച്ചേർത്തുണ്ടാക്കിയ ജർമൻ സൈന്യം തിരിച്ചടിക്കാൻ അവസരം പാർത്തിരിക്കുകയായിരുന്നു. ശത്രുക്കൾ അടുത്തു വന്നപ്പോൾ നിറഞ്ഞുനിന്ന

7. സീനിയർ ജനറൽ എന്ന ഒരു റാങ്ക് ബ്രിട്ടീഷ്-അമേരിക്കൻ ആർമികളിലില്ല.

നിഴൽക്കൂട്ടത്തിലേക്ക് അതവർ ഏറെക്കുറെ ലക്ഷ്യമില്ലാതെ വെടിവെച്ചു. ഇതേസമയത്തുതന്നെ, അടുത്തടുത്ത് നീങ്ങുന്ന ടാങ്കുകളുടെ രൂപങ്ങൾ പരന്നുകിടക്കുന്ന പ്രകാശത്തിൽ വ്യക്തമായി കാണാറായ ഉടനെ താഴ്ത്തി വെച്ചിരുന്ന നൂറുകണക്കിന് വിമാനവേധത്തോക്കുകളിൽ നിന്ന് വെടിയു തിർന്നു. പ്രഭാതം പൊട്ടിവിടർന്നപ്പോൾ റഷ്യയ്ക്ക് ആ ആക്രമണം വൻനഷ്ടങ്ങളോടുകൂടിയ ഒരു പരാജയമായിക്കഴിഞ്ഞിരുന്നു.

ഷുഖോവിന്റെ ആദ്യത്തെ തെറ്റായ തീരുമാനത്തെ രണ്ടാമതൊന്ന് പിന്തുടർന്നു. കോപിഷ്ഠനായ സ്റ്റാലിന്റെ സമ്മർദ്ദത്തിന് വിധേയനായിരുന്ന ഷുഖോവ്, മുൻകൂട്ടി ഉറപ്പിച്ചു വെച്ചിരുന്ന പദ്ധതിക്ക് മാറ്റം വരുത്തി. പിന്നി ലേക്ക് തിരിഞ്ഞു നിലയുറപ്പിച്ചിരുന്ന ടാങ്ക് യൂണിറ്റുകളെ ആദ്യം വിന്യസി പ്പിക്കാൻ ഉത്തരവിട്ടു. ജർമൻ പ്രതിരോധനിരയിൽ കൂടുതൽ വലിയൊരു വിടവുണ്ടാകുന്ന പക്ഷം രംഗത്തിറക്കാൻ ഉദ്ദേശിക്കപ്പെട്ടിരുന്നവയായി രുന്നു ഇവ. ഈ ടാങ്കു യൂണിറ്റുകൾ യുദ്ധരംഗത്തേക്ക് കുതിച്ചപ്പോൾ പൊരുതുന്ന ട്രൂപ്പുകൾക്കു പിന്നിൽ പണ്ടേ ഉണ്ടായിരുന്ന അരക്ഷിതാ വസ്ഥയും ആശയക്കുഴപ്പവും ഒന്നുകൂടി വർദ്ധിച്ചു. വഴിമുട്ടിയ റോഡു കളിൽ, എന്തുചെയ്യണമെന്നറിയാതെ വിഷമിച്ചിരുന്ന ട്രൂപ്പുകൾക്കിടയിൽ ഇവ തള്ളിക്കയറ്റുകയും നിൽപ്പിന്റെ സ്ഥാനം മാറുന്നതിനിടയിൽ ആർട്ടി ലെറിയെ തടസ്സപ്പെടുത്തുകയും പോഷകസൈന്യവും അവശ്യസാധന ങ്ങളും കൊണ്ടുവരാനുള്ള റോഡുകൾ തടസ്സപ്പെടുത്തുകയും ചെയ്തു. എല്ലാറ്റിനുമുപരി യാതൊരു ഏകോപനവും ഇല്ലാത്ത യുദ്ധപ്രക്രിയ. അതിദാരുണമായ ഒരു അരക്ഷിതാവസ്ഥ. ഏറെ താമസിയാതെ സോവി യറ്റ് ഓപ്പറേഷന്റെ മുന്നേറ്റം പൂർണ്ണമായ തളർച്ചയിലേക്ക് വന്നെത്തുകയും ചെയ്തു. ഷുഖോവിന്റെ ട്രൂപ്പ് ലീഡർമാരിലൊരാളായ സീനിയർ ജനറൽ വാസിലി ഐ.ടഷൂയിക്കോവ് ഏപ്രിൽ 16-ന് വൈകീട്ട് ഡയറിയിൽ കുറിച്ചു: "സോവിയറ്റ് ട്രൂപ്പുകൾ തങ്ങൾക്ക് ലഭിച്ച ഉത്തരവ് നിറവേറ്റിയില്ല, ചില യിടങ്ങളിൽ അത് ഒരൊറ്റ ചുവടുപോലും മുന്നോട്ടുനീങ്ങിയില്ല. ആക്ര മണം ആരംഭിച്ചിട്ട് അഞ്ചാമത്തെ ദിവസം ബർളിൻ പിടിച്ചെടുക്കണം എന്ന ആഗ്രഹം നിഷ്ഫലമായി."

റൈഷ്ചാൻസെലറിയുടെ വളപ്പിനു താഴെ ലോ-ലെവൽ ബങ്കറിലുള്ള ഹിറ്റ്ലറുടെ ഹെഡ്ക്വാർട്ടേഴ്സിൽ ഈ ആക്രമണം ദിവസങ്ങളായി പ്രതീക്ഷിക്കപ്പെട്ടിരുന്നു - അക്ഷമ, ഉൽക്കടമായ വൈകാരികവിക്ഷോഭം, വികാരങ്ങൾ മരവിച്ച് വിധിക്ക് കീഴടങ്ങൽ എന്നിവയുടെ ഒരു മിശ്രിത വികാരം ബങ്കറിൽ നിലനിന്നിരുന്നു. ആദ്യത്തെ താത്ക്കാലിക വിജയ ങ്ങളെപ്പറ്റിയുള്ള വാർത്തകൾ, വിജയപ്രതീക്ഷകൾ വീണ്ടും ആളി ക്കത്തിച്ചു. ഭരണകൂടത്തിന്റെ കേന്ദ്രവും സർവ്വോപരി റൈഷ്ചാൻ സെലറിക്കു ചുറ്റുമുള്ള വളപ്പും പ്രതിരോധത്തിനായി തയ്യാറാക്കാൻ ഹിറ്റ്ലർ ഉത്തരവിട്ടു. ആന്റി-ടാങ്ക് ഗണ്ണുകളും പീരങ്കികളും യഥാസ്ഥാനത്ത്

സ്ഥാപിക്കാനും എല്ലായിടത്തും സൈനികർക്ക് ഒളിച്ചിരുന്ന് വെടി വെയ്ക്കാനുള്ള ദ്വാരങ്ങൾ ഉണ്ടാക്കാനും ഉത്തരവായി. അന്ന് ഉച്ചതിരിഞ്ഞ് കിഴക്കേ അണിയിലെ പോരാളികൾക്ക് ഹിറ്റ്ലർ ഒരു ഡേ-ഓർഡർ നൽകി. യഹൂദരായ ആജന്മ ശത്രുവിനെ ഉന്മൂലനം ചെയ്യാനുള്ള ദൃഢനിശ്ചയമായി രുന്നു ഈ ഓർഡർ. "ഏഷ്യൻ ജനത നടത്തുന്ന കടന്നാക്രമണം ഈ പ്രാവശ്യവും ജർമൻ സാമ്രാജ്യത്തിന്റെ തലസ്ഥാനത്തിനു മുമ്പുതന്നെ ചോരവാർന്ന് ചാകും." "കിഴക്കുനിന്ന് വരുന്ന നിങ്ങൾ പട്ടാളക്കാർ ക്കറിയാം." ഉത്തരവ് തുടർന്നു, "ജർമൻ സ്ത്രീകളെയും കുട്ടികളെയും ഏത് ദുര്യോഗമാണ് കാത്തിരിക്കുന്നതെന്ന്. വൃദ്ധജനങ്ങളും പുരുഷന്മാരും കുട്ടികളും വധിക്കപ്പെടും. സ്ത്രീകളും പെൺകുട്ടികളും ബാരക്കുകളിലെ വേശ്യകളായി തരം താഴ്ത്തപ്പെടും. ശേഷിക്കുന്നവർ സൈബീരിയയി ലേക്ക് മാർച്ചു ചെയ്യും."

ജനുവരിയിലെ കടന്നാക്രമണത്തിൽത്തന്നെ റെഡ് ആർമി ഓഡർ നദിവരെ എത്തിക്കഴിയുകയും ക്യൂസ്ട്രിൻ പട്ടണത്തിനടുത്ത്, ഫ്രാങ്ക് ഫുർട്ടിൽനിന്ന് ഏതാണ്ട് 30.കി.മീ. വടക്ക്, പല സ്ഥലങ്ങളിലും നദി മുറിച്ചുകടക്കുകയും ചെയ്തിരുന്നു. സംഘട്ടനത്തിന്റെ തുടർച്ചയിൽ ഏതാണ്ട് 40.കി.മീ നീളമുള്ളതും ചിലയിടങ്ങളിൽ 10 കി.മീ വരെ ആഴ മുള്ളതുമായ ഒരു ബ്രിഡ്ജ് ഹെഡ് നിർമ്മിക്കാൻ അവർക്കു കഴിഞ്ഞി രുന്നുവെങ്കിലും ഇത് അങ്ങ് നൈസ്സെ നദിവരെ മുഴുവനുമുള്ള നീബെലു ങ്ങൾ പ്രതിരോധനിര[8]യെയും അപകടത്തിലാക്കിയിരുന്നു. മാർച്ച് ആദ്യ ത്തിൽ മാത്രമാണ് ജർമൻ സൈന്യം ബർളിനിലകത്തും ചുറ്റുപാടിലും കിടങ്ങുകൾ കുഴിക്കാനും ടാങ്കുകളുടെ നീക്കത്തിന് തടസ്സങ്ങൾ സൃഷ്ടി ക്കാനും സ്ഥിരമായ നിലയുറപ്പിക്കലുകൾ നടത്താനും തുടങ്ങിയത്. എന്നാലും സോവിയറ്റ് സൈന്യം ആദ്യം അല്പം പിൻവാങ്ങിയതോടെ താൽക്കാലികാവശ്യത്തിനാണെങ്കിൽപോലും തുടങ്ങിവച്ച ജർമൻ പ്രതി രോധസംവിധാനം അജ്ഞാതമായ കാരണങ്ങളാൽ കടപുഴകിവീണു. പണികൾ നിർത്തി വെയ്ക്കാനുള്ള ഉത്തരവാകട്ടെ ഹിറ്റ്ലറിൽ നിന്ന് നേരിട്ടായിരുന്നു വന്നത്. ഓഡർ നദീതീരത്തുള്ള തലസ്ഥാന നഗരം പ്രതിരോധിക്കപ്പെടണം എന്ന കാര്യത്തിലും ഒരു ഗ്രൂപ്പും തങ്ങൾക്കായി പ്രത്യേകം നിശ്ചയിച്ചുറപ്പിച്ചിട്ടുള്ള ഫോർവേഡ് ഏരിയ വിടരുതെന്ന കാര്യത്തിലും ഹിറ്റ്ലർ കടിച്ചുതൂങ്ങി. 'പിടിച്ചുനിൽക്കുക, അല്ലെങ്കിൽ നശിക്കുക' എന്നായിരുന്നു നിരവധി ഉത്തരവുകളിലും അഭ്യർത്ഥന കളിലും ആവർത്തിക്കപ്പെട്ട മുദ്രാവാക്യം.

---

8. ഓഡർ നദിയുടെ കരയിൽ, നദിക്കു സമാന്തരമായി ജർമ്മൻ ജനറൽ ഗുഡേറിയാൻ പടുത്തുയർത്താനാഗ്രഹിച്ച പ്രതിരോധനിര. ഒരുക്കങ്ങൾ ദ്രുതഗതിയിൽ നടന്നിരുന്നെങ്കിലും റഷ്യൻ സൈന്യത്തിന്റെ പെട്ടെന്നുള്ള ആക്രമണംമൂലം ഈ പ്രതിരോധപദ്ധതി ഉദ്ദേശിച്ച ഫലം കണ്ടില്ല.

സോവിയറ്റ് സായുധസേനയ്ക്ക് എതിരായി ജനറൽ ഹെൽമുത്ത് വൈഡ്‌ലിങ്ങിന്റെ 56–ാം ടാങ്ക് കോർപ്സും അല്പം തെക്കോട്ടുമാറി ജനറൽ തെയോഡോർ ബുസ്സേയുടെ 9–ാം ആർമിയും ആണുണ്ടായിരുന്നത്. ഇവ രണ്ടും ജനറൽ ഹൈൻട്രിക്കിയുടെ കമാൻഡിൽപെട്ടവയായിരുന്നു. ഷുഖോവ് വിജയകരമായി മുന്നേറുന്ന പക്ഷം ഭീഷണിയായേക്കാവുന്ന അപകടകരമായ വളയപ്പെടലലിനെപ്പറ്റി ജനറൽ ഹൈൻട്രിക്കി സൂചന നൽകിയിരുന്നു. പ്രതിരോധം ഹ്രസ്വസമയത്തേക്കു മാത്രമേ സാധ്യമാവൂ എന്ന് അദ്ദേഹം കണ്ടെത്തിയിരുന്നു. കാലാൾപ്പടയിലെ, കഴിവ് തെളിയിച്ച ഭടന്മാരുടെ അഭാവം, യുദ്ധസാമഗ്രികൾ, അവശ്യസാധനങ്ങൾ എന്നിവയുടെ കുറവും എല്ലാറ്റിനും പുറമേ ട്രൂപ്പുകളുടെ അതിരില്ലാത്ത ക്ഷീണവും അന്ത്യത്തിന് വഴിതെളിക്കും എന്ന താക്കീത് അദ്ദേഹം ആവർത്തിച്ചത് നിഷ്ഫലമായി. ഇച്ഛാശക്തി ഏത് ഭൗതികക്കുറവും നികത്തും എന്ന ഹിറ്റ്ലറുടെ അചഞ്ചലമായ വിശ്വാസം, ഗ്വേറിംഗിന്റെയും ഡ്വേനിറ്റ്സിന്റെയും ഹിംലറുടെയും വലിയ വാക്കുകളിൽ ആവർത്തിക്കപ്പെട്ടു. ഒരിക്കലും പാലിക്കപ്പെടാതിരുന്ന വാഗ്ദാനങ്ങളുടെ ഈ ക്ലബ്ബിൽ പണ്ടേ കുഴിച്ചുമൂടപ്പെട്ടിട്ടും ഹിറ്റ്ലർ മാത്രം കൃത്രിമമായി ആ ശുഭപ്രതീക്ഷ തിരികെ കൊണ്ടുവന്നു. ഒടുവിൽ ഷുഖോവിന്റെ ട്രൂപ്പുകളെയും മോട്ടോർവാഹനങ്ങളുടെ പിൻബലമുണ്ടായിരുന്ന കോർപ്സുകളെയും തടയാനായി ഏതാനും പീപ്പിൾസ് ആർമി ബറ്റാലിയനുകൾ സാധാരണ ബസ്സുകളിൽ സമരമുഖത്തേക്ക് അയയ്ക്കപ്പെട്ടു. ആയിരക്കണക്കിന് ബർളിൻകാർ തങ്ങളുടെ ഗ്രൂപ്പുകളുമായി ഫീൽഡിലേക്ക് നീങ്ങിയിരിക്കുന്നു എന്ന് റേഡിയോ റിപ്പോർട്ടു ചെയ്തുകൊണ്ടിരുന്നപ്പോൾത്തന്നെ ഇവരിൽ ഒരു ഭാഗത്തെ സംബന്ധിച്ചിടത്തോളം തങ്ങളുടെ ഓപ്പറേഷൻ പണ്ടേ അവസാനിച്ചു കഴിഞ്ഞിരുന്നു. നഗരത്തിനു ചുറ്റുമുള്ള വ്യോമാതിർത്തി മുഴുവനായും നിയന്ത്രിച്ചിരുന്ന റഷ്യൻഫൈറ്റർ വിമാനങ്ങൾ കോൺവോയ്കളിൽ ചിലതിനെ പകുതി വഴിവെച്ച് തിരിച്ചറിയുകയും താഴ്ന്ന് പറന്നുള്ള ആക്രമണങ്ങൾ വഴി നശിപ്പിക്കുകയും ചെയ്തു.

ഹൈൻട്രിക്കിയുടെ മുന്നറിയിപ്പുകൾ നൽകിയതുപോലെ ജർമ്മൻ ട്രൂപ്പുകൾ ചിന്നിച്ചിതറി. ഫീൽഡിന്റെ തെക്കുഭാഗത്ത് പൊരുതിയിരുന്ന തന്റെ പ്രതിയോഗി ഇവാൻ എസ്. കോഞ്ചേവ് കൂടുതൽ വിജയപ്രദമായി സൈനികവിന്യാസം നടത്തി. ഷുഖോവ് തന്റെ ട്രൂപ്പുകളെ വീണ്ടും യഥാസ്ഥാനങ്ങളിൽ നിർത്തി, നേരം ഇരുണ്ടുതുടങ്ങിയതോടെ റഷ്യൻ ട്രൂപ്പുകൾ ജർമ്മൻ സൈന്യത്തെ പൂർവ്വാധികം നിർദ്ദയത്വത്തോടെ ആക്രമിച്ചു. ലൗസിറ്റ്സെർ നൈസ്സേ എന്ന നദി 130 സ്ഥലങ്ങളിൽ മുറിച്ചു കടക്കാനും അതുവഴി കടന്നാക്രമണത്തിൽ നിർണായകമായ മുന്നേറ്റം ഉണ്ടാക്കാനും മാത്രമല്ല കോഞ്ചേവിന് കഴിഞ്ഞത്. മറിച്ച്, ബർളിൻ പിടിച്ചെടുക്കുന്നതിൽ പങ്കാളിയാവുക, ഷുഖോവിന് ഉറപ്പായ വിജയസ്മാരകം അവസാന നിമിഷത്തിൽ സ്വന്തമാക്കുക തുടങ്ങിയതെല്ലാം.

ഇതിനിടെ ജനപ്രീതി നഷ്ടപ്പെട്ടിരുന്ന ഷുഖോവിനെതിരെ ദുരുദ്ദേശ്യപരമായ ഭാഷാപ്രയോഗങ്ങളുപയോഗിച്ച് (രഹസ്യ സൂചനകളുപയോഗിച്ച്) സ്റ്റാലിൻ പ്രോത്സാഹിപ്പിച്ച ഒരു നിശ്ശബ്ദ യുദ്ധം ആരംഭിച്ചിരുന്നു. യുദ്ധനീക്കങ്ങളെക്കുറിച്ച് കോഞ്ചേവ്, സ്റ്റാലിനോട് ചോദിച്ചു: തന്റെ സൈന്യത്തിന്റെ വലത്തേ വിങ്ങിനെ ല്യൂബ്ബെൻ, ലുക്കൻവാൾഡ് എന്നീ സ്ഥലങ്ങൾ പിന്നിട്ട് വടക്കോട്ടു തിരിക്കുക. ഇതുവഴി കുറച്ചു ദിവസങ്ങൾക്കുള്ളിൽ താൻ ബർളിൻ നഗരാതിർത്തിയിലുള്ള സോസ്സെൻ എന്ന സ്ഥലത്ത് എത്തിച്ചേരും. ഇത് കേട്ടപ്പോൾ സ്റ്റാലിൻ എതിർത്തു. "ജർമൻ സൈന്യത്തിന്റെ ഹെഡ്ക്വാർട്ടേഴ്സ് സോസ്സെനിലാണെന്ന് മാർഷലിനറിയാമോ?" അറിയാം എന്ന് കോഞ്ചേവ് പറഞ്ഞപ്പോൾ സ്റ്റാലിന്റെ മറുപടി 'ആ രണ്ട് ടാങ്ക് ആർമികളും ബർളിനിലേക്ക് നീങ്ങട്ടെ' എന്നായിരുന്നു.

ഒടുവിൽ വടക്കോട്ടുമാറി, ഓർഡർ സമരമുഖത്തിന്റെ മദ്ധ്യഖണ്ഡത്തിൽ ഷുഖോവിന്റെ സൈന്യം പാതിരാത്രിയോടെ സേ ലോവിലെ വാസസ്ഥലങ്ങളിൽ എത്തിയിരുന്നു. കുതിരലാടത്തിന്റെ ആകൃതിയുള്ള സേലോവ് ഹൈറ്റ്സിനുവേണ്ടിയുള്ള യുദ്ധത്തിൽ ഇരുസൈന്യങ്ങളും മാറി മാറി മേൽക്കൈ നേടി. ഒടുവിൽ, റഷ്യൻ സൈന്യത്തെയപേക്ഷിച്ച് പത്തിലൊന്നുമാത്രം ശക്തിയുണ്ടായിരുന്ന, പലപ്പോഴും ജർമൻ ആർമിയുടെ വിവിധ യൂണിറ്റുകളിൽ നിന്നും തൂത്തുവാരിയെടുത്ത റിസർവുകൾ ദാരുണമായി ചവിട്ടിയരക്കപ്പെടുകയും എല്ലാവരും കാൺകെ പിരിച്ചുവിടുകയും ചെയ്തു. കൊടുങ്കാറ്റുപോലെ മുന്നേറുന്ന കോഞ്ചേവിന്റെ പട്ടാളം പെട്ടെന്ന് തന്റെ പിന്നിൽ എത്തുകയും 9-ാം ആർമിയെ വളയുകയും ചെയ്തേക്കാം എന്ന വർദ്ധിച്ചുവന്ന ആശങ്ക ഹൈൻട്രിക്കിയിൽ നിറഞ്ഞു. സേ ലോവ് ഹൈറ്റ്സിന്റെ ഉച്ചിയിൽ ഓപ്പറേറ്റു ചെയ്തിരുന്ന, തന്റെ എലൈറ്റ് യൂണിറ്റുകളിലൊന്നായ പാരച്യൂട്ട് ഡിവിഷൻ പരിഭ്രാന്തി പൂണ്ട് തിരിഞ്ഞോടിയെന്ന വാർത്ത ഹിറ്റ്ലറുടെ ബങ്കറുമാർക്ക് കിട്ടി.

പലപ്പോഴും എന്നപോലെ ഇപ്രാവശ്യവും അടിയന്തിരമായി ഹൈൻട്രിക്ക് ഉന്നയിച്ച ആവശ്യങ്ങൾക്ക് സമ്മതം കിട്ടിയില്ല. ഓർഡർ നദിക്കരയിലുള്ള ഫ്രാങ്ക്ഫുർട്ടിലെ കോട്ടയിൽനിന്ന് സൈന്യത്തെ പിൻവലിക്കണമെന്നും പ്രതിരോധനിരയിൽ കിലോമീറ്ററുകൾ ദൂരത്തിൽ വന്നിട്ടുള്ള വിടവ് അതുകൊണ്ട് അടയ്ക്കണം എന്നുമുള്ള നിർദ്ദേശത്തിന് തണുപ്പൻ മറുപടിയാണ് ലഭിച്ചത്. ആയിടെ മാത്രം നിയമിക്കപ്പെട്ടിരുന്ന ചീഫ് ഓഫ് സ്റ്റാഫ് ജനറൽ ക്രേബ്സിന്റെ പക്കൽനിന്നും സ്വന്തം ട്രൂപ്പുകളെ പിൻവലിക്കാനുള്ള അനുവാദം തേടിയപ്പോഴും മറുഭാഗത്തുനിന്ന് കേട്ടത്, ഞെട്ടലേറ്റതുപോലുള്ള, ശ്വസിക്കാൻ ബദ്ധപ്പെടുന്നപോലെയുള്ള ശബ്ദമായിരുന്നു. ക്രേബ്സ് പറഞ്ഞു: "ഹിറ്റ്ലർ അത് ഒരിക്കലും സമ്മതിക്കില്ല. എല്ലാ പൊസിഷനുകളും നിലനിർത്തുക."

ഏപ്രിൽ 19-ന് സേലോവ് തൊട്ട് വ്രീസൻ വരെയുള്ള കുന്നുകളുടെ മുഴുവൻ ശൃംഖലയും റഷ്യയുടെ കയ്യിലായിക്കഴിഞ്ഞിരുന്നു. നൂറ് വർഷം മുമ്പ് ഒരു സഞ്ചാരി 'വിദൂരസ്ഥലമായ അദ്ഭുതനാടുകൾ' എന്ന് വിശേഷിപ്പിച്ച ഈ കുന്നുകൾക്കിടയിലുണ്ടായിരുന്ന പ്രദേശങ്ങളെക്കുറിച്ച്, "എല്ലാം സമാധാനപൂർണ്ണം, വർണ്ണശബളം, സുഗന്ധപൂരിതം" എന്നാണ് എഴുതിയത്. ഇപ്പോഴത് മുഖം ഇല്ലാത്ത, വൻഗർത്തങ്ങളുടെ ഒരു ലോകമായി മാറിയിരുന്നു. ജർമൻ പ്രതിരോധനിരയുടെ അവശേഷിച്ച ഭാഗങ്ങൾ, നഷ്ടങ്ങളേറെ സഹിച്ച്, സ്വന്തം സ്ഥാനം ഉറപ്പിക്കാൻ നടത്തിയ സംഘട്ടനങ്ങളിൽ കഷണം കഷണമായി തകർന്നുതരിപ്പണമായി. സോവിയറ്റു കണക്കനുസരിച്ച് ഈ സംഘട്ടനം റഷ്യയുടെ ഭാഗത്ത് മുപ്പതിനായിരത്തിലധികം പേരുടെ ജീവൻ അപഹരിച്ചിരുന്നു. വിശ്വസനീയമായ കണക്കുകൾ അനുസരിച്ച് എഴുപതിനായിരം പേർ മരിച്ചിട്ടുണ്ട്. ഇതേ സമയം ജർമനിയുടെ ഭാഗത്ത് പന്തീരായിരം പേരാണ് നഷ്ടപ്പെട്ടത്. ബർളിനിലേക്ക് ഇനിയും കഷ്ടിച്ച് 70 കി.മീ മീറ്ററേ ഉണ്ടായിരുന്നുള്ളൂ. തലസ്ഥാനനഗരത്തിലേക്കുള്ള വഴിയിൽ വിടവുകളില്ലാത്ത ഒരു പ്രതിരോധനിരയുണ്ടായിരുന്നില്ല. വിവിധ മിലിട്ടറി ബേയ്സുകളും അവിടവിടെ ഒറ്റപ്പെട്ട സൈനികഘടകങ്ങൾ പ്രതിരോധിച്ച ഗ്രാമങ്ങളും വനപ്രദേശങ്ങളും കുന്നുകളും മാത്രമേ ഉണ്ടായിരുന്നുള്ളൂ. ബർളിൻ-ഹെർമാൻ പ്ലാറ്റ്സിൽ ലോംഗ്-റേഞ്ച്-വെപ്പണുകളിൽനിന്ന് ഉതിർന്ന ആദ്യത്തെ ഗ്രനേഡുകൾ കാര്യമറിയാത്ത കാൽനടക്കാരുടെയിടയിലും കാർസ്റ്റട്ട് എന്ന സൂപ്പർമാർക്കറ്റിന്റെ മുമ്പിൽ ക്യൂ നിന്നിരുന്നവരുടെയിടയിലും അതിഭീകരമായ കൂട്ടക്കൊലകളാണ് വരുത്തിവെച്ചത്.

ഇതിന് ഏതാണ്ട് രണ്ടാഴ്ചയ്ക്കുമുമ്പ് അമേരിക്കൻ സൈന്യം ബാർബിക്കുസമീപം എൽബെ നദി വരെയെത്തി നിലയുറപ്പിച്ചിരുന്നു. "ബർളിൻ ഇനിയും ഒരു സൈനിക ലക്ഷ്യമല്ല." അമേരിക്കൻ സർവ്വസൈന്യാധിപൻ ജനറൽ ഐസനോവർ, ആത്മവീര്യം തീർത്തും ചോർന്നു പോയിരിക്കുന്ന തന്റെ ട്രൂപ്പ് ലീഡർമാരെ അറിയിച്ചിരുന്നു: നഗരം റഷ്യയുടെ ഭാഗമാണ്, അങ്ങനെയാണ് ഒത്തുതീർപ്പായിരിക്കുന്നത്, റൈഷിന്റെ വടക്കുഭാഗം പ്രദേശത്തെ യുദ്ധം തങ്ങളെ സംബന്ധിച്ചിടത്തോളം അതോടെ അവസാനിച്ചിരിക്കുന്നു. ഫീൽഡ് മാർഷൽ വാൾട്ടർ മോഡൽ താൻ തീർത്തും തിരസ്കരിച്ച നിരവധി കീഴടങ്ങൽ സമ്മതങ്ങൾക്കുശേഷം റൂർകെസ്സലിനു[9] വേണ്ടിയുള്ള പോരാട്ടം നിർത്തിവെക്കുകയും തന്റെ ആർമി പിരിച്ചുവിടുകയും ചെയ്തിരുന്നു. ജർമനിയുടെ മൂന്നുലക്ഷം ഭടന്മാരും മുപ്പത് ജനറൽമാരും തടവിലായി. "നാം എല്ലാം ചെയ്തിട്ടുണ്ടോ?" മോഡൽ തന്റെ ചീഫ്-ഓഫ്-സ്റ്റാഫിനോട്

9. 1945 ഏപ്രിലിൽ ജർമ്മനിയിലെ റൂർ നദിക്കു ചുറ്റുപാടുമുള്ള പ്രദേശങ്ങളിലും വൈറ്റ്ഫാളിയയിലും നടന്ന പോരാട്ടം. കെസ്സൽ സംഘട്ടനം എന്ന് വിളിക്കപ്പെടുന്ന ഈ പ്രത്യേകയുദ്ധമുറയിൽ യുദ്ധപങ്കാളി എതിരാളിയെ രണ്ടുവശത്തുനിന്നും വളയുകയാണ് പതിവ്.

ചോദിച്ചു. "ചരിത്രത്തിന് മുമ്പിൽ നമ്മുടെ പെരുമാറ്റം നീതീകരിക്കാൻ ഇനിയെന്തെങ്കിലും ചെയ്യേണ്ടതുണ്ടോ?" അല്പനേരത്തേക്ക് ശൂന്യത യിലേക്ക് നോക്കിനിന്ന ശേഷം അദ്ദേഹം പറഞ്ഞു: "പണ്ടുകാലത്ത് യുദ്ധ ത്തിൽ തോറ്റ ജനറൽമാർ വിഷം കഴിക്കുകയായിരുന്നു പതിവ്." അല്പം കഴിഞ്ഞ് മോഡൽ അവരുടെ മാതൃക പിന്തുടർന്നു.

ഒരു വൻദുരന്തം തന്നെ പിന്തുടരുന്നതായി ആഴ്ചകളോളമായി ഹിറ്റ്ലർക്കു തോന്നിയിരുന്നു. ഹിറ്റ്ലറുടെ പ്രതിരോധനിരകൾ ഒന്നിനു പുറകേ മറ്റൊന്നായി ശത്രുക്കൾ തകർത്തിരുന്നു. ഹംഗറിയിൽ റെഡ് ആർമി നടത്തിയ വൻപ്രതിരോധം, ടിറ്റോയുടെ ഒളിപ്പോര് സംഘങ്ങളുടെ പ്രക്ഷോഭം, കോൾബെർഗ്-ക്വോണിഗ്സ്ബെർഗ്-കോട്ടകളുടെ തകർച്ച എന്നിവ തൊട്ട് ദിനംപ്രതി വന്നുകൊണ്ടിരിക്കുന്ന ഒരായിരം ദുരന്തവാർത്ത കൾ വരെ. ഇവയ്ക്കു പുറമേ, ഇതിനകം സ്ഥാനഭ്രഷ്ടനാക്കപ്പെട്ട ചീഫ് -ഓഫ്-സ്റ്റാഫ് ഗുഡേറിയനോടും പിടിവാശിക്കാരനായ സ്പേയറോടും ഉള്ള വഴക്കുകൾ. യുദ്ധം വിജയപ്രദമായി തുടർന്നുനടത്താൻ കഴിയു മെന്ന വിശ്വാസം നഷ്ടപ്പെട്ട സ്പേയർ മാർച്ച് മാസത്തിൽ യുദ്ധകല്പന കൾ നിരസിക്കുകപോലും ചെയ്തിരുന്നു.

"ഇക്കണ്ട വഞ്ചനകളിലെല്ലാം കാലക്കേടു മാത്രമേ എന്നോട് വിശ്വസ്തത കാണിച്ചിരുന്നുള്ളൂ. കാലക്കേടും എന്റെ അൽസേഷ്യൻ നായ ബ്ലോണ്ടിയും" ഹിറ്റ്ലർ പറഞ്ഞിരുന്നു.

ചീത്ത വാർത്തകളുടെ ശൃംഖല ഒരിക്കൽ മാത്രമേ മുറിഞ്ഞതായി കാണപ്പെടുന്നുള്ളൂ. ഏപ്രിൽ 13-ാം തീയതി വൈകീട്ട് ഗ്വേബെൽസ് ഇടറിയ ശബ്ദത്തിൽ ശ്വാസം വിടാൻ ബദ്ധപ്പെട്ട് ഹിറ്റ്ലറെ ഫോണിൽ വിളിച്ചു: "എന്റെ ഫ്യൂറർ, ഞാൻ അങ്ങയെ അനുമോദിക്കുന്നു. നക്ഷത്ര നില കാണിക്കുന്നു, ഏപ്രിൽ മാസത്തിന്റെ രണ്ടാം പകുതി നമുക്ക് നല്ല കാലം ആയിരിക്കും എന്ന്. ഇന്ന് ഏപ്രിൽ 13 വെള്ളിയാഴ്ചയാണ്" തുടർന്ന് ഗ്വേബെൽസ് പറഞ്ഞു, പ്രസിഡണ്ട് റൂസ്വെൽറ്റ് മരിച്ചെന്ന്. ഉടനെ വിളിച്ചു കൂട്ടിയ ജനറൽമാർ, മന്ത്രിമാർ, പാർട്ടിനേതാക്കൾ എന്നി വരുടെ യോഗത്തിൽ ഗ്രഹപ്പൊരുത്തം, ആരോഹണം എന്നിവയെപ്പറ്റി യുള്ള ചർച്ചകൾ പണ്ടേ അപ്രത്യക്ഷമായിരുന്ന പ്രതീക്ഷ വീണ്ടും ഉണർത്തി. ഏതോ ഒരു സ്വപ്നലോകത്തിലേക്കു വഴുതി വീണിട്ടെന്ന പോലെ ഹിറ്റ്ലർ വൃദ്ധസഹജമായ പ്രത്യേക ഊന്നലോടെ കയ്യിലുണ്ടാ യിരുന്ന കടലാസുകെട്ടുകളിലുണ്ടായിരുന്ന ആ വാർത്തകൾ ഓരോരു ത്തർക്കും വെച്ചു നീട്ടി "നോക്കൂ! നിങ്ങൾ ഇത് ഒരിക്കലും വിശ്വസിക്കാ നാഗ്രഹിച്ചില്ല! ആർക്കാണിപ്പോൾ ശരി?" 1762ൽ മഹാനായ ഫ്രീഡിഷിനെ (ഫ്രെഡറിക്കിനെ) രക്ഷിച്ച ഹൗസ് ബ്രാന്റൽ ബുർഗ്ഗിന്റെ അദ്ഭുതം ഹിറ്റ്ലർ പരാമർശിച്ചു: ആ അദ്ഭുതം വീണ്ടും സംഭവിക്കുകയാണെന്ന് ഹിറ്റ്ലർ പറഞ്ഞു. "യുദ്ധത്തിൽ നാം തോറ്റിട്ടില്ല! വായിച്ച് നോക്ക്, റൂസ് വെൽറ്റ് മരിച്ചിരിക്കുന്നു!"

ജീവിതത്തിൽ മറ്റു പലപ്പോഴും എന്ന പോലെ ഈ പ്രാവശ്യവും വിധി ഹിറ്റ്ലർക്കനുകൂലമാകുന്നതും അക്ഷരാർത്ഥത്തിൽ അവസാന

നിമിഷത്തിൽ ഹിറ്റ്ലറുടെ പക്ഷത്ത് നിലയുറപ്പിക്കുന്നതുമായി കാണപ്പെട്ടു. ശത്രുശക്തികളുടെ 'ജുഗുപ്സാവഹമായ അവിഹിതബന്ധം' സമീപഭാവിയിൽ തകരുമെന്നും അമേരിക്കയെപ്പോലെ ഇംഗ്ലണ്ടും അങ്ങേയറ്റത്തെ ദുരന്തം സംഭവിക്കുന്നതിനു മുമ്പ്, കിഴക്കുനിന്നുവരുന്ന കിരാതന്മാർക്കെതിരെ പൊരുതുന്ന ഒരുപൊതുസംസ്ക്കാരത്തിന്റെ മുന്നോടികളായി അംഗീകരിക്കപ്പെടുമെന്നും തനിക്കു ചുറ്റുമുള്ളവരെ ബോധ്യപ്പെടുത്താൻ ഹിറ്റ്ലർ എക്കാലവും ശ്രമിച്ചിരുന്നു. ഹിറ്റ്ലർ തറപ്പിച്ചു പറഞ്ഞു, റൂസ്വെൽറ്റിന്റെ മരണം ശത്രുസഖ്യത്തെ തലകീഴായി മറിക്കും എന്നുള്ളതിന്റെ ഏറെ പ്രതീക്ഷിച്ചിരുന്ന അടയാളമാണിതെന്നും പടിഞ്ഞാറൻ യൂറോപ്പിൽ യുദ്ധം മിക്കവാറും അവസാനിച്ചുകഴിഞ്ഞുവെന്നും.

ഏതാനും മണിക്കൂർ ബങ്കറിൽ ആഹ്ലാദത്തിമിർപ്പിന്റെ അന്തരീക്ഷം നിലനിന്നു. ഈ അന്തരീക്ഷത്തിൽ, ആത്മവിശ്വാസവും എങ്ങനെയോ ഭാഗ്യംകൊണ്ട് കഷ്ടിച്ച് രക്ഷപ്പെട്ടുവെന്ന തോന്നലും വീണ്ടും ഉണർന്ന വിജയപ്രതീക്ഷയും എല്ലാം കൂടിക്കലർന്നിരുന്നു. എന്നാൽ രാത്രിയിലെപ്പോഴോ, എല്ലാ കണ്ണിൽ പൊടിയിടൽ തന്ത്രങ്ങളും ആലോചിച്ചെടുത്തു കഴിഞ്ഞപ്പോൾ മറഞ്ഞുകിടന്നിരുന്ന നൈരാശ്യം വീണ്ടും പുറത്തുവന്നു. പ്രത്യേകിച്ച് റഷ്യൻ സൈന്യം വിയന്ന പിടിച്ചെടുത്തെന്ന് വാർത്ത വന്നപ്പോൾ.

ഒരു ദൃക്സാക്ഷി പറയുന്നു: "ഒടുവിൽ ഹിറ്റ്ലർ ക്ഷീണിച്ച് അവശനായി, എല്ലാ പ്രശ്നങ്ങളിൽനിന്നും മോചനം ലഭിച്ചതുപോലെ, അതേസമയം പ്രതികരണശേഷി നഷ്ടപ്പെട്ട്, തന്റെ കസേരയിലിരുന്നു. ഏതായാലും ഹിറ്റ്ലർ നിരാശനായാണ് കാണപ്പെട്ടത്." പ്രസിഡണ്ടിന്റെ മരണത്തിന് യുദ്ധഗതിയിൽ യഥാർത്ഥത്തിൽ യാതൊരു സ്വാധീനവും ഉണ്ടായിരുന്നില്ല.

ജനുവരിയിൽ അലസിപ്പോയ ആർഡെനെസ് ഒഫെൻസിസിനു[10] ശേഷം ഹിറ്റ്ലർ ബർളിനിലേക്കു പോയി പുതിയ റൈഷ്ചാൻസെലറിയിൽ താമസമാക്കിയിരുന്നു. എന്നാൽ തുടർച്ചയായുണ്ടായ വ്യോമാക്രമണം ഹിറ്റ്ലറെ അവിടെനിന്ന് തുരത്തുകയും ലോ-ലെവൽ ബങ്കറിലേക്ക് (ഡീപ് ബങ്കറിലേക്ക്) താമസം മാറ്റാൻ നിർബന്ധിക്കുകയും ചെയ്തിരുന്നു. പല നിരീക്ഷകരുടെയും അഭിപ്രായപ്രകാരം ഹിറ്റ്ലർ അവിടെ തന്റെ രൂപത്തിലും ഭാവത്തിലും ആയിരുന്നു കാണപ്പെട്ടത്. 1933ൽ

10. ഇംഗ്ലീഷിൽ ബാറ്റിൽ ഓഫ് ദ ബൾജെ എന്നും പറയാറുണ്ട്. 1944 ഡിസംബർ 16 തൊട്ട് 1945 ജനുവരി 25 വരെ ബൽജിയത്തിലെ വലോണിയയിലുള്ള കാടുകളിൽ ജർമ്മൻ സൈന്യവും സഖ്യകക്ഷികളും തമ്മിൽ നടത്തിയ ഏറ്റുമുട്ടൽ. ബ്രിട്ടീഷ്-അമേരിക്കൻ സൈന്യങ്ങളെ രണ്ടാക്കി പകുക്കാനും ഭിന്നിപ്പിക്കാനും ആയിരുന്നു ജർമ്മൻ സൈന്യം ഈ കടന്നാക്രമണനയം ആസൂത്രണം ചെയ്തത്. സഖ്യകക്ഷികൾക്കായിരുന്നു പക്ഷേ മേൽക്കൈ. അമേരിക്ക ഏർപ്പെട്ട ഏറ്റവും വലിയ, രക്തരൂഷിതമായ സംഘട്ടനം ആയിരുന്നു ഇത്.

ചാൻസെലറായി നിയമിതനായതിന് ഏതാനും മാസം കഴിഞ്ഞ് ഹിറ്റ്ലർ റൈഷ്ചാൻസെലറിയിൽ വിപുലമായ പല പുതുക്കിപ്പണിയലുകളും നടത്താൻ ഓർഡർ നൽകിയിരുന്നു. ഒഴിച്ചുകൂടാൻ പാടില്ലാത്ത ഇനമായി കെട്ടിടത്തിന് ഭൂമിക്കിടയിൽ ഒരുനില വേണമെന്ന് ഹിറ്റ്ലർ ആവശ്യപ്പെട്ടിരുന്നു. ഈ ആവശ്യത്തിലൂടെ ഹിറ്റ്ലറെ ജീവിതകാലം മുഴുവൻ പിടികൂടിയിരുന്ന ഭീതിരോഗം വ്യക്തമായി പുറത്തുവരികയായിരുന്നു. ആർക്കിടെക്ചറിനെപ്പറ്റി ആൽബെർട്ട് സ്പേയറുമായി നടത്തിയ സംഭാഷണങ്ങളിൽ ഹിറ്റ്ലർ വീണ്ടും വീണ്ടും ബങ്കറിന്റെ രൂപ രേഖ വരച്ചു കാട്ടി. അത്യുൽക്കടമായ ഈ അഭിലാഷം എത്രകണ്ട് ഒഴിയാബാധ പോലെ ഹിറ്റ്ലറെ പിടികൂടിയിരുന്നെന്ന് ഇതിൽനിന്നും വ്യക്തമാവുന്നുണ്ട്.

1935ൽ ആർക്കിടെക്റ്റിലെ യോണാർഡ് ഗാളിനെക്കൊണ്ട് ചാൻസെലറിയുടെ പിന്നിലുള്ള ഗാർഡനിൽ പണി തീർത്ത പാർട്ടിഹാളിനു പോലും ഏതാണ്ട് 2.5 മീറ്റർ തട്ടുകനമുള്ള ഒരു എയർ റെയ്ഡ് ഷെൽറ്റർ നിർമ്മിക്കപ്പെട്ടു. ഈ തട്ടുകനം പിന്നീട് ഒരു മീറ്റർ കൂടി വർദ്ധിപ്പിക്കുകയും ചെയ്തു. മൂന്നു വർഷത്തിനുശേഷം ആൽബെർട്ട് സ്പേയറിന്റെ പുതിയ റൈഷ്ചാൻസെലറി നിർമ്മിക്കപ്പെട്ടതോടെ വീണ്ടും ഒരിക്കൽക്കൂടി വിശാലമായ ഷെൽട്ടർ റൂമുകൾ കൂട്ടിച്ചേർത്തു. കെട്ടിടത്തിന്റെ, ഭൂമിക്കടിയിലെ നിലകളിൽ ഫോസ്ട്രീറ്റിന്റെ മുഴുവൻ നീളത്തിൽ 90-ലധികം കോൺക്രീറ്റ് സെല്ലുകളാണുണ്ടായിരുന്നത്. ഈ സെല്ലുകൾ ഏതാണ്ട് 80 മീറ്റർ നീളമുള്ള ഒരു ഇടനാഴിവഴി പാർട്ടി റൂമിനു താഴെയുള്ള ബങ്കറുമായി ബന്ധിക്കപ്പെട്ടിരുന്നു.

എന്നാൽ 1941 അവസാനം മോസ്കോയ്ക്കു മുന്നിലെ മഞ്ഞുകാല ദുരന്തവും യുദ്ധവും ഹിറ്റ്ലറിൽ പരിഭ്രാന്തിയുണ്ടാക്കി. അപ്പോൾ നിലവിലുള്ള വിശാലമായ ബങ്കർസിസ്റ്റം അപര്യാപ്തമാണെന്ന് ഹിറ്റ്ലർക്കു തോന്നി. ഈ സമയത്ത് ഹിറ്റ്ലറുടെ സൈന്യം സ്റ്റാലിൻ ഗ്രേഡിനും ഹാമർഫെസ്റ്റിനും ഇടയ്ക്ക് ട്രിപ്പോളി വരെ കയ്യടക്കിവെച്ചിരുന്നെങ്കിലും 1942ൽ ഹിറ്റ്ലർ ഇനിയും ഏതാനും മീറ്റർ താഴെ മറ്റൊരു ബങ്കർക്കൂടി പണിയാൻ സ്പേയർക്ക് ഓർഡർ കൊടുത്തു. ഇത് പാർട്ടി റൂമിന് താഴെയുള്ള എയർറെയ്ഡ് ഷെൽറ്റർ റൂമുമായി യോജിപ്പിച്ചു. പാർട്ടിറൂമിന് താഴെയുണ്ടായിരുന്ന ഈ എയർറെയ്ഡ് ഷെൽറ്റർ ഇതോടെ ശരിയായ ബങ്കറിനുമുമ്പുള്ള മുറി എന്ന് അർത്ഥം വരുന്ന ഫോർബുങ്കർ (അപ്പർ ബങ്കർ) എന്നു വിളിക്കാൻ തുടങ്ങി. ഹിറ്റ്ലറുടെ അടുത്ത ജോലിക്കാർക്കു വേണ്ടി ഇതിൽ ഒരു കാന്റീൻ, ഏതാനും റിക്രീയേഷൻ റൂമുകൾ, ഉറക്ക മുറികൾ എന്നിവയും ഇവയ്ക്കു പുറമേ കിച്ചനും അറ്റെൻഡർമാർക്കുള്ള മുറിയും ഉണ്ടായിരുന്നു. അങ്ങനെ മൊത്തം 16 മുറികൾ, പ്രായം ചെന്ന മരങ്ങളും ശാന്തമായ പാർക്ക് വേകളും ഉണ്ടായിരുന്ന ഗാർഡനിൽ വീണ്ടും പണിക്കാർ വന്നു, മരങ്ങൾ വെട്ടി, കെട്ടിടം പണിക്കാവശ്യമായ സാധനങ്ങൾ കൊണ്ടുവന്നു. സിമന്റ് മിക്സ് ചെയ്യാനുള്ള യന്ത്രങ്ങൾ. കമ്പികൾ കൊണ്ടുള്ള റീയിൻഫോഴ്സ്മെന്റുകൾ അടുക്കുകണക്കിന് ഉരുക്കു സ്ലാബുകൾ. വീണ്ടും പണി തുടങ്ങി.

ഏതാനും തലമുറകൾക്കു മുമ്പ് മാത്രമായിരുന്നു ബെറ്റീനാ ഫോൺ, ആർനിം ഗ്വേഥേയ്ക്കെഴുതിയത് - താൻ 'ഇവിടെ ഒരു പറുദീസയിലാണ്' താമസിക്കുന്നതെന്ന്.

1945 ആരംഭത്തിൽ ഫ്യൂറർ-ബങ്കറിന്റെ കോൺക്രീറ്റ് ബ്ലോക്കിന്റെ പണി മിക്കവാറും കഴിഞ്ഞിരുന്നു. എന്നാൽ സപ്പോർട്ടിംഗ് ബീമുകളുടെയും വാച്ച് ടവറിന്റെയും പണി വളരെനാളുകൾ പിന്നെയും നടന്നു. 1945ൽ പോലും പൂർത്തിയായില്ല.

പുതിയ റൈഷ്ചാൻസെലറിയുടെ താഴെയുള്ള ബങ്കറിൽ ഹിറ്റ്ലറുടെ സ്വകാര്യ ഉദ്യോഗസ്ഥരുടെ ക്വാർട്ടേഴ്സായിരുന്നു. ഹിറ്റ്ലറുടെ കരുത്തനായ സെക്രട്ടറി മാർട്ടിൻ ബോർമാന്റേത്, അവസാനത്തെ ചീഫ് ഓഫ് ജനറൽ സ്റ്റാഫ് ഹാൻസ് ക്രേബ്സിന്റേതും മുഴുവൻ സഹായികളുടേതും, ജനറൽ ബുർഗ്ഡോർഫിന്റേത്, ഹിറ്റ്ലറുടെ ചീഫ്ഗെലറ്റ് ജനറൽ ഹാൻസ് ബൗറിന്റേത്, ഹിംലറുടെ ഡപ്യൂട്ടിയായി ഫ്യൂറർ-ഹെഡ് ക്വാർട്ടേഴ്സിൽ ജീവിച്ച എസ്സെസ്[11] ഗ്രൂപ്പ് ലീഡർ ഹെർമാൻ ഫേഗെലൈന്റേത്, നിരവധി മറ്റ് ഓഫീസർമാരുടേത്. ഹിറ്റ്ലറുടെ സെക്രട്ടറിമാർ, സുരക്ഷാസേന, ഓർഡർലികൾ, വയർലെസ് ഓപ്പറേറ്റർമാർ, കാർട്ടോഗ്രാഫർമാർ തുടങ്ങിയവരുടേതുവരെ. മുറികളിൽ ഒരു ഭാഗം താൽക്കാലിക ആശുപത്രിയായി സജ്ജീകരിച്ചിരിക്കുകയായിരുന്നു. മറ്റൊരു ഭാഗം ബോംബുവർഷത്തിൽ പരിക്കേറ്റവർക്കും ഗർഭിണികൾക്കും ഏതാണ്ട് 200 കുട്ടികൾക്കും വേണ്ടി പ്രത്യേകം ഒരുക്കിയിരുന്നു. ഇവരുടെ എണ്ണം ദിനംപ്രതി ഉയർന്ന് ഏറെത്താമസിയാതെ ദുസ്സഹമായ ഞെങ്ങി ഞെരുങ്ങലിലേക്കു നയിച്ചു.

ഫോർബുങ്കർ അപ്പർബങ്കറുമായി വൃത്താകൃതിയിലുള്ള ഒരു സ്റ്റെയർകേയ്സായിരുന്നു ബന്ധിച്ചത്. കോൺക്രീറ്റ് സീലിങ്ങിന്റെ കനത്തെപ്പറ്റി

---

11. എസ്സെസ്സ്: ജർമ്മൻ ഭാഷയിൽ 'ഷുറ്റ്സ് സ്റ്റാഫെൽ' (ചുരുക്കെഴുത്ത്: എസ്സെസ്സ്, എന്ന് വിളിക്കപ്പെട്ടിരുന്ന ഈ അർദ്ധസൈനികസംഘടന നാസി പാർട്ടിയുടെ ഒരു വരേണ്യസേവാസംഘം ആയിരുന്നു. 'സംരക്ഷകസേന' എന്നർത്ഥമുള്ള ഈ വിഭാഗം എസ്.എ. അണികളിൽനിന്നാണ് രൂപീകരിക്കപ്പെട്ടത്. ഹിറ്റ്ലറുടെ അംഗരക്ഷകരായി വർത്തിക്കുകയും പാർട്ടിമീറ്റിങ്ങുകളിൽ ക്രമസമാധാനം പാലിക്കുകയും ആയിരുന്നു 1925ൽ സ്ഥാപിതമായ ഈ സംഘടനയുടെ ദൗത്യം. സ്ഥാപനകാലത്ത് 280 അംഗങ്ങൾ മാത്രം ഉണ്ടായിരുന്ന ഈ സംഘടന വളർന്ന് വലുതായി 1932ൽ 52000 പേർ അടങ്ങുന്ന ഒന്നായി മാറി. 1933ൽ 209000 അംഗങ്ങളുടെ പിൻബലം സംഘടനയ്ക്ക് അവകാശപ്പെടാം എന്നായി. ആദ്യകാലത്ത് എസ്.എയുടെ യൂണിഫോം ആയിരുന്നു ഈ സന്നദ്ധഭടന്മാർ ധരിച്ചിരുന്നത്. വിശേഷവിധിയായി കറുത്ത ടൈയും തലയോടും അസ്ഥികളും വരച്ചിട്ടുള്ള തൊപ്പിയും ഉണ്ടായിരുന്നു. പിന്നീട് യൂണിഫോമിന്റെ നിറം കറുപ്പാക്കി മാറ്റി. യുദ്ധത്തിന് തൊട്ടുമുമ്പ് ചാരയായും. എസ്.ഐയെയപേക്ഷിച്ച് അച്ചടക്കം വളരെ കൂടുതലായിരുന്നു. ഇവർ മുറുകെ പിടിച്ച ആദർശം: "എന്റെ അഭിമാനം വിശ്വസ്തതയാണ്."

ഇന്ന് രേഖകളില്ല. എന്നാലും രണ്ടുമീറ്റർ കനമുള്ള ഫണ്ടമെന്റ് പ്ലേറ്റ് ഗാർഡന്റെ നിരപ്പിന് ഏതാണ്ട് 12 മീറ്റർ താഴെകിടന്നിരുന്നതുകൊണ്ട് ഏകദേശം 3 മീറ്റർ ഉയരത്തിൽ, ഭക്ഷണപദാർത്ഥങ്ങളും മറ്റു അവശ്യ സാധനങ്ങളും കൊണ്ടുവരാനായി ഇടയ്ക്കുള്ള വിംഗും പരിഗണിക്കേണ്ട തുള്ളതുകൊണ്ട് സീലിങ്ങിന്റെ കനം കഷ്ടിച്ച് 4 മീറ്റർ ആയിരുന്നിരിക്കണം. മുപ്പതുകളുടെ ആരംഭത്തിൽത്തന്നെ ആദ്യത്തെ ഹിറ്റ്ലറുടെ ജീവചരിത്രകാരനായ കോൺറാസ് ഹൈഡൻ ഫ്യൂററുടെ വ്യക്തിത്വത്തിന്റെ ആന്തരികഘടന, അതിന്റെ ചലനാത്മകത, ആർദ്രഭാവം, ചെയ്യുന്ന കാര്യങ്ങൾ വലുതാണെന്ന ഭാവം, അക്രമാസക്തി എന്നിവയെല്ലാമുൾപ്പെടെ അവിസ്മരണീയമായ വാക്കുകളിൽ വിവരിച്ചിരുന്നു: ജീവനും കൊണ്ടോടുമ്പോൾ കാണിക്കുന്ന ഭള്ള്, പൊങ്ങച്ചം, മോടികാട്ടൽ. ഇപ്പോൾ, ഹിറ്റ്ലർ ലോ-ലെവൽ ബങ്കറിലേക്ക് പിൻവാങ്ങിയതും അവിടെ നിന്ന് വിജയപ്രകടനങ്ങൾ നടത്തിയതും പരിഗണിക്കുമ്പോൾ പലപ്പോഴും വിരോധാഭാസമായി തോന്നപ്പെട്ടിരുന്ന ഈ നിരീക്ഷണം യാഥാർത്ഥ്യമാണെന്ന് തോന്നും.

ഫോർബങ്കറിൽ ഏതാണ്ട് ചെറിയ, വളരെ കുറച്ചുമാത്രം ഫർണിച്ചറുകളുള്ള 20 മുറികളാണുണ്ടായിരുന്നത്. ഏക അപവാദം ഹിറ്റ്ലറുടെ സ്വകാര്യമുറികൾ ആരംഭിക്കുന്നിടത്തുള്ള ഇടനാഴി മാത്രമായിരുന്നു. ഏതാനും ചിത്രങ്ങൾ തൂക്കിയിരുന്ന ഈ ഇടനാഴിയിൽ ഒരു സെറ്റിയും ഏതാനും പഴയ കസേരകളും ഉണ്ടായിരുന്നു. അതിനടുത്തായിരുന്നു കോൺഫെറൻസ് റൂം. ഇവിടെയാണ് ബ്രീഫിംഗ് നടന്നിരുന്നത്. സ്ഥലക്കുറവിന്റെയും ഞെരുക്കത്തിന്റെയും പ്രതീതിയാണ് മൊത്തത്തിൽ ഇവിടം ഉണർത്തിയത്-പത്തു ചതുരശ്ര മീറ്റർ വിസ്താരമുള്ള ഇടുങ്ങിയ മുറിയിൽ ദിവസത്തിൽ പലപ്രാവശ്യം മണിക്കൂറുകളോളം ഇരുപത് പേർ വരെ മാപ്പ് ടേബിളിന്റെയടുത്തേക്ക് തിക്കിക്കയറുന്നതിന്റെ ഞെരുക്കം.

ഹിറ്റ്ലറുടെ രണ്ടു സ്വീകരണ മുറികളും അല്പമായി മാത്രം സജ്ജീകരിക്കപ്പെട്ടവയായിരുന്നു. സോഫയ്ക്കു മുകളിൽ ഹോളണ്ടിൽ രചിക്കപ്പെട്ട ഒരു സ്റ്റിൽ ലൈഫ് ചിത്രം തൂക്കിയിരുന്നു. റൈറ്റിംഗ് ടേബിളിനു മുകളിൽ ആന്റോൺഗ്രാഫ് വരച്ച, ഓവൽഫ്രെയിം ഇട്ട, ഫ്രെഡെറിക് ദ ഗ്രേയ്റ്റിന്റെ ചിത്രവും. ഇതിനു മുമ്പിൽ ഹിറ്റ്ലർ പലപ്പോഴും ചിന്തയിലാണ്ട്, സ്വബോധം നഷ്ടപ്പെട്ടപോലെ, പരിസരം മറന്ന്, രാജാവുമായി നിശ്ശബ്ദമായി സംസാരിക്കുന്നതുപോലെ ഇരിക്കുമായിരുന്നു. ബെഡ്ഡിന്റെ കാൽ വശത്തായിരുന്നു ഹിറ്റ്ലറുടെ സേഫ്. ഇവിടെയായിരുന്നു ഹിറ്റ്ലർ തന്റെ ഡോക്യുമെന്റുകൾ സൂക്ഷിച്ചിരുന്നത്. ഒരു മൂലയിൽ, റാസ്റ്റെൻബുർഗ്ഗിലെ ഹെഡ്ക്വാർട്ടേഴ്സിലെപ്പോലെ ഒരു ഓക്സിജൻ ബോട്ടിൽ ഉണ്ടായിരുന്നു. ഡീസൽ ജനറേറ്ററുകൾ കേടായപ്പോൾ ഈ ഓക്സിജൻ ബോട്ടിലാണ് ഹിറ്റ്ലറെ നിരന്തരമായി അലട്ടിയിരുന്ന ഭയത്തിൽ നിന്ന് മോചിപ്പിച്ചത്-ബങ്കറിൽ വെളിച്ചവും ചൂടും വായുസഞ്ചാരവും

പ്രദാനം ചെയ്തിരുന്ന ജനറേറ്ററുകൾ കേടാവുമ്പോൾ വേണ്ടത്ര വായു ലഭിക്കാതെ വരുമോ എന്ന ഭയത്തിൽ നിന്ന് പ്രത്യേകിച്ചും.

ഓരോ മുറിയിലും സീലിങ്ങിൽ സാധാരണ ബൾബുകൾ ഷേയ്ഡു കളില്ലാതെ പിടിപ്പിച്ചിരുന്നു. ഇവയുടെ തണുത്ത വെളിച്ചം മനുഷ്യരുടെ മുഖത്ത് വീണ് ഒരു പ്രേതലോകത്തെ ഓർമ്മിപ്പിച്ചു. അടുത്തുവന്നു കൊണ്ടിരുന്ന ഹിറ്റ്ലറുടെ അന്ത്യത്തിന്റെ ആ നാളുകളിൽ ഇടയ്ക്കിടയ്ക്ക് വെള്ളം കിട്ടാതായപ്പോൾ പ്രത്യേകിച്ച് അപ്പർബങ്കറിൽ നിന്ന് സഹിക്കാ നാവാത്ത ഒരു ദുർഗന്ധം പുറത്തുവന്നു. ഈ ദുർഗന്ധം ഉണ്ടായത് ഡീസൽ ജനറേറ്ററിന്റെ നിരന്തരമായ കറക്കം ഉണ്ടാക്കുന്ന നീരാവിയും തുളച്ചുകയറുന്ന മൂത്രഗന്ധവും മനുഷ്യരുടെ വിയർപ്പും ഉച്ഛ്വാസവായുവും കൂടിച്ചേർന്നതുകൊണ്ടായിരുന്നു. ലോ-ലെവൽ ബങ്കറിലേക്കുള്ള ചില ഇടനാഴികളിൽ എണ്ണ കെട്ടിക്കിടന്നിരുന്നു. കുറച്ചുനാളത്തേക്ക് കുടി വെള്ളം റേഷനാക്കേണ്ടിവന്നു. സ്ഥലപരിമിതി, എവിടെ നോക്കിയാലും കോൺക്രീറ്റ് ഭിത്തികൾ, കൃത്രിമവെളിച്ചം എന്നിവ എങ്ങനെ മനുഷ്യ മനസ്സുകളെ വിഷാദത്തിലാഴ്ത്തി എന്ന് ദൃക്സാക്ഷികൾ റിപ്പോർട്ട് ചെയ്തിട്ടുണ്ട്. നിരാശ്രയവും നിരാശാജനകവും നിരാനന്ദവുമായ മാന സികാവസ്ഥയ്ക്ക് ഇരയാവാതിരിക്കാൻ താൻ കഴിവതും ഈ മുറികളെ ഒഴിവാക്കിയിരുന്നെന്ന് ഗേബെൽസ് തന്റെ ഡയറിയിൽ രേഖപ്പെടുത്തി യിട്ടുണ്ട്. ഭൂമിക്കടിയിലെ പ്രേതലോകസമാനമായ ഈ അന്തരീക്ഷം യാഥാർത്ഥ്യബോധമില്ലാത്ത തീരുമാനങ്ങൾക്ക് സ്വന്തമായ സംഭാവന ചെയ്തു എന്ന് കരുതുന്നതിന് വിശ്വസനീയമായ കാരണമില്ലാതില്ല. ഈ തീരുമാനങ്ങളനുസരിച്ച് സാങ്കല്പിക സൈന്യങ്ങൾ ഓപ്പറേഷനുകൾക്ക് തയ്യാറാവുകയും ശത്രുവിനെ ചുറ്റുനിന്നും ഭാവനയിൽ വളയുന്ന സൈനികനടപടികൾ കൈക്കൊള്ളുകയും ചെയ്യുമായിരുന്നു.

പത്തുമീറ്റർ താഴെയുള്ള നരകവാസം പ്രത്യക്ഷത്തിൽ ഏറ്റവും കൂടുതൽ ബാധിച്ചത് ഹിറ്റ്ലറെതന്നെയായിരുന്നു. ഹിറ്റ്ലറുടെ, വർഷങ്ങ ളായി വിളറിവെളുത്ത്, വീർത്ത ചർമ്മവും ആയിടെയായി വീർത്തുതടിച്ച മുഖവും തടിച്ച് കറുപ്പു ബാധിച്ച കൺതടങ്ങളും കൂടുതൽ തിരിച്ചറി യാനാവുംവിധം എഴുന്നുനിന്നു. വളരെ കൂനി, ആരും ശ്രദ്ധിക്കുംവിധം വേച്ചുവേച്ച്, വീഴാതിരിക്കാനായി പിടിക്കാൻ ഒരു സ്ഥലം അന്വേഷിച്ച് ബങ്കറിന്റെ ഭിത്തിയുടെ അരികിലൂടെ ഹിറ്റ്ലർ നടന്നു. മറ്റുള്ളവരുടെ ശ്രദ്ധ പിടിച്ച് പറ്റാനായി, പ്രത്യേകം ഇഫക്റ്റിനുവേണ്ടി നാടകീയതയോടെ പ്രത്യേകം എടുത്തുകാണിച്ച വാർദ്ധക്യസഹജമായ ദൗർബല്യമാണ് കൂടുതൽ സൂക്ഷ്മദൃക്കുകളായ നിരീക്ഷകർ കണ്ടിരുന്നത്. ആദ്യമായി ഹിറ്റ്ലറിൽ നിസ്സഹായതയുടെയും ആരാലും ശ്രദ്ധിക്കപ്പെടാത്തതിന്റെയും പരിചരിക്കപ്പെടാത്തതിന്റെയും ലക്ഷണങ്ങൾ പ്രകടമായി.

അതുവരെ അങ്ങേയറ്റം കൃത്യമായിരുന്ന വേഷവിധാനം ഭക്ഷണ ത്തിന്റെ കറകൾകൊണ്ട് നിറഞ്ഞിരുന്നു. വായ്ക്കോണുകളിൽ കേക്കിന്റെ

പൊടികൾ പറ്റിയിരുന്നിരുന്നു. ബ്രീഫിംഗിനിടയ്ക്ക് ഇടതുകയ്യിൽ കണ്ണട എടുത്തപ്പോഴെല്ലാം മേശയുടെ പുറത്ത് അത് ചെറുതായി തട്ടുമായിരുന്നു. ആരെങ്കിലും കണ്ടിരിക്കുമോയെന്ന് ഭയന്ന് അത് ഒരു വശത്തേക്ക് മാറ്റി വെയ്ക്കുമായിരുന്നു. കാരണം, കൈവിറയ്ക്കുക എന്നത് ഹിറ്റ്ലറെ സംബന്ധിച്ചിടത്തോളം ദൃഢമായ ഇച്ഛാശക്തിക്ക് എല്ലാം സാധ്യമാവും എന്ന നിലപാടിന് വിരുദ്ധമായിരുന്നു. ആദ്യകാല ജർമൻ നാഷണൽ സോഷ്യലിസ്റ്റ് ലേബർ പാർട്ടി അംഗങ്ങളുടെ സംഘടനയായ ഓൾഡ് ഫൈറ്റർ ഡെലിഗേഷന് ഹിറ്റ്ലർ ഉറപ്പുനൽകിയിരുന്നു: "എന്റെ കൈ വിറച്ചാലും എന്റെ തല തന്നെ വിറച്ചാലും എന്റെ ഹൃദയം വിറയ്ക്കില്ല."

ഈ ആഴ്ചകളിൽ താൻ കണ്ട ഹിറ്റ്ലറെ ഒരു ജനറൽ സ്റ്റാഫ് ഓഫീസർ ഇപ്രകാരം വർണ്ണിച്ചു.

"അദ്ദേഹത്തിന് അറിയാമായിരുന്നു, താൻ ഭാഗ്യപരീക്ഷണത്തിൽ തോറ്റുവെന്നും അത് മറച്ചുവെക്കാൻ തനിക്ക് ഇനിയും ശക്തിയില്ലെന്നും. ശാരീരികമായി ദാരുണമായ ഒരു ചിത്രമാണ് ഹിറ്റ്ലർ കാഴ്ച വെച്ചത്. ഉടൽ മുന്നോട്ട് ആഞ്ഞ്, കാലുകൾ വലിച്ചുവെച്ച് ബദ്ധപ്പെട്ടും ക്ലേശിച്ചുമാണ് ഹിറ്റ്ലർ തന്റെ മുറിയിൽ നിന്ന് കോൺഫറൻസ് റൂമിലേക്ക് വന്നത്. നടക്കുമ്പോൾ ബാലൻസ് കിട്ടിയിരുന്നില്ല. 20-30 മീറ്റർ ദൈർഘ്യമുള്ള വഴിയിൽ ആരെങ്കിലും ഹിറ്റ്ലറെ സംസാരിക്കാനായി നിർത്തിയാൽ ഇരുചുവരുകളിലും പ്രത്യേകം ഉണ്ടാക്കിയിരുന്ന ബഞ്ചിൽ ഇരിക്കുകയോ തന്റെ മുന്നിലുള്ള ആളെ പിടിക്കുകയോ വേണ്ടി വരുമായിരുന്നു.... കണ്ണുകൾ കലങ്ങിയിരുന്നു. ഹിറ്റ്ലർ വായിക്കേണ്ടിയിരുന്ന ഡോക്യുമെന്ററികൾ എല്ലാം മൂന്നിരട്ടി വലിപ്പമുള്ള അക്ഷരങ്ങളിൽ പ്രത്യേകം ഫ്യൂറർ-ടൈപ്പ് റൈറ്റർ കൊണ്ട് എഴുതപ്പെട്ടിരുന്നെങ്കിലും ഹിറ്റ്ലർക്ക് അവ വളരെ സൂക്ഷ്മമായ കണ്ണടയുടെ സഹായത്തോടെ മാത്രമേ വായിക്കാൻ കഴിഞ്ഞിരുന്നുള്ളൂ. വായ്ക്കോണുകളിൽ നിന്ന് പലപ്പോഴും ഉമിനീർ ഒഴുകിയിരുന്നു..."

ബുദ്ധിപരമായും ഹിറ്റ്ലർ ദിവസംപ്രതി ക്ഷയിച്ചു വന്നു. രാത്രിയിലെ ബ്രീഫിംഗ് കഴിഞ്ഞ് മിക്കവാറും രാവിലെ ആറുമണിക്ക് തിരികെവന്ന ഹിറ്റ്ലർ ഉടനെ സോഫയിലേക്ക് ചെരിഞ്ഞു. തന്റെ സെക്രട്ടറിമാരിൽ ഒരാൾക്ക് അടുത്ത ദിവസത്തേക്കുള്ള നിർദ്ദേശങ്ങൾ ഡിക്റ്റേറ്റു ചെയ്തു കൊടുത്തു. സെക്രട്ടറിമാരിൽ ഒരാൾ മുറിയിൽ പ്രവേശിച്ചപ്പോൾ ഹിറ്റ്ലർ പ്രയാസപ്പെട്ട് എഴുന്നേറ്റു. എന്നിട്ട് വിവശനായി വീണ്ടും സോഫയിലേക്ക് ചാഞ്ഞു. പരിചാരകരിൽ ഒരാൾ വന്ന് ഫ്യൂററുടെ കാലുകൾ കയറ്റിവെച്ച് പുതപ്പിച്ചു. തികച്ചും നിർവ്വികാരനായി ആൾ അവിടെ കിടന്നു.

തല നിറയെ ചോക്ലേറ്റിനെപ്പറ്റിയും കേക്കിനെപ്പറ്റിയും ഉള്ള ചിന്തകളാണ്. കേക്കിനുവേണ്ടിയുള്ള ഒടുങ്ങാത്ത വിശപ്പ് ഏതാണ്ട് ഒരു രോഗമായി മാറിക്കഴിഞ്ഞിരുന്നു. മുമ്പ് മൂന്ന് കഷണം തിന്നിരുന്നിടത്ത് ഹിറ്റ്ലർ ഇന്ന് മൂന്ന് പ്ലേറ്റ് നിറയെയായിരുന്നു ഓർഡർ ചെയ്തിരുന്നത് "മറ്റൊരു

സെക്രട്ടറി ഹിറ്റ്ലറുടെ ഭാഷയിൽ പലപ്പോഴും ശ്രദ്ധേയമായി വന്നിരുന്ന ഏകസ്വരതയെപ്പറ്റി പരാതിപ്പെട്ടു: മുമ്പ് എല്ലാ വിഷയങ്ങളെപ്പറ്റിയും ആവേശത്തോടെ സംസാരിച്ചിരുന്ന ഹിറ്റ്ലർ കഴിഞ്ഞ ആഴ്ചകളിൽ നായ്ക്കളെപ്പറ്റിയും നായ്ക്കളെ മെരുക്കിയെടുക്കുന്നതിനെപ്പറ്റിയും ഭക്ഷണ സംബന്ധമായ കാര്യങ്ങളെപ്പറ്റിയും ലോകത്തിന്റെ വിവേകശൂന്യതയെപ്പറ്റിയും ധാർമ്മികാധഃപതനത്തെപ്പറ്റിയും മാത്രമേ സംസാരിച്ചിരുന്നുള്ളൂ."

അതിഥികൾ വന്നപ്പോൾ മാത്രമായിരുന്നു ഹിറ്റ്ലർ തന്റെ ഇരുൾ മൂടിയ വികാരങ്ങളിൽ നിന്ന് പുറത്തുകടന്നത്. അപ്പോൾ ആൾ മറ്റുള്ളവരെ വ്യഞ്ജകമായ ഭാഷയുപയോഗിച്ച് പരോക്ഷമായി സ്വാധീനിക്കാനുള്ള കഴിവും കാര്യങ്ങൾ പറഞ്ഞുമനസ്സിലാക്കി വശത്താക്കാനുമുള്ള കഴിവും തിരികെ നേടുകയും ചെയ്തു. തനിക്കും അതിഥിക്കും പുതിയ ധൈര്യം പകർന്നുകൊടുക്കാനായി ഹിറ്റ്ലർ പലപ്പോഴും ഏതെങ്കിലും ഒരു ഓർമയെയോ സാമർത്ഥ്യം തെളിയിച്ചിട്ടുള്ള ഒരു ട്രൂപ്പ് ലീഡറെയോ അല്ലെങ്കിൽ കേൾക്കാൻ സുഖമുള്ള ഒരു നിസ്സാരകാര്യത്തെയോ ഉപയോഗിക്കും. എന്നിട്ട് തലസ്ഥാനനഗരിയുടെ കവാടങ്ങൾക്കുമുമ്പിൽ യുദ്ധം നിർണ്ണയിക്കാൻ പോരുംവിധം വേഗത്തിൽ വലുതായി വരുന്ന സൈന്യശക്തികളെ നിസ്സാരമായ ചില സൂചകപദങ്ങളുപയോഗിച്ച് ഭാവന ചെയ്തെടുക്കും. റഷ്യ പൊരുതുന്നത് ബോയ്റ്റെസോൾഡാറ്റന്റെ[12] സഹായത്തോടെ മാത്രമെത്രെ. അവർക്ക് ഉണ്ടെന്നു പറയുന്ന മേൽക്കൈ ചെങ്കിസ്ഖാനുശേഷമുള്ള ഏറ്റവും വലിയ ഭോഷ്ക്കാണ്, ഹിറ്റ്ലർ അവകാശപ്പെട്ടു. ഇടയ്ക്കിടയ്ക്ക്, യുദ്ധത്തിന്റെ ഗതി മാറ്റുകയും ചങ്കുറപ്പില്ലാത്തവരെ ലജ്ജിപ്പിക്കുകയും ചെയ്യുന്ന "അദ്ഭുതായുധ"ത്തിലേക്ക് തിരികെ വരികയും ചെയ്യും.

അതിവേഗം വർദ്ധിക്കുന്ന ശക്തിക്ഷയം ഉണ്ടായിട്ടും സൈനിക ഓപ്പറേഷനുകളുടെ നേതൃത്വം ഹിറ്റ്ലർ സ്വന്തം കയ്യിൽ നിന്ന് ഇനിയും വിട്ടുകൊടുത്തില്ല. ചരിത്രനിയോഗത്തെപ്പറ്റിയുള്ള അവബോധവും ലക്ഷ്യപ്രാപ്തിയിൽ കേന്ദ്രീകൃതമായ ഇച്ഛാശക്തിയും ചേർന്ന ഒരു മിശ്രിതം ആയിരുന്നു ഹിറ്റ്ലറെ വീണ്ടും വീണ്ടും ആവേശം കൊള്ളിച്ചത്. തന്റെ ജനറൽമാർ തന്നെ പൊതുജനസമക്ഷം നാണം കെടുത്തുകയോ, തന്റെ പേഴ്സണൽ ഫിസിഷ്യൻ ഡോ. മോറെലിനെക്കൊണ്ട് കൊല്ലിച്ച് ബർളിനിൽനിന്ന് കടത്തിക്കൊണ്ടുപോവുകയോ ചെയ്യും എന്ന് ഹിറ്റ്ലറെ അനുമാനിക്കാൻ പ്രേരിപ്പിച്ച ഒരു അവിശ്വാസം ഇവ രണ്ടിനെയും ശക്തിപ്പെടുത്തി. ഹിറ്റ്ലർക്ക് മൊത്തത്തിൽ സ്വയംനിയന്ത്രണം ഇനിയും ഉണ്ടായിരുന്നെങ്കിലും ഇടയ്ക്കിടയ്ക്ക് ക്രോധം വന്നുകൊണ്ടിരുന്നു. ഒരിക്കൽ, നുരഞ്ഞുപൊങ്ങുന്ന കോപവുമായി, ഉയർത്തിയ മുഷ്ടിയോടെ ശരീരമാസകലം വിറച്ച് ഹിറ്റ്ലർ തന്റെ ചീഫ്-ഓഫ്-സ്റ്റാഫ് ഗുഡേറിയാന്റെ

12. എതിരാളികളിൽനിന്ന് പിടിച്ചെടുക്കപ്പെട്ട ഭടന്മാർ.

മുമ്പിൽ നിന്നു. ഈ ജനറലിനെ മാർച്ച് മാസത്തിലെ അവസാനദിനങ്ങളിൽ ഹിറ്റ്ലർ ഉദ്യോഗത്തിൽനിന്ന് പിരിച്ചുവിടുകയും ചെയ്തു.

ഹിറ്റ്ലർക്കുചുറ്റും ഇപ്പോൾ ദൃശ്യമാംവിധം ഏകാന്തത പരന്നു. ബങ്കറിലെ അന്തേവാസികളിൽ ഒരാൾ ഇടയ്ക്ക് എപ്പോഴോ ഹിറ്റ്ലർ ഗാർഡനിലേക്കുള്ള ഇടുങ്ങിയ സ്റ്റെയർകെയ്സ് കയറാൻ ബുദ്ധിമുട്ടുന്നത് നേരിൽ കണ്ടു. പകുതിവഴിയെത്തിയപ്പോൾ അവശനായി ഹിറ്റ്ലർ തിരികെ പോരുകയും മറ്റു പലപ്പോഴും പോലെ മധ്യത്തിലുള്ള ഇടനാഴിക്കടുത്തുള്ള വാഷിംഗ് റൂമിലേക്ക് പോകുകയും ചെയ്യുന്നതും ഇയാൾ കണ്ടു. വാഷിംഗ് റൂമിലായിരുന്നു പട്ടിക്കൂട് സ്ഥിതിചെയ്തിരുന്നത്. അസാധാരണമാം വിധം വികാരരഹിതമായ മുഖഭാവത്തോടെ ഹിറ്റ്ലർ ദീർഘനേരം തന്റെ അൽസേഷ്യൻ നായയും അതിന്റെ, ഏപ്രിൽ ആദ്യം പ്രസവിച്ച അഞ്ച് കുഞ്ഞുങ്ങളുമായി ഹിറ്റ്ലർ കളിച്ചു രസിച്ചു.

വെളിയിൽ, മീറ്ററുകൾ കനമുള്ള കോൺക്രീറ്റ് ഭിത്തികൾക്കപ്പുറത്ത്, തോന്ന്യാസം കൊടികുത്തിവാണു-അതീവബലക്ഷയത്തിലും കൊടുംക്ഷാമത്തിലും പ്രതികാരഭയത്തിലും അവസാനിക്കുന്ന ഒരു യുദ്ധത്തിന്റെ തോന്ന്യാസവും യുക്തിരാഹിത്യവും.

മരണഭയം നിത്യസാന്നിദ്ധ്യമായി നിറഞ്ഞുനിന്നിരുന്ന യുദ്ധം എന്ന യാഥാർത്ഥ്യത്തോട്, ഹിറ്റ്ലർ-ഭരണകൂടത്തിന്റെ പ്രചരണയന്ത്രം നിരന്തരം പുറത്തുവിട്ടുകൊണ്ടിരുന്ന കിലുങ്ങുന്ന വാചകക്കസർത്തുകൾ നീതി ചെയ്തില്ല. മതവിശ്വാസം, അന്തസ്സ്, വിശ്വസ്തത എന്നിവയുടെ ശേഖരം തീർച്ചയായും ന്യൂനപക്ഷത്തിന്റെ കാര്യത്തിൽ ഇനിയും പ്രതീക്ഷിച്ച ഫലമുണ്ടാക്കിയിരുന്നു എന്നത് ശരിതന്നെ. പക്ഷേ, ബൃഹത്തായ ജനസാമാന്യത്തിന് അതുപോലുള്ള ഭാഷാപ്രയോഗങ്ങളിൽ അടങ്ങിയിട്ടുള്ള ആർദ്രഭാവമോ കരുണരസമോ പണ്ടേ പത്ഥ്യമല്ലാതായിക്കഴിഞ്ഞിരുന്നു. തങ്ങളുടെ സുബോധം ഇനിയും കേടുപറ്റാതെ സൂക്ഷിച്ചിരുന്നവർ, അല്ലെങ്കിൽ ആസന്നമായ അന്ത്യം മുന്നിൽ കണ്ടവർ, ജീവിതം തിരികെ കിട്ടിയവർ, എന്തു വിലകൊടുത്തും ലക്ഷ്യത്തിൽ കടിച്ചുതൂങ്ങാൻ ആഹ്വാനം ചെയ്യുന്ന മുദ്രാവാക്യങ്ങളെപ്പറ്റിയോ തകരാത്ത കോട്ടകളെപ്പറ്റിയുള്ള പറച്ചിലുകളെപ്പറ്റിയോ എന്തെങ്കിലും അറിയാനേ ആഗ്രഹിച്ചില്ല. ഈ മുദ്രാവാക്യങ്ങളിലും വമ്പുപറച്ചിലുകളിലും ഏകാകിയായ ഒരു വീരപുരുഷനായാണ് ജർമൻ റൈഷ് സ്വയം കണ്ടത്-ലോകയഹൂദതയുടേയും ബോൾഷെവിസത്തിന്റെയും ധനികഭരണത്തിന്റെയും ലോകാവസാനസമാനമായ ഇരമ്പിക്കയറ്റത്തിനെതിരെ പൊരുതുന്ന വീരപുരുഷനായി ഹിറ്റ്ലർ സ്വയം അവരോധിച്ചു. നഷ്ടപ്പെട്ട സൗഭാഗ്യം അല്ലെങ്കിൽ പദവിയെ ചൊല്ലി കൊടി പിടിച്ച് ഈ മുദ്രാവാക്യങ്ങൾ ഒരിക്കൽകൂടി ആണയിട്ടു. പോയ കാലങ്ങളിൽ ജർമൻ ധിഷണയ്ക്കു മേൽ അത്രയധികം ഇരുണ്ട സ്വാധീനം ചെലുത്തിയിരുന്ന ആ ആദർശവൽകൃതമായ ജീവിതനിഷേധം വ്യാപകമായി ആഘോഷിക്കപ്പെട്ടു. എല്ലാ വശങ്ങളിലും തകരുന്ന അണികൾ, പ്രതിരോധ മാർഗങ്ങളുടെ

അപര്യാപ്തത, അവസാനിക്കാത്ത ദൈനംദിന വിരസത എന്നിവ ആ പൊള്ളയായ ശബ്ദം ആർക്കും നിഷ്പ്രയാസം കേൾക്കാവുന്നതാക്കി: "പ്രതികാരം നമ്മുടെ പുണ്യം! വെറുപ്പ് നമ്മുടെ കടമ!"പ്രതിരോധത്തിനുള്ള ആഹ്വാനങ്ങൾ എവിടെയും മുഴങ്ങിക്കേട്ടു. "ധൈര്യത്തോടും വിശ്വസ്തതയോടും കൂടി അഭിമാനത്തോടും വിട്ടുവീഴ്ചയില്ലാത്ത നിശ്ചയ ദാർഢ്യത്തോടും കൂടി, നാം നമ്മുടെ പ്രതിരോധക്കോട്ടകൾ സോവിയറ്റ് കൂട്ടങ്ങളുടെ ശവക്കുഴിയാക്കി മാറ്റും. സൂര്യോദയത്തിന് മുമ്പുള്ള സമയത്താണ് ഏറ്റവും ഇരുണ്ടതെന്ന് നിങ്ങളെപ്പോലെ ഞങ്ങളും അറിയുന്നു. യുദ്ധത്തിനിടയിൽ നിങ്ങളുടെ കണ്ണുകളിൽ രക്തം നിറയുമ്പോഴും നിങ്ങൾക്കുചുറ്റും ഇരുട്ട് പടരുമ്പോഴും നിങ്ങൾ ഇത് ചിന്തിക്കുക. എന്തു തന്നെ വന്നാലും വിജയം നമ്മുടേതായിരിക്കും. ബോൾഷെവിസ്റ്റുകൾ തുലയട്ടെ! ഫ്യൂറർ നീണാൾ വാഴട്ടെ!"

റഷ്യയുടെ വൻതോതിലുള്ള കടന്നാക്രമണം ആരംഭിച്ച ഉടൻതന്നെ ഹിറ്റ്ലർ ഉത്തരവിട്ടിരുന്നു, എല്ലാ സൈന്യവും കിഴക്കോട്ടു മാറ്റാനും ഓഡർ നദിയുടെ കരയിൽ നിലയുറപ്പിച്ച് ബർളിൻ നഗരത്തെ പ്രതിരോധിക്കാനും. ഈ ഉത്തരവിനുശേഷം നഗരത്തിനു മുന്നിലും നഗരത്തിനുള്ളിലും പരിചയസമ്പന്നരും വേണ്ട രീതിയിൽ ആയുധധാരികളുമായ ട്രൂപ്പുകൾ ഇനിയും ഉണ്ടായിരുന്നില്ല. ഫെബ്രുവരി ഒന്നിന് തന്നെ പ്രതിരോധക്കോട്ടയായി പ്രഖ്യാപിക്കപ്പെട്ടിരുന്ന ബർളിൻ നഗരത്തിന്റെ ഏരിയാ കമാണ്ടർ ലെഫ്റ്റനെന്റ് ജനറൽ ഹെൽമുത്ത് റെയ്മാൻ തനിക്ക് പൊരുതി പ്പരിചയമുള്ള രണ്ടു ലക്ഷം സൈനികരെ ആവശ്യമുണ്ടെന്ന് ആവശ്യപ്പെട്ടു. റെയ്മാന്റെ കീഴിൽ അതിന്റെ പകുതി പോലും സൈനികരില്ലായിരുന്നു. ആകെക്കൂടി ഉണ്ടായിരുന്നത് ഗാർഡ് റെജിമെന്റിന്റെ അവശിഷ്ടങ്ങളിൽനിന്ന് തല്ലിക്കൂട്ടിയുണ്ടാക്കിയ ടാങ്ക് കോർപ്സുകളും പലതരത്തിലുള്ള ആയുധസേനകളിൽ നിന്ന് യാദൃച്ഛികമായി ഉണ്ടാക്കിയെടുത്ത യൂണിറ്റുകളും നാല്പത് പീപ്പിൾസ് ആർമി യൂണിറ്റുകളും ചേർന്ന ഒരു സൈന്യമിശ്രിതമായിരുന്നു. ഈ നാല്പത് പീപ്പീൾസ് അസ്സോൾട്ട് യൂണിറ്റുകൾ ഏറിയ പങ്കും പെൻഷണർമാരെക്കൊണ്ടും ഏകദേശം നാലായിരം വരുന്ന കൗമാരപ്രായത്തിലുള്ള ഹിറ്റ്ലർ യൂത്തിനെക്കൊണ്ടും ഉണ്ടാക്കിയതായിരുന്നു. ഇതിനുപുറമേ ഏതാനും പയനിയർ യൂണിറ്റുകളും അതുപോലെതന്നെ നഗരമേഖലയിൽ ഇറക്കിക്കഴിഞ്ഞിരുന്ന വിമാനവേധത്തോക്കു വിഭാഗവും ഉണ്ടായിരുന്നു. ബർളിനിൽ ഒന്നിച്ചുകൂടിയ എസ്സെസ്സിന്റെയും പൊലീസിന്റെയും യൂണിറ്റുകൾ ഹെൽമുത്ത് റെയ്മാന്റെ കമാണ്ടിന് കീഴിലല്ലായിരുന്നു. ബർളിനുവേണ്ടിയുള്ള പോരാട്ടം നടക്കുന്ന പക്ഷം വേണ്ടത്ര ട്രൂപ്പുകളും ടാങ്കുകളും മറ്റായുധങ്ങളും ലഭ്യമാണെന്ന വാദത്തോടെ, കൂടുതൽ സൈന്യത്തിനായി റെയ്മാൻ നടത്തിയ അഭ്യർത്ഥന ഹിറ്റ്ലർ തള്ളിക്കളഞ്ഞു.

ബന്ധപ്പെട്ട എല്ലാവരുമായും കൂടിയാലോചിച്ചുറപ്പിച്ച ഒരു പ്രതിരോധപദ്ധതി ഒരിക്കലും ഉണ്ടായിരുന്നില്ല എന്നതായിരുന്നു ഗൗരവമായ

കാര്യം. വിജയകരമായി ചെയ്തുപരിചയമുള്ള സഹപ്രവർത്തനം ആവശ്യമായിരുന്നിടത്ത് ഓരോ കാര്യത്തിനും അതത് സമയത്ത് താത്കാലികമായ നിവൃത്തി കാണേണ്ടിവന്നിരുന്നു. ആജ്ഞാധികാരം സംബന്ധിച്ചുള്ള വഴക്കുകളിൽ റെയ്മാൻ നിരന്തരം കുരുങ്ങിയിരുന്നു. ചിലപ്പോൾ ആർമി ചീഫ് സ്റ്റാഫ് ജനറൽ ക്രേബ്സിന്റെ കീഴിലുള്ള വെയർ മാഹ്റ്റിൽ[13] (ജർമൻ സൈന്യത്തിൽ) നിന്നാണ് ഉത്തരവുകൾ വന്നത്. ചിലപ്പോൾ ഫീൽഡ്മാർഷൽ കൈറ്റെലിന്റെ കീഴിലുള്ള ആർമി ഹൈക്കമൊണ്ടിൽ നിന്നായിരുന്നു ഓർഡറുകൾ വന്നത്. കമാണ്ടർ-ഇൻ-ചീഫ് ക്രേബ്സിൽ നിന്നും ഇടയ്ക്കിടയ്ക്ക് ഹൈൻട്രിക്കിയിൽ നിന്നും. എല്ലാറ്റിനും ഉപരിയായി വിവിധ സ്ഥാനങ്ങളിൽ നിന്ന് വരേണ്ടിയിരുന്ന ഉത്തരവുകളുടെ ഈ ശൃംഖലയെ ഹിറ്റ്ലർ ഓരോ സമയത്ത് ഓരോ വിധത്തിൽ മാറിമാറി വരുന്ന പ്രകൃതംകൊണ്ട് നിരന്തരം ഖണ്ഡിച്ചു. തത്ഫലമായി ബർളിനിലെ പ്രതിരോധ വിഭാഗത്തിന്റെ കമാണ്ടർക്ക് താൻ ആരിൽ നിന്നാണ് ഉത്തരവ് സ്വീകരിക്കേണ്ടതെന്ന കാര്യത്തിൽ വ്യക്തതയുമുണ്ടായിരുന്നില്ല.

സംഘടനാതലത്തിലുണ്ടായിരുന്ന ആശയക്കുഴപ്പം ഗ്വേബെൽസ് കൂടുതൽ വഷളാക്കി. ബർളിനിലെ നാസിപ്പാർട്ടിയുടെ പ്രാദേശിക നേതാവെന്ന നിലയിൽ ഗ്വേബെൽസിന് ഡിഫെൻസ് കമ്മീഷണർ എന്ന പദവിയും ഉണ്ടായിരുന്നു. എല്ലാ വശത്തുനിന്നും തുടരെത്തുടരെ വന്ന എതിർപ്പുമൂലം 'സമ്പൂർണയുദ്ധ'ത്തിന്റെ അനുകൂലിയെന്ന നിലയിൽ പരാജയപ്പെട്ട ഗ്വേബെൽസ് തന്റെ പദ്ധതികൾ എങ്ങനെയെങ്കിലും ആവിഷ്ക്കരിക്കാനുള്ള സമയം എന്നു കണ്ടു, സ്ത്രീകളുടെ ബറ്റാലിയൻ അണിനിരത്താൻ ഹിറ്റ്ലറുടെ അനുവാദം നേടിയെടുക്കുകയും ചെയ്തിരുന്നു. ട്രൂപ്പുകൾ വിന്യസിപ്പിക്കുന്നതും അവ ഉപയോഗിക്കുന്നതും സംബന്ധിച്ച പ്രശ്നങ്ങൾ ചർച്ച ചെയ്തപ്പോഴെല്ലാം നഗരത്തിന്റെ പ്രതിരോധത്തിന് താൻ മാത്രമാണ് ഉത്തരവാദിയെന്ന നിലപാടിൽ ഗ്വേബെൽസ് വാശിയോടെ ഉറച്ചുനിന്നു. സ്വാഭാവികമായും കമാണ്ടറായ റെയ്മാനെപ്പോലും ഗ്വേബെൽസ് തന്റെ കീഴുദ്യോഗസ്ഥനായാണ് കരുതിയത്. എല്ലാ ചർച്ചകളിലും ഈ കമാണ്ടർ തന്റെ ഓഫീസിൽ ഹാജരായിരിക്കണമെന്ന് നിർബന്ധിക്കുകയും ചെയ്തു. വൈരുദ്ധ്യാത്മകമായ ഉത്തരവാദിത്വവിഭജനം, സ്റ്റാഫിനെ നിരന്തരം മാറിമാറി നിയമിക്കൽ, ഓർഡറുകൾ നൽകുന്ന കാര്യത്തിൽ അനാവശ്യമായ ഇടപെടൽ, നിലവിലുള്ള സൈനികരുടെയും സാധനങ്ങളുടെയും എണ്ണം,

13. 1935-45 കാലഘട്ടത്തിൽ നാസി ജർമ്മനിയുടെ സായുധസേനകളെ മൊത്തത്തിൽ വെയർമാഹ്റ്റ് എന്നാണ് വിളിച്ചിരുന്നത്. വേറൻ (പ്രതിരോധിക്കുക), മാഹ്റ്റ് (ശക്തി) എന്നീ വാക്കുകൾ ചേർത്താണ് ഈ പ്രയോഗം ഉണ്ടായത്. ജർമ്മനി യുദ്ധത്തിൽ തോറ്റതോടെ ഈ വാക്ക് നിരോധിക്കപ്പെട്ടു. തത്സ്ഥാനത്ത് 'ബൂണ്ടെസ്‌വെയർ' എന്ന വാക്ക് കയറിവന്നു.

അളവ് എന്നിവയെപ്പറ്റിയുണ്ടായിരുന്ന അവ്യക്തതത വലിയ ചിന്താക്കുഴപ്പം സൃഷ്ടിച്ചു. ഇത് നഗരത്തിന്റെ പ്രതിരോധം സാധ്യമാക്കുന്നതിനെക്കാളേറെ തടസ്സപ്പെടുത്തുകയാണുണ്ടായത്.

സൈന്യത്തിന്റെ നിർദ്ദേശങ്ങൾക്ക് വില കല്പിക്കാതെ ഗ്വേബെൽസ് സ്വന്തം "പ്രതിരോധാജ്ഞകൾ" പുറപ്പെടുവിച്ചു. എല്ലാ തിങ്കളാഴ്ചയും ഗ്വേബെൽസ് ഒരു "ഗ്രേയ്റ്റ് വാർ കൗൺസിൽ" വിളിച്ചുകൂട്ടി. ഇതിൽ എല്ലാ കമാണ്ടർമാരും ഉയർന്ന എസ്സ് ഏ[14]-എസ്സെസ്സ് നേതാക്കളും മേയറും തലസ്ഥാനനഗരത്തിന്റെ പൊലീസ് കമ്മീഷണറും വ്യവസായ മേഖലയുടെ സ്വാധീനമുള്ള പ്രതിനിധികൾവരെ അംഗങ്ങളായിരുന്നു. ഇതിനുപുറമേ ദിവസം തോറും ഫാക്ടറികളിലും സർക്കാരാപ്പീസുകളിലും കയറിയിറങ്ങി ഫീൽഡിൽ പോകാൻ യോഗ്യതയുള്ള വ്യക്തികളെ തിരഞ്ഞുപിടിക്കാനായി തന്റെ ക്വിക് റിയാക്ഷൻ ഫോഴ്സിനെ ഗ്വേബെൽസ് അയച്ചു. പക്ഷേ, ഇയാൾ നിരത്തിയ കണക്ക് ആരിലും മതിപ്പുളവാക്കിയില്ല- ഒരു വിധത്തിൽ തല്ലിക്കൂട്ടിയ ഒരു പറ്റം നിരാശരായ സിവിലിയൻസിനെ ഫ്യൂറർക്കും മാതൃരാജ്യത്തിനും വേണ്ടി വെമ്പൽകൊണ്ട റെജിമെന്റുകളായി മാറ്റാൻ അയാൾക്കുകഴിഞ്ഞെങ്കിലും.

ഇതിനിടെ ടാങ്കുകൾക്ക്, തോക്കുകൾക്ക്, മറ്റായുധങ്ങൾക്ക്, ഇന്ധനത്തിന്, മണ്ണിളക്കാനും മറ്റുമുള്ള എല്ലാത്തരം ഉപകരണങ്ങൾക്കും ക്ഷാമം അനുഭവപ്പെട്ടു. ടിയർഗാർട്ടൻ പാർക്കിൽ പീപ്പിൾസ് ആർമി യൂണിറ്റുകൾ സിവിലിയൻസിനെ, ശത്രുക്കളെ എങ്ങനെ നേരിടണമെന്ന് പഠിപ്പിക്കുകയും അത് പരിശീലിപ്പിക്കുകയും ചെയ്തു: ചിലർ കോമ്പൗണ്ടിലൂടെ ഇഴഞ്ഞുനീങ്ങിയപ്പോൾ മറ്റൊരു വശത്ത് സഹയോദ്ധാക്കൾ കുറ്റിക്കാടുകളിൽ ഒളിഞ്ഞിരുന്ന് കാലിപ്പാട്ടയിൽ കോലുകൊണ്ട് അടിച്ച് മെഷീൻ ഗണ്ണുകളെ അനുകരിച്ചു. ഇനിയും വേറൊരിടത്ത് കട്ടിക്കടലാസു റോളുകൾ ഉപയോഗിച്ച് ലളിതവും ചെലവ് കുറഞ്ഞതുമായ ആന്റി-ടാങ്ക് വെപ്പൺ ഉണ്ടാക്കി. അല്ലെങ്കിൽ നടവഴികളിൽ പാകാറുള്ള പ്രത്യേകം ഇഷ്ടികകളുപയോഗിച്ചും വ്യോമാക്രമണത്തിൽ തകർന്ന ട്രക്കുകളും

---

14. ജർമ്മൻ നാസി പാർട്ടിയായ എൻ.എസ്.ഡി.എ.പിയുടെ ഒരു പാരാമിലിട്ടറി സംഘടനയായിരുന്നു. 'സ്റ്റുർമ്അബ്റ്റെലൂങ്ങ്' അല്ലെങ്കിൽ എസ്.ഐ. ഇംഗ്ലീഷിൽ 'സ്റ്റോം ട്രൂപ്പേഴ്സ്' എന്നും 'അസ്സോൾട്ട് ഡിവിഷൻ' എന്നും വിളിക്കപ്പെടുന്ന ഈ അർദ്ധസൈനികവിഭാഗം പെട്ടെന്നുള്ള കടന്നാക്രമണത്തിൽ പ്രത്യേക പരിശീലനം നേടിയിരുന്നു. ഹിറ്റ്ലറുടെ ഉയർച്ചയിൽ നിർണായകമായ ഒരു പങ്കാണ് എസ്.എ. വഹിച്ചിരുന്നത്. ധരിച്ചിരുന്ന യൂണിഫോമിന്റെയടിസ്ഥാനത്തിൽ 'ബ്രൗൺഷർട്ടുകൾ' എന്ന് ഈ സംഘടനാംഗങ്ങൾ വിളിക്കപ്പെട്ടിരുന്നു.

ഒന്നാം ലോകമഹായുദ്ധത്തിൽത്തന്നെ 'പ്രശസ്തസേവനം' കാഴ്ചവെച്ചിരുന്ന ഈ സംഘടനയ്ക്ക് ഔപചാരികമായി ജന്മം നൽകിയത് 1927-ൽ മ്യൂണിക്കിൽവച്ച് ഹിറ്റ്ലർ തന്നെയായിരുന്നു.

ബസ്സിന്റെ ഫ്രെയിമുകളും എല്ലാത്തരത്തിലുള്ള അവശിഷ്ടങ്ങളും ഉപയോഗിച്ചും റോഡു ബ്ലോക്കുകൾ ഉണ്ടാക്കി. സ്വന്തമായി ഒരു തോക്ക് കൈവശമുള്ള ഓരോ പീപ്പിൾസ് ആർമി ഭടനും അഞ്ച് റൗണ്ട് ബുള്ളറ്റുകളും ലഭിച്ചിരുന്നു. പക്ഷേ, പലപ്പോഴും ഈ ഭടൻ ഇതുമൂലം പുതിയ കുഴപ്പങ്ങളിൽ ചെന്നുപെട്ടു. ആയുധങ്ങൾ ജർമനിയിലോ ചെക്കോസ്ലോവാക്യായിലോ നിർമ്മിക്കപ്പെട്ടതായിരുന്നപ്പോൾ ബുള്ളറ്റ് ജർമനിക്കുവേണ്ടിയോ ജർമനിക്കെതിരായോ യുദ്ധം ചെയ്തിരുന്ന ഇറ്റലിയിൽ നിന്നോ ഫ്രാൻസിൽനിന്നോ മറ്റ് രാജ്യങ്ങളിൽ നിന്നോ ആണ് വന്നിരുന്നത്. മൊത്തത്തിൽ നായാട്ടുതോക്കുകളും സ്പോർട്ട്തോക്കുകളുമടക്കം പതിനഞ്ചിലധികം വിവിധതരം തോക്കുകളും കണക്കില്ലാത്തത്രയധികം ബ്രാന്റ് യുദ്ധസാമഗ്രികളും ഉണ്ടായിരുന്നു. ഒന്നും മറ്റൊന്നിന് പാകമായില്ല. ജർമനിയുടെ ഭാഗത്ത് നിറഞ്ഞുനിന്നത് പരിപൂർണ്ണമായ അസംഘടിതാവസ്ഥയായിരുന്നു.

ഗതാഗതപ്രധാനമായ വലിയ റോഡുകളിൽ ചിലത് പീപ്പിൾസ് ആർമിയുടെയോ വെയർമാഹ്റ്റിന്റെയോ യൂണിറ്റുകൾ നഗരപ്രാന്തങ്ങളിൽ പ്രതിരോധത്തിനായി യഥാർത്ഥത്തിൽ എത്തുകതന്നെ ചെയ്തു. അതേസമയം റോഡിന്റെ മറുവശത്ത് മറ്റ് സൈനിക വിഭാഗങ്ങൾ ടെമ്പിൾ ഹോഫ് വിമാനത്താവളമോ നഗരകേന്ദ്രത്തിന് സമീപമുള്ള വെസ്റ്റ് ഹാഫനോ കാക്കണം എന്ന ഓർഡറുമായി വന്നു. സായുധസേവനത്തിന് കൊള്ളാത്തവർക്ക് നഗരം വിടാം എന്ന് ജനറൽ റെയ്മാൻ പ്രഖ്യാപിച്ചു. ഇതേസമയം ഗേബെൽസ് ഓരോ വീട്ടുവാതിലിലും നോട്ടീസ് പതിപ്പിച്ചു: “ഫ്യൂറൽ ഉത്തരവിടുന്നു... 15 മുതൽ 70 വരെപ്രായമുള്ള എല്ലാ പുരുഷന്മാരും ലിസ്റ്റിൽ പേരുകൊടുക്കേണ്ട കടമ പാലിക്കേണ്ടതുണ്ട്. അപവാദങ്ങൾ പാടില്ല. ആര് എയർ റെയ്ഡ് ഷെൽട്ടറിൽ ഒളിച്ചിരിക്കുന്നുവോ അയാളെ മിലിട്ടറി കോർട്ടിന് മുന്നിൽ ഹാജരാക്കേണ്ടതും വധശിക്ഷയ്ക്കു വിധേയമാക്കേണ്ടതുമാണ്.”

ഉത്സാഹം നഷ്ടപ്പെടാതെയിരുന്നത് പ്രചരണ തന്ത്രക്കാർക്കു മാത്രം. ദിവസവും അവർ, തണുത്ത് മരവിച്ച ദോഷൈകവീക്ഷണത്തോടെ ഗേബെൽസ് പറഞ്ഞതുപോലെ, “തങ്ങളുടെ തൊഴുത്തിലുള്ള ഏറ്റവും നല്ല കുതിരയെ” പേടിച്ചു വിരണ്ട മനുഷ്യർക്കുമുമ്പിലേക്കയച്ചു. കിരാതമായി തല്ലിക്കൊല്ലപ്പെട്ടവർ, ബലാത്സംഗം ചെയ്തതിനുശേഷം വധിക്കപ്പെട്ടവർ, നിഷ്ക്കരുണം അറുത്തുകൊല്ലപ്പെട്ട കുട്ടികൾ എന്നിവരുടെ കൂമ്പാരങ്ങൾ സൂക്ഷ്മതയോടെ വരച്ചുകാട്ടിയ ഒരു ചിത്രമായിരുന്നു അവർ കാഴ്ചവെച്ചത്. മുഴുവൻ യൂറോപ്പും ബോൾഷെവിസ്റ്റായി മാറുന്നതിനു മുമ്പുള്ള ബീഭത്സമായ ചിത്രം. ബോർമാൻ കൂട്ടിച്ചേർത്തു: ഈ റോളർ ഏറ്റവും പുതിയ പ്രതിബിംബത്തിൽ തിരിക്കാൻ കഴിയും. എളുപ്പം ഓർക്കാവുന്ന ഭീകരചിത്രങ്ങൾ അങ്ങേയറ്റത്തെ യുദ്ധസന്നദ്ധത

തൊട്ടുണർത്തിയെന്നുവരാം. ഒരുപക്ഷേ, ശത്രുസഖ്യത്തെ തകർത്തെന്നും വരാം.

ഏപ്രിൽ മാസത്തിന്റെ രണ്ടാമത്തെ പകുതിയിൽ ബർളിനിലെ ദിനപത്രങ്ങൾ പ്രസിദ്ധീകരണം നിർത്തിയതോടെ, കൃത്യമായ ലക്ഷ്യം വെച്ച് തൊടുത്തു വിട്ട കിംവദന്തികൾ ജനങ്ങളിൽ ആത്മവീര്യം ഉണ്ടാക്കുന്ന ജോലി ഏറ്റെടുത്തു. വിശ്വസനീയം എന്ന് പറയപ്പെട്ട ഒരു കേന്ദ്രത്തിൽ നിന്ന് കേട്ടു: സഖ്യകക്ഷികളുടെ വിജയങ്ങൾ ഫ്യൂററുടെ തന്ത്രമല്ലാതെ മറ്റൊന്നുമല്ല. ഹിറ്റ്ലർ ശത്രുവിനെ കഴിയുന്നത്രയടുത്ത് വശീകരിച്ചു കൊണ്ടുവരികയായിരുന്നത്രെ, അവനെ ഒടുവിൽ 'പടയാളിയും പടക്കുതിരയും രഥവും' സഹിതം കഴിയുന്നത്ര കാര്യക്ഷമമായി വകവരുത്താൻവേണ്ടി. അല്ലെങ്കിൽ, ജനറൽ ക്രേബ്സ് റഷ്യയുമായി ബന്ധപ്പെട്ടുവെന്നും ക്രേബ്സ് മോസ്ക്കോവിൽ ജർമൻ മിലിട്ടറി അറ്റാഷേയായിരുന്ന സമയത്തെപ്പറ്റി സ്റ്റാലിൻ ഓർമ്മിപ്പിച്ചുവെന്നും താൻ പരസ്യമായി ആശ്ലേഷിക്കപ്പെടുകയും ചുംബിക്കപ്പെടുകയും ചെയ്തപ്പോൾ സ്റ്റാലിൻ വികാരാധീനനായി ഒരു കാലത്തെ സായുധസാഹോദര്യത്തെപ്പറ്റി ആണയിട്ടു പറഞ്ഞിരുന്നു എന്നുമുള്ള കിംവദന്തികൾ പരന്നു. അങ്ങനെയിരിക്കെ വീണ്ടും 'വിവരമുള്ള ഒരു പട്ടാളക്കാരന്റേത്' എന്ന് അവകാശപ്പെട്ട അഭിപ്രായത്തിന് പ്രചാരം ലഭിച്ചു. വർഷങ്ങളായി, ഏറെ നിസ്സഹായതയോടെ, അശുഭാപ്തി വിശ്വാസത്തോടെ സഹിക്കേണ്ടി വന്ന ബോംബുയുദ്ധം നിർണ്ണായകമായ മണിക്കൂറിൽ ഒരു ഭാഗ്യവും സാധ്യതയുമാണ് പ്രദാനം ചെയ്യുന്നതത്രെ. മുഖത്തോട് മുഖമായുള്ള പോരാട്ടത്തിന് ബർളിൻ ഒരുങ്ങിയിരിക്കുകയാണ്. ഹൗസ്-ടു-ഹൗസ് ഫൈറ്റിംഗിൽ അക്രമിയെ ചെറുക്കുന്നയാൾ അക്രമിയേക്കാൾ ഏറെ ഭേദമാണത്രെ.

സ്ട്രാറ്റോ സ്ഫിറിക് മിസ്സൈലുകൾ ഉള്ള അന്തർവാഹിനികളെപ്പറ്റിയും സംസാരമുണ്ടായി. ഇത് ന്യൂയോർക്കിനെപോലും ലക്ഷ്യംവെച്ച് നിലം പരിശാക്കാൻ പോരുന്നതായിരുന്നത്രെ. അതുപോലെ സർവ്വവും പൊള്ളിക്കുന്ന ബാഷ്പപടലം ഉണ്ടാക്കുന്ന ഐസ് ഗ്രനേഡുകളെപ്പറ്റിയും പറച്ചിലുണ്ടായിരുന്നു. അതിവിചിത്രമായ, ആർക്കും മനസ്സിലാക്കാനാവാത്ത ഈ സംസാരം ആഴങ്ങളിലേക്ക് മുക്കിത്താഴ്ത്തുന്ന നീർച്ചുഴിയിലും ശക്തമായ അവിശ്വാസത്തോടെയാണ് ജനം ഉൾക്കൊണ്ടത്. ഏറെ പ്രചാരമുള്ള ഒരു സംസാരരീതിയുണ്ടായിരുന്നു: യാത്രക്കാരെ സന്തോഷിപ്പിക്കാനായി ലളിതവും ഹ്രസ്വവും ആയ രാഗങ്ങൾ വായിക്കുന്ന, മുങ്ങുന്ന കപ്പലിലെ ബാന്റ്സെറ്റു പോലയത്രെ ഗോബെൽസിന്റെയും കൂട്ടരുടെയും പ്രചരണതന്ത്രം.

മോട്ടോർ വാഹനങ്ങളിൽ സഞ്ചരിച്ച മിലിട്ടറി കോടതികൾ കാര്യങ്ങളുടെ നിജസ്ഥിതിയും ജനത്തിന്റെ മാനസികാവസ്ഥയും കൂടുതൽ വ്യക്തമായി ചിത്രീകരിച്ചു. സഞ്ചരിക്കുന്ന ഈ മിലിട്ടറി കോടതികൾ

ഇതിനിടെ റോഡുകളിലൂടെ പാഞ്ഞ്, വീടുകളിലും വ്യവസായസ്ഥാപന ങ്ങളിലും വീണുകിടക്കുന്ന കെട്ടിടാവശിഷ്ടങ്ങളിലും യുദ്ധത്തിൽനിന്ന് പേടിച്ചോടിയ/ഒളിച്ചോടിയ പട്ടാളക്കാരെ തിരഞ്ഞുകൊണ്ടിരുന്നു. ഏറ്റവും നേരിയ സംശയം തോന്നിയിടത്തുപോലും അവർ 'വഞ്ചകരെ' കണ്ടി ടത്തുവെച്ച് വെടിവെച്ചുകൊല്ലുകയോ തൂക്കിക്കൊല്ലുകയോ ചെയ്തു. ഇവയ്ക്കു പുറമേ 1945 ഫെബ്രുവരി 15ന് ഹിറ്റ്ലറുടെ ഉത്തരവുപ്രകാരം സ്പെഷ്യൽ കോർട്ടുകളും നിയമിക്കപ്പെട്ടിരുന്നു. ജർമൻകാരുടെ യുദ്ധം ചെയ്യാനുള്ള ശക്തി അല്ലെങ്കിൽ യുദ്ധത്തിനായുള്ള ദൃഢനിശ്ചയം അപ കടത്തിലാക്കുന്ന എല്ലാ കുറ്റകൃത്യങ്ങളേയും ശിക്ഷിക്കാനുള്ള അധികാരം ഇവയ്ക്കുണ്ടായിരുന്നു. ഒരു ക്രിമിനൽ ജഡ്ജ്, ഒരു പാർട്ടി പ്രതിനിധി, വെയർമാഹ്റ്റിന്റെയോ വെപ്പൺ എസ്.എസ്സിന്റെയോ ഒരു ഓഫീസർ, എന്നിവർ അടങ്ങിയതായിരുന്നു ഈ പ്രത്യേകകോടതികൾ പത്തു ദിവസം കഴിഞ്ഞ് ഹിറ്റ്ലർ പ്രത്യേക കോർട്ട് മാർഷലുകളുടെ ഒരു കോർപ്സ് നിയമിച്ചു. അല്പം കഴിഞ്ഞ്, മാർച്ച് 9ന് ലഫ്.ജനറൽ റുഡോൾഫ് ഹ്യൂബ്നറുടെ കീഴിൽ ഒരു ഫ്ളൈയിംഗ് ക്വാർട്ട് മാർഷൽ സ്ഥാപിക്ക പ്പെട്ടു. ഹിറ്റ്ലറിൽ നിന്ന് നേരിട്ടായിരുന്നു ഇതിന് നിർദ്ദേശങ്ങൾ ലഭിച്ചി രുന്നത്. ഇനിയും അവശേഷിച്ചിരുന്ന അല്പം ശുഭപ്രതീക്ഷ ശിക്ഷാഭയം ഒന്നുകൊണ്ടുമാത്രമേ നിലനിർത്താനാവൂ എന്ന് കാണപ്പെട്ടു.

ജനങ്ങൾക്ക് നേതൃത്വത്തിലുള്ള വിശ്വാസം മഞ്ഞുകട്ടികൾ പോലെ ഇടിയുന്നതായി സെക്യൂരിറ്റി സർവ്വീസിന്റെ ഏജന്റുമാർ ഏപ്രിൽ മധ്യ ത്തിലും റിപ്പോർട്ടു ചെയ്തു. ഗേബെൽസിന് അനിഷ്ടത്തോടെ അത് രേഖപ്പെടുത്തേണ്ടി വന്നു: അധികാരസ്ഥാനങ്ങളിലിരിക്കുന്നവർ പലരും അപ്രത്യക്ഷമായി, "വായുവിൽ മറഞ്ഞു." പാർട്ടി മിക്കവാറും "എല്ലാ കളികളും കളിച്ചു കഴിഞ്ഞു." മാർച്ച് മദ്ധ്യം തൊട്ട് നഗരത്തിന്റെ ചില ഭാഗങ്ങളിൽ ഡസൻ കണക്കിന് തൂക്കിക്കൊല്ലപ്പെട്ടവർ മരങ്ങളിലും വിളക്കുകാലുകളിലും കൂടുതൽ ഞെട്ടലുണ്ടാക്കാനായി ബാരിക്കേഡു കളിലും ടാങ്ക്ബ്ലോക്കേഡുകളിലും തൂങ്ങിക്കിടന്നിരുന്നു. ഈ കാഴ്ച കണ്ട ജനത്തിന്റെ രോഷം വർദ്ധിച്ചതേയുള്ളൂ. ഇങ്ങനെ തൂക്കിക്കൊല്ലപ്പെട്ട വരുടെ കൃത്യമായ എണ്ണം ലഭ്യമല്ല. മൂന്ന് മാസത്തിനുള്ളിൽ ഏകദേശം ആയിരം വധശിക്ഷകൾ നടപ്പാക്കിയതായി പറയുന്നു. ചില കമാണ്ടർ മാർ ഈ കോടതികളുടെ കാടൻ പ്രവർത്തനരീതിയിൽ അങ്ങേയറ്റം രോഷാകുലരായിരുന്നു. ഉദാഹരണത്തിന്, ഈ സ്പെഷ്യൽ കോടതി കളെ വേണ്ടി വന്നാൽ നീട്ടിയ തോക്കുമായി നേരിടാൻ ടാങ്ക് ഡിവിഷൻ 'മ്യൂൺഷ്ബെർഗ്ഗി'ന്റെ കമാണ്ടർ മേജർ ജനറൽ ഹാൻസ് മുമ്മെർട്ട് തന്റെ ട്രൂപ്പിന് ഓർഡർ കൊടുത്തിരുന്നു.

പരാജയം എല്ലാവർക്കും മനസ്സിലാവുംവിധം അരക്കിട്ടുറപ്പിക്കപ്പെട്ടു കഴിഞ്ഞിരുന്നു. ഇനിയും തുടർന്നത് അന്ത്യത്തിനും അപ്പുറമുള്ള ഒരു

യുദ്ധമായിരുന്നു. വിദൂരതയിലെങ്ങോ സഫലീകരണ സാധ്യതയില്ലാത്ത, നിരർത്ഥകങ്ങളായ പ്രതീക്ഷകളുടെ തീപ്പിശാച് തെളിഞ്ഞുനിന്നു. നില വിലുണ്ടായിരുന്ന സാഹചര്യങ്ങൾ തന്നെ “എഡ്ഡയിലെ[15] ഗ്വേറ്ററർഡെ മ്മെറൂംഗി”[16]നെ അനുസ്മരിപ്പിച്ചു എന്ന് മാർട്ടിൻ ബോർമാന്റെ ഭാര്യ ഗേർഡാ ബോർമാൻ ഭർത്താവിനെഴുതി: “അതികായന്മാരും കുള്ളന്മാരും ഫെൻട്രിസ് വോൾഫും[17] മിറ്റ്ഗാർഡ് സർപ്പവും[18], എല്ലാം തിന്മയുടെ ശക്തികൾ, ദേവന്മാരുടെ പാലത്തിനു മീതെ കുതിക്കുന്നു... ദേവന്മാ രുടെ കോട്ട ആടിയുലയുന്നു, എല്ലാം നഷ്ടപ്പെട്ടതായി കാണപ്പെടുന്നു. എന്നാൽ ദാ, പുതിയ ഒരു കോട്ട പെട്ടെന്ന് ഉയർന്നുവരുന്നു. മുമ്പെത്തേ തിനെക്കാളും കൂടുതൽ ഭംഗിയുള്ളത്. ബാൾദൂർ[19] വീണ്ടും ജീവിക്കുന്നു.” അവർ സ്വീകരിച്ചത് പരിചയമുള്ള രക്ഷാമാർഗ്ഗങ്ങളിൽ ഒന്നായിരുന്നു: യാഥാർത്ഥ്യങ്ങളുടെ ലോകത്തുനിന്നകലെ പുരാണങ്ങളുടെ ഭോഷത്ത ങ്ങളിലേക്ക് ഒരു ഒളിച്ചോട്ടം/രക്ഷപ്പെടൽ. ഇത് പക്ഷേ പെട്ടെന്ന് അവ സാനിച്ചു.

ഈ രക്ഷാമാർഗ്ഗങ്ങൾ കത്തിച്ചാമ്പലായ നഗരങ്ങളിലും അഭയാർത്ഥി വാഹനങ്ങളിലും എല്ലായിടത്തും ഉണ്ടായിരുന്ന കലാപങ്ങളിലും വഴി മുട്ടിനിന്നു. കിഴക്കുനിന്നും പടിഞ്ഞാറുനിന്നും ആക്രമിച്ച് രാജ്യത്തിന്റെ വൻ ഭാഗങ്ങൾ പിടിച്ചടക്കിയ സഖ്യശക്തികളുടെ നിശ്ചയദാർഢ്യ ത്തോടെയുള്ള അപ്രതിരോധ്യതയിലും ഈ രക്ഷാമാർഗ്ഗങ്ങൾ ഗതി മുട്ടി നിന്നു. ചെറുത്തുനിൽപ്പ് തകർന്നത് ആർക്കും നേരിൽ കാണാമായിരുന്നു. വിദൂരതകളിൽ എവിടെയൊക്കെയോ ക്ഷീണിച്ചവശരായ, പിരിഞ്ഞു പോകാൻ തുടങ്ങിയിരുന്ന സൈനിക ഘടകങ്ങൾ തമ്മിൽത്തല്ലി തല

15. സ്കാൻഡിനേവിയൻ പുരാണങ്ങളെ ആസ്പദമാക്കി, പതിമ്മൂന്നാം നൂറ്റാ ണ്ടിൽ ഐസ്ലന്റിക് ഭാഷയിൽ കാവ്യരൂപത്തിലും ഗദ്യരൂപത്തിലും രചിക്കപ്പെട്ട രണ്ടു കൃതികളുടെ മൊത്തത്തിൽ ഉള്ള പേരാണ് എഡ്ഡാ.
16. റിച്ചാർഡ് വാഗ്നറുടെ നാല് ഓപ്പെറകളിൽ ഒടുവിലത്തേത്. ഈ നാല് ഓപ്പെറകളുടെ പൊതുപേര് ദ് റിംഗ് ഓഫ് നീബെലൂംഗൻ എന്നാണ്. കാര്യങ്ങളുടെ അതിദാരുണമായ അന്ത്യം എന്നാണ് ഗ്വേറ്ററസ്ഡെമ്മെ റൂംഗ് എന്ന വാക്കിന്റെ അർത്ഥം. ഒരു ജർമ്മൻപുരാണകഥയാണ് പ്രമേയം. ദുഷ്ടശക്തികളുമായുള്ള അന്തിമസംഘട്ടനത്തിൽ ദേവന്മാർ സംഹരി ക്കപ്പെടുന്നു. ലോകത്തിന്റെ അന്ത്യം വരുത്തുന്ന, ദേവഗണങ്ങളുടെയിട യിലെ യുദ്ധം പ്രവചിക്കപ്പെട്ടിരിക്കുന്നതായി കവിഭാവന.
17. സ്കാന്റിനേവിയൻ പുരാണങ്ങളിലെ ഒരു കഥാപാത്രം. ഭീകരരൂപമുള്ള ഒരു ചെന്നായ്. തിന്മയുടെ പ്രതീകം.
18. ഫെൻട്രിസ് വൂൾഫിനെപ്പോലെതന്നെ തിന്മയുടെ മറ്റൊരു പ്രതീകം. ജർമാനിക് മിത്തോളജിയിൽനിന്ന്. ഭൂഗോളത്തെ ചുറ്റിപ്പിണഞ്ഞു കിട ക്കുന്ന സർപ്പം.
19. സ്കാന്റിനേവിയൻ മിത്തോളജിയിലെ ഒരു ദേവൻ.

കീറി. കാരണം, ഫ്യൂററുടെ ഉത്തരവുകൾ ഇവരിലെത്തിയിരുന്നില്ല. ഹിറ്റ്ലറുടെ കീഴിൽ ഇപ്പോൾ വിട്ടുവീഴ്ചയില്ലാത്ത വിധേയത്വം കാണിച്ച, വീണ്ടുവിചാരമില്ലാത്ത ഔട്ട് പോസ്റ്റുകളും തലസ്ഥാനത്തിന് തൊട്ടുചുറ്റു മുള്ള, സദാ ചെറുതായി വന്നുകൊണ്ടിരുന്ന ഒരു പ്രദേശവും മാത്രമേ ഉണ്ടായിരുന്നുള്ളൂ.

ഇതൊക്കെയാണെങ്കിലും അവസാനിച്ചുകൊണ്ടിരുന്ന യുദ്ധത്തിന്റെ ആ നാളുകളിൽ സംഭവിച്ച കാര്യങ്ങളിൽ ദിശാബോധം നഷ്ടപ്പെട്ട, ഇതി കർത്തവ്യതാമൂഢമായ ഊർജ്ജം പ്രവർത്തിച്ചിരുന്നതായി കാണപ്പെട്ടു. ഈ ഊർജ്ജം യുദ്ധത്തോൽവിയെ ഒരു വലിയ ദുരന്തത്തിൽ കൊണ്ടു ചെന്നെത്തിക്കാനായി വാശിയോടെ ഇറങ്ങിത്തിരിഞ്ഞ ഒന്നായിരുന്നു എന്ന് വ്യക്തമായിരുന്നു. മുപ്പതുകളുടെ ആരംഭത്തിൽത്തന്നെ വരാൻ പോകുന്ന യുദ്ധത്തെപ്പറ്റിയുള്ള സ്വപ്നം കാണലുകളിൽ ഒന്നിൽ ഹിറ്റ്ലർ പ്രഖ്യാപിച്ചിരുന്നു:

"നാം ജയിക്കാതിരിക്കുന്ന പക്ഷം ലോകത്തിന്റെ പകുതിയും കൊണ്ടായിരിക്കും നാം പാതാളത്തിലേക്ക് പോകുക."

തന്റെ പ്രവചനം സാർത്ഥകമാക്കാനുള്ള ശ്രമത്തിലായിരുന്നു ഹിറ്റ്ലർ അപ്പോൾ.

രണ്ട്
ഭവിഷ്യത്ത് അല്ലെങ്കിൽ ദുരന്തം ഹിറ്റ്ലർ ജർമൻ ചരിത്രത്തിൽ

അന്നുതൊട്ട് ആ ചോദ്യം നിശ്ശബ്ദമായിരുന്നിട്ടില്ല: ഈ അന്ത്യം മുൻ കൂട്ടി കാണാവുന്നതായിരുന്നോ? വില്ലെം സ്ട്രാസ്സെയിലുള്ള ചരിത്ര പ്രധാന മായ കൊട്ടാരമുഖപ്പിന്റെ ഓൾഡ് പ്രഷ്യൻസിന്റേതായ വശ്യതയ്ക്കു പിന്നിൽ തകർന്നു തരിപ്പണമായ ഫ്യൂറർ-ബങ്കറിന്റെ അവശിഷ്ടങ്ങളും കോൺക്രീറ്റ് കട്ടകൾ നിറഞ്ഞ പ്രദേശവും തിരിച്ചറിയാമായിരുന്നില്ലേ എന്ന്. എന്നുവെച്ചാൽ ഹിറ്റ്ലർ ജർമൻ ചരിത്രത്തിന്റെ അനിവാര്യമായ പരിണതഫലമായി കാണപ്പെടണമോ എന്ന്. അങ്ങനെ പ്രശസ്തനായ ജർമൻ ചരിത്രകാരൻ ഫ്രീഡ്രിഷ് മൈനെക്കെ പറയുന്നതുപോലെ ഹിറ്റ്ലർ ഒരു ജർമൻ ദുരന്തത്തെക്കാളേറെ ജർമൻ ചരിത്രത്തിന്റെ ഒരു അനന്തരഫലമായിരുന്നു.

ഹിറ്റ്ലറുടെ അധികാരം പിടിച്ചെടുക്കൽ നടന്നുകൊണ്ടിരുന്നപ്പോൾ സൂത്രങ്ങൾ നിറഞ്ഞ സംവിധാനങ്ങൾ സൃഷ്ടിക്കപ്പെട്ടെങ്കിലും നിരന്തരം ഊതിവീർപ്പിക്കപ്പെട്ട ആഹ്ലാദത്തിന്റെ സമ്മർദ്ദതരംഗം ആഞ്ഞടിച്ചു. പുതിയ സംഭവവികാസത്തിൽ ആദ്യനോട്ടത്തിൽ ചരിത്രപരമായ അപ കടം കാണുന്ന എല്ലാ അവകാശവാദങ്ങളെയും ഈ ആവേശത്തരംഗം നിർവീര്യമാക്കി.

1933 വർഷാരംഭത്തിൽ ഉണ്ടായ എല്ലാ ആഹ്ലാദത്തിമിർപ്പിലും പന്തംകൊളുത്തി പ്രകടനങ്ങളിലും ബഹുജനജാഥകളിലും പൊതുയോഗ ങ്ങളിലും അനിശ്ചിതത്വത്തിന്റെ വികാരങ്ങൾ തീർച്ചയായും പ്രകടമായി രുന്നു. പുതിയ നേതാക്കളെ ഉൾക്കൊള്ളുക വഴി മനുഷ്യർക്കു പത്ഥ്യ മല്ലാത്ത ഭ്രാന്ത് പിടിച്ച വീരസാഹസികതയ്ക്ക് രാജ്യം പ്രവേശനാനുവാദം നൽകുകയാണോ എന്ന ചോദ്യം ജനമനസ്സുകളിൽ പണ്ടേ ഉണ്ടായിരുന്നു. രാഷ്ട്രീയത്തിലെ നേതൃസ്ഥാനങ്ങളിൽ പാഞ്ഞുകയറിപ്പറ്റിയ ആ ശക്തിക്ക് തനതായ, ആരിലും ചിന്താക്കുഴപ്പം ഉണ്ടാക്കുന്ന പ്രേരണാശക്തിയും വശീകരണശക്തിയും ഉണ്ടായിരുന്നു. വൈമാറിലെ റിപ്പബ്ലിക് പലർക്കും ഒരു ഗതകാലസംഭവമായാണ്, ഒരു ഓർമ്മയായല്ല അനുഭവപ്പെട്ടത്.

ആദരവിന്റെ കണികപോലും അതിനോടുള്ള വിടപറച്ചിൽ ക്ലേശകരമാക്കി യില്ല. ഒരു സൂചകപദത്തോട് പ്രതികരിക്കുന്നതുപോലെ പെട്ടെന്ന്, പരാജയപ്പെട്ട ഒരു രാഷ്ട്രസങ്കല്പത്തിനു വർഷങ്ങൾക്കുശേഷം ഒരു പുതിയ പരീക്ഷണം നടത്തി നോക്കാനുള്ള ഇച്ഛാശക്തി പ്രകടമാകുക യായിരുന്നു. ഇത് ബഹുഭൂരിപക്ഷം ജനങ്ങളിലും ഉണ്ടായിരുന്ന എല്ലാ ആശങ്കകളും തുടച്ചുനീക്കി. ബുദ്ധിപരമായ നിലവാരം താണതായിരു ന്നെങ്കിലും വ്യാപകമായി ജനകീയപിന്തുണ പിടിച്ചുപറ്റി. പുതുതായി രൂപംകൊണ്ട വ്യവസ്ഥിതി അനുയായികളെയും പ്രസ്ഥാനത്തിന് അനു കൂലമായ കാരണങ്ങളും മാത്രമല്ല ഒറ്റയടിക്കു നേടിയെടുത്തത്. മറിച്ച്, അത്, വക്താക്കൾ നിരന്തരം വിളിച്ചുകൂവിയതുപോലെ, സ്വന്തമായ ഒരു ഭാവിയും നേടിയെടുത്തു.

നിയമവാഴ്ചയിൽ അധിഷ്ഠിതമായ രാഷ്ട്രം, പാശ്ചാത്യമൂല്യങ്ങൾ എന്നിവയോട് നിർബന്ധിതമായി ഇണങ്ങിച്ചേരേണ്ടിവന്ന നീണ്ട വർഷ ങ്ങൾക്കുശേഷം ജർമൻ ജനത തങ്ങളുടെ സ്വത്വം വീണ്ടും ആർജ്ജി ക്കുകയായിരുന്നെന്നും അതോടെ യൂറോപ്പിൽ പണ്ടുമുതലേ വഹിച്ചിരുന്ന തായി കരുതപ്പെട്ട ആ അനാശാസ്യമായ പങ്കിലേക്ക് തിരികെ പോവുക യായിരുന്നെന്നും ഉള്ള പ്രതീതി ജനിക്കാൻ സഹായിച്ചത് അധികാരം പിടിച്ചെടുക്കലിനെത്തുടർന്നുണ്ടായ പുതിയ സാഹചര്യങ്ങളാണ്. സംഭവ ങ്ങളുടെ ആദ്യത്തെ സമകാലിക വ്യാഖ്യാനങ്ങൾ പലപ്പോഴും ഹെർമാൻ, മദ്ധ്യകാലചക്രവർത്തിമാർ തുടർന്ന് മഹാനായ ഫ്രെഡെറിക് രാജാവി ലൂടെ കടന്ന് ഒടുവിൽ ബിസ്മാർക്കുവരെ എത്തുന്ന നീണ്ട വംശാവലി ചിത്രീകരിച്ചിട്ടുണ്ട്. ഈ വംശാവലിയിൽ ഉടനീളം സമകാലിക വ്യാഖ്യാ താക്കൾ ഹിറ്റ്ലർക്ക് ഏറെ മുമ്പുതന്നെ അന്തർലീനമായ ഒരു ഹിറ്റ്ല റിസം കണ്ടിരുന്നു. കാര്യങ്ങളെ എങ്ങനെ വീക്ഷിച്ചാലും ജർമൻ ചരിത്ര ത്തിൽ 'നിരപരാധികളായ' വ്യക്തികളോ 'കുറ്റമറ്റ' സംഭവങ്ങളോ ഇല്ലെന്ന തിരിച്ചറിവായിരുന്നു ഫലം. പ്രീ-മാർച്ചുകാലഘട്ടത്തിലെ[20] ശുദ്ധഗതി നിറഞ്ഞ ഗ്രാമ്യനൈർമല്യങ്ങൾക്കിടയിൽ പോലും ദാസ്യ മനോഭാവത്തിന്റെയും അസ്വാതന്ത്ര്യത്തിന്റെയും പ്രേതം അലഞ്ഞു നടന്നു. വിവരമുള്ള ആർക്കും ഈ രാഷ്ട്രത്തിന്റെ രഹസ്യമായ ആ ആഗ്രഹം കാണാതിരിക്കാൻ കഴിയില്ലായിരുന്നു-ഈ ലോകത്തിനു വേണ്ടിയും ആവശ്യം വന്നാൽ അതിനെതിരെയും ഒരു പ്രത്യേക നിയോഗം ഉണ്ടായിരിക്കാനുള്ള ആഗ്രഹം.

---

20. 1848 മാർച്ചിലെ വിപ്ലവം വരെ നീണ്ടുനിന്ന കാലയളവിനെ ചരിത്രകാര ന്മാർ പ്രീ-മാർച്ച് കാലഘട്ടം (ഫോർമെർറ്റ്സ് എന്ന് ജർമൻ) എന്നാണ് വിളിക്കുന്നത്. ഓസ്ട്രിയൻ, പ്രഷ്യൻ പൊലീസ് രാഷ്ട്രങ്ങളുടെ കാല മായിരുന്നു ഇത്. ലിബറലിസത്തിനുവേണ്ടിയുള്ള മുറവിളി, കർക്കശമായ സെൻസറിംഗ് എന്നിവ ഈ കാലഘട്ടത്തിന്റെ മുഖമുദ്രകളായിരുന്നു.

ജർമൻ കാല്പനികത ഇതിൻപ്രകാരം തെറ്റിദ്ധരിപ്പിക്കും വിധം മൃദുല മനോജ്ഞങ്ങളായ ചിത്രങ്ങൾക്കുപിന്നിൽ ക്രൂരതയും ലോകനിന്ദയും ഒളിപ്പിച്ചുവെച്ച രഹസ്യമായ അഭിനിവേശം അല്ലാതെ മറ്റൊന്നും ആയി രുന്നില്ല. വന്യതയിലേക്ക് തിരിച്ചുപോകാനുള്ള ഒരു അഭിലാഷം. ഈ പ്രത്യേക ജനതയ്ക്ക് നാഗരികതയെക്കാളും ഭരണഘടനയെക്കാളും മനുഷ്യാവകാശങ്ങളെക്കാളും കൂടുതൽ പരിചിതമായിരുന്നത് ഈ വന്യത യുടെ അഭിലാഷങ്ങളായിരുന്നു. ഷൂബെർട്ടിന്റെ ഒരു സോണാറ്റ[21]യുടെ മാസ്മരലഹരിയിൽ ലയിച്ച് വയലിൻ വായിക്കുന്ന എസ്.എസ് ഫ്യൂറർ റൈൻഹാർഡ് ഹൈഡ്രിഷ് ജർമൻകാരൻ പൊക്കിപ്പിടിച്ച ഒരു ക്ലിഷേ തന്നെ ആയിക്കഴിഞ്ഞിരുന്നു.

ജർമൻ ജനതയുടെ സ്വഭാവത്തെപ്പറ്റിയും ചരിത്രത്തെപ്പറ്റിയും ഉള്ള മിക്കവാറും ഹ്രസ്വമായ ഈ വ്യാഖ്യാനങ്ങൾ മൊത്തത്തിൽ സ്വയം അധികപ്പറ്റാവുകയാണ് ചെയ്തത്. കാരണം, ആത്യന്തികമായി ഈ വിശദീകരണങ്ങൾ ആ നാഷണൽ സോഷ്യലിസ്റ്റ് സിദ്ധാന്തത്തിനു നിയമ സാധുത നൽകുകയായിരുന്നു. ഈ സിദ്ധാന്തപ്രകാരം ഹിറ്റ്ലർ പ്രഷ്യ യുടെയും ബിസ്മാർക്കിന്റെ സാമ്രാജ്യത്തിന്റെയും മാത്രം നിയമപ്രകാര മുള്ള അവകാശിയായിരുന്നില്ല; ചരിത്രം പരിപൂർണതയിലെത്തിച്ച ആൾ കൂടിയായിരുന്നു. ചരിത്രത്തിൽ ഇപ്പോഴും ബാക്കിനിൽക്കുന്നതും അസംഖ്യം പഠനങ്ങളിൽ ചർച്ച ചെയ്യപ്പെട്ടിട്ടുള്ളതുമായ കാര്യം. ഈ രേഖകളിലെല്ലാം കാര്യകാരണങ്ങളെ ബന്ധിപ്പിക്കുന്ന നേർരേഖയെപ്പറ്റി യുള്ള ചോദ്യങ്ങൾ ഭൂതകാലത്തുനിന്ന് ആരംഭിച്ച് ഹിറ്റ്ലറുടെ ഉയർച്ച സാധ്യമാക്കുകയോ സഹായിക്കുകയോ ചെയ്യുന്ന പ്രത്യയശാസ്ത്രം വരെ നീളുന്നുണ്ട്.

ഈ കാര്യകാരണബന്ധങ്ങൾ സ്ഥാപിച്ചെടുക്കുന്നതിനു പലരും പല അടയാളങ്ങളും പിന്തുടർന്നു. ഈ അടയാളങ്ങൾ എവിടെയോ ചരിത്ര ത്തിന്റെ പൂഴിമണലിൽ അപ്രത്യക്ഷമാവുന്നു. ധാർഷ്ട്യം കലർന്ന ഒരു സംസ്കാരസങ്കല്പം, ജർമൻ ചിന്തയുടെ യാഥാർഥ്യത്തോടുള്ള ആഭി മുഖ്യമില്ലായ്മ ഇതൊക്കെയായിരുന്നു ഹിറ്റ്ലർകാലഘട്ടത്തിന്റെ സവി ശേഷതകൾ. ഈ സംസ്കാരസങ്കല്പം രാഷ്ട്രീയമായ എന്തിനെയും നിഷേധിച്ചിരുന്നു. ഉൾക്കൊള്ളേണ്ടതിനെയൊന്നും അത് ഉൾക്കൊള്ളാൻ

---

21. ഫ്രാൻസ് ഷൂബെർട്ട് (1797-1828) ഓസ്ട്രിയൻ സംഗീതജ്ഞനും ഗാന രചയിതാവും ആയിരുന്നു. പിയാനോക്കുവേണ്ടി ഷൂബെർട്ട് പ്രത്യേകം രചിച്ച സോണാറ്റകൾ - 958, 959, 960 എന്നിവ - മികവിൽ എഴുന്നു നിൽക്കുന്നു. സർഗ്ഗാത്മകപക്വത വെളിപ്പെടുത്തുന്ന ഈ കൃതികൾ കച്ചേരികളിൽ പതിവായി വായിക്കപ്പെടുന്നു. ഏതെങ്കിലും ഒരു ഉപക രണംകൊണ്ടോ അല്ലെങ്കിൽ ഒരു ഉപകരണവും പിയാനോയുംകൊണ്ടോ വായിക്കപ്പെടാനായി രചിക്കപ്പെടുന്ന സംഗീതകൃതിയാണ് സൊണാറ്റാ.

ശ്രമിച്ചില്ല. ഇതിനുപുറമേ സമൂഹത്തിന്റെ ഘടനയിൽ, നിഗൂഢമായി ക്കിടന്നിരുന്ന സങ്കുചിതശക്തികളുടെ പൊടിക്കഷണങ്ങൾ, ഏകാധിപത്യ ഭരണത്തിന്റെ പ്രതിഫലനങ്ങൾ, അധികാരം കയ്യാളുന്ന വരേണ്യ വിഭാഗം പലപ്പോഴും ഉയർത്തിപ്പിടിച്ച പ്രതിലോമസ്വഭാവം എന്നിവയും ഉണ്ടായിരുന്നു. ഈ പ്രതിലോമസ്വഭാവം ചോദ്യം ചെയ്യപ്പെടാതെ നില കൊണ്ടു; രാജാവിന്റെയും പ്രഭുക്കന്മാരുടെയും ലോകത്തുനിന്ന് ജർമൻ ജനത ഒരിക്കലും പൗരസഹജമായ ഒരു ആത്മബോധം വളർത്തിയെടു ത്തിരുന്നിട്ടില്ലാത്ത നിലയ്ക്കു പ്രത്യേകിച്ചും. ജർമ്മൻ ജനതയെ സാമൂ ഹിക അച്ചടക്കത്തിന്റെ ഒരു കീഴ്‌വഴക്കത്തിലേക്കു നയിക്കാൻ ഹിറ്റ്ലർക്ക് സാദ്ധ്യമായി. ഈ സാമൂഹ്യ അച്ചടക്കം ഏകകക്ഷിമേധാവിത്വത്തിന്റെ ഇരുമ്പുമുഷ്ടിയായി പരിണമിച്ചു. രാജ്യത്തെ രാഷ്ട്രീയസ്ഥാപനങ്ങളുടെ പരമ്പരാഗതമായ ദൗർബല്യം കൂടി ഇതോടു കൂട്ടിച്ചേർത്തു വായിച്ചാൽ വ്യക്തിപ്രഭാവമുള്ള നേതാക്കളോട് ജർമൻ ജനതയ്ക്കുള്ള ആഭിമുഖ്യം എളുപ്പം മനസ്സിലാക്കാവുന്നതാണ്. ഉത്തരവുകളിൽ ജർമൻ ജനതയ്ക്കു പഥ്യമായ ചിന്താശൈലി പ്രകടമായിരുന്നു. അവശ്യസാധനങ്ങളുടെ ദൗർ ലഭ്യവും ശത്രുസൈന്യം വളയുമോ എന്ന ആശങ്കയും ഒരു വശത്ത്, ഓരോ ദൈനംദിന പ്രശ്നവും ജീവന്മരണപ്രശ്നമായി പൊക്കിപിടി ക്കാനും എല്ലാ രാഷ്ട്രീയത്തിലും പൗരാണിക ഉള്ളടക്കം കുത്തിനിറയ്ക്കാ നുമുള്ള പ്രവണത മറുവശത്ത്.

ജർമൻ പരിതസ്ഥിതികളെ ഹിറ്റ്ലർ എന്ന പ്രതിഭാസവുമായി ബന്ധി പ്പിക്കാനാവും. എല്ലാ ചരിത്രവും നിരീക്ഷകർക്കു കാണപ്പെടുന്നതിനേ ക്കാളും കൂടുതൽ മലർക്കെ തുറന്നു കിടക്കുന്നു. നിരീക്ഷകന്റെ അഭി പ്രായങ്ങളെ അനിവാര്യമായും ചില ചോദ്യങ്ങളായിരിക്കും നിർണ്ണയി ക്കുക. ഹിറ്റ്ലറുടെ അവസാനനാളുകൾ ചരിത്രപരമായ തിരിച്ചറിവുകൾ നൽകുന്നു. ഇതുപോലുള്ള സാഹചര്യങ്ങൾ, അവയുടെ പ്രാധാന്യം എത്ര വ്യത്യസ്തമായിരുന്നാലും ഏതു രാജ്യത്തും കാണാനാവും എന്ന കാര്യം പരിഗണിക്കണം. വസ്തുതകൾ ഊഹിച്ചെടുക്കാനാവില്ല. ഭാവനാവിലാസം തൊട്ടുതീണ്ടിയിട്ടില്ലാത്ത കാര്യകാരണബന്ധം ജർമൻ സാഹചര്യങ്ങളിൽ നിന്ന് തീർച്ചയായും അനുമാനിച്ചെടുക്കാനാവില്ല. മാത്രമല്ല ഒരുപക്ഷേ ആർക്കും പറയാൻ കഴിയും, ഹിറ്റ്ലറുടെ ഉയർച്ചയെ തഴയാൻ ശ്രമിച്ച രാഷ്ട്രീയശക്തികൾ രാജ്യത്തിന്റെ പോക്കുവഴി തളർന്ന് പോയെന്ന്. ഇതോടനുബന്ധിച്ചുള്ള ആ ചോദ്യവും ഉത്തരമില്ലാതെ നിൽക്കുന്നു. ഹിറ്റ്ലർക്കെതിരെ പ്രതിരോധമില്ലാത്തവിധം രാഷ്ട്രീയശക്തികൾ തകർന്നുപോയതെങ്ങനെയാണ്? എന്തുകൊണ്ട് നാഷണൽ സോഷ്യ ലിസം ആയിരത്തിത്തൊള്ളായിരത്തി ഇരുപതുകളിലും മുപ്പതുകളിലും അതുമായി ബന്ധപ്പെട്ട ഭൂരിപക്ഷം തീവ്രവാദി സംഘടനകളേക്കാളധികം കാഠിന്യവും കേന്ദ്രീകൃതമായ മനുഷ്യത്വരാഹിത്യവും കാണിച്ചു എന്ന ചോദ്യവും ഉത്തരം കിട്ടാതെ നിൽക്കുന്നു.

സൂക്ഷ്മതയോടെ നിരീക്ഷിച്ചാൽ, പ്രഥമനോട്ടത്തിൽ സത്യമെന്ന് തോന്നിപ്പിക്കുന്ന എല്ലാ അർത്ഥകല്പനകളും പരിശോധിച്ചാൽ, പ്രത്യേകിച്ച് ഒന്നാംലോകമഹായുദ്ധത്തിന്റെ ജർമൻജനതയുടെ പ്രത്യേകതകളുടെ കൂട്ടത്തിൽ 1918 ശിശിരത്തിലെ അപ്രതീക്ഷിതമായ യുദ്ധപരാജയത്തോടനുബന്ധിച്ചുണ്ടായ യാഥാർത്ഥ്യത്തിന്റെ കടപുഴകിവീഴലും പെടും. സ്വപ്നലോകത്തുനിന്ന് പരുക്കൻ യാഥാർത്ഥ്യങ്ങളിലേക്കുള്ള വീഴ്ച്ചയും പെടും. യുദ്ധവിരാമത്തിന്റെ നാളുകളിൽ വരെ 1870/71ലെ വൻശക്തി സ്വപ്നം അക്ഷരാർത്ഥത്തിൽ ഇനിയും കണ്ടിരുന്ന ജർമൻരാഷ്ട്രം ജനജീവിതത്തിന്റെ എല്ലാ തുറകളിലും പെട്ടെന്ന് വിപ്ലവാത്മകമായ ഒരു വൻമാറ്റമാണ് നേരിൽ കണ്ടത്.

കപടനാട്യം, പ്രതികാരവാഞ്ഛ, വിനാശകരമായ ദീർഘവീക്ഷണമില്ലായ്മ എന്നിവയുടെ ഫലമായിരുന്നു യഥാർത്ഥത്തിൽ യുദ്ധതോൽവിയുടെ ഈ സമാധാന ഉടമ്പടി. ഉടമ്പടിയിലെ, യുദ്ധക്കുറ്റം ഏറ്റെടുക്കുന്നത് സംബന്ധിച്ച ആർട്ടിക്കിൾ 231 പ്രകാരം സഖ്യശക്തികൾ ജർമൻ ജനതയുടെമേൽ മനഃപൂർവമായതും എല്ലാവരും അങ്ങനെതന്നെ മനസ്സിലാക്കിയതുമായ കൊടിയ അവമാനം വരുത്തിവെച്ചിരുന്നു.

ജേതാക്കൾ ജർമനിയുടെ തലയിൽ വെച്ചുകെട്ടിയ അപമാനകരമായ ഉടമ്പടികളേക്കാൾ, ഭൗതികപ്രശ്നങ്ങളേക്കാൾ ഉപരിയായി പിതൃരാജ്യത്തിന്റെ അഭിമാനക്ഷതമാണ് ജനഹൃദയങ്ങളിൽ ക്ഷോഭത്തിന്റെ തീക്കനലുകൾ വിതറിയത്. കടുത്ത നൈരാശ്യങ്ങൾ ജനസമൂഹങ്ങളെ വിഴുങ്ങി. ഇത് ഒരു തരം ആജ്ഞാധികാരിക്കുവേണ്ടിയുള്ള ജനഹൃദയങ്ങളുടെ കാത്തിരിപ്പായി മാറുകയായിരുന്നു. നാണയപ്പെരുപ്പവും അതേത്തുടർന്നുണ്ടായ വൻജനവിഭാഗങ്ങളുടെ ദാരിദ്ര്യവും ഏതാനും വർഷം കഴിഞ്ഞു പൊട്ടിപ്പുറപ്പെട്ട ലോകസാമ്പത്തിക പ്രതിസന്ധിയും ഈ നിരാശാബോധം കൂടുതൽ ഗുരുതരമാക്കി. ഇവയും തുടർച്ചയായി വന്നുകൊണ്ടിരുന്ന മറ്റു നിരവധി പരാജയങ്ങളും എല്ലാവരാലും വിമർശിക്കപ്പെട്ട റിപ്പബ്ലിക്കിന്റെ വൈവിധ്യമാർന്ന കുറ്റങ്ങളായി കരുതപ്പെട്ടു.

ഈ വികാരവിക്ഷോഭങ്ങളും മുപ്പതുകളുടെ ആരംഭത്തിൽ ഉണ്ടായിരുന്ന, നിരന്തരം വർദ്ധിച്ചുവന്ന ജനരോഷങ്ങളും ഹിറ്റ്ലർ നന്നായി ഉപയോഗിച്ചു. സർവശക്തിയുമുപയോഗിച്ച് താൻ വളർത്തിയെടുത്ത ഒരു പ്രതിസന്ധിയെച്ചൊല്ലിയായിരുന്നു ഹിറ്റ്ലർ നാടു മുഴുവൻ നടന്ന് കണ്ണീർ പൊഴിച്ചത്. ഈ പ്രതിസന്ധിയായിരുന്നു ഹിറ്റ്ലറുടെ ഭാവി ഏറ്റവും കൂടുതൽ സുരക്ഷിതമാക്കിയത്. ആന്തരികമായി തകർന്ന ഒരു രാഷ്ട്രത്തിലായിരുന്നു ഹിറ്റ്ലർ ഉയർന്നുവന്നത് എന്ന വസ്തുത പരിഗണിക്കാതിരിക്കുന്നിടത്തോളം കാലം, പലവുരു ചോദിക്കപ്പെട്ടതും ഇതുവരെ ഉത്തരം കാണാത്തതുമായ, ഹിറ്റ്ലറുടെ ഉയർച്ചയുടെ കാരണങ്ങളുടെ അടിവേരുവരെ പോവാനാവില്ല. അതേസമയം ഹിറ്റ്ലറുടെ മുന്നേറ്റത്തിനു ലഭിച്ച പിന്തുണ മറ്റെന്തിനേക്കാളുമുപരി ഭാഗ്യംകെട്ട വൈമാർ റിപ്പബ്ലിക്കിൽ നിന്നുള്ള വിറളി പിടിച്ച ഒരു തിരിഞ്ഞോട്ടമായിരുന്നു.

–"വിഡ്ഢിത്തൊപ്പി ധരിച്ചുനിൽക്കുന്ന രാഷ്ട്ര"ത്തിൽ നിന്നുള്ള ഒരു തിരിഞ്ഞോട്ടം, ഹിറ്റ്ലറുടെ അനുയായികളിൽ ഒരാൾ പറഞ്ഞതുപോലെ, എല്ലാവരും തള്ളിക്കളഞ്ഞ, എല്ലാവരുടെയും പരിഹാസപാത്രമായ, നിലവിലുള്ള വ്യവസ്ഥിതിയോടുള്ള പുച്ഛവും വെറുപ്പും മാത്രം പൊതുഗുണമായുണ്ടായിരുന്ന ആഭ്യന്തരശത്രുക്കളാൽ പരിഹസിക്കപ്പെട്ട രാഷ്ട്രത്തിൽ നിന്നുള്ള ഒരു തിരിഞ്ഞോട്ടം.

ആഴത്തിലുള്ള ഈ ധാർമ്മിക മുറിവിലേക്കുള്ള ഉൾക്കാഴ്ചയില്ലാതെ ഹിറ്റ്ലറുടെ ജർമ്മനിയെ മനസ്സിലാക്കാൻ കഴിയില്ല. ഈ മുറിവാണ് നിരീക്ഷകർ 1933ൽ നടന്ന ക്രൂരകൃത്യങ്ങളിൽ കാണുന്നത്. സമകാലികർക്കു പക്ഷേ, ഇങ്ങനെ തോന്നിയില്ല. സംഭവങ്ങൾ ശരിയായി മനസ്സിലാക്കണമെങ്കിൽ പലതും ഗ്രഹിക്കേണ്ടതുണ്ട്. ഉദാഹരണത്തിന് ജീവിച്ചിരുന്നവരിൽ ഒരാൾക്കുപോലും ഏകകക്ഷി ഭരണത്തിലധിഷ്ഠിതമായ സ്വേച്ഛാധിപത്യത്തിനെപ്പറ്റി വ്യക്തമായ ധാരണ ഉണ്ടായിരുന്നില്ല; ലോകത്തിലെ പ്രധാന സാംസ്കാരിക രാഷ്ട്രങ്ങളിൽപ്പെടുന്ന ഒരു രാജ്യത്ത്, അവകാശനിഷേധം, യുക്തിരഹിതമായ താൻപോരിമ/തന്നിഷ്ടം, അക്രമം എന്നിവ എത്രമാത്രം ഉണ്ടാവാം എന്നതിനെപ്പറ്റിയും ആർക്കും സങ്കല്പിക്കാനും കഴിയുമായിരുന്നില്ല. ഭരണകൂടത്തിന്റെ എതിരാളികളുടെ ഭാവനാശക്തി പോലും ഇവിടെ മതിയായില്ല. മുസ്സോളിനിയുടേതുപോലുള്ള ഒരു ഏകകക്ഷി ഭരണമാണ് ഭൂരിപക്ഷം മനുഷ്യനും വിഭാവനം ചെയ്തിരുന്നത്. ട്രെയിനുകൾ വീണ്ടും കൃത്യസമയത്ത് ഓടുന്ന ഒരു ഏകാധിപത്യ ഭരണക്രമം. വൈമാർ റിപ്പബ്ലിക്കിനെ ചൊല്ലിയുള്ള ബഹളത്തിനുശേഷം മിക്കവാറും എല്ലാവരുംതന്നെ നഷ്ടപ്പെട്ട പല കൃത്യനിഷ്ഠകളും തിരികെ ലഭിക്കാൻ കൊതിച്ചു. സമരഘോഷയാത്രകളും പണിമുടക്കുകളും നാനാവിധമാക്കിയ നാടിന്റെ ദുസ്സഹമാംവിധം നീണ്ട വർഷങ്ങളായി കൈമോശം വന്നിരുന്ന കൃത്യനിഷ്ഠകൾ.

ജർമൻ ജനതയുടെ പ്രത്യേകതകളിൽ ഒട്ടും അപ്രധാനമല്ലാത്ത, അടിസ്ഥാനപരമായ ഒന്ന് പക്ഷേ, ഹിറ്റ്ലർ എന്ന വ്യക്തിത്വം തന്നെയായിരുന്നു. ചരിത്രത്തിൽ നിന്നും സാമൂഹികജീവിതത്തിൽ നിന്നും നേടിയ എല്ലാ ഗാഢമായ അനുമാനങ്ങൾക്കും ഒടുവിൽ ഹിറ്റ്ലർ എന്ന വ്യക്തിയിലേക്ക് തിരികെ വരേണ്ടിവരും. കാര്യങ്ങളുടെ ഗതിക്ക് നിർണ്ണായകമായ പ്രചോദനം നൽകിയ വ്യക്തിചരിത്രത്തെ ആർക്കും അവഗണിക്കാൻ കഴിയില്ല. പ്രത്യേകിച്ച് ഈ ദൃശ്യപ്രക്ഷോഭങ്ങൾ നടന്നിരിക്കുന്ന രാജ്യങ്ങളിൽ ഇരു യുദ്ധങ്ങൾക്കും ഇടയിലുള്ള ആ കാലഘട്ടത്തിൽ ഹിറ്റ്ലറുടേതുമായി താരതമ്യം ചെയ്യാവുന്ന വാചാടോപശക്തിയുണ്ടായിരുന്ന ഒരു നേതൃരൂപം വേറെ ഉണ്ടായിരുന്നില്ല. ഹിറ്റ്ലറുടേതിനോട് അടുത്തുവരുന്ന സംഘാടനാവൈഭവവും തന്ത്രപരമായ സർഗ്ഗാത്മകതയും ഉള്ള ഒരു വ്യക്തിയും ഉണ്ടായിരുന്നില്ല; ഹിറ്റ്ലറുടേതിനു സമാനമായ തീവ്രവാദവും ആർക്കും ഉണ്ടായിരുന്നില്ല.

ഹിറ്റ്ലർക്ക് പഴയതും പുതിയതുമായ രാഷ്ട്രീയ പൈതൃകങ്ങൾ അവകാശപ്പെട്ടുകൊണ്ട് അധികാരത്തിന്റെ സർവ്വമേഖലകളെയും പിടി മുറുക്കാൻ കഴിഞ്ഞു. ഉദാഹരണത്തിന്, യൂറോപ്യൻ ഭൂഖണ്ഡത്തിന്റെ കിഴക്കുഭാഗം ജർമൻ റൈഷിന്റെ കോളണിവൽക്കരണത്തിനായി പ്രകൃത്യാ തയ്യാറായി കിടക്കുന്ന വാസസ്ഥലമാണെന്ന് പറഞ്ഞു. വിശാല മായ ഭൂപ്രദേശങ്ങൾക്കുവേണ്ടിയും താമസസൗകര്യമുള്ള ഭൂമിക്കു വേണ്ടിയും ചിന്നിച്ചിതറിക്കിടക്കുന്ന കൃഷിഭൂമിക്കഷ്ണങ്ങൾ ഒന്നിച്ചാക്കി പുനർവിഭജനം ചെയ്ത് ജനങ്ങളെ മാറ്റിത്താമസിപ്പിക്കാനുള്ള പദ്ധതി കൾക്കുവേണ്ടിയും ഹിറ്റ്ലർ നിലകൊണ്ടു. ഇതുപോലെ ഹിറ്റ്ലറുടെ സഖ്യസങ്കല്പവും. ബ്രിട്ടീഷ് സാമ്രാജ്യവുമായി ഏറ്റവും അടുത്ത ബന്ധമാണ് വിഭാവനം ചെയ്തിരിക്കുന്നത്. ഇംഗ്ലീഷ് ചാനലിന്റെ അപ്പുറ ത്തുള്ള ജർമാനിക വംശജരായ 'കസിൻ ജനതകളോടൊപ്പം' ലോകത്തെ നയിക്കുന്ന ശക്തികളായി പ്രത്യക്ഷപ്പെടുകയായിരുന്നു ഹിറ്റ്ലറുടെ ലക്ഷ്യം.

ജർമൻ രാഷ്ട്രീയത്തിനു മുൻപിലുണ്ടായിരുന്ന ഏറ്റവും പ്രധാനമായ ഉത്തരവാദിത്വം വേഴ്സായ് ഉടമ്പടിയുടെ അന്ത്യശാസനങ്ങളോട് എങ്ങനെ നീതി പുലർത്താനാവും എന്നതായിരുന്നു. റൈഷ് വെയർ (ജർമൻ സൈന്യം) വിദേശമന്ത്രാലയത്തിനായി 1926ൽ ഉണ്ടാക്കിയ ഒരു നിവേദന പത്രിക ജർമൻ വിദേശനയത്തിന്റെ ഇടക്കാലബന്ധിതമായ മാർഗരേഖ യായി ഇങ്ങനെ എഴുതിയിരിക്കുന്നു: "ആദ്യമായി, റൈൻ, സാർ എന്നീ നദികൾക്ക് ചുറ്റുമുള്ള പ്രദേശങ്ങൾ സ്വതന്ത്രമാക്കുക. അതിനുശേഷം ജർമനിക്കും കിഴക്കൻ പ്രഷ്യയ്ക്കും ഇടയിലുള്ള പോളണ്ടിന്റെ ഇടനാഴി ഇല്ലാതാക്കുക. പോളണ്ടിന്റെ കൈവശമിരിക്കുന്ന ഓബെർഷ്ളീസിയൻ (അപ്പർസിലേഷിയ) വീണ്ടും പിടിച്ചെടുക്കുക. ഓസ്ട്രിയ ജർമൻ റൈഷിനോട് ചേർക്കുക. ഒടുവിൽ സൈനികനിയന്ത്രണത്തിൽ നിന്ന് വിമുക്തമായ മേഖലയിൽ പ്രവേശിക്കുക." മുൻഗണനാക്രമം ഒഴിച്ചു നിർത്തിയാൽ ഇതായിരുന്നു 1930കളിൽ ഹിറ്റ്ലറുടെ വിദേശരാഷ്ട്രീയ ത്തിന്റെ പ്രോഗ്രാം.

തന്റെ കൈയിലുള്ളതെല്ലാം ഒറ്റയടിക്ക് ഇറക്കി ഭാഗ്യപരീക്ഷണം നട ത്താനുള്ള ഹിറ്റ്ലറുടെ സന്നദ്ധതയെപ്പറ്റിയും തെരുവുകൊള്ളക്കാരന്റെ പ്രകൃതിയെപ്പറ്റിയും ആശങ്കകളുണ്ടായിരുന്നെങ്കിലും നാഷണൽ സോഷ്യ ലിസ്റ്റ് ലേബർ പാർട്ടിയുടെ ഫ്യൂററായ ഹിറ്റ്ലറിൽ തങ്ങളുടെ തിരുത്തൽ വാദപരമായ ലക്ഷ്യങ്ങൾ നേടാൻ കഴിവുള്ള ഒരാളെയാണ് സൈനിക ഗ്രൂപ്പുകൾ കണ്ടത്. ഏതായാലും വേഴ്സായ് ഉടമ്പടിയെച്ചൊല്ലി അതിരി ല്ലാതെ വളർന്ന അഭിമാനക്ഷതം ജർമൻ ജനതയെ ഇളക്കിമറിക്കാനുള്ള ഉപാധിയായി ഉപയോഗിക്കാൻ മറ്റാരേക്കാൾ കൂടുതലായി ഹിറ്റ്ലർക്കറി യാമായിരുന്നു.

ഹിറ്റ്ലറുടെ പ്രചോദകർക്കും കൂട്ടാളികൾക്കും ശിങ്കിടികൾക്കും അതിഭാവുകത്വവും നിർദ്ദയമായ കണക്കുകൂട്ടലും വിചിത്രമായി കൂട്ടിച്ചേർത്ത ഹിറ്റ്ലറുടെ ദർശനങ്ങൾ അക്ഷരാർത്ഥത്തിൽ ഗ്രഹിക്കാൻ പ്രയാസമായിരുന്നു. എങ്കിലും ഹിറ്റ്ലറുടെ ദൃഢനിശ്ചയം മനസ്സിലാക്കുക എന്നതായിരുന്നു പ്രധാനം. ലോകത്തിന്റെ പുനഃക്രമീകരണം, ഉറാലിനും[22] അതിനപ്പുറവും എത്തുന്ന ഒരു ബൃഹത്തായ സാമ്രാജ്യം എന്നിവയെപ്പറ്റി ഹിറ്റ്ലർ നടത്തിയ ആക്രോശങ്ങളെയും ജല്പനങ്ങളെയും ഇവർ കരുതിയതുപോലെ, ഒരു എടുത്തുചാട്ടക്കാരന്റെ നൈമിഷികമായ ബോധോദയങ്ങളിൽ ആരോപിക്കാനാവില്ല.

ജേതാക്കൾ ജർമ്മനിക്ക് വരുത്തിവച്ച അപമാനം തരണം ചെയ്യണമെന്നും പഴയ അതിർത്തികൾ, ചില വിട്ടുവീഴ്ചകളോടെയാണെങ്കിലും വീണ്ടും സ്ഥാപിച്ചു കിട്ടണമെന്നും വാദിച്ചപ്പോൾ ഹിറ്റ്ലർ ഉന്നം വെച്ചത് പഴയ അതിർത്തിയോ പുതിയ അതിർത്തിയോ അല്ലായിരുന്നു. ഹിറ്റ്ലർ ആവശ്യപ്പെട്ടത് പുതിയ പ്രദേശങ്ങളായിരുന്നു-മില്യൺ കണക്കിനു ചതുരശ്ര കി.മീ. ഭൂപ്രദേശങ്ങൾ പിടിച്ചെടുക്കപ്പെട്ട, ഹിറ്റ്ലർ ഒരിക്കൽ സാന്ദർഭികമായി പറഞ്ഞതുപോലെ പിശാചിന്റെ ഒരു തന്ത്രത്തിൽ ജനവാസത്തിൽ നിന്ന് വിമുക്തമാക്കപ്പെട്ട പ്രദേശം. ഇതിനു പിന്നിൽ ഭൂമിക്കു വേണ്ടിയുള്ള ഒരുകൊതി/വിശപ്പ് ഉണ്ടായിരുന്നു. ഈ വിശപ്പിനു ഒരിക്കലും വേണ്ടത്ര ഭക്ഷണം ലഭിച്ചില്ല. പുതുതായി കയ്യടക്കിയ ഓരോ പ്രദേശവും കൂടുതൽ സ്ഥലങ്ങളിലേക്കു മാർച്ച് ചെയ്യാനുള്ള സൗകര്യമായാണ് ഹിറ്റ്ലർ കണക്കാക്കിയത്.

ഈ സങ്കല്പങ്ങൾ അടിസ്ഥാനപരമായി അഖില ജർമൻ ദേശീയവാദത്തിൽ അല്ലെങ്കിൽ കിഴക്കൻ യൂറോപ്പിനെപ്പറ്റി 1918ൽ ലൂഡെൻഡോർഫ് മുന്നോട്ടുവെച്ച സങ്കല്പത്തിൽ പണ്ടേ വികസിപ്പിക്കപ്പെട്ടിരിക്കുന്നവയാണത്രെ. കാര്യങ്ങളുടെ തുടർച്ചയെ യഥാർത്ഥത്തിൽ മുറിച്ചുകളഞ്ഞത് ഹിറ്റ്ലർ അവയിൽ കുത്തിനിറച്ച പ്രത്യയശാസ്ത്രപരമായ വീര്യം ആയിരുന്നു. മനുഷ്യവംശത്തെ കാർന്നുതിന്നുന്ന ഭീകരരോഗങ്ങൾ, ഒരു റേയ്സ് മറ്റൊന്നിനെ വിഷലിപ്തമാക്കൽ, ഒരു വംശത്തെ ആകമാനം ഉന്മൂലനം ചെയ്യൽ, ഭൂഗോളത്തിന്റെ രക്ഷയ്ക്കായി രക്തശുദ്ധിയും വംശശുദ്ധിയും വരുത്തൽ തുടങ്ങിയവയുടെ കിരാതമായ ആശയമിശ്രിതം. ഇതോടെ അന്നുവരെ ഉണ്ടായിരുന്ന നിഷ്കളങ്കമെന്നു വിളിക്കാവുന്ന എല്ലാ സാമ്രാജ്യവാദപരമായ ദുരാഗ്രഹത്തെയും തത്ത്വത്തിൽ കടത്തിവെട്ടിയ ഒരു സ്ഥിതിവിശേഷം രംഗപ്രവേശം ചെയ്തു. വർഗാധിഷ്ഠിതമായ ഒരു പുതിയ യുഗപ്പിറവി വാഗ്ദാനം ചെയ്ത ഒരു ഉട്ട്യോപ്പിയ. ഇത്

22. പടിഞ്ഞാറൻ റഷ്യയിൽ വടക്കുനിന്ന് തെക്കോട്ട് നീണ്ടുകിടക്കുന്ന പർവ്വതനിര. ഈ പർവ്വതനിരയിൽനിന്ന് ഉദ്ഭവിച്ച കസാഖ്സ്ഥാനിലൂടെ ഒഴുകി കാസ്പിയൻ സമുദ്രത്തിൽ ചേരുന്ന നദിക്കും ഈ പേരുണ്ട്.

നേടിയെടുക്കേണ്ടതും നിലനിർത്തേണ്ടതും ജനിതകമായി ബോധവൽകൃതരും സംഘടിതരും ആയ മനുഷ്യരാണ്. ഇവർ നിസ്സങ്കോചം തങ്ങളുടെ ചരിത്രദൗത്യം നിറവേറ്റണം; ഭൂപ്രദേശങ്ങൾ പടവെട്ടിപ്പിടിക്കണം, എല്ലാ താഴ്ന്ന വർഗ്ഗങ്ങളെയും ഉന്മൂലനം ചെയ്യണം അല്ലെങ്കിൽ പടിപടിയായുള്ള ആശ്രിതാവസ്ഥയിൽ നിർത്തണം; ഇടതടവില്ലാതെ സർവ്വതും ഇടിച്ചുനിരപ്പാക്കിക്കൊണ്ടിരിക്കണം; നശിപ്പിച്ചുകൊണ്ടിരിക്കണം. പിരിമുറുക്കത്തിൽനിന്ന് അയവുനേടാൻ ചാനൽ ഐലന്റുകളിലെ കെ.ഡി.എഫ്[23] മാസ്സ് ഹോട്ടലുകളിലും നോർവേയിലെ ഫ്യോർഡെനുകളിലും[24] ഉല്ലാസപ്രദമായ കൂട്ടഗ്രാമീണനൃത്തം ചെയ്ത് സന്തോഷത്തിന്റെ ശക്തി ആർജ്ജിക്കണം. ചരിത്രദൗത്യത്തിന്റെ ധീരരായ പങ്കാളികളാവണം. ലോകം അന്നുവരെ കണ്ടിട്ടുണ്ടായിരുന്നതെല്ലാം തിരുത്തപ്പെടുകയായിരുന്നു. ഒരിക്കലും ഇല്ലാതിരുന്ന ഒരു പൂർവചരിത്രം നാസി വിപ്ലവത്തിൽ ആരോപിക്കുകവഴി റൈഷിന്റെ പ്രചാരണപ്രവർത്തനങ്ങൾക്ക് മിക്കവാറും എല്ലാവരും ഇരയാവുകയായിരുന്നു. ഭീതിദമായ ഈയൊരു വീക്ഷണത്തെപ്പറ്റി ആരും അതുവരെ അത്രത്തോളം കടത്തിചിന്തിച്ചിരുന്നില്ല. അത്രയും ആപൽക്കരമായ വിവേകശൂന്യതയോടെയും ആരും അതുവരെ ചിന്തിച്ചിരുന്നില്ല. അതുകൊണ്ട് ആരിലേക്കും കാര്യകാരണ ബന്ധത്തിന്റെ നേർരേഖ നീണ്ടുചെന്നില്ല. ബിസ്മാർക്കി[25]ലേക്കോ ഫെഡറിക് ദ് ഗ്രേയ്റ്റി[26]ലേക്കോ അല്ലെങ്കിൽ മധ്യകാലങ്ങളിലെ

---

23. Kraft Durch Freude (ക്രാഫ്റ്റ് ഡൂർഷ് ഫ്രോയഡെ എന്ന ജർമ്മൻ വാക്കുകളുടെ ചുരുക്കെഴുത്ത്. സന്തോഷത്തിലൂടെ ശക്തി (ആർജ്ജിക്കുക) എന്നർത്ഥം. 1933 തൊട്ട് നാസിജർമ്മനിയിൽ പ്രവർത്തിച്ചുവന്ന ഒരു വൻസംഘടന. താങ്ങാവുന്ന ചെലവിൽ നാടകങ്ങൾ, കച്ചേരികൾ, വായനശാലകൾ, പിക്നിക്കുകൾ, മറ്റ് വിശ്രമവേളാവിനോദങ്ങൾ എന്നിവ സാമാന്യജനത്തിന് ലഭ്യമാക്കിക്കൊടുക്കുകയായിരുന്നു ലക്ഷ്യം. ഇറ്റാലിയൻ ഫാസിസ്റ്റുകളിൽ നിന്ന് കടമെടുത്തതായിരുന്നു ആശയം.

24. ഉയരംകൂടിയ, ചെങ്കുത്തായ പാറക്കെട്ടുകൾക്കിടയിലുള്ള വീതികുറഞ്ഞ ആഴംകൂടിയ സമുദ്രഭാഗം. ഗ്ലേസിയറുകൾ ഉള്ള താഴ്വരകൾ സമുദ്രജലത്തിൽ മുങ്ങിയാണ് ഇവ ഉണ്ടാവുന്നത്. മനോഹരമായ ഭൂപ്രദേശം. നോർവേയിൽ സാധാരണം.

25. ഓട്ടോ ഫോൺ ബിസ്മാർക്ക് (1815-1898) ഒരു ശ്രദ്ധേയനായ ജർമ്മൻ രാഷ്ട്രതന്ത്രജ്ഞനായിരുന്നു. പത്തൊമ്പതാം നൂറ്റാണ്ടിന്റെ രണ്ടാംപകുതിയിൽ സ്വപ്രയത്നംകൊണ്ട് ജർമ്മനിയെ ഒരു ദേശരാഷ്ട്രം (nation-state) ആയി വളർത്തിയെടുത്തു.

26. ഫ്രെഡെറിക് II (1712-1786) പ്രഷ്യയിലെ രാജാവായിരുന്നു. മഹാനായ ഫ്രെഡെറിക് എന്ന് അറിയപ്പെടുന്നു. സംഗീതം, തത്ത്വചിന്ത, മറ്റു കലകൾ എന്നിവയിൽ തത്പരനായിരുന്നു. ഏറെക്കാലം ഫ്രഞ്ച് ചിന്തകനും ഹ്യൂമനിസ്റ്റും ആയ വോൾട്ടെയറിന്റെ തൂലികാസുഹൃത്തായിരുന്നു. മതസഹിഷ്ണുത പ്രോത്സാഹിപ്പിച്ചു.

ചക്രവർത്തിമാരിലേക്കോ തീർച്ചയായും ഇല്ലായിരുന്നു. വ്യക്ത്യാതീതമായ ഉത്തരവാദിത്വബോധം, വസ്തുനിഷ്ഠമായ, വികാരത്തിന്റെ അതിപ്രസരമില്ലാത്ത നിസ്വാർത്ഥമായ സേവനമനോഭാവം, ചരിത്രപരമായ സന്മാർഗ്ഗബോധം എന്നിവയുടെ പൂർണ്ണമായ സങ്കലനമായിരുന്നു ഹിറ്റ്ലറെ എല്ലാ മുൻഗാമികളിൽനിന്നും വ്യത്യസ്തനാക്കിയത്. ചരിത്രത്തിലിതുവരെയില്ലാതിരുന്ന അഹന്താധിഷ്ഠതയോടെ ഹിറ്റ്ലർ തലയുയർത്തിനിന്നു.

തന്റെ രാജ്യത്തിന്റെ അസ്തിത്വവും സ്വന്തം അസ്തിത്വവും തുല്യവിലയുള്ളതായിരിക്കണം. രാഷ്ട്രീയത്തിൽ യാദൃച്ഛികമായി വന്നുപെട്ട, എല്ലാം കളിച്ചുനഷ്ടപ്പെട്ട ഒരു ഭാഗ്യാന്വേഷിയാണ് താനെന്ന് ഹിറ്റ്ലർ തെളിയിച്ചുവെങ്കിലും ഹിറ്റ്ലർതന്നെയായിരുന്നു രാജ്യവും.

ഫ്യൂററോടും (ഹിറ്റ്ലറോടും) സ്വന്തം ജനത്തോടുമുള്ള അതിരുകളില്ലാത്ത ആദർശനിഷ്ഠ തന്റെ ദൗർബല്യമാണെന്ന് സമ്മതിച്ച തീവ്രവാദികളായ പാർട്ടി നേതാക്കളിലൊരാളും ഹിറ്റ്ലറുടെ മുഖ്യസഹായസേനാപതിയുമായ വില്ലെം ബുർഗ്ഡോർഫ്, ബങ്കറിലെ അവസാന ദിവസങ്ങളിലൊന്നിൽ ഹിറ്റ്ലറുടെ സെക്രട്ടറി മാർട്ടിൻ ബോർമാനോട് തട്ടിക്കയറി. ഫ്യൂററോടും ജനത്തോടും കാണിച്ച അതിരില്ലാത്ത ആദർശവാദത്തിന്റെ പേരിൽ അഭിമാനിച്ച ആളായിരുന്നു വില്ലെം ബുർഗ്ഡോർഫ്. ഉച്ചത്തിൽ നടന്ന സംഭാഷണങ്ങൾക്കിടയിൽ ബുർഗ്ഡോർഫ് ഫ്യൂററുടെ സർവശക്തനായ ഓഫീസ്-ചീഫിനുനേരെ അലറിക്കൊണ്ടു പറഞ്ഞു, സത്യമല്ലാത്ത ഒരു കാര്യത്തിൽ നിരുപാധികമായ വിധേയത്വം വഴി താൻ സഹപ്രവർത്തകരുടെ പുച്ഛം കൈപ്പറ്റിയെന്നും തനിക്ക് ഒരു വഞ്ചകൻ എന്ന അധിക്ഷേപം ഏറ്റുവാങ്ങേണ്ടി വന്നുവെന്നും. തന്റെ ശത്രുക്കൾ പറഞ്ഞതായിരുന്നു ശരി എന്നും തന്റെ ആദർശവാദം തെറ്റായിരുന്നു എന്നും താൻ പച്ചപ്പരമാർത്ഥിയും വിഡ്ഢിയും ആയിരുന്നു എന്നും.

ഈ പൊട്ടിത്തെറി കണ്ടുനിന്ന, ഫ്യൂററെ കണ്ണും പൂട്ടി വിശ്വസിച്ചിരുന്ന ജനറൽ ക്രേബ്സ് ഇടപെടാൻ ശ്രമിച്ചപ്പോൾ ബുർഗ്ഡോർഫ് തടഞ്ഞു:

“എന്നെ വിടൂ, ഹാൻസ്, ഒരിക്കൽ എന്തുവന്നാലും ഇതെല്ലാം പറയപ്പെടണം!” ബുർഗ്ഡോർഫ് തുടർന്നു:

“ചെറുപ്പക്കാരായ ഓഫീസർമാർ ലക്ഷക്കണക്കിനു മരിച്ചു കഴിഞ്ഞു.”

എന്തിനുവേണ്ടിയായിരുന്നു അത്? മാതൃരാജ്യത്തിനുവേണ്ടിയായിരുന്നില്ല. ഭാവിക്കുവേണ്ടിയുമായിരുന്നില്ല. ഇപ്പോഴാണ് തനിക്ക് ആ ബോധോദയമുണ്ടായത് എന്നും അയാൾ പറഞ്ഞു.

നിങ്ങൾക്കു വേണ്ടിയാണ് അവർ മരിച്ചത്. മില്യൺ കണക്കിനു നിരപരാധികളായ മനുഷ്യർ ബലികഴിക്കപ്പെട്ടു കഴിഞ്ഞിരിക്കുന്നു.

പൊതുസ്വത്ത് സ്വന്തമാക്കിക്കൊണ്ടിരിക്കുന്നതിനിടെ നിങ്ങൾ പാർട്ടി നേതാക്കൾ തിമിർത്തുല്ലസിച്ചു. കണക്കില്ലാതെ സ്വത്തുവകകൾ വാരിക്കൂട്ടി, അഭിജാതരുടെ അരമനകൾ കവർന്നെടുത്തു, മോഷ്ടിച്ചു, സ്വന്തം കൊട്ടാരങ്ങൾ പണിതു, അമിതസ്വത്തിൽ ആറാടി, ജനത്തെ വഞ്ചിച്ചു, അടിച്ചമർത്തി. ഞങ്ങളുടെ ആദർശങ്ങളെ, സന്മാർഗബോധത്തെ, ദൈവവിശ്വാസത്തെ, ആത്മാവിനെ നിങ്ങൾ ചളിയിൽ ചവിട്ടിത്താഴ്ത്തി. നിങ്ങളുടെ ഒടുങ്ങാത്ത അധികാരക്കൊതിക്കുവേണ്ടിയുള്ള ഒരു ഉപകരണം മാത്രമായിരുന്നു നിങ്ങൾക്ക് മനുഷ്യൻ. നമ്മുടെ നൂറ്റാണ്ടുകൾ പഴക്കമുള്ള സംസ്കാരത്തെ, ജർമൻ ജനതയെ, നിങ്ങൾ നശിപ്പിച്ചു. അതാണ് നിങ്ങളുടെ ഭയങ്കരമായ അപരാധം.

ഈ വാക്കുകൾക്കുശേഷം ബങ്കറിൽ പൂർണ്ണമായും നിശ്ശബ്ദത പരന്നു. അല്പം കഴിഞ്ഞ് ബോർമാൻ അക്ഷോഭ്യനായി, ആലോചിച്ച്, കൃത്രിമമായ ആർദ്രത ചമഞ്ഞ് അറിയിച്ചു: “പക്ഷേ, എന്റെ പൊന്നുചങ്ങാതീ, താൻ ഇത് വ്യക്തിപരമായി എടുക്കരുത്! മറ്റുള്ളവരെല്ലാം പണമുണ്ടാക്കിയിരിക്കുന്ന നിലയ്ക്ക് ഞാൻ കുറ്റവിമുക്തനാകുന്നു... ചിയേഴ്സ്, മൈ ഡിയർ!”

അല്പദിവസങ്ങൾക്കുശേഷം വില്ലെം ബുർഗ്ഡോർഫ് ജീവനൊടുക്കി. അതിനു മുൻപു തന്നെ ഹിറ്റ്ലർ അയാളുടെ നിലപാടിനെ ഏറെക്കുറെ നീതീകരിച്ചിരുന്നു.

ഏറ്റവും ഒടുവിൽ നടന്ന ബ്രീഫിങ്ങുകളിൽ ഒന്നിൽ, 1945 ഏപ്രിൽ 27-ന്, റിഷെല്യു[27]വിന്റെ ഒരു പ്രസ്താവനയെ മുന്നിൽ കണ്ടുകൊണ്ട് തനിക്ക് എന്താണു മരണത്തോടെ കൈവെടിയേണ്ടിവരിക എന്ന് ഹിറ്റ്ലർ പറഞ്ഞു: തന്റെ വൻപദ്ധതികളും ഏറ്റവും വിലപിടിപ്പുള്ള ഓർമകളും.

പക്ഷേ, അപ്പോഴേക്കും ഹിറ്റ്ലറിലെ ഭാഗ്യാന്വേഷിയായ ചൂതുകളിക്കാരൻ വീണ്ടും പുറത്തു വന്നു, ജീവിതകാലം മുഴുവൻ താൻ ആയിരുന്ന അതേ ഭാഗ്യാന്വേഷിയായി, ഭാഗ്യപരീക്ഷണത്തിൽ തോറ്റ് വീണ്ടുവിചാരമില്ലാത്തവനായി. പ്രത്യേകിച്ച്, എങ്ങോ നിന്ന് വന്ന് എക്കാലവും നശിപ്പിക്കപ്പെട്ടിട്ടുള്ളതായ സർവ്വതിന്റേയും വൻഅടയാളങ്ങൾ ബാക്കി നിർത്തിക്കൊണ്ട് ശൂന്യതയിൽ മറയാൻ കച്ചകെട്ടിയിറങ്ങിയ ഒരാളായി. ഇതിന്റെയൊക്കെ അർത്ഥമെന്താണ്! അവിടെയുണ്ടായിരുന്ന ഓഫീസർമാരോട് ഹിറ്റ്ലർ പുച്ഛം പ്രകടിപ്പിക്കുന്ന ആംഗ്യത്തോടെ പറഞ്ഞു. “എന്നെങ്കിലുമൊരിക്കൽ നാം ഈ വിഡ്ഢിത്തം പുലമ്പൽ ഉപേക്ഷിക്കണം!”

---

27. Armand-Jean du Plessis Richelieu (1585-1642); ഫ്രഞ്ച് കത്തോലിക്കാ പുരോഹിതൻ, പ്രഭു, രാഷ്ട്രതന്ത്രജ്ഞൻ. ലൂയി പതിമ്മൂന്നാമൻ ചക്രവർത്തിയുടെ പ്രൈം മിനിസ്റ്റർ. കർദ്ദിനാളായിരുന്നു. സഹൃദയൻ, കലകളെ പ്രോത്സാഹിപ്പിച്ചു.

മൂന്ന്

യുദ്ധത്തിൽ തോറ്റിരിക്കുന്നു!

ഹിറ്റ്ലറുടെ അമ്പത്തിയാറാമത്തെ ജന്മദിനമായ ഏപ്രിൽ 20 ഭരണകൂട ത്തിന്റെ നേതൃത്വത്തെ അവസാനമായി ഒന്നിച്ചുകൂട്ടി: ഗ്വേബെൽസ്, ഹിംലർ, ബോർമാൻ, സ്പേയർ, ലെയ്, റിബ്ബെൻട്രോപ്പ് എന്നിവരും ഏതാനും പ്രാദേശിക പാർട്ടിനേതാക്കളും സൈന്യത്തിന്റെ തലപ്പത്തുള്ളവരും.

തന്റെ വസതിയായ യാഗ്ഡ്സിറ്റ്സ് കാരിൻ ഹാളിൽ നിന്നായിരുന്നു ഗ്വേറിംഗ് എത്തിയത്. പോരുന്നതിനുമുമ്പ് അയാൾ വർഷങ്ങളായി ശേഖരിച്ചിരുന്ന പുരാവസ്തുക്കൾ, ചുവർച്ചിത്രങ്ങൾ, ഫർണീച്ചർ എന്നിവ നിറച്ച 24 ട്രക്കുകൾ തെക്കൻ ജർമനിയിലേക്കയച്ചിരുന്നു. കോൺവോയ് പോയിക്കഴിഞ്ഞയുടനെ അയാൾ പ്രവേശനകവാടത്തിന് സമീപമുള്ള റോഡിലേക്ക് പോയി. പോകുന്നതിനിടയ്ക്ക് അയാൾ ദൈനംദിന തൊഴിലി ലേർപ്പെടുന്ന നിസ്സംഗതയോടെ തന്റെ വസതിയായ കാരിൻഹാൾ വില്ല ഡൈനമിറ്റ് വച്ച് തകർക്കാനുള്ള സംവിധാനം പരിശോധിച്ചു. തീകൊടു ക്കാനുള്ള വയർ കെട്ടുപിണഞ്ഞു കിടക്കുന്നത് നോക്കിക്കൊണ്ട് സമീപ ത്തുനിന്ന ഓഫീസറോട് ഗ്വേറിംഗ് പറഞ്ഞു: “ഇതുപോലൊരു കാര്യം നമുക്ക് ചിലപ്പോഴൊക്കെ ചെയ്യേണ്ടിവരും, നമ്മുടെ ചോദ്യം ചെയ്യാനാ വാത്ത അധികാരങ്ങൾക്ക് ഫ്യൂറർക്കും നന്ദി പറയുക.” ഇതുകഴിഞ്ഞ് അയാൾ ഹിറ്റ്ലറുടെ ബെർത്ത് ഡേ പാർട്ടിയിൽ സംബന്ധിക്കാനായി പോയി. ഏതാനും ദിവസം മുമ്പ് അപ്രതീക്ഷിതമായി ഈഫാ ബ്രൗൺ ബങ്കറിലെത്തി ഫ്യൂറർ ട്രാക്റ്റിന്റെ പിൻഭാഗത്തെ മുറികളിൽ താമസ മാക്കിയിരുന്നു.

ഔപചാരികമായ പിറന്നാൾ ആശംസാച്ചടങ്ങുകൾ പുതിയ റൈഷ് ചാൻസെലറിയുടെ, വൻസൽക്കാരങ്ങൾക്കായി സജ്ജീകരിച്ചിരുന്ന വലിയ മുറികളിലേക്ക് മാറ്റിയിരുന്നു. നിരവധി ബോംബുവർഷങ്ങളുടെ ഫലമായി ആണികൾ ഇളകി ചുവരിൽ തൂങ്ങിക്കിടന്നിരുന്ന ചിത്രങ്ങൾ, എടുത്തു മാറ്റിയ ഫർണിച്ചർ എന്നിവകൊണ്ട് ഈ മുറികൾ ഏറെ അനാകർഷക മായിരുന്നു. ബഹുമതിചിഹ്നങ്ങൾ ധരിച്ച ഉയർന്ന സൈനികോദ്യോഗസ്ഥ രുടെ ഒന്നിച്ചുകൂടൽ പണ്ടേ കൈവിട്ടുകളയേണ്ടി വന്ന പ്രൗഢിയുടേയും

പ്രതാപത്തിന്റെയും ഓർമ്മകൾ ഒരിക്കൽക്കൂടി തിരികെ കൊണ്ടുവന്നു. നിരന്തരം ശബ്ദിച്ചുകൊണ്ടിരുന്ന സൈറണുകൾ പണ്ടേ മ്ലാനമായ അന്തരീക്ഷം കൂടുതൽ മോശമാക്കിയെങ്കിലും ഏതാനും വാക്കുകൾ സംസാരിച്ചതിനുശേഷം ഹിറ്റ്ലർ ആശംസിക്കാനെത്തിയ ഗ്രൂപ്പുകളെ ഒന്നൊന്നായി കണ്ടു സംസാരിച്ചു. ഗൗരവത്തോടെയും ഇടയ്ക്കിടയ്ക്ക് നിഷേധാത്മകമായും ആശംസകൾ സ്വീകരിച്ചു. ആത്മധൈര്യം പകർന്നു കൊടുത്തു. അങ്ങേയറ്റം ക്ഷീണിതനായ ഒരു മനുഷ്യന്റെ പ്രതീതിയാണ് ആരംഭത്തിൽ ഹിറ്റ്ലർ എല്ലാവരിലും ഉണർത്തിയതെങ്കിലും ഒരു ദൃക്സാക്ഷി അഭിപ്രായപ്പെട്ടതുപോലെ, തന്റെ ഇടത് കൈയുടെ വിറയൽ മറച്ചു വെയ്ക്കാൻ മറ്റുദിവസങ്ങളിലേതിനേക്കാൾ കൂടുതൽ പണിപ്പെട്ടിരുന്നെങ്കിലും ചുറ്റും നിന്നവരിൽ ആത്മധൈര്യം പകർന്നുകൊടുക്കാൻ നടത്തിയ ശ്രമം ആളെ ഉന്മേഷവാനാക്കി. അങ്ങനെ അല്പനേരത്തേക്ക് ഏതോ ഒരു കൃത്രിമശക്തി ആവാഹിച്ചതുപോലെയായി. അപ്പോൾ പുറത്ത്, വില്ലെം സ്ട്രീറ്റിൽ എസ്.എസ്. ഗ്രൂപ്പ് ലീഡർ വിലെംമോൺ കെക്കു മുന്നിൽ ലൈബ്സ്റ്റാൻഡാർട്ടെയുടെ പരേഡുപോലുള്ള ഒരു മാർച്ച് പാസ്റ്റ് നടന്നു.

ഉച്ചയ്ക്കു മുമ്പ് എപ്പോഴോ 'ക്ലൗസെവിറ്റ്സ്' എന്ന പാസ്വേഡ് പരസ്യമാക്കപ്പെട്ടു. പ്രത്യേകം അടിയന്തിരസാഹചര്യങ്ങളിൽ ഉപയോഗിക്കുന്നതിനു വേണ്ടിയായിരുന്നു ഇത്. ഈ പാസ്വേഡ് അടിയന്തിരാവസ്ഥ പ്രഖ്യാപനംവരെ നീണ്ടുനിന്നു. കരുതൽ നടപടികൾ ഏതവസ്ഥയും നേരിടാൻ ഹിറ്റ്ലർ തയ്യാറായി നിൽക്കുന്നു എന്നതിന്റെ സൂചനയായിരുന്നു. ഈ തീരുമാനപ്രകാരം ജർമനിയുടെ കൈവശം ഇനിയും ഉണ്ടായിരുന്ന പ്രദേശങ്ങളെ ശത്രുസൈന്യം മുന്നേറിയാൽ, അഡ്മിറൽ കാറൾ ഡേനിറ്റ്സിന്റെ കീഴിൽ ഒരു 'വടക്കൻ പ്രദേശ'മായും ഫീൽഡ് മാർഷൽ ആൽബെർട്ട് കെസ്സെൽറിംഗിന്റെ കീഴിൽ ഒരു 'തെക്കൻപ്രദേശ'മായും വിഭജിക്കേണ്ടിയിരുന്നു.

ആത്മധൈര്യം നഷ്ടപ്പെട്ട് ഹിറ്റ്ലർ എടുത്ത ഈ തീരുമാനം ജന്മദിനാശംസകൾ നേരാൻ വന്നവർക്ക് ഹിറ്റ്ലറുടെ സൈനികപ്രതിഭയെ പാടിപ്പുകഴ്ത്താൻ അവസരം കൊടുത്തു. സ്വസ്ഥാനം നഷ്ടപ്പെടാതെ പിടിച്ചുനിൽക്കാൻ പൊരുതേണ്ടിവരുന്ന നിലയിൽ നിന്ന് ഏറെ ഗുണപ്രദമായ കടന്നാക്രമണത്തിന്റെ നിലയിലേക്ക് മാറ്റുക എന്നത് ഈ അപൂർവ പ്രതിഭയുടെ യുദ്ധതന്ത്രങ്ങളായിരുന്നു. ഒരു കൊടിലിന്റെ രണ്ടു കൈകളുമായാണ് ഗേബെൽസ് ഇരു പ്രദേശങ്ങളെയും ഉപമിച്ചത്. കാര്യമറിയാത്ത സഖ്യശക്തികൾക്ക് ഇവ ഒരു രണ്ടാം കേനി[28] സമ്മാനിക്കുമായിരുന്നത്രെ.

---

28. സൗത്ത് ഈസ്റ്റ് ഇറ്റലിയിലെ പട്ടണമാണ് കേനി (Cannae). ബി.സി. 276 ആഗസ്റ്റ് 2ന് രണ്ടാമത്തെ പ്യൂണിക് യുദ്ധത്തിലെ മുഖ്യസംഘാടനം ഇവിടെയാണ് നടന്നത്. ഈ യുദ്ധത്തിൽ ഹനിബാളിന്റെ നേതൃത്വത്തിലുള്ള കാർത്തേജിയൻ ആർമി എണ്ണത്തിൽ കൂടുതലുള്ള റോമൻ സൈന്യത്തെ തോല്പിച്ചു.

മറുവശത്ത്, സൈന്യതന്ത്രപരമായ ബുദ്ധിവിലാസത്തെപ്പറ്റിയുണ്ടായ ആഘോഷപറച്ചിലുകൾക്കു പിന്നിൽ വിജയത്തെപ്പറ്റിയുണ്ടായ സത്യ വിരുദ്ധമായ പ്രസ്താവനകൾക്കുമിടയിൽ ഭൂരിഭാഗം പേരും ജന്മദിനാ ഘോഷത്തിന്റെ അവസാനവും കാത്ത് അക്ഷമരായി കഴിയുകയായിരുന്നു. റെഡ് ആർമി ബർളിനുചുറ്റുമുള്ള വലയം പൂർത്തിയാക്കിക്കൊണ്ടിരിക്കുക യായിരുന്നെന്ന് അപ്പോൾ എല്ലാവരും മനസ്സിലാക്കിയിരുന്നു. ആക്രമണ മുഖങ്ങളുടെ നടുക്ക് തെക്കോട്ടും വടക്കോട്ടും രക്ഷപ്പെടാനായി വീതി കുറഞ്ഞുവന്ന ഒരു ഇടനാഴി മാത്രമാണുണ്ടായിരുന്നത്. ഏറ്റവും കൂടി യാൽ എത്രദൂരം ഇതിലൂടെ നീങ്ങാമെന്നതിനെപ്പറ്റി ഗ്വേറിംഗ് ഇതിനകം ഒരു ഓഫീസറെക്കൊണ്ട് വിവരങ്ങൾ ശേഖരിപ്പിച്ചിരുന്നു.

ചടങ്ങിൽ സംബന്ധിച്ചിരുന്ന ഭൂരിപക്ഷം പേരുടെയും പുച്ഛം കലർന്ന അക്ഷമ മണത്തറിഞ്ഞിട്ടെന്നപോലെയും അവരെക്കൊണ്ട് മനഃപൂർവ്വം കാത്തിരിപ്പിക്കാൻ ആഗ്രഹിച്ചിട്ടെന്നപോലെയും ഹിറ്റ്ലർ തന്റെ ജന്മദിന സ്വീകരണച്ചടങ്ങ് മനഃപൂർവ്വം ദീർഘിപ്പിക്കുന്നതായി തോന്നി. ഇടനാഴി യിലുള്ള കോൺഫറൻസ് റൂമിൽ തുടർന്നുനടന്ന ബ്രീഫിംഗിൽ ഹിറ്റ് ലർ ഉത്തരവിട്ടു: വടക്കും കിഴക്കും ഏറ്റവും പുറത്തുള്ള പ്രതിരോധവലയം വരെ മുന്നേറിക്കഴിഞ്ഞ സോവിയറ്റു ട്രൂപ്പുകളെ സർവ്വശക്തിയും ഉപ യോഗിച്ച്, ദാക്ഷിണ്യം ലവലേശം കാണിക്കാതെ തൂത്തെറിയണം.

ഹിറ്റ്ലർ ഇതിനായി വീണ്ടും സൈന്യത്തെ ഇറക്കി. ഇത് ആളുടെ ഭാവനയിലെ കുടുസ്സുവഴികളിലൂടെ മാത്രമേ മാർച്ചു ചെയ്തുള്ളൂ. അദ്ദേഹം മനസ്സിൽ കണ്ട റിസർവ് സൈന്യങ്ങളൊന്നും യഥാർത്ഥത്തിൽ ഉണ്ടായിരുന്നില്ല. നയപരമായ വിശദാംശങ്ങളെപ്പറ്റി സംസാരിക്കാൻ തുടങ്ങിയപ്പോൾ മുമ്പെന്നത്തെയും പോലെ നിസ്സഹായനായി തപ്പി ത്തടഞ്ഞു - ഒരു അസ്സോൾട്ട്ഗൺ ഏറ്റവും കാര്യക്ഷമമായി എവിടെ ഉപയോഗിക്കണം എന്ന കാര്യത്തിലായാലും ഒരു യന്ത്രത്തോക്ക് എവിടെ സ്ഥാപിക്കണം എന്ന കാര്യത്തിലായാലും. പ്രതിസന്ധിമൂർഛയിലും അദ്ദേഹം ക്ലാസെടുത്തു. നിശ്ശബ്ദരായി, നിർവികാരമായ മുഖത്തോടെ ഓഫീസർമാർ ഹിറ്റ്ലറുടെ സംസാരം കേട്ടിരുന്നു. ഹിറ്റ്ലർക്കഭിമുഖമായി കസേരയിൽ നിറഞ്ഞിരുന്ന ഗ്വേറിംഗിന് മാത്രം തന്റെ അസ്വസ്ഥത ഒളിച്ചു വെയ്ക്കാൻ കഴിഞ്ഞില്ല. ആൾ കടന്നുപോകുന്ന നിരർത്ഥകമായ ഓരോ നിമിഷവും എണ്ണുന്നതായി കാണപ്പെട്ടു.

തലേന്ന് വൈകീട്ട് ഹിറ്റ്ലർ ആ ചോദ്യം ചോദിച്ചിരുന്നു: സൈന്യം ഏതാണ്ട് ഉപേക്ഷിച്ചുകഴിഞ്ഞ, ചെറുത്തുനിൽക്കാൻ ശക്തിയില്ലാത്ത തലസ്ഥാന നഗരം ഉപേക്ഷിക്കുന്നതല്ലേ കൂടുതൽ വിവേകം? തെക്കൻ പ്രദേശത്ത് നേതൃത്വം ഏറ്റെടുക്കാനും ഓബർ സാൾസ് ബുർഗിൽ നില യുറപ്പിച്ചുകൊണ്ട്, ഐതിഹാസികമായ ഊണ്ടേഴ്സ് ബെർഗ്ഗിനെ മുഖാ മുഖം കണ്ട് യുദ്ധം തുടരാനും ഉള്ള ആഗ്രഹം ഇതോടൊപ്പം അദ്ദേഹം വെളിപ്പെടുത്തിയിരുന്നു. ഒരുപക്ഷേ, തന്റെ മരണാനന്തര ജീവിതത്തെ പരോക്ഷമായി സൂചിപ്പിച്ചുകൊണ്ടായിരിക്കാം ഹിറ്റ്ലർ ആ ഐതിഹ്യം

ഒരിക്കൽക്കൂടി പരാമർശിച്ചത്. ഈ മലയുടെ അകത്തായിരുന്നു ബാർബാറോസാ ചക്രവർത്തി തന്റെ "നൂറ്റാണ്ടിന്റെ ഉറക്കം" ഉറങ്ങിയത്. ഹിറ്റ്ലറെ ബർളിനിൽ നിൽക്കാൻ ഇപ്പോഴിതാ ഗേറിംഗ് വികാരവായ്പോടെ നിർബന്ധിക്കുകയാണ്. മാത്രമല്ല, മരണം ഉറപ്പാക്കുന്നപക്ഷം ബർളിൻ നഗരത്തിന്റെ അവശിഷ്ടങ്ങൾക്കിടയിൽ കിടന്ന് മരണം കൈവരിക്കാനും. ഇതല്ലാതെ മറ്റൊന്നിലും അല്ല ഹിറ്റ്ലർ തന്റെ, ചരിത്രദൗത്യത്തോടും ഒരു കാലത്തെ പ്രതിജ്ഞകളോടും ചരിത്രപരമായ പദവിയോടും ഉള്ള പ്രതിബദ്ധതയ്ക്ക് കടപ്പെട്ടിരിക്കുന്നത്. ഹിറ്റ്ലർ പലപ്പോഴും പറയുമായിരുന്നു. ഒരു ഫ്യൂറർ തന്റെ വേനൽക്കാല വസതിയിൽ അല്ല ജീവിതം അവസാനിപ്പിക്കേണ്ടത്. വലിയ വേദികൾ മാത്രം കണ്ടു തഴമ്പിച്ചിരുന്ന ഹിറ്റ്ലറിൽ ഈ വാദം മതിപ്പുണ്ടാക്കിയതായി പല സൂചനകളും ഉണ്ട്. ബർളിനിൽ ഏതവസ്ഥയിലും ഉറച്ചുനിൽക്കുക. ബർളിനിൽ മാത്രമേ ഒരു 'ധാർമ്മികമായ അന്തിമ വിജയം' നേടാനാവൂ, ഗോബെൽസ് പറയുകയും ചെയ്തിരുന്നു.

ഹിറ്റ്ലർ എല്ലാവർക്കും ഉറപ്പു നൽകി. കടന്നുപോയ രാത്രിയിൽ താൻ തന്നോടുതന്നെ രമ്യപ്പെട്ടു. താൻ ബർളിനിൽ തന്നെ തുടരും. ഹ്രസ്വമായ, ഒരു നിശ്ശബ്ദതയ്ക്കുശേഷം മിക്കവാറും എല്ലാവരും തന്നെ ഹിറ്റ്ലറെ ബർളിൻ വിടാൻ അതിശക്തമായി നിർബന്ധിച്ചു. മണിക്കൂറുകൾക്കുള്ളിൽ അവസാനത്തെ രക്ഷാമാർഗവും അടഞ്ഞേക്കാം എന്നും അവർ പറഞ്ഞു. പക്ഷേ, ഹിറ്റ്ലർ വഴങ്ങിയില്ല. "ഞാൻ എന്റെ സ്വന്തം രക്ഷ നോക്കിയാൽ ബർളിനുവേണ്ടിയുള്ള നിർണായകസംഘട്ടത്തിനാവശ്യമായ സൈന്യത്തെ ഞാൻ എങ്ങനെ നയിക്കും!" ഹിറ്റ്ലർ തീരുമാനത്തിൽ ഉറച്ചുനിന്നു. ഈ സന്നിഗ്ദ്ധാവസ്ഥയ്ക്ക് അറുതിവരുത്താൻ തന്റെ സ്വന്തം കാര്യത്തിലുള്ള തീരുമാനം വിധിക്കു വിട്ടുകൊടുക്കുകയാണെന്ന് ഹിറ്റ്ലർ ഒടുവിൽ പറഞ്ഞു; ആരെങ്കിലും സ്വയംരക്ഷാർത്ഥം പോകുന്നത് തടയില്ലെന്നും പറഞ്ഞു. ഉത്തരവാദപ്പെട്ടവരായ കമാന്റർമാർ ഹൈൻട്രിക്കിയെയും ബുസ്സേയെയും വകവയ്ക്കാതെ 56-ാം ടാങ്ക് കോർപ്സിനെ ബർളിനിലേക്ക് മാറ്റാനുള്ള ഓർഡർ നൽകുകവഴി ഹിറ്റ്ലർ തന്റെ നിശ്ചയദാർഢ്യത്തിന് അടിവരയിടുകയായിരുന്നു. ജനറൽ വൈഡ്‌ലിംഗിന്റെ കീഴിലായിരുന്ന 56-ാം ടാങ്ക് കോർപ്സ് സേലോവർ ഹേഹനുവേണ്ടിയുള്ള പോരാട്ടത്തിനുശേഷം കഠിനമായ പ്രതിരോധത്തിലായിരുന്നു.

ഹിറ്റ്ലർ കോൺഫറൻസ് പിരിച്ചുവിട്ടയുടനെ ഗേറിംഗ് വിടപറഞ്ഞു. വിളറിയും വിയർത്തും ആണ് 'തെക്കൻ ജർമനിയിലെ ഏറ്റവും അടിയന്തിരമായ ജോലികളെ'പ്പറ്റി ഈ ആൾ പറഞ്ഞത്. എന്നാൽ ഹിറ്റ്ലർ ഒന്നും മിണ്ടാതെ തന്റെ ഗൗരവമുള്ള നോട്ടം അയാളിൽ നിന്ന് മാറ്റി, തന്റെ ഡെപ്യൂട്ടിയായ വ്യക്തിയുടെ മര്യാദകെട്ട കണക്കുകൂട്ടലുകൾ പണ്ടുമുതലേ മണത്തറിഞ്ഞിട്ടെന്നപ്പോലെ.

തുടർന്ന്, ഗോബെൽസ്, ഹിംലർ, സ്പേയർ, ബോർമാൻ എന്നിവരുടെ

അകമ്പടിയോടെ ഹിറ്റ്ലർ റൈഷ് ചാൻസെലറിയുടെ പിന്നിലുള്ള ഗാർഡനിലേക്ക് പോയി.

പുറത്തേക്കുള്ള വഴിയുടെ അടുത്ത്, ബോംബുവർഷമുണ്ടാക്കിയ കുഴികൾ നിറഞ്ഞ, പകുതിയൊടിഞ്ഞ മറിഞ്ഞുവീണ മരങ്ങൾ നിറഞ്ഞ കോമ്പൗണ്ടിനുള്ളിൽ ആശംസകരുടെ ഒരു കൂട്ടം നിലയുറപ്പിച്ചിരുന്നു: പൊരുതി മടുത്ത എസ്.എസ് ഡിവിഷൻ ഫ്രണ്ട്സ് ബെർഗ്ഗിന്റെയും കൂർ ലാന്റ് ആർമിയുടെയും ഒരു ഡെലിഗേഷൻ. അതുപോലെ ടാങ്കുകൾ നശിപ്പിക്കാനായുള്ള യൂണിറ്റിൽനിന്നുള്ള ഏതാനും 'ഹിറ്റ്ലർ യൂത്ത്' അംഗങ്ങളും. കുനിഞ്ഞ്, കോട്ടിനകത്ത് ചുരുണ്ടുകൂടിയതുപോലെ ഹിറ്റ്ലർ സ്റ്റെഡിയായി നിന്ന് പട്ടാളക്കാർക്ക് ഓരോരുത്തർക്കായി ഹസ്തദാനം ചെയ്തു. എന്നിട്ട് 'ഹിറ്റ്ലർ യൂത്തി'ന്റെ അടുത്തേക്ക് നടന്നു. ഇടയ്ക്ക് അവരിൽ ചിലരെ കവിളിലും ചുമലിലും തടവി ഓമനിച്ചു. അവർക്ക് വിശിഷ്ഠ സേവാമെഡലുകൾ നൽകി. സർവ്വശക്തിയും ഉപയോഗിച്ച്, വളരെ പണിപ്പെട്ട് ഹിറ്റ്ലർ ഏതാനും വാചകങ്ങൾ പറഞ്ഞൊപ്പിച്ചു; ബർളിനുവേണ്ടിയുള്ള യുദ്ധത്തിൽ എങ്ങനെയും വിജയിക്കണമെന്നും.

ഒടുവിൽ ക്ഷീണിതമായ ശബ്ദത്തിൽ ഹിറ്റ്ലർ ഉച്ചത്തിൽ ഇങ്ങനെയും പറഞ്ഞു: "നിങ്ങൾക്ക് നന്മവരട്ടെ!" ആരും പ്രതിവചിച്ചില്ല. റൈഷിന്റെ യൂത്ത് ലീഡർ ആർതുർ ആക്സ്മാൻ തന്റെ റിപ്പോർട്ടിൽ കുറിക്കുന്നു: "ഇതിനിടെ കഷ്ടിച്ച് മുപ്പതു കിലോ മീറ്റർ മാത്രം ദൂരത്തു നിന്ന് ഫീൽഡിൽ നിന്നുള്ള ഇടിമുഴക്കം പോലുള്ള ശബ്ദം കേട്ടു."

ഹിറ്റ്ലർ തിരിച്ച് ബങ്കറിൽ എത്തിയതോടെ വൻതോതിലുള്ള പലായനം ആരംഭിച്ചു. മന്ത്രിമാരും പാർട്ടിനേതാക്കളും നീണ്ട നിരകളായി ഇടിച്ചുകയറി, എന്തു പറയേണ്ടു എന്നറിയാതെ വിഷമിച്ച് എന്തൊക്കെയോ യാത്രാമൊഴിയായി പറഞ്ഞു, എണ്ണമറ്റ ട്രക്കുകളുടെ അകമ്പടിയോടെ സ്ഥലം വിട്ടു. "ഏറെ നിരാശനായി, ഞെട്ടി വിറച്ച് ഹിറ്റ്ലർ തല കുനിച്ചു." ഒരിക്കൽ താൻ വലിയവരാക്കിയവർ കടന്നുപോകുന്നത് വാക്കുകളില്ലാതെ ഹിറ്റ്ലർ നോക്കിനിന്നു.

ചിലർ അകലങ്ങൾ തേടിയപ്പോൾ മറ്റുചിലർ ജനങ്ങളുടെ ആഗ്രഹമനുസരിച്ച് ഫീൽഡിലേക്ക് നീങ്ങിയത്രെ. രാത്രി ഏതാണ്ട് പത്തുമണിക്ക് ഹിറ്റ്ലർ തന്റെ ഏറ്റവും അടുത്ത സഹപ്രവർത്തകരെ അറിയിച്ചു, താൻ സ്റ്റാഫിനെ അല്പം സന്തോഷിപ്പിക്കുവാൻ ആഗ്രഹിക്കുന്നു എന്ന്. ഹിറ്റ്ലർ തന്റെ ലേഡി സെക്രട്ടറിമാരിൽ രണ്ടുപേരെയും സഹായസേനാപതികളെയും സ്റ്റെനോഗ്രാഫർമാരെയും പേഴ്സണൽ ഫിസിഷ്യനായ ഡോക്ടർ മോറെല്ലിനേയും സൗത്ത് ജർമനിയിലേക്കയച്ചു. ചിലപ്പോൾ താനും പിന്നാലെ വരുമെന്നും പറഞ്ഞു. എല്ലാവരോടും വിട പറഞ്ഞ് പിരിയുമ്പോൾ ഡോക്ടർ മോറെല്ലിനോട് ഹിറ്റ്ലർ പറഞ്ഞു: "ഡ്രഗ്സ് കൊണ്ട് എനിക്ക് ഇനി യാതൊരു പ്രയോജനവുമില്ല."

ആൾ പതിവിലും നേരത്തേ തന്റെ മുറിയിലേക്കു പോയി. അവശേഷിച്ചവരിൽ ചിലർ ഈഫാ ബ്രൗണും ബോർമാനുമൊപ്പം ഫ്യൂറർ - ഫ്ളാറ്റിലേക്ക് ഒരു ചെറിയ ആഘോഷത്തിനായി പോയി. കുടിക്കാനുള്ള പാനീയങ്ങൾ വരുത്തി. എല്ലാവരും ബങ്കറിലെ പ്രേതലോകം മറക്കാൻ ശ്രമിച്ചു. ആകെക്കൂടി കണ്ടുകിട്ടിയിരുന്ന 'രക്തച്ചുവപ്പുള്ള റോസാപ്പൂക്കളെ'യും വരാനിരിക്കുന്ന സൗഭാഗ്യത്തേയും വർണ്ണിച്ച ഏക ഗ്രാമഫോൺ പ്ലേറ്റു വെച്ച് വീണ്ടും വീണ്ടും നൃത്തം ചെയ്തു. അടുത്തു വന്നുവീണ ആർട്ടിലറി ഷെല്ലുകൾ അവരെ പക്ഷേ, ഉടനെ തിരികെ ബങ്കറിലേക്കോടിച്ചു.

ഭരണനേതൃത്വത്തിന് ബർളിൻ വിടാനുള്ള സ്വാതന്ത്ര്യം വിട്ടുകൊടുത്തിരിക്കുകയാണെന്ന വാർത്ത പരന്നതോടെ ബർളീനർ ഷ്ളോസ്സി[29]ന് സമീപമുള്ള കമാന്റ് പോസ്റ്റി[30]ലേക്ക് നാലുപാടുനിന്നും അപേക്ഷകൾ ഓടിയെത്തി. ബർളീനർ ഷ്ളോസ്സിനായിരുന്നു എക്സിറ്റ് പാസിന്റെ ചുമതല. മണിക്കൂറുകൾക്കുള്ളിൽ രണ്ടായിരത്തിലധികം ട്രാവൽ ഡോക്യുമെന്റുകൾ നൽകപ്പെട്ടു. ഇതേസമയം, ആയുധം കയ്യിലെടുക്കാൻ കഴിയുന്ന ഒരു പുരുഷനും നഗരം വിടരുതെന്ന് ഗേബെൽസ് ഉത്തരവിട്ടിരുന്നതിനെ പരിഗണിക്കാതെയായിരുന്നു ഇത്. അന്നേദിവസം ഉച്ച തിരിഞ്ഞു തന്നെ പ്രസീഡിയൽ ചാൻസെലറിയുടെ ചീഫായ സ്റ്റാറ്റ്സ് സെക്രട്ടെയർ ഓട്ടോ മൈസ്സനെർ ഫോണിൽ വിളിച്ചുപറഞ്ഞു, തന്റെ ഓഫീസിന്റെ പ്രവർത്തനസ്വാതന്ത്ര്യം പരിഗണിച്ച് താൻ മെക്ക്ലെൻബുർഗ്ഗിലേക്ക് പോയെന്ന്. ഗേബെൽസ് മറുപടികൊടുത്തു, മെസ്സനെറുടെ മുഖത്ത് തുപ്പാൻ കഴിഞ്ഞ, 12 വർഷമായി കൊണ്ടു നടക്കുന്ന ആഗ്രഹം സഫലമാകാത്തതിൽ ഖേദിക്കുന്നു എന്ന്.

ഹിറ്റ്ലറെ അനുമോദിക്കാനായി ജന്മദിനാഘോഷത്തിന്റെ തലേ ദിവസം സായാഹ്നത്തിൽ ഗേബെൽസ് നടത്തിയ പ്രസംഗത്തിൽ തന്റെ വിശ്വസ്തതയെക്കുറിച്ച് ഉറപ്പു നൽകിയിരുന്നു:

"ജർമനി ഇനിയും വിശ്വസ്തതയുടെ നാടാണ്. നാട് അപകടത്തിലായിരിക്കുമ്പോഴാണ് ഈ വിശ്വസ്തത അതിന്റെ ഏറ്റവും നല്ല വിജയം ആഘോഷിക്കേണ്ടത്. ഈ കാലഘട്ടത്തെപ്പറ്റി, ചരിത്രമെഴുതുന്നവർക്ക് ഒരിക്കലും പറയാൻ കഴിയില്ല, ഒരു ജനത തന്റെ ഫ്യൂററെയോ ഒരു ഫ്യൂറർക്ക് തന്റെ ജനതയെയോ ഉപേക്ഷിച്ചെന്ന്. അതാണ് വിജയം!

---

29. Berlin City Palace നഗരമധ്യത്തിൽ സ്ഥിതി ചെയ്തിരുന്ന രാജകൊട്ടാരം. ബറോക് ശൈലിയിൽ നിർമ്മിച്ചിരുന്ന ഈ കൊട്ടാരം പ്രഷ്യൻ രാജാക്കന്മാരുടെ മഞ്ഞുകാല വസതിയായിരുന്നു. രാജവാഴ്ച അവസാനിച്ചതോടെ 1978ൽ മ്യൂസിയമാക്കി മാറ്റി. രണ്ടാംലോക മഹായുദ്ധത്തിൽ സഖ്യശക്തികളുടെ ബോംബ് വർഷത്തിൽ ഏറിയപങ്കും നശിച്ചുപോയി. 1950ൽ കിഴക്കൻ ജർമ്മൻ ഭരണകൂടം പടിഞ്ഞാറൻ ജർമ്മനിയുടെ എതിർപ്പ് വകവെയ്ക്കാതെ ബെർളിനർ ഷ്ളോസ് നിലംപരിശാക്കി. ഏകീകരണത്തിനു ശേഷം പുനർനിർമ്മാണം ആരംഭിക്കാൻ തീരുമാനിച്ചു.

30. ഒരു സൈനിക മേധാവിക്ക് ഫീൽഡിൽ താത്കാലികമായുള്ള ആസ്ഥാനം.

അധീശത്വത്തിന്റെ കവാടങ്ങളിൽ സർവ്വജനതകളും നിൽക്കുമ്പോഴെല്ലാം; മറ്റുപലപ്രാവശ്യവും എന്നപോലെ, ലൂസിഫെറിനെ അവൻ വന്ന പാതാളത്തിലേക്ക് ദൈവം വീണ്ടും തിരിച്ചെറിയും. പൈശാചിക ശക്തിയല്ല പാതാളമല്ല, അധോലോകമല്ല, പിശാചിന്റെ ലോകമല്ല, ഈ ഭൂഖണ്ഡത്തെ ഭരിക്കാൻ പോകുന്നത്. മറിച്ച് "ക്രമം, സമാധാനം, സുഭിക്ഷത" എന്നിവയായിരിക്കും. "ലോകത്തിന്റെ ജീർണതയ്ക്കെതിരെയുള്ള എതിർപ്പിന്റെ കേന്ദ്രബിന്ദു ഫ്യൂററല്ലാതെ മറ്റാരുമല്ല.''

ഉറങ്ങിക്കിടക്കുന്ന ആരുടെയും വീര്യത്തെ ഉണർത്താൻ പോരുന്ന തീക്ഷ്ണതയോടെ രണ്ടു ദിവസം കഴിഞ്ഞ് ദസ്റൈഷ് എന്ന വാരാന്ത ദിനപ്പത്രത്തിൽ വന്ന മുഖ്യലേഖനത്തിൽ കുമാരീകുമാരന്മാരോട് എന്തു വിലകൊടുത്തും ചെറുത്തുനിൽക്കാൻ ഗേബെൽസ് ആവശ്യപ്പെട്ടു. ഈ കുമാരീകുമാരന്മാർ ഹാൻഡ് ഗ്രെനേഡുകളും പ്ലേറ്റു പോലുള്ള മൈനുകളുംകൊണ്ട് ഏഷ്യയിൽനിന്ന് വരുന്ന അക്രമികളെ എറിയണം. ജനലുകളിൽനിന്നും ബങ്കറുകളിൽ നിന്നും സെല്ലറുകളിൽ നിന്നും വെടിവെയ്ക്കണം. എന്നാൽ തങ്ങൾ നേരിടുന്ന വിപത്തിനെ ഒട്ടും വകവെയ്ക്കരുത്.

അടുത്ത ദിവസം രാവിലെ ഏകദേശം ഒമ്പതരമണിയോടുകൂടി, പതിവിലും ഏതാണ്ട് രണ്ടുമണിക്കൂർ നേരത്തെ, ഹിറ്റ്ലർ ഉറക്കത്തിൽ നിന്ന് വിളിച്ചുണർത്തപ്പെട്ടു. റഷ്യൻ ആർട്ടിലറി നഗരകേന്ദ്രത്തിൽ വെടിയുതിർക്കുന്നു എന്ന് പറയാൻ വേണ്ടിയാണ് അവർ ഹിറ്റ്ലറെ വിളിച്ചുണർത്തിയത്. കുറച്ചു കഴിഞ്ഞ് ബ്രാന്റൻ ബുർഗർ ടോറിലും റൈഷ്ടാഗിലും ഫ്രീഡ്രിഷ് സ്ട്രാസ്സെയിലിലുള്ള റെയിൽവേസ്റ്റേഷനിലുംവരെ ഗ്രനേഡുകൾ ഒന്നിനുപുറകെ മറ്റൊന്നായി വീണത് എല്ലാവരും നേരിൽ കണ്ടു. ഉടനെ, സമനില നഷ്ടപ്പെട്ടിരിക്കുന്നു എന്ന് ഒറ്റനോട്ടത്തിൽ തിരിച്ചറിയാമായിരുന്ന 'ഹിറ്റ്ലർ ഫോർ റൂമി'ൽ വന്ന ഹിറ്റ്ലറുടെ ആദ്യത്തെ ചോദ്യം ഇതായിരുന്നു: "എന്താണ് കാര്യം? ഈ വെടി എവിടെനിന്നാണ് വരുന്നത്?" സോസ്സെൻ പട്ടണത്തിന് വടക്കുകിഴക്ക് നിലയുറപ്പിച്ചിരുന്ന ശത്രു സൈന്യം ബർളിൻ സെന്ററിനെതിരെ വെടിവെച്ചുകൊണ്ടിരിക്കുകയാണെന്ന് ബുർഗ് ഡോർഫ് വിശദീകരിച്ചപ്പോൾ ഹിറ്റ്ലറുടെ മുഖത്തുനിന്ന് ചോര വാർന്നുപോയി: "റഷ്യക്കാർ അത്രയും അടുത്തെത്തിക്കഴിഞ്ഞോ?" ഉടനെ ഹിറ്റ്ലർ എയർഫോഴ്സിന്റെ ചീഫ് ഓഫ് സ്റ്റാഫ് ജനറൽ കോളറുമായി ബന്ധപ്പെട്ടു.

കോളറുടെ ഒരു രേഖയിൽ കാണുന്നു:

"അതിരാവിലെ ഹിറ്റ്ലർ വിളിക്കുന്നു. 'നിങ്ങൾക്കറിയാമോ ബർളിൻ ആർട്ടിലറിയാക്രമണത്തിന് ഇരയാണെന്ന്? റഷ്യക്കാർ നഗരത്തിന്റെ കേന്ദ്രത്തിലെത്തി.

"ഇല്ല! ഞാൻ വൈൽഡ്പാർക്ക് വേർഡറിലാണ്."

ഹിറ്റ്ലർ: ആർട്ടിലറി ആക്രമണത്തെച്ചൊല്ലി നഗരത്തിൽ വലിയ ഒച്ചപ്പാടും ബഹളവും ആണ്. റഷ്യൻ പട്ടാളം ഓഡർ നദിക്കുമുകളിലുള്ള

ട്രെയിനുകൾ കടന്നുപോകുന്ന ഒരു പാലം പിടിച്ചെടുത്തിരിക്കുന്നു. എയർ ഫോഴ്സ് ഉടനെ ഈ ആർട്ടിലറി ബാറ്ററിയെ കണ്ടുപിടിച്ച് നേരിടണം.' ഞാൻ: 'ശത്രുവിന് ഓഡറിനു മീതെയുള്ള ഒരു റെയിൽപ്പാലവും ലഭിച്ചിട്ടില്ല. ഒരുപക്ഷേ, അവർക്ക് ഒരു വലിയ ജർമൻ ആർട്ടിലറി ബാറ്ററി പിടിച്ചെടുക്കാനും വെടിയുതിർക്കാനും കഴിഞ്ഞിട്ടുണ്ടാവാം. എന്നാൽ മിക്കവാറും അത് റഷ്യൻ ഫീൽഡ് ഫോഴ്സിന്റെ ഇടത്തരം പീരങ്കികൾ ആവാനാണ് സാധ്യത. ഇവകൊണ്ട് ശത്രുവിന് നഗരകേന്ദ്രംവരെ വെടിവയ്ക്കുകയും ചെയ്യാം.

ഓഡർ നദിക്കുമുകളിൽ റെയിൽവേപ്പാലം ഉണ്ടോ ഇല്ലയോ എന്നതിനെപ്പറ്റിയും റഷ്യൻ ഫീൽഡിന് ബർളിൻ നഗരത്തിന്റെ കേന്ദ്രം വരെ വെടിവയ്ക്കാനാവുമോ ഇല്ലയോ എന്നതിനെപ്പറ്റിയും കൂടുതൽ നീണ്ട ചർച്ചകൾ ഉണ്ടായി.... ഞാൻ ഉടനെ ആ ബാറ്ററിയെ തിരഞ്ഞുകണ്ടുപിടിക്കണമെന്നും തുരത്തണമെന്നും ഉള്ള കാര്യത്തിൽ ഹിറ്റ്ലർ ഉറച്ചുനിന്നു. എവിടെയാണ് ഈ ബാറ്ററി നിലയുറപ്പിച്ചിരിക്കുന്നത് എന്ന് പത്തുമിനിറ്റിനുള്ളിൽ ഹിറ്റ്ലർക്കറിയണം..."

കോളറുടെ കുറിപ്പ് തുടരുന്നു: "ഞാൻ സൂബങ്കറിൽ ഉള്ള വിമാനവേധത്തോക്കുകളുടെ ഡിവിഷൻ ഓപ്പറേഷൻ റൂമിലേക്ക് വിളിച്ചു. എന്റെ ചോദ്യത്തിന് ഉത്തരം കിട്ടി. പത്തുതൊട്ട് പന്ത്രണ്ട് സെന്റിമീറ്റർ വരെ മാത്രമാണ് വിമാനവേധത്തോക്കിന്റെ കുഴലിന്റെ വ്യാസം. വെടിവെച്ചുകൊണ്ടിരിക്കുന്ന റഷ്യൻബാറ്ററി രാവിലെ മാർബാന് സമീപം നിലയുറപ്പിച്ചു. വിമാനവേധയൂണിറ്റ് നിരീക്ഷിച്ചതാണിത്. നഗരകേന്ദ്രത്തിലേക്ക് ദൂരം ഏതാണ്ട് 12 കിലോമീറ്റർ...

ഫോണിൽക്കൂടെയുള്ള ഈ റിപ്പോർട്ട് അവിശ്വാസത്തോടെയാണ് ഹിറ്റ്ലർ ഉൾക്കൊണ്ടത്."

വെറുതെയല്ല, കോളറുടെ കുറിപ്പ് ജനറൽമാരെ കൈകാര്യം ചെയ്യുന്ന കാര്യത്തിലും യാഥാർത്ഥ്യത്തെ നേരിടുന്ന കാര്യത്തിലും ഹിറ്റ്ലർ കാണിച്ച മുൻവിധിയുടെയും വിദ്വേഷം കലർന്ന സമീപനരീതിയുടെയും ഉത്തമോദാഹരണമായി കണക്കാക്കപ്പെട്ടിരിക്കുന്നത്, സാങ്കല്പിക കാരണങ്ങളുടെ അടിസ്ഥാനത്തിലുള്ള ഭാവപ്പകർച്ചയുടെയും.

സാങ്കല്പികാരണങ്ങളുള്ള ഈ ഭാവഭേദങ്ങളാണ് വിശദവിവരങ്ങളറിയാതെ ഹിറ്റ്ലറെക്കൊണ്ട് ഒരു ലോംഗ് ഡിസ്റ്റൻസ് ഹിയറിംഗിനെപ്പറ്റി പറയിച്ചതും നിന്ന നിൽപ്പിൽ റെയിൽവേ ബാറ്ററികൾ അല്ലെങ്കിൽ ഓഡർ നദിക്കുമീതെ പാലങ്ങൾ കണ്ടുപിടിപ്പിച്ചതും. ഹിറ്റ്ലർക്കു ലഭിച്ച അപര്യാപ്തമായ അറിവിനേക്കാളും അല്ലെങ്കിൽ ബന്ധപ്പെട്ടവരുടെ മനോധർമ്മമനുസരിച്ച് വളച്ചൊടിച്ച അറിവിനെക്കാളും ഉപരിയായി ഹിറ്റ്ലർ നടത്തിയ പ്രസ്താവനകൾ തന്നെ ഹെഡ്ക്വാർട്ടേഴ്സിലെ ശരിയായ നേതൃത്വത്തിന്റെ അഭാവം കാണിക്കുന്നു.

കോളർ ഏപ്രിൽ 21ന് എഴുതിയ കുറിപ്പ് തുടരുന്നു:

"ഹിറ്റ്ലർ: ബർളിന്റെ തെക്കുഭാഗത്ത് നടക്കുന്ന വ്യോമാക്രമണത്തെപ്പറ്റി അറിയണം. ഞാൻ മറുപടി കൊടുക്കുന്നു, ട്രൂപ്പുമായുള്ള വാർത്താവിനിമയബന്ധം നന്നായി പ്രവർത്തിക്കാത്തതുകൊണ്ട് ഇതുപോലുള്ള ചോദ്യങ്ങൾക്ക് പെട്ടെന്ന് ഉത്തരം പറയാൻ കഴിയില്ല. ഇത് കേട്ടപ്പോൾ ആൾ വളരെ കുപിതനായി."

അല്പം കഴിഞ്ഞ് ഹിറ്റ്ലർ വീണ്ടും ഫോണിൽവന്നു. ഒരു പ്രാവശ്യം പ്രേഗിനടുത്ത് നിലയുറപ്പിച്ചിരിക്കുന്ന ജെറ്റ് എയർ ക്രാഫ്റ്റിനെപ്പറ്റി ആൾ എന്തോ അറിയാൻ ആഗ്രഹിച്ചുവത്രെ; പിന്നെ ഗേറിംഗ് നിലനിർത്തുന്നതായി പറയപ്പെടുന്ന പ്രൈവറ്റ് ആർമിയെപ്പറ്റിയും. അല്ലെങ്കിൽ ഹെർമാൻ വേഷ്‌ലിംഗ് എന്ന ഒരു വ്യവസായിയുടെ എഴുത്തിനെപ്പറ്റി ഹിറ്റ്ലർ പരാമർശിച്ചുവത്രെ. ഇതിനിടെ, കോളർ പറയുന്നതുപോലെ ആൾ ഉടനെ ദേഷ്യപ്പെടാൻ തുടങ്ങി: "മുഴുവൻ വ്യോമസേനാനേതൃത്വത്തെയും ഉടനെ തൂക്കിലിടണമായിരുന്നു!" കോളറുടെ കുറിപ്പ് അങ്ങനെ അന്തമില്ലാതെ തുടർന്നു: ചോദ്യങ്ങൾ അന്വേഷണ ഉത്തരവുകൾ, നീരസങ്ങൾ എന്നിവയ്ക്കിടയ്ക്ക് ഹ്രസ്വമായ ഫോളോ-അപ് മീറ്റിംഗുകളും. "ഇതിൽ നിന്ന് സാത്താനു മാത്രമേ എന്തെങ്കിലും സൂത്രം പഠിക്കാനാവൂ."

ചില കാര്യങ്ങളിൽ മേൽക്കാഴ്ച ലഭിക്കുന്നതിനായി ക്രേബ്സുമായി കോളർ ബന്ധപ്പെടാൻ ശ്രമിച്ചു. നീണ്ടുനിന്ന പാഴ്ശ്രമങ്ങൾക്കുശേഷം ഒടുവിൽ രാത്രി പത്തരമണിക്ക് കണക്ഷൻ കിട്ടി. ഹിറ്റ്ലർ നേരത്തേ പറഞ്ഞിരുന്നതെങ്കിലും തനിക്ക് ഇതുവരെ യാതൊരു അറിവും ഇല്ലാതിരുന്ന എസ്.എസ് ജനറൽ സ്റ്റൈനറുടെ നിർണായകമായ ആക്രമണത്തെപ്പറ്റി കോളർ കൂടുതൽ വിവരങ്ങൾ ആരാഞ്ഞപ്പോൾ അദ്ഭുതമെന്ന് പറയട്ടെ, ഹിറ്റ്ലറാണ് ഫോണിൽ വന്നത്. പെട്ടെന്ന് ഫോണിൽ ഹിറ്റ്ലറുടെ ക്ഷുഭിതമായ ശബ്ദം: "നിങ്ങൾക്ക് എന്റെ ഉത്തരവിൽ സംശയമോ? വേണ്ടത്ര വ്യക്തമായി കാര്യം പറഞ്ഞൂ എന്നാണ് എനിക്ക് തോന്നുന്നത്. കരയിലെ ഉപയോഗത്തിനായി ലഭ്യമാക്കാവുന്ന, വടക്കൻ പ്രദേശത്തെ എല്ലാ വ്യോമസേനാശക്തികളും ഉടനെ സ്റ്റൈനറുടെ കീഴിലാക്കപ്പെടണം. ഈ ശക്തികൾ വിട്ടുകൊടുക്കാത്തയാൾ തന്റെ ജീവൻ നൽകി ആ അപരാധത്തിന് പ്രായശ്ചിത്തം ചെയ്തിരിക്കും. സ്വന്തം ജീവൻ സാക്ഷിനിർത്തി നിങ്ങളും ഇതിന് ഉറപ്പ് തരുന്നു."

അല്പം കഴിഞ്ഞ്, ഒരു ഓഫീസറുടെ ഫോളോ-അപ് റിപ്പോർട്ട് കേൾക്കാൻ ഇതേ ഓഫീസർ തന്നെ മണിക്കൂറുകൾക്കു മുമ്പുമാത്രം ദൈനംദിന ജോലികളിൽ നിന്ന് ഒഴിവുകൊടുത്ത സ്റ്റെനോഗ്രാഫർമാർ എത്തിയില്ല എന്നതിനെച്ചൊല്ലി ഹിറ്റ്ലർ രോഷാകുലനായി. അയഥാർത്ഥ്യങ്ങളുടെ ലോകത്തുനിന്ന് പച്ചയായ ജീവിതത്തിലേക്ക് ഞെട്ടിയുണർന്നപ്പോൾ ഉണ്ടായതുപോലെ, മുമ്പത്തെയുംപോലെ ഒരേയൊരു വാക്കിൽ ഹിറ്റ്ലർ ആശ്വാസം തേടി: "രാജ്യദ്രോഹം!"

രാത്രി കുറെക്കൂടി ഇരുണ്ടുകഴിഞ്ഞ്, ഫ്യൂററുടെ ഓഫീസിൽ വിദേശകാര്യമന്ത്രിയുടെ സ്ഥിരം പ്രതിനിധി ആയിരുന്ന വാൾട്ടർ ഹേവെൽ

ഏറ്റവും പുതിയ നിർദ്ദേശങ്ങൾ എന്തെന്ന് ആരാഞ്ഞു. ഹിറ്റ്ലർ വ്യക്തി പരമായി വളരെയധികം വിലമതിച്ച ആളായിരുന്നു വാൾട്ടർ ഹേവെൽ. ഒരു രാഷ്ട്രീയ നീക്കത്തിന് അങ്ങേയറ്റം നിർണായകമായ അവസര മാണിപ്പോൾ എന്ന് സംസാരമധ്യേ ഹേവെൽ പറഞ്ഞു. ഹിറ്റ്ലർ എഴു ന്നേൽക്കുന്നു. ക്ഷീണിതനായി, ഏങ്ങിവലിച്ച്, സാവധാനം മുറി വിടുന്ന തിനിടയിൽ, പൂർണമായും മാറിപ്പോയ തളർന്ന ശബ്ദത്തിൽ പറയുന്നു: "രാഷ്ട്രീയമോ? ഞാൻ ഇനിയും രാഷ്ട്രീയം കളിക്കുന്നില്ല. അത് എന്നിൽ മനംപുരട്ടൽ ഉണ്ടാക്കുന്നു. ഞാൻ മരിച്ചുകഴിയുമ്പോൾ നിങ്ങൾക്ക് വേണ്ടത്ര രാഷ്ട്രീയം കളിക്കേണ്ടിവരും."

രാജ്യമാസകലം നിറഞ്ഞുനിൽക്കുന്ന ഈ പിരിമുറുക്കം മനുഷ്യന്റെ ഞരമ്പുകൾക്ക് ഏറെക്കാലം സഹിക്കാനാവുന്നതായിരുന്നില്ല. കടും പിടിത്തവും തെറ്റായ വിജയപ്രതീക്ഷയും കൊണ്ടുനിറച്ച ചിറ എല്ലാ വരും നോക്കിനിൽക്കെ പൊട്ടിയൊഴുകി. ഗീബെൽസിന്റെ, കട്ടിക്കട ലാസ്സിൽ മറച്ച ജനലുകളുള്ള റെസിഡൻസിൽ, മെഴുകുതിരിയുടെ അരണ്ട വെളിച്ചത്തിൽ അവസാനത്തെ പത്രസമ്മേളനം നടന്നു. ഈ പത്രസമ്മേളനത്തിൽ പരാജയത്തിന്റെ എല്ലാ കുറ്റവും ഓഫീസേഴ്സ് കോറിലും ഗതികേടുകൊണ്ട് അതിന് കൂട്ടുകൂടേണ്ടിവന്നിരുന്ന പ്രതികരണ ത്തിലും ആരോപിച്ചു. സമാധാനസമയത്തുതന്നെ അവഗണിക്കപ്പെട്ട സായുധീകരണത്തെപ്പറ്റിയും ഫ്രാൻസിനും സോവിയറ്റുയൂണിയനും എതിരെ നടത്തിയ പടനീക്കങ്ങൾക്കു പിന്നിലെ തെറ്റായ തീരുമാനങ്ങളെ പ്പറ്റിയും സഖ്യകക്ഷികളുടെ ആക്രമണസമയത്ത് രാജ്യം കാണിച്ച കഴിവു കേടിനെപ്പറ്റിയും ഒടുവിൽ ജൂലൈ 20 നെപ്പറ്റിയും ഗീബെൽസ് വീണ്ടും നീണ്ട, അറുമുഷിപ്പൻ പ്രസ്താവനകൾ നടത്തി; സ്വന്തം അണിയിലെ താപ്പാനകൾ ചതി മാത്രമാണ് നടത്തിയിട്ടുള്ളതെന്നും ഗീബെൽസ് പ റഞ്ഞു.

ഗീബെൽസിന്റെ കീഴുദ്യോഗസ്ഥരിൽ ഒരാൾ, മന്ത്രാലയത്തിലെ വകുപ്പദ്ധ്യക്ഷൻ ഹാൻസ് ഫ്രിറ്റ്ഷേ, ജനത്തിന്റെ കൂറ്, വിശ്വസ്തത, വിശ്വാസം, ത്യാഗസന്നദ്ധത എന്നിവ കണ്ടില്ലെന്ന് നടിക്കരുതെന്നു പറ ഞ്ഞപ്പോൾ, സ്വതവേ എപ്പോഴും കൃത്യമായി ആശയങ്ങൾ പ്രകാശിപ്പി ക്കാറുള്ള ഗീബെൽസിൽ നിന്ന് അത് പുറത്തുവന്നു: ജനവും ചെയ്യേ ണ്ടത് ചെയ്തില്ലെന്ന്.

"സ്വന്തം ഭാര്യമാർ ബലാൽസംഗം ചെയ്യപ്പെടുമ്പോൾ ചെറുക്കുക പോലും ചെയ്യാത്ത പുരുഷന്മാരുള്ള ഒരു സമൂഹത്തെക്കൊണ്ട് എനിക്ക് എന്ത് പ്രയോജനമാണുള്ളത്?" കോപംകൊണ്ട് ചുവന്ന മുഖത്തോടെ ഗീബെൽസ് ഗർജ്ജിച്ചു: കിഴക്കൻ യൂറോപ്പിൽ അവർ പ്രാണനും കൊണ്ടോടുന്നു. പടിഞ്ഞാറൻ യൂറോപ്പിൽ അവർ ശത്രുവിനെ വെള്ള ക്കൊടിയുമായി സ്വീകരിക്കുന്നു. തനിക്ക് ഈ ജനത്തോട് ഒരു സഹാനു ഭൂതിയും തോന്നുന്നില്ല. ജനം തങ്ങളുടെ തലവിധി സ്വയം തെരഞ്ഞെടു ത്തതാണ്. 1933-ൽ ജർമനി ലീഗ് ഓഫ് നേഷൻസിൽനിന്ന് പിന്മാറുന്നത്

സംബന്ധിച്ച് വോട്ടിംഗ് നടന്നപ്പോൾ അത് വിധേയത്വത്തിന്റെ രാഷ്ട്രീയ ത്തിന് എതിരായും ഭാഗ്യപരീക്ഷണത്തിന്റെ രാഷ്ട്രീയത്തിന് അനു കൂലമായും ആണ് വോട്ടു ചെയ്തത്. ഈ ഭാഗ്യപരീക്ഷണം പരാജയ പ്പെട്ടിരിക്കുന്നു."

ഇരിപ്പിടത്തിൽ നിന്നെഴുന്നേറ്റുകൊണ്ട് ഗേബെൽസ് കൂട്ടിച്ചേർത്തു: "ഇത് ചിലർക്ക് ഒരു അദ്ഭുതമായിരിക്കാം... നിങ്ങൾ വ്യാമോഹങ്ങൾക്ക് അടിമയാവരുത്! എന്റെ സഹപ്രവർത്തകരാവാൻ ഞാൻ ആരെയും നിർ ബന്ധിച്ചിട്ടില്ലല്ലോ, ജർമൻ ജനതയെയും നിർബന്ധിച്ചിട്ടില്ലാത്തതുപോലെ ജനം സ്വയം നമ്മെ നിയോഗിച്ചതാണ്. ഇതാ ശത്രു പടിവാതിൽക്കൽ എത്തി. ഇപ്പോൾ നിങ്ങളുടെ കഴുത്ത് അറക്കപ്പെടുന്നു!"

പോകുന്നവഴി, വാതിൽവരെയെത്താറായപ്പോൾ ഗേബെൽസ് തിരിഞ്ഞുനിന്ന് അലറി: "പക്ഷേ, നാം കീഴടങ്ങുമ്പോൾ ഈ ഭൂഗോളം ഞെട്ടിവിറയ്ക്കണം!"

ഇതിനിടയ്ക്ക് ബങ്കറിൽ ആ വാർത്ത എത്തി: മധ്യമേഖലയിൽ പൊരുതുന്ന മാർഷൽ ഷുഖോവിനും തെക്കുഭാഗത്ത് പൊരുതുന്ന മാർഷൽ കോൺജേവിനും പുറമേ, മാർഷൽ കോൺസ്റ്റാന്റിൻ കെ. റൊകാസ്സോവ്സ്കിയുടെ കീഴിലുള്ള രണ്ടാം വൈസ് റൂബിഷൻ ഫ്രണ്ടും സ്റ്റെറ്റിൻ നഗരത്തിനടുത്ത് ജർമൻ പ്രതിരോധനിര ഭേദിച്ച് ബർളിനിലേക്ക് മാർച്ചുചെയ്യുന്നു.

നഗരത്തിന് ചുറ്റും ഉണ്ടാക്കിയിരുന്ന പ്രതിരോധവലയത്തിലുള്ള ലഭ്യ മായ എല്ലാ ശക്തികളെയും പിൻവലിക്കുകയല്ല ഹിറ്റ്ലർ അപ്പോൾ ചെയ്തത്. മറിച്ച്, സർവ്വശക്തിയുമുപയോഗിച്ച് ഒരു തിരിച്ചടി നടത്താ നുള്ള അവസരമായാണ് ഈ അവസ്ഥാവിശേഷത്തെ കണ്ടത്. എതിരാ ക്രമണത്തിന് വേണ്ടിയിരുന്ന ഈ സൈന്യത്തെ മിലിട്ടറി മാപ്പിൽ കുത്തി യിരിക്കുന്ന ഒരു കൊടിയിൽ നിന്നാണ് എടുത്തത്. ഗ്രൂപ്പ് സ്റ്റെനർ എന്ന് എഴുതപ്പെട്ടിരുന്ന ഈ കൊടി ഏബേഴ്സ്വാൾഡ് പ്രദേശത്താണ് കുത്തി യിരുന്നത്. ജനറൽ ബുസ്സേയുടെ കീഴിൽ ഒരു പുതിയ ട്രൂപ്പ് എത്രയും വേഗം രൂപീകരിക്കപ്പെടേണ്ടതുണ്ടായിരുന്നു. ഈ ട്രൂപ്പ് തെക്കുകിഴക്കു ഭാഗത്തുനിന്ന് വന്ന സോവിയറ്റ് ആക്രമണത്തെ തുരത്തണം. നഗരത്തിന് മുമ്പ് നിലയുറപ്പിച്ചിരുന്ന, ദുർബലമായിക്കഴിഞ്ഞിരുന്ന സൈനികഘടക ങ്ങളെ കോട്ട്ബുസ്സുവരെ പുനരുജ്ജീവിപ്പിച്ചെടുക്കണം. "പടിഞ്ഞാറോ ട്ടുള്ള ഒരു വഴിമാറൽ കർശനമായി നിരോധിച്ചിരിക്കുന്നു. ഈ ആജ്ഞ നിരുപാധികം അനുസരിക്കാത്ത ഓഫീസർമാരെ അറസ്റ്റുചെയ്യേണ്ടതും തൽക്ഷണം വെടിവച്ചുകൊല്ലേണ്ടതും ആകുന്നു" ഹിറ്റ്ലർ താക്കീത് നൽകി: "ഈ ഉത്തരവിന്റെ നടത്തിപ്പിനായി ഞാൻ നിങ്ങളെ സ്വന്തം ജീവന്റെ ഉറപ്പിൽ ചുമതലപ്പെടുത്തുന്നു."

ബുസ്സേയുടെ സൈന്യം ഛിന്നഭിന്നമാക്കപ്പെട്ട ഒരുകൂട്ടം പട്ടാളക്കാർ മാത്രമായിരുന്നു എന്നതായിരുന്നു പ്രശ്നം. ശത്രുക്കൾ തങ്ങളെ വളയു ന്നത് കൺമുമ്പിൽ കണ്ട്, പേടിച്ചരണ്ട്, ആത്മധൈര്യം ചോർന്ന് ചെറുത്തു

നിൽക്കാൻ ശ്രമിച്ച ഒന്നായിരുന്നു ഇത്. ഗ്രൂപ്പ് സ്റ്റൈനർ എന്ന ഒന്ന് ഇതിനകം ഇല്ലാതായിക്കഴിഞ്ഞിരുന്നു. ഈ ട്രൂപ്പിന്റെ രൂപീകരണത്തിനായി അങ്ങേയറ്റം അടിയന്തിരമായി പുറപ്പെടുവിച്ച എല്ലാ ഉത്തരവുകളും ഉണ്ടായിരുന്നു എന്നത് ശരിതന്നെ. പക്ഷേ, ഇവയിൽ ഒരുഭാഗം വൈരുദ്ധ്യാത്മകമായിരുന്നു. മറ്റൊരു ഭാഗം മുന്നണിയിൽ നിലനിന്നിരുന്ന അസംഘടിതാവസ്ഥ വെച്ചുനോക്കുമ്പോൾ നടപ്പാക്കാൻ പ്രയാസവും ആയിരുന്നു. ഉത്തരവാദപ്പെട്ട കമാന്റർമാരായ ജനറൽ ഹൈൻട്രിക്കിയെ ഇക്കാര്യം അറിയിക്കുന്നതിൽ വീഴ്ചയും വന്നിരുന്നു. കാര്യം അറിഞ്ഞ നിലയ്ക്ക് ജനറൽ ഹൈൻട്രിക്കി, ക്രേബ്സും ആയി ബന്ധപ്പെട്ടു.

ഹൈൻട്രിക്കി പറഞ്ഞു: "ഓപ്പറേഷൻ സ്റ്റെനറിന് വിജയസാധ്യത ഒട്ടും ഇല്ല. തന്റെ സൈന്യത്തെ അത് അപകടത്തിലാക്കുകയും ചെയ്യും. ശത്രു സൈന്യത്തിന്റെ വളയലിന് വിധേയമാവാൻ പോകുന്ന 9-ാം ആർമിയെയെങ്കിലും ചുരുങ്ങിയ പക്ഷം പിൻവലിക്കണം എന്ന കാര്യത്തിൽ താൻ ഉറച്ചുനിൽക്കുന്നു. ഈ ആവശ്യം നിറവേറ്റപ്പെടാൻ കഴിയാതെ വന്നാൽ താൻ ഇതാ രാജി സമർപ്പിക്കുകയാണ്. നിരർത്ഥകമായ മനുഷ്യക്കുരുതിയിലേക്കു നയിക്കുന്ന ഒരു ഉത്തരവിനെ അനുസരിക്കുന്നതിനേക്കാൾ ഇഷ്ടം തനിക്ക് ഒരു സാധാരണ ഫോൾക്സ് സ്റ്റുർമാനായി[31] പൊരുതാനാണ്.

ക്രേബ്സ് വീണ്ടുവിചാരം കാണിച്ചില്ല. ഇരുവരും ഈ സൈന്യത്തിനുവേണ്ടി വഹിച്ചിരുന്ന കൂട്ടുത്തരവാദിത്വം പരാമർശിക്കപ്പെട്ടിട്ടുപോലും ഫലമുണ്ടായില്ല.

"ഈ ഉത്തരവാദിത്വം ഫ്യൂററാണ് വഹിക്കുന്നത്." ക്രേബ്സ് ഹൈൻട്രിക്കിയെ ഗുണദോഷിച്ചു.

വെയർമാഹ്റ്റിന്റെ അഡ്മിനിസ്ട്രേറ്റിവ് സ്റ്റാഫ് ചീഫായിരുന്ന സീനിയർ ജനറൽ ആൽഫ്രെഡ് യോഡലിനോടൊപ്പം അടുത്തദിവസം തന്നെ സ്റ്റൈനറുടെ കമാന്റ് പോസ്റ്റിൽ എത്തിയപ്പോഴാണ് താൻ നിലവിലുള്ള സ്ഥിതിവിശേഷത്തെ എത്രകണ്ട് കൂടുതൽ യഥാർത്ഥമായി വിലയിരുത്തുന്നു എന്ന് ഹൈൻട്രിക്കിക്ക് അറിവായത്. എന്തൊക്കെയാണ് ചെയ്യേണ്ടത് എന്ന് പറഞ്ഞുതുടങ്ങുന്നതിനു മുമ്പുതന്നെ ആ എസ്.എസ്. ജനറൽ തന്റെ സന്ദർശകരോട് ചോദിച്ചു: "നിങ്ങളിൽ ആരെങ്കിലും എന്റെ ട്രൂപ്പുകളെ കണ്ടിട്ടുണ്ടോ?" കൂടിക്കാഴ്ചയുടെ അവസാനം സ്റ്റൈനറെ വ്യക്തിപരമായി ഉന്നം വച്ച് പറഞ്ഞ ഒരു അവസാനവാചകത്തോടെ ഹൈൻട്രിക്കി ഹിറ്റ്ലറുടെ ആക്രമണാജ്ഞയെ പരാമർശിച്ചു: "നിങ്ങളുടെ ദൗത്യത്തിന്റെ വിജയത്തെയാശ്രയിച്ചാണ് തലസ്ഥാന നഗരത്തിന്റെ

31. രണ്ടാംലോക മഹായുദ്ധത്തിന്റെ അവസാനമാസങ്ങളിൽ സജീവമായ ഒരു ജർമ്മൻ പാരാമിലിട്ടറി സംഘടന. 1944 ഒക്ടോബർ 18ന് ഹിറ്റ്ലർ സ്ഥാപിച്ചതാണിത്. ഫോൾക്സ്സ്റ്റുർമ് എന്നാൽ പീപ്പിൾ ആർമിയെന്നർത്ഥം. ഈ പീപ്പിൾസ് ആർമിയിലെ സാധാരണ ഭടനാണ് ഫോൾക്സ്സ്റ്റുർമ്മാൻ. പ്രത്യേക യൂണിഫോമില്ല, പദവിചിഹ്നങ്ങളില്ല.

ഭാവി ഇരിക്കുന്നത്!", തീർച്ചയായും തന്റെ മുന്നിലുള്ളയാളുടെ ഉയർന്ന എസ്.എസ്. റാങ്കിനെ സൂചിപ്പിച്ചുകൊണ്ട് ഹൈൻട്രിക്കി കൂട്ടിച്ചേർത്തു: "നിങ്ങൾ ആക്രമിക്കണം, സ്റ്റൈനർ- നിങ്ങളുടെ ഫ്യൂററെ പ്രതി!" ഇതു കേട്ട് സ്റ്റൈനർ ഒരു നിമിഷനേരം അമ്പരന്ന് ഹൈൻട്രിക്കിയെ തുറിച്ചു നോക്കി. ഉടനെ ആൾ തിളച്ചുപൊങ്ങി: "അദ്ദേഹം നിങ്ങളുടെയും ഫ്യൂററാണ്!"

ഓരോ മണിക്കൂറിലും ചിന്താകുഴപ്പം വലുതായിക്കൊണ്ടിരുന്നു. ഫെബ്രുവരി അവസാനം മാത്രം നിയമിക്കപ്പെട്ടിരുന്ന സിറ്റി കമാന്റർ ലഫ്റ്റനെന്റ് ജനറൽ ഹെൽമുത്ത് റെയ്മാൻ ഏപ്രിൽ 22-ന് രാവിലെ ഉദ്യോഗത്തിൽ നിന്ന് നീക്കം ചെയ്യപ്പെട്ടു. ഹിറ്റ്ലറും അതിലുപരി ഗ്വേബെൽസും ഇയാളിൽ വേണ്ടത്ര നിശ്ചയദാർഢ്യത്തിന്റെ കുറവ് പലപ്രാവശ്യം ആരോപിച്ചിരുന്നു. അയാളുടെ പിൻഗാമിയായി, എൻ.എസ്. അഡ്മിനിസ്ട്രേറ്റീവ് ഓഫീസറായി, ട്രൂപ്പിന്റെ പരിശീലനത്തിനും പ്രത്യയശാസ്ത്രപരമായ മേൽനോട്ടത്തിനുംവേണ്ടി നിയമിതനായിരുന്ന കേണൽ ഏർൺസ്റ്റ് കേഥെർ ആണ് നിയമിക്കപ്പെട്ടത്. ഇയാൾക്ക് രണ്ട് റാങ്കുകൾ ഒറ്റയടിക്ക് കൂട്ടിക്കൊടുത്ത് ലെഫ്റ്റനന്റ് ജനറലായി പ്രൊമോഷനും കൊടുത്തു. ദിവസത്തിൽ ഇനിയും ബാക്കിയുള്ള സമയമത്രയും തനിക്കു കിട്ടിയിരിക്കുന്ന ഉയർന്ന പദവിയെപ്പറ്റി ലോകം മുഴുവൻ കൊട്ടിഘോഷിച്ചതുകൊണ്ടും തന്നിലർപ്പിക്കപ്പെട്ട ഉയർന്ന പ്രതീക്ഷകളോട് നീതി ചെയ്യാൻ കഴിയാത്തതുകൊണ്ടും അതേദിവസം വൈകിട്ടു തന്നെ അയാളെ ആ പദവിയിൽനിന്ന് നീക്കം ചെയ്യുകയും വീണ്ടും പഴയ കേണലായി തരംതാഴ്ത്തുകയും ചെയ്തു.

ഇതേസമയം ജനറൽ വൈഡ്ലിംഗ് തന്റെ കമാന്റ് പോസ്റ്റ് ബർളിന്റെ തെക്കുകിഴക്കു ഭാഗത്തുനിന്ന് നഗരത്തിന്റെ പടിഞ്ഞാറു വശത്തുള്ള ഡ്ബെറിറ്റ്സിലേക്കു മാറ്റി എന്ന കിംവദന്തി പരന്നു. ഈ ജനറലിന്റെ താൻപോരിമ കണ്ട ബുർഗ്ഡോർഫും ഹിറ്റ്ലറും പരസ്പരം അറിയാതെ ഒരേ സമയത്ത് സ്വന്തം ഉത്തരവാദിത്വത്തിൽനിന്ന് അയാളെ തൽക്ഷണം സ്ഥാനത്തുനിന്ന് നീക്കാനും ഏറ്റവും അടുത്തുള്ള യുദ്ധക്കോടതിയിൽ ഹാജരാക്കി വെടിവച്ചു കൊല്ലാനും ഉത്തരവിട്ടു. പേടിച്ച് വഴങ്ങിക്കൊടുക്കാതെ ജനറൽ വൈഡ്ലിംഗ് മിന്നൽ വേഗത്തിൽ റൈഷ് ചാൻസെലറിക്കുതാഴെയുള്ള ബങ്കറിൽ വന്നു. ബങ്കറിലെ വഴികളിലൊന്നിൽ വെച്ച് ക്രേബ്സിനെയും ബുർഗ്ഡോർഫിനെയും കണ്ടുമുട്ടിയ വൈഡ്ലിംഗ് എന്തുകൊണ്ട് താൻ വധിക്കപ്പെടണം എന്ന് അവരോട് ചോദിച്ചു. സമരമുഖത്തിന്റെ തന്റെ നിയന്ത്രണത്തിലുള്ള ഖണ്ഡത്തിലെ സ്ഥിതിഗതികൾ വൈഡ്ലിംഗ് അവർക്കു വിവരിച്ചു കൊടുക്കുകയും അതിലുപരി തന്റെ കമാന്റ് പോസ്റ്റ് ഏറ്റവും മുന്നിലെ യുദ്ധനിരയിൽനിന്ന് ഒന്നുരണ്ടു കിലോമീറ്റർ ദൂരത്ത്, പണ്ടത്തെപ്പോലെ ബർളിൻ നഗരത്തിന്റെ തെക്കുകിഴക്കാണ് സ്ഥിതിചെയ്യുന്നതെന്നും തെളിവുസഹിതം സമർത്ഥിച്ചു. ഇതോടെ രണ്ടു ജനറൽമാരും ഗണ്യമായി മനുഷ്യപ്പറ്റുള്ളവരായി മാറുകയും ഉടനെ അയാളെ ഫ്യൂററുടെ ബങ്കറിലേക്ക് കൂട്ടിക്കൊണ്ടു പോകുകയും ചെയ്തു.

വീർത്ത മുഖത്തോടും പനി പിടിച്ചയാളുടെ കണ്ണുകളോടും കൂടിയാണ് ഹിറ്റ്ലർ തന്നെ സ്വീകരിച്ചതെന്ന് വൈഡ്ലിംഗ് പിന്നീട് ഓർക്കുന്നു. ഇരിക്കുന്ന അവസ്ഥയിൽപോലും ഫ്യൂററുടെ ഇടതുകാൽ ഒരു പെൻഡുലംപോലെ നിരന്തരം ചലിച്ചുകൊണ്ടിരിക്കുകയായിരുന്നു എന്ന് വൈഡ്ലിംഗ് ഞെട്ടലോടെ നിരീക്ഷിച്ചുവത്രെ. തന്റെ പ്രതിരോധമേഖലയിലെ ശാക്തികാനുപാതം കഷ്ടിച്ച് വിവരിച്ചുകഴിഞ്ഞതേയുള്ളൂ, ഉടനെ ഹിറ്റ്ലർ സംസാരിക്കാൻ തുടങ്ങിപോലും. വർദ്ധിച്ചുവന്ന ആശ്ചര്യത്തോടെ ഹിറ്റ്ലർ ബർളിന്റെ പ്രതിരോധപ്രവർത്തനങ്ങളെപ്പറ്റിയുള്ള വിശദീകരണങ്ങൾ കേട്ടിരുന്നു. നഗരത്തിന്റെ തെക്കുഭാഗത്ത് റഷ്യൻ സൈന്യം ആദ്യം എങ്ങനെ ചിതറിക്കപ്പെട്ടുവെന്നും ഒടുവിൽ സ്റ്റൈനറും ബുസ്സേയും ഇടയ്ക്ക് ഒഴിവുകിട്ടിയ യൂണിറ്റുകളും എങ്ങനെ അതിനെതിരെ പൊരുതിയെന്നും നാമാവശേഷമാക്കിയെന്നും. ഇതേസമയം മറ്റു സൈന്യങ്ങൾ വടക്കുഭാഗത്ത് റെഡ് ആർമിയെ തടയുമെന്നും ഒടുവിൽ പരസ്പരം സഹകരിച്ച് ഇവ നിർണായകമായ പോരാട്ടത്തിന് ഇറങ്ങുമെന്നും. ബങ്കറിൽനിന്നു തന്നെ ജനറൽ വൈഡ്ലിംഗ് ഈ സംഭാഷണത്തിന്റെ ഫലത്തെപ്പറ്റി തന്റെ സ്റ്റാഫിനെ വിവരം ധരിപ്പിച്ചു. ചില നിർദ്ദേശങ്ങൾ നൽകുകയും ചെയ്തു.

അടുത്ത ദിവസം ക്രേബ്സ് അന്തംവിട്ടുനിന്ന ആ ജനറലിനെ അറിയിച്ചു. ബർളിൻ ഡിഫെൻസ് ഏരിയയുടെ കമാന്റർ ആയി ഹിറ്റ്ലർ വൈഡ്ലിംഗിനെ നിയമിച്ചിരിക്കുന്നു എന്ന്. വൈഡ്ലിംഗ് നിർവ്വികാരനായി പ്രതികരിച്ചു: "ഇതിലും ഭേദം എന്നെ വെടിവെച്ചു കൊല്ലാൻ ഉത്തരവിടുകയായിരുന്നു. അങ്ങനെയെങ്കിൽ ഈ കാസ എന്നിൽ നിന്ന് അകന്നുപോകുമായിരുന്നു."

അപ്രതീക്ഷിത സംഭവങ്ങൾക്ക് ഇതോടെ അവസാനമുണ്ടായില്ല. കടന്നുപോയ ദിവസങ്ങളിൽ പലപ്പോഴായി ഒരു പേര് പൊന്തിവന്നിരുന്നു. ഈ പേരിന് പ്രാധാന്യം കൂടിവരുകയും അത് പെട്ടെന്ന് അന്തമില്ലാത്ത പ്രതീക്ഷകൾ ഉണർത്തുകയും ചെയ്തിരുന്നു. ഉച്ചതിരിഞ്ഞ് ജനറൽ ക്രേബ്സ് ഹൈൻട്രിക്കിയെ കണ്ട്, മാഗ്ഡെബുർഗ്ഗിനടുത്ത് താവളമടിച്ചിരുന്ന ജനറൽ വാൾട്ടർവെൻക്കിന്റെ കീഴിലുള്ള 12-ാം ആർമി ഒരു എബൗട്ട്-ടേൺ നടത്തുമെന്നും ഉടനെ ബർളിനെ ലക്ഷ്യമാക്കി മാർച്ചു ചെയ്യും എന്നും പറഞ്ഞു. അമേരിക്കൻ സൈന്യം എൽബേ നദി അതിർത്തിയായി കണക്കാക്കിയതുകൊണ്ടും ഈ നദി മുറിച്ചുകടക്കാൻ യാതൊരു ഒരുക്കങ്ങളും നടത്താതിരുന്നതുകൊണ്ടും ഈ തീരുമാനം മനസ്സിലാക്കാൻ എളുപ്പമായിരുന്നു.

പന്ത്രണ്ടാം ആർമിയിൽ അധികവും മുന്നണിയിൽ പൊരുതി പരിശീലനമുള്ളവരുടെകൂടെ പുതിയതായ ഭടന്മാരെക്കൊണ്ട് ശക്തിപ്പെടുത്തിയ യൂണിറ്റുകളാണുണ്ടായിരുന്നത്. തങ്ങളുടെ സമരവീര്യത്തിൽ അവരർപ്പിച്ച ശുഭപ്രതീക്ഷ തീർത്തും അസ്ഥാനത്തല്ലായിരുന്നു. എന്നാൽ ട്രൂപ്പിന് ഓപ്പറേഷന്റെ കാര്യത്തിൽ യാതൊരുവിധ മുൻപരിചയവും

ഉണ്ടായിരുന്നില്ല എന്ന വസ്തുത പരിഗണിക്കണമായിരുന്നു. ഇതിൽ കൂടുതൽ ആശങ്കാജനകമായത് ബങ്കറിലെ, മിലിട്ടറി മാപ്പിലെ കൊടികളുടെ ലോകത്തിൽ പരിഗണിക്കപ്പെടാതെ പോയതോ അതോ മനഃപൂർവ്വം പരിഗണിക്കാതെയിരുന്നതോ ആയ ഒരു കാര്യമായിരുന്നു. വെൻകിന്റെ അധീനതയിൽ ഒരൊറ്റ ടാങ്കുപോലും ഇല്ലായിരുന്നു. വ്യോമസേനയിൽ ശത്രുവിനുണ്ടായിരുന്ന മേൽക്കൈക്കെതിരെ പ്രതിരോധിക്കാൻ ആവശ്യമായ വിമാനവേധത്തോക്കുകൾ ഇല്ലായിരുന്നു. യുദ്ധമുഖത്തേക്ക് ഉറപ്പായി വാഗ്ദാനം ചെയ്തിരുന്ന രണ്ടു ഡിവിഷനുകൾ വന്നിരുന്നില്ല; ഒരിക്കലും വരികയുമില്ലായിരുന്നു. പന്ത്രണ്ടാം ആർമിയുടെ നിയന്ത്രണത്തിലുള്ള പ്രദേശം ഏതാനും ദിവസങ്ങൾക്കുള്ളിൽ അരമില്യണിലധികം അഭയാർത്ഥികളുള്ള ഒരു കൂറ്റൻ സത്രമായി മാറിയിരുന്നു. എൽബേ നദിവരെ റെഡ് ആർമി ആട്ടിയോടിച്ച ഇവരെ അമേരിക്കൻ സൈന്യം നദിയുടെ മറുകരയിൽ തടഞ്ഞു നിർത്തിയതായിരുന്നു. അന്തമില്ലാത്ത പ്രവാഹമായി ദിവസവും വന്നുകൊണ്ടിരുന്ന ട്രക്കുകളിൽ വന്ന ഇവർ, പിന്നീട് ജന്മനാടുകളിൽ നിന്ന് പുറത്താക്കപ്പെടുകയോ ക്യാമ്പുകളിൽ അടയ്ക്കപ്പെടുകയോ നിർബന്ധിതത്തൊഴിലിനായി കിഴക്കൻ യൂറോപ്പിലേക്ക് കൊണ്ടുപോകപ്പെടുകയോ ചെയ്ത മില്യൺ കണക്കിന് അഭയാർത്ഥികളുടെ ഒരുതരത്തിലുള്ള മുന്നണിപ്പടയായിരുന്നു.

ഓപ്പറേഷന്റെ ആസൂത്രണത്തെ മന്ദഗതിയിലാക്കുകയോ തടസ്സപ്പെടുത്തുകയോ ചെയ്യുമായിരുന്ന നിരവധി പ്രശ്നങ്ങളെക്കുറിച്ച് ക്രേബ്സിനെ ബോധവാനാക്കുന്ന കാര്യം ഹൈൻട്രിക്കി പക്ഷേ, ചിന്തിച്ചില്ല. ബങ്കറിൽ നിന്നുവരുന്ന ഉത്തരവുകളെ കൂടുതൽ നിരാകരിച്ചുകൊണ്ടുള്ളതായ അയാളുടെ ഉള്ളിരിപ്പുകൾ ഏതാനും ദിവസങ്ങളായി മറ്റൊരു ദിശയിലേക്കാണ് നീങ്ങിയിരുന്നത്: വടക്കും തെക്കും ഉള്ള സൈന്യങ്ങളെ ബർളിനെ സ്പർശിക്കാതെ മുന്നോട്ട് വലിച്ച്, പണ്ടേ നിരർത്ഥകമായിക്കഴിഞ്ഞിരുന്ന ഒരു കൂട്ടക്കൊല ഒഴിവാക്കുക. പകരം ഇവ ഇംഗ്ലണ്ടിന്റെയും അമേരിക്കയുടെയും സമരമുഖങ്ങളോട് കഴിയുന്നത്ര അടുത്തുവരിക. ഇതിന്റെ വെളിച്ചത്തിൽ അയാൾ തന്റെ തീരുമാനം ജനറൽ ബുസ്സേക്ക് കൈമാറി: ഫീൽഡിലിറങ്ങാൻ യോഗ്യതയുള്ള എല്ലാ ട്രൂപ്പുകളും പടിഞ്ഞാട്ടു നീങ്ങി വെൻകിന്റെ സൈന്യത്തിനടുത്തേക്ക് മാർച്ചു ചെയ്യുക. ഫ്യൂററോട് പ്രത്യേകം വിധേയത്വമുണ്ടായിരുന്ന ബുസ്സേ ആശങ്ക പ്രകടിപ്പിച്ചപ്പോൾ ഹൈൻട്രിക്കി ഹ്രസ്വമായി പറഞ്ഞുനിർത്തി, ഇതൊരു ആജ്ഞയാണ്.

പതറാത്ത ഇച്ഛാശക്തിയും ആത്മവഞ്ചന നിറഞ്ഞ പ്രതീക്ഷയും മാത്രം അവശേഷിച്ചു-ഗേബെൽസ് വീണ്ടും വീണ്ടും ആവർത്തിച്ചതുപോലെ, ധനികഭരണവും ബോൾഷെവിസവും തമ്മിലുള്ള വഴിപിഴച്ച കൂട്ടുകെട്ടിന്റെ തകർച്ചയെപ്പറ്റിയുള്ള പ്രതീക്ഷ.

എല്ലാ സൈനിക എതിർപ്പും ഏതാനും ദിവസത്തെ സമയലാഭമാണ് ലക്ഷ്യമാക്കുന്നത്. ഗേബെൽസ് വീണ്ടും വീണ്ടും ആവേശത്തോടെ ഊന്നിപ്പറയുമായിരുന്നു, റഷ്യൻ സൈന്യത്തെ പാശ്ചാത്യസഖ്യ

കക്ഷികൾക്കെതിരെ തിരിച്ചുവിട്ട് ദുഷ്പ്രചരണങ്ങളോടെ സ്വന്തം കാര്യം കാണാൻ. ഏറെത്താമസിയാതെ ഉണ്ടാവാൻ പോകുന്ന അവസരത്തെപ്പറ്റി ആരിലും വെറുപ്പുളവാക്കുന്ന നിർലജ്ജമായ ധിക്കാരത്തോടെ ഗ്വേബെൽസ് സംസാരിച്ചു. ധിക്കാരവും അഹങ്കാരവും കലർന്ന പതിവു പ്രസംഗങ്ങൾ ഒരു ലജ്ജയുമില്ലാതെ തുടർന്നു. ഇതൊക്കെയാണെങ്കിലും ഏപ്രിൽ 22-ാം തിയ്യതി നടന്ന ബ്രീഫിംഗിൽ നിരന്തരം രചിക്കപ്പെട്ടതും ഏറെ പണിപ്പെട്ടു നിലനിർത്തിയതുമായ ഭാവനാചിത്രങ്ങൾ എങ്ങനെയോ ഒറ്റയടിക്ക് അപ്രത്യക്ഷമായി.

നാടകീയമായ ഈ കോൺഫറൻസ് ഉച്ചതിരിഞ്ഞ് മൂന്നുമണികഴിഞ്ഞാണ് ആരംഭിച്ചത്. സ്ഥിരമായി ആളുകൾ വന്നും പോയും കൊണ്ടിരുന്ന ഈ കോൺഫറൻസ് വൈകീട്ട് ഏതാണ്ട് എട്ടുമണിവരെ നീണ്ടുനിന്നു. ഓഡർ നദിയുടെ കിഴക്കുഭാഗത്തും സോവിയറ്റുകൾക്ക് വിജയമുണ്ടായി എന്ന അറിയിപ്പ് ഹിറ്റ്ലർ പ്രത്യക്ഷത്തിൽ സുഖദുഃഖാതീതമായ നിസ്സംഗതയോടെയാണ് ഉൾക്കൊണ്ടത്.

റിപ്പോർട്ടു തുടരുന്നു: “എതിരാളി തെക്കുഭാഗത്ത് സോസ്സെൻ എന്ന ചെറുപട്ടണം പിടിച്ചുകഴിഞ്ഞ് സ്റ്റാൻസ്ഡോർഫിലേക്ക് മുന്നേറുകയാണ്. വടക്കേ നഗരാതിർത്തിയിൽ ഫ്രോണൗവിനും പാങ്കോവിനും ഇടയ്ക്ക് പൊരുതിക്കൊണ്ടിരിക്കുന്നു. കിഴക്ക് ലിഷ്റ്റെൻ ബെർഗ്ഗ്, മാൾസ് ഡോർഫ്, കാൾസ് ഹോർസ്റ്റ് എന്നീ പട്ടണങ്ങൾ വരെ എത്തിയിരിക്കുന്നു.”

ഒടുവിൽ മുറിയിൽ നിശ്ശബ്ദത വന്നപ്പോൾ ഹിറ്റ്ലർ സ്റ്റൈനറെപ്പറ്റി ചോദിച്ചു. തെറ്റായ പ്രതീക്ഷകൾ ഉണർത്തി മനഃപൂർവ്വം കാത്തിരിപ്പിക്കുന്നതോ വൈരുദ്ധ്യാത്മകമോ ആയ വാർത്തകൾ മാത്രമാണ് ഹിറ്റ്ലർക്ക് ലഭിച്ചത്. ഒടുവിൽ ക്രേബ്സിന് തുറന്നു സമ്മതിക്കേണ്ടിവന്നു: “സ്റ്റൈനറുടെ വിധിനിർണായകം എന്ന് പാടിപ്പുകഴ്ത്തപ്പെട്ട ഓപ്പറേഷൻ നടന്നിട്ടേയില്ല.” ഉടനെ അത്യന്തം ഭീകരമായ ഒരു നിശ്ശബ്ദത പരന്നു. കൊടുങ്കാറ്റ് ആഞ്ഞുവീശി.

അതുവരെയാരും കണ്ടിട്ടില്ലാത്ത ഒരു പൊട്ടിത്തെറിയോടെ ഹിറ്റ്ലർ കസേരയിൽനിന്ന് ചാടിയെഴുന്നേറ്റു. കയ്യിൽ സദാ കൊണ്ടുനടന്നിരുന്ന കളർ പെൻസിലുകൾ ബ്രീഫിംഗിനിടെ മേശപ്പുറത്തേക്കു വലിച്ചെറിഞ്ഞുകൊണ്ട് അലറി. “വഞ്ചകർ, ചതിയന്മാർ...” ദുർബ്ബലമായിരുന്ന, അടഞ്ഞിരുന്ന ആ ശബ്ദത്തിന് ഒരിക്കൽക്കൂടി പണ്ടുണ്ടായിരുന്ന ശക്തി തിരികെ ലഭിച്ചു. വാക്കുകൾക്കായി പണിപ്പെട്ടുകൊണ്ട് ഹിറ്റ്ലർ കോപത്തിന്റെ തീക്കാറ്റുകൾ അഴിച്ചുവിട്ടു. ലോകത്തിനെതിരെ, എല്ലാവരിലും കണ്ട ഭീരുത്വത്തിനെതിരെ, നീചതയ്ക്കെതിരെ, വിശ്വാസവഞ്ചകരായ ജനറൽമാർക്കെതിരെ അദ്ദേഹം പഴിച്ചു. തനിക്ക് എന്നും തരണം ചെയ്യേണ്ടതുണ്ടായിരുന്ന നിരന്തരമായ എതിർപ്പുകളെയും പഴിച്ചു. ചതിയന്മാരും കാശിനു കൊള്ളാത്തവരും വർഷങ്ങളായി തന്നെ വലയം ചെയ്തിരിക്കുകയാണെന്ന് പരാതിപ്പെട്ടു.

ഇതുകേട്ട് എല്ലാവരും അസ്വസ്ഥരായി ശൂന്യതയിലേക്ക് തുറിച്ചുനോക്കിയിരുന്നു. ഹിറ്റ്ലർ സമചിത്തത വെടിഞ്ഞ്, ഇടുങ്ങിയ ആ

മുറിയിൽ, സ്ഥലമുണ്ടാക്കി, അങ്ങോട്ടുമിങ്ങോട്ടും നടക്കാൻ തുടങ്ങി. തന്റെ സമചിത്തത വീണ്ടെടുക്കാൻ ശ്രമിച്ചു. വീണ്ടും പഴയ അവസ്ഥയിലേക്ക് തിരികെ വീണു, കോപാന്ധനായി പരിസരം മറന്ന് മുഷ്ടിചുരുട്ടി മറുകൈ വെള്ളയിലിടിച്ചു. കവിളിലൂടെ കണ്ണുനീരൊഴുകി. "ഈ ചുറ്റുപാടുകളിൽ തനിക്ക് ദീർഘകാലം ഭരിക്കാനാവില്ല. തന്റെ ഉത്തരവുകൾ കാറ്റിനോട് സംസാരിക്കുന്നതുപോലെ വ്യർത്ഥമാണ്. എന്തുചെയ്യണം എന്ന് തനിക്ക് അറിയില്ല."

"നാം യുദ്ധത്തിൽ തോറ്റിരിക്കുന്നു!" ഹിറ്റ്ലർ ഉച്ചത്തിൽ പറഞ്ഞു: "പക്ഷേ, ഞാൻ ബർളിൻ വിടും എന്ന് നിങ്ങൾ കരുതുന്നുണ്ടെങ്കിൽ നിങ്ങൾക്ക് ഭീമമായ തെറ്റുപറ്റിയിരിക്കുന്നു! അങ്ങനെ സംഭവിക്കുന്നതിന് മുമ്പ് ഞാൻ എന്റെ തലയിലൂടെ ഒരു വെടിയുണ്ട പായിച്ചിരിക്കും." ആരോ യോഡലിനോട് ഫോണിൽ ചെല്ലാൻ ആവശ്യപ്പെട്ടപ്പോൾ കോൺഫറൻസിൽ പങ്കെടുത്ത എല്ലാവരെയും ഹിറ്റ്ലർ പറഞ്ഞുവിട്ടു. കൈറ്റൽ, ക്രേബ്സ്, ബുർഗ്ഗ്ഡോർഫ് എന്നിവരോടുമാത്രം നിൽക്കാൻ പറഞ്ഞു.

ഈ ഒച്ചയും ബഹളവും കേട്ട് ഞെട്ടി പുറത്ത് മുറികളിലും സ്റ്റെയർ കെയ്സിനു താഴെ വരെയും ബങ്കർ നിവാസികൾ ഓടിക്കൂടിയിരുന്നു. അവർ അങ്ങനെ വെറുതെ നിന്ന് തങ്ങൾ കണ്ട കാര്യങ്ങൾ പരസ്പരം വിവരിച്ചപ്പോൾ, ഇടയ്ക്കിടയ്ക്ക് ഗ്രനേഡുപൊട്ടി മുറി വിറച്ചപ്പോൾ, അസ്വസ്ഥനും നിശ്ശബ്ദനുമായി ഹിറ്റ്ലർ കോൺഫറൻസ് മുറിയിൽനിന്ന് പുറത്തുവന്ന്, ഇടംവലം നോക്കാതെ, കുനിഞ്ഞ്, വിളറിയ മുഖത്തോടെ തന്റെ സ്വകാര്യ മുറിയിലേക്കു പോയതായി ഒരു ദൃക്സാക്ഷി വിവരിക്കുന്നു. ഈ ബഹളത്തിനിടയിൽ ബോർമാൻ ഓരോരുത്തരെയും മാറി മാറി സമീപിച്ച്, സമനിലവിട്ട് ആവർത്തിച്ചു: "സ്വയം വെടിവച്ച് മരിക്കും എന്ന് ഫ്യൂറർ പറഞ്ഞത് ഗൗരവമായിട്ടായിരിക്കില്ല." ഇതേസമയം കൈറ്റെലാവട്ടെ, അവിടെയുണ്ടായിരുന്ന ഓരോരുത്തരെയും ആഹ്വാനം ചെയ്തു: "നാം ഫ്യൂററെ അതിൽനിന്ന് പിന്തിരിപ്പിക്കണം!"

കൊടുങ്കാറ്റ് തെല്ല് ശമിച്ചപ്പോൾ കൈറ്റൽ, ഡ്രൊനിറ്റ്സ്, ക്രേബ്സ്, ബുർഗ്ഗ്ഡോർഫ്, ഹെർമാൻ ഫേഗെലൈൻ എന്നിവരെ ഒറ്റയ്ക്കൊറ്റയ്ക്ക് വിളിച്ച് ഹിറ്റ്ലർ സംസാരിച്ചു. അഞ്ചുമണിയോടെ ഹിറ്റ്ലർ ഗേബെൽസിനെ വിളിപ്പിച്ചു. ഹിറ്റ്ലർക്കായി ഒരു അഭ്യർത്ഥന ഗേബെൽസു വശം കൊടുത്തുവിടാൻ ബോർമാന് കഴിഞ്ഞിരുന്നു. എന്തുവന്നാലും ആൽപ്സ് മലമ്പ്രദേശത്തുള്ള ദുർഗ്ഗത്തിലേക്ക് ഹിറ്റ്ലർ പിൻവാങ്ങണം എന്നതായിരുന്നു ഉള്ളടക്കം. ഏതായാലും ഈ GPU[32]- ടൈപ്പിന്റെ അപേക്ഷ

32. 1942ൽ കാൾ റിറ്റർ സംവിധാനം ചെയ്ത ജർമ്മൻ പ്രൊപ്പഗന്റാ ഫിലിമാണ് G.P.U. കമ്യൂണിസ്റ്റുകളുടെ നിഷ്ഠുരമായ ഭീകരപ്രവർത്തനങ്ങളും തിരിച്ചടിയുമാണ് പ്രമേയം. മൊളോട്ടോവ്-റിബ്ബൻ ട്രോപ്പ് ഒത്തുതീർപ്പ് അലസിപ്പോയതിനുശേഷം ആണ് ചിത്രം റിലീസ് ചെയ്യപ്പെട്ടത്. ഓൾഗാ ഫെയോദോറോവ്ന എന്ന ബാൾടിക് ജർമ്മൻകാരി തന്റെ കുടുംബം G.P.U.വിനാൽ നിർദ്ദയം വകവരുത്തപ്പെടുന്നത് കണ്ട് അതേ ഭീകരസംഘടനയിൽ ചേർന്ന് പ്രതികാരം ചോദിക്കുകയും ഒടുവിൽ ആത്മഹത്യ ചെയ്യുകയും ചെയ്യുന്നു.

കേട്ടതായി ഗ്വേബെൽസ് ഭാവിച്ചില്ല. ഫ്യൂററോടൊപ്പം മരണം വരിക്കാനുള്ള ഗ്വേബെൽസിന്റെ സന്നദ്ധതയാണ് ഹിറ്റ്ലറെ ബർളിനിൽ നിൽക്കാൻ ആത്യന്തികമായി പ്രചോദിപ്പിച്ചതെന്നു പോലും ചില സൂചനകളുണ്ട്. ഏതായാലും ഹിറ്റ്ലറുമായുള്ള സംഭാഷണത്തിനുശേഷം ഗ്വേബെൽസ് എതിർവശത്തുള്ള മുറിയിൽ വന്ന് സെക്രട്ടറി മിസ്സിസ് യൂംഗെയോട് തന്റെ ഭാര്യയും ആറു മക്കളും അന്നുതന്നെ ബങ്കറിലേക്ക് താമസം മാറ്റും എന്ന് അറിയിച്ചു. ഓരോ കുട്ടിയും ഒരു കളിപ്പാട്ടം മാത്രമേ കൂടെ കൊണ്ടുവരാവൂ എന്ന് തന്റെ വിജയാവേശം നിറഞ്ഞ മുദ്രാവാക്യങ്ങളേക്കാളേറെ കാര്യമാത്രപ്രസക്തവും നിർവികാരവും ആയി ഗ്വേബെൽസ് അറിയിച്ചു; അധികം നൈറ്റ് ഡ്രസ്സുകൾ ഇല്ലാതെ വരണമെന്നും. അതുപോലുള്ള സാധനങ്ങൾ ഇനിയും ആവശ്യമില്ലെന്നും. ഇതുകഴിഞ്ഞ് അല്പനേരത്തിനുശേഷം, പ്രത്യക്ഷത്തിൽ സമനില വീണ്ടെടുത്ത് ഹിറ്റ്ലർ കോൺഫറൻസ് മുറിയിൽ തിരികെ വന്നു. "അന്ത്യം ഇതാ അടുത്തുകഴിഞ്ഞു. തനിക്ക് ഇനി യാതൊരു പ്രതീക്ഷയുമില്ല," അവിടെയുണ്ടായിരുന്നവരിൽ മിക്കവാറും എല്ലാവരും തന്നെ എതിർത്തു. ഇനിയും ഉപയോഗയോഗ്യമായി നിൽക്കുന്ന സൈനികഘടകങ്ങളെപ്പറ്റി, വെൻക്കിന്റെ നേതൃത്വത്തിൽ മുന്നേറിക്കൊണ്ടിരുന്ന ആർമിയെപ്പറ്റി, ബുസ്സേയെപ്പറ്റി, ഡ്രേസ്ഡെനിലും ചുറ്റുപാടും ഉള്ള പ്രദേശങ്ങളിലും വിശ്വസ്തനായ ഫീൽഡ് മാർഷൽ ഫെർഡിനാന്റ് ഷേർണർ നയിച്ച സൈന്യത്തെപ്പറ്റി എല്ലാവരും പറഞ്ഞപ്പോൾ ഹിറ്റ്ലർ ചുമൽ കുലുക്കിക്കൊണ്ടു പറഞ്ഞു: "നിങ്ങൾ ഇഷ്ടമുള്ളത് ചെയ്യുക! എനിക്ക് ഉത്തരവുകളൊന്നും നൽകാനില്ല."

നീണ്ട നിശ്ശബ്ദതയ്ക്കുശേഷം ഹിറ്റ്ലർ കൂട്ടിച്ചേർത്തു. "താൻ റൈഷിന്റെ തലസ്ഥാനനഗരിയിൽവച്ച് മരണം വരിക്കും. തന്നെ പിടിച്ചു വലിച്ചുകൊണ്ടുപോകാൻ ആരെയും അനുവദിക്കില്ല. പ്രഷ്യയിലെ റാസ്റ്റെൻ ബുർഗ്ഗിലുള്ള ഹെഡ്ക്വാർട്ടേഴ്സ് താൻ ഒരിക്കലും ഉപേക്ഷിക്കരുതായിരുന്നു." എതിരഭിപ്രായങ്ങളെല്ലാം ഹിറ്റ്ലർ നിഷേധിച്ചു. ഹിംലറുടെ ഫോൺവഴി ഹിറ്റ്ലറിൽ മനംമാറ്റാനുണ്ടായ ശ്രമവും വിജയിച്ചിട്ടില്ല. താൻ പറയുന്നത് കേൾക്കണം എന്ന് റിബ്ബെൻ ട്രോപ്പിന്റെ അപേക്ഷയും ഹിറ്റ്ലർ വലിയ ഒച്ചപ്പാടുണ്ടാക്കാതെ നിരസിച്ചു. "മുറിവേറ്റ് ശത്രുവിന്റെ കൈകളിൽ പെടുക എന്ന അപകടം ഒഴിവാക്കാനായി താൻ നേരത്തേ ആഗ്രഹിച്ചതുപോലെ ആയുധമെടുത്ത് റഷ്യൻ സൈന്യത്തെ നേരിടുകയില്ല. ശാരീരികമായും യുദ്ധം ചെയ്യാവുന്ന അവസ്ഥയിലല്ല താൻ." പക്ഷേ, ആ മണിക്കൂറിന്റെ ആർദ്രതയുടെ പിടിയിൽ അകപ്പെട്ട് ആ വാക്കുകൾ ഹിറ്റ്ലറുടെ വായിൽനിന്ന് അറിയാതെ പുറത്തുവന്നു: "റൈഷ് ചാൻസെലറിയുടെ പടവുകളിൽ താൻ മരിച്ചുവീഴും." നാടകീയം എന്നപോലെ ദൈവനിന്ദകവും ആയ ഈ ബിംബത്താൽ വശീകരിക്കപ്പെട്ട് ഹിറ്റ്ലർ ഈ വാക്കുകൾ പലപ്രാവശ്യം ആവർത്തിച്ചു.

സ്വയം പിൻമാറാനുള്ള പഴുത് അടയ്ക്കാനായി ഹിറ്റ്ലർ ഉടനെ ഒരു വിജ്ഞാപനം ഡിക്റ്റേറ്റു ചെയ്തു. ഇതനുസരിച്ച് ഹിറ്റ്ലർ ബർളിനിൽ തുടരുകയും നഗരത്തിന്റെ പ്രതിരോധം നേരിട്ട് ഏറ്റെടുക്കുകയും ചെയ്യും.

കൈറ്റെൽ, യോഡൽ, ഗ്വേബെൽസ് എന്നിവരോടും മറ്റുചിലരോടുമൊപ്പം ഹിറ്റ്ലർ വീണ്ടും തന്റെ മുറിയിലേക്കു പോയി. സൈനികസഹായിയായ യൂലിയൂസ് ഷൗബിനെ വിളിപ്പിച്ച്, തന്റെ ബെഡ്ഡിന്റെ കാലു ഭാഗത്തിരിക്കുന്ന ഷെൽഫിലോ മറ്റെവിടെയെങ്കിലുമോ സൂക്ഷിച്ചിരുന്ന വ്യക്തിപരമായ ഡോക്യുമെന്റുകൾ ഗാർഡനിൽ കൊണ്ടുവന്ന് കത്തിച്ചുകളയാൻ ആവശ്യപ്പെട്ടു. സിറ്റിസെന്റർ കയ്യടക്കാനായി എല്ലാവശത്തുനിന്നും മുന്നേറിക്കൊണ്ടിരുന്ന സോവിയറ്റു ട്രൂപ്പുകളെപ്പറ്റി അസ്വാസ്ഥ്യജനകമായ റിപ്പോർട്ടുകൾ വന്നുകൊണ്ടിരുന്ന സാഹചര്യത്തിൽ ഹിറ്റ്ലർ നിരവധി സൈനിക ബഹുമതികൾ നേടിയിരുന്ന എസ്.എസ് ബ്രിഗേഡിയർ വില്ലെം മോൺകെയെ 'സിറ്റഡെല്ലെ' എന്ന ഏറ്റവും ആന്തരികമായ പ്രതിരോധമേഖലയുടെ ഫീൽഡ് കമാന്ററായി നിയമിച്ചു. നിരവധി ബഹുമതികൾ നേടിയിരുന്ന മോൺകെ 1933 മുതൽ ലൈബ്സ്റ്റാൻഡാർട്ടെയുടെ ഭാഗമായിരുന്നു. മോൺകെയെ ഹിറ്റ്ലർ തന്റെ നേരിട്ടുള്ള ആജ്ഞാധികാരത്തിനു കീഴിലാക്കി. നഗരത്തിലുള്ള, നാലായിരത്തോളം വരുന്ന എസ്.എസ് അംഗങ്ങളുടെയും അതുപോലെ മൂന്ന് വെയർമാഹ്റ്റ് സൈന്യങ്ങളുടെ ചില ചെറിയ ഘടകങ്ങളുടെയും ഹിറ്റ്ലർ യൂത്തിന്റെയും മേലുള്ള ആജ്ഞാധികാരം ഹിറ്റ്ലർ മോൺകെക്കു കൈമാറി.

ഒടുവിൽ, തങ്ങളുടെ സ്റ്റാഫിനെയും കൂട്ടി ബേർഷ്ടെസ്ഗാർഡനിലേക്കുപോയി ഗ്വേറിംഗിന്റെ സഹായത്തോടെ ആവശ്യമായ തീരുമാനങ്ങളെടുക്കാൻ ഹിറ്റ്ലർ കൈറ്റെലിനോടും യോഡലിനോടും ആവശ്യപ്പെട്ടു. അവിടെയുണ്ടായിരുന്നവരിൽ ഒരാൾ എതിർത്തു: ആ റൈഷ് മാർഷലിന്റെ കീഴിൽ ഒരു പട്ടാളക്കാരനും പൊരുതുകയില്ല. ഹിറ്റ്ലർ പ്രതിവചിച്ചു: "പൊരുതുകയോ! ഇവിടെ പൊരുതുവാൻ ഒന്നും കാര്യമായിട്ടില്ല. ഇനി കൂടിയാലോചനയുടെ കാര്യമാണെങ്കിൽ അത് എന്നെക്കാളും നന്നായി റൈഷ് മാർഷലിന് കഴിയും."

ഒടുവിൽ എല്ലാവരും ക്ഷീണിച്ചുതളർന്ന് ഇതികർത്തവ്യതാമൂഢരായി വിഷമിച്ച് അങ്ങനെയിരുന്നപ്പോൾ ഹിറ്റ്ലറുടെ മനസ്സ് മാറ്റാനായി കൈറ്റെൽ ഒരുശ്രമംകൂടി നടത്തിനോക്കി. താൻ ആദ്യമായാണ് ഫ്യൂററുടെ ഉത്തരവ് അനുസരിക്കാതിരിക്കുന്നതെന്നും ബേർഷ്റ്റെസ് ഗാർഡനിലേക്ക് പോകാൻ വിസമ്മതിക്കുന്നു എന്നും കൈറ്റെൽ പറഞ്ഞു. എന്നാൽ ഹിറ്റ്ലർ മറുപടികൊടുത്തു, "താൻ ബർളിൻ ഒരിക്കലും വിടില്ല, ഒരിക്കലും." കൈറ്റെൽ വീണ്ടും എതിരഭിപ്രായം പറഞ്ഞപ്പോൾ ഹ്രസ്വമായ, രൂക്ഷമായ ഒരു വാക്കേറ്റമുണ്ടായി. ഫീൽഡ് മാർഷൽ പറയുന്നത് തുടർന്നും കേൾക്കാൻ താൻ വിസമ്മതിക്കുന്നു എന്ന കമന്റോടെ ഹിറ്റ്ലർ അത് അവസാനിപ്പിച്ചു. വിഷമസന്ധിയിൽ വെയർമാഹ്റ്റിനെ

ഫ്യൂറർ കയ്യൊഴിയരുതെന്ന് പറഞ്ഞ് കൈറ്റെൽ സംസാരം തുടർന്ന യുടനെ താൻ അവഹേളിക്കപ്പെട്ടു എന്നു കരുതിയ ഹിറ്റ്ലർ അയാൾക്ക് പുറത്തേക്കുള്ള വഴികാണിച്ചുകൊടുത്തു.

പോകുന്നവഴി കൈറ്റെൽ യോഡലിനോട് പതുക്കെ പറഞ്ഞു: "ഇത് ആണ് തകർച്ച."

അന്നുരാത്രി തന്നെ കൈറ്റെൽ പന്ത്രണ്ടാം ആർമിയുടെ ഓപ്പറേഷൻ റൂമിലേക്കു പോയി. ഈ ഓപ്പറേഷൻ റൂം കമാന്റ് പോസ്റ്റ് മാഗ്ഡെ ബുർഗ്ഗിൽനിന്ന് ഏതാനും കിലോമീറ്റർ കിഴക്ക്, വീസെൻ ബുർഗ്ഗിനടുത്ത് ആൾട്ടെ ഒഹ്വല്ലെ എന്ന ഫോറസ്റ്റ് സൂപ്രണ്ട് ഓഫീസിൽ ആണ് ആസ്ഥാനമാക്കിയിരുന്നത്. വെയർമാഹ്റ്റിന്റെ ആംഡ് ഫോഴ്സസ് സുപ്രീം കമാന്റിന്റെ തലവൻ മുറിയിൽ പ്രവേശിച്ചയുടനെതന്നെ ട്രൂപ്പ് ലീഡർക്ക് ആ സ്റ്റാഫ് ഓഫീസറെപ്പറ്റിയുണ്ടായിരുന്ന എല്ലാ ആശങ്കകളും ശരിയാണ് എന്ന് തോന്നി. കാരണം പ്രൗഢമായ വേഷഭൂഷാദികളോടും അകമ്പടി യോടും കൂടെയാണ് കൈറ്റെൽ പ്രത്യക്ഷപ്പെട്ടത്. തന്റെ മാർഷൽ ബാറ്റൺ സല്യൂട്ടു ചെയ്യാനായി അയാൾ തൊപ്പിയുടെ വക്കുവരെ ഉയർ ത്തിയതും കാര്യത്തിലേക്ക് മുഖവുരയില്ലാതെ നേരിട്ടുകടന്നതും ഒപ്പം കഴിഞ്ഞു: "നിങ്ങൾ പോയി ബർളിൻ സ്വതന്ത്രമാക്കൂ! കിട്ടാവുന്ന സർവ്വ ശക്തിയുമുപയോഗിച്ച് തിരിയുക. 9-ാം ആർമിയുമായി ചേരുക. ഫ്യൂററെ അടിച്ചുപുറത്താക്കുക! വെൻക്ക്, ജർമനിയുടെ രക്ഷ നിങ്ങളുടെ കയ്യി ലാണ്!"

ഓരോ എതിരുപറച്ചിലും അർത്ഥശൂന്യവും സമയം നഷ്ടപ്പെടുത്തലും ആണെന്ന് വെൻക്കിന് അറിയാമായിരുന്നു. ഓരോ ഉത്തരവുകേട്ടപ്പോഴും അത് തീർച്ചയായും ചെയ്യാം എന്ന് മാത്രമാണ് അയാൾ പറഞ്ഞത്. എന്നാൽ വെളുപ്പിന് മൂന്നുമണിക്ക് കൈറ്റെൽ പോയിക്കഴിഞ്ഞ് വെൻക്ക് തന്റെ സ്റ്റാഫിനെ വിളിച്ചുവരുത്തി സാഹചര്യം വിശദീകരിച്ചു: "നാം ആജ്ഞകൾക്കനുസൃതമായി എല്ലാശക്തിയും ഉപയോഗിച്ച് ബർളിനി ലേക്കു മാർച്ചു ചെയ്യാനല്ല പോകുന്നത്. മറിച്ച് 9-ാം ആർമിയുടെ കഴിയു ന്നത്ര അടുത്ത് എത്താൻ നാം ശ്രമിക്കും. നമ്മുടെ ജോലി പടിഞ്ഞാറു ഭാഗത്തേക്ക് ഒരു നീണ്ട രക്ഷാമാർഗ്ഗം ഉണ്ടാക്കുകയും അത് തുറന്നിടുക യുമാണ്." ഹിറ്റ്ലറോട് വെൻക്ക് ഇത് മാത്രം പറഞ്ഞു: "ഒരു ഒറ്റ വ്യക്തി യുടെ ഭാവിക്ക് ഇനിയും അർത്ഥമില്ല."

ഏപ്രിൽ 22-ാം തിയതി നടന്ന ഈ കോൺഫറൻസിനെപ്പറ്റിയുള്ള അത്യധികം നിരാശാജനകമായ വാർത്ത കാറ്റിന്റെ വേഗത്തിൽ എല്ലാ യിടത്തും പരന്നു. ഹേവെൽ റിബ്ബെൻ ട്രോപ്പിനെയും യോഡൽ ജനറൽ കോളറെയും മേജർ ജനറൽ ക്രിസ്റ്റ്യാൻ ബേർഷ്, സ്റ്റെസ്ഗാഡനിലുള്ള റൈഷ് മാർഷലിനെയും അറിയിച്ചു: ബർളിനിൽ നിന്ന് അധികം ദൂര ത്തല്ലാതെ ഹോഹൻലിഷനിലുള്ള പുതിയ ഹെഡ്ക്വാർട്ടേഴ്സിൽ

താമസിച്ചിരുന്ന ഹൈൻട്രിഷ് ഹിംലറുമായി ഫേഗെലൈൻ ബന്ധപ്പെട്ടു. ഹിറ്റ്ലറുടെ പിന്തുടർച്ചക്കാരനെച്ചൊല്ലി പ്രതീക്ഷിക്കപ്പെട്ടിരുന്ന അധികാര വടംവലിയുടെ മുൻനിരയിൽത്തന്നെ നിൽക്കാനായി ഏറെനാളുകളായി തയ്യാറെടുത്തുവന്ന റൈഷ് ഫ്യൂറർ എസ്.എസ് ഹിംലർ ഒടുവിൽ വിധി നിർണയത്തിന്റെ മണിക്കൂർ വന്നതായി കണ്ടു: ഫേഗെലൈന്റെ റിപ്പോർട്ട് ഫ്യൂററുടെ സ്ഥാനത്യാഗം അല്ലാതെ മറ്റൊന്നുമല്ല ആവശ്യപ്പെട്ടത്. ഹിറ്റ്ലർക്ക് അയാളെപ്പറ്റിയുണ്ടായിരുന്ന മതിപ്പ് വളരെയധികം കുറഞ്ഞിരുന്നതുകൊണ്ടാണ് ഉപദേഷ്ടാക്കളുടെ നിർബന്ധം ഉണ്ടായിരുന്നിട്ടും അയാൾ പക്ഷേ, തന്റെ ഡിമാന്റ് പരസ്യമായി മുന്നോട്ട് വെയ്ക്കാൻ മടിച്ചു. ഏതായാലും ഐസനോവറുമായി ഒരു കൂടിക്കാഴ്ച നടത്താനായി പലരുമായും സമ്പർക്കത്തിലേർപ്പെടാൻ ഫേഗെലൈന് ധൈര്യം തോന്നി. സ്വന്തം നിയന്ത്രണത്തിലുള്ള എസ്.എസ്സിനെക്കൊണ്ട് അമേരിക്കയുടെ സർവ്വസൈന്യാധിപന് ഉപകാരമുണ്ടായേക്കാം എന്ന് ബോധ്യപ്പെടുത്തുകയായിരുന്നുവത്രെ തന്റെ അഭിലാഷം എന്ന് ഹിംലർ വ്യക്തമാക്കി.

പശ്ചിമമേഖലയിൽ വെടിനിർത്തൽ നേടുകമാത്രമല്ല തന്റെ ലക്ഷ്യം. മറിച്ച് ചെമ്പടയ്ക്കെതിരെ നിലവിൽ നടന്നുവരുന്ന യുദ്ധത്തിനായി അമേരിക്കൻ യുദ്ധസാമഗ്രികൾ ലഭിക്കുകയും തന്റെ ലക്ഷ്യമത്രെ, ഹിംലർ വിശദീകരിച്ചു. "ഇത് നടന്നാൽ ഞാൻ അത് സാധിക്കും" അയാൾ ചുറ്റും ഉള്ളവരോട് പറഞ്ഞു. ഐസനോവറുമായി കൂടിക്കാഴ്ച നടത്തുമ്പോൾ തലകുനിക്കുകയോ ഹസ്തദാനമോ ഏതാണ് കൂടുതൽ ഉചിതമെന്ന് ഇപ്പഴേ അയാൾ ചിന്തിക്കാൻ തുടങ്ങി. താൻ തുടങ്ങിവെച്ച രാഷ്ട്രതന്ത്രപരമായ കളിയെപ്പറ്റി പൂർണമായി ബോധവാനായി പുച്ഛം ഒട്ടും മറച്ചുവെയ്ക്കാതെ അയാൾ കൂട്ടിച്ചേർത്തു:

"ബർളിനിൽ എല്ലാവർക്കും ഭ്രാന്തുപിടിച്ചിരിക്കുകയാണ്!"

അയാൾക്ക് മനസ്സിലാക്കാൻ കഴിയാതിരുന്ന ഒരുകാര്യം ഉണ്ടായിരുന്നു: ഹോഹൻലിൻഷെന് ഇതല്ലാതെ മറ്റൊന്നും ബാധകമായില്ല.

നാല്

പൂർണവിരാമങ്ങൾ

തലസ്ഥാനനഗരിയിൽ കാര്യങ്ങൾ കീഴ്മേൽ മറിഞ്ഞുകിടക്കുകയായിരുന്നു. ദിവസവും രാവിലെ ധൃതിയിൽ രംഗത്തിറക്കിയ, അടിയന്തിരാവശ്യങ്ങൾക്കായുള്ള സൈനികഘടകങ്ങൾ റോഡുകളിലൂടെ നീങ്ങി. റോഡുകൾ ബ്ലോക്കു ചെയ്യാൻ സഹായിച്ചു. ടാങ്കുകളുടെ മുന്നേറ്റം തടയാനുള്ള കുഴികൾ കോരി. അല്ലെങ്കിൽ പലകകളും സിമന്റും കൊണ്ട് താൽക്കാലികമായ മറകൾ നിർമ്മിച്ചു. നഗരാതിർത്തിയിൽ എല്ലായിടത്തും പരസ്യപ്പലകകൾ ഉണ്ടായിരുന്നു: "റൈഷിന്റെ തലസ്ഥാനത്ത് അഭയാർത്ഥികൾ താമസിക്കുന്നത് നിരോധിച്ചിരിക്കുന്നു." എന്നാലും നഗരത്തിന്റെ പാർശ്വഭാഗങ്ങളിലുള്ള തുറന്ന റോഡുകളിലൂടെ, കുതിരകളെ അല്ലെങ്കിൽ കന്നുകാലികളെ കയറ്റിയ ലോറികൾ അന്തമില്ലാതെ നീങ്ങി. ഇവ പലപ്പോഴും യുദ്ധമേഖലയുടെ നടുവിൽപെടുകപോലും ചെയ്തിരുന്നു.

ഭക്ഷണപദാർത്ഥങ്ങൾ, സൈന്യത്തിനാവശ്യമായ സാധനങ്ങൾ, മുറിവേറ്റ സൈനികർ എന്നിവ കൊണ്ട് നിറഞ്ഞ ചരക്കുതീവണ്ടികൾ കേടായിക്കിടന്ന് റെയിൽവേ സ്റ്റേഷനുകളെ ബ്ലോക്കു ചെയ്തു. ചെമ്പട അടുത്തെത്തിയതോടെ ബോംബുവർഷം നിലച്ചിരുന്നു എന്നത് ശരി തന്നെ. പക്ഷേ, നഗരം ഇനിയും തീയുടെ വെളിച്ചത്തിൽ തന്നെ കിടന്നു. ചാരവും തീപ്പൊരികളും പൊടിപടലങ്ങളും അന്തരീക്ഷത്തിൽ അവസാനമില്ലതെ പാറി നടന്നു. കെട്ടിടങ്ങളുടെ മുഖവാരങ്ങളും മരങ്ങളും മനുഷരുമെല്ലാം കുമ്മായം കൊണ്ടു പൊതിയപ്പെട്ടു. നഗരത്തിനുമീതെ റഷ്യയുടെ താഴ്ന്നുപറക്കുന്ന ഫൈറ്റർ വിമാനങ്ങൾ ഇടതടവില്ലാതെ പറന്നുകൊണ്ടിരുന്നു. ആഴ്ചകളായി ഞരമ്പുകളെ തളർത്തിവന്ന സൈറൺ ശബ്ദവും തുടർന്നു. രൂക്ഷമായ, നീണ്ടുനീണ്ടു നിന്ന ശബ്ദം വഴി അത് ടാങ്കാക്രമണത്തിന്റെ മുന്നറിയിപ്പ് നൽകിക്കൊണ്ടിരുന്നു. കത്തിച്ചാമ്പലായതും ഇന്ധനമില്ലാതെ ഉപേക്ഷിക്കപ്പെട്ടതുമായ മിലിട്ടറി വാഹനങ്ങൾ എല്ലായിടത്തും കിടന്നിരുന്നു. നഗരത്തിനു ചുറ്റും നിലയുറപ്പിച്ചിരുന്ന സോവിയറ്റ് ആർട്ടിലറി ഇതിനകം നഗരത്തിന്റെ എല്ലാ ഭാഗത്തും

എത്തിയിരുന്നു. റോഡിനു ഇരുവശത്തും നിരനിരയായി നിന്നിരുന്ന ചില വീടുകൾ ഇൻഫന്ററി എത്തുന്നതിനു മുൻപുതന്നെ ഈ ആർട്ടിലറി ഓരോന്നായി വെടിവച്ചു കത്തിച്ചു. മറ്റുപലതിനുംപുറമേ കെട്ടിടാവശിഷ്ടങ്ങൾവരെ താനേ കിടന്ന് തീ പിടിച്ചത്രെ.

ദിവസം ചെല്ലുന്തോറും കൂടുതൽ ഫാക്ടറികൾ, വർക്ക്ഷോപ്പുകൾ, ഭക്ഷണ-അവശ്യസാധനവിതരണസ്ഥാപനങ്ങൾ എന്നിവ അടയ്ക്കപ്പെട്ടു. പലപ്പോഴും മണിക്കൂറുകളോളം വെള്ളമോ വിദ്യുച്ഛക്തിയോ ഉണ്ടായിരുന്നില്ല. പാചകത്തിനായി കറന്റ് ഉപയോഗിക്കുന്ന കുറ്റത്തിനു വധശിക്ഷയായിരുന്നു നൽകിയിരുന്നത്. റോഡുകളിലെ കുതിർന്ന കീലിൽ കെട്ടിടാവശിഷ്ടങ്ങളും മാലിന്യങ്ങളും എല്ലായിടത്തും കുന്നുകൂടി കിടന്നു. എല്ലായിടത്തും ഉണ്ടായിരുന്ന കരിഞ്ഞ മാംസത്തിന്റെ ദുർഗന്ധത്തോടൊപ്പം ഇത് ദുസ്സഹമായ ഒരു നാറ്റം അന്തരീക്ഷത്തിൽ പരത്തി. സർവോപരി സിറ്റിസെന്ററിന്റെ പല ഭാഗങ്ങളിലും മനുഷ്യർക്ക് ദിവസങ്ങളോളം ഭൂമിക്കടിയിലെ മുറികളിൽനിന്നും ഭൂമിക്കടിയിൽ മെട്രോകൾ ഓടുന്ന തുരങ്കങ്ങളിൽനിന്നും പുറത്തുവരാൻ സാധിച്ചില്ല. പുറത്തുവരാൻ ധൈര്യപ്പെട്ട ഏതാനും പേർ കത്തുന്ന ഫോസ്ഫറിൽനിന്നു വരുന്ന പുകയിൽനിന്നും ആവിയിൽനിന്നും രക്ഷപെടാനായി വെള്ളത്തിൽ കുതിർത്തെടുത്ത തുണിക്കഷണങ്ങൾ കൊണ്ടു മുഖം പൊത്തി. അതിജീവിക്കാൻ വേണ്ടിയുള്ള കഷ്ടപ്പാടുകൾ അവിടെയും അവസാനിച്ചില്ല.

അന്തിമവിജയത്തെപ്പറ്റിയുള്ള വാചകമടികളുടെയും ഭീഷണികളുടെയും താക്കീതുകളുടെയും ദൃശ്യാനുഭവങ്ങളുടെ അസ്വസ്ഥതയുണ്ടാക്കുന്ന ഒരു മിശ്രിതമായിരുന്നു ഇനിയും അവശേഷിച്ചിരുന്ന ദിനപ്പത്രങ്ങളും പരസ്യത്തൂണുകളിലെ അറിയിപ്പുകളും കാഴ്ച വെച്ചത്. ഇതോടൊപ്പം എങ്ങനെയാണ് ദൈനംദിന ജീവിതത്തിലെ ഒടുങ്ങാത്ത പ്രശ്നങ്ങളെ നേരിടേണ്ടത് എന്നതിനെപ്പറ്റി പലപ്പോഴും വിചിത്രമായ ഉപദേശങ്ങളും ഉണ്ടായിരുന്നു. ഒന്ന് ഇതായിരുന്നു: ശരീരത്തിലെ മാംസനിക്ഷേപം ഭേദപ്പെടുത്താൻ എല്ലാവരും നഗരത്തിലുള്ള നിരവധി ജലാശയങ്ങളിൽ തവളപിടുത്തത്തിനായി പോകണം. പല നിറങ്ങളിലുള്ള തുണിക്കഷണങ്ങൾ ഉപയോഗിച്ച് ഇത് സാധിക്കുമത്രേ. ഈ തുണിക്കഷണങ്ങൾ കരയ്ക്കടുത്ത് ആഴം കുറഞ്ഞ വെള്ളത്തിലൂടെ വലിച്ചാൽ മതിയായിരുന്നുപോലും.

എല്ലാറ്റിനും ക്ഷാമം അനുഭവപ്പെട്ടു. ആളൊഴിഞ്ഞ പ്രദേശങ്ങളിൽ ഒന്നിച്ചുകൂടിയ പീപ്പിൾസ് അസ്സോൾട്ട് ഗ്രൂപ്പുകൾ ഉപേക്ഷിക്കപ്പെട്ട ബസ്സുകളിലും ട്രാമുകളിലും ആയിരുന്നു സമരമുഖത്തേക്ക് കൊണ്ടുവരപ്പെട്ടത്. നഗരത്തിന്റെ അതിർത്തിപ്രദേശങ്ങളിൽ ഉണ്ടായിരുന്ന മൂന്ന് ആയുധഡിപ്പോകൾ നേരത്തേതന്നെ റഷ്യൻ സൈന്യം പിടിച്ചടക്കിയിരുന്നു. ഗ്ര്യൂണെവാൾഡിലോ ടിയർഗാർട്ടനിലോ ഉണ്ടായിരുന്ന

ഗോഡൗണുകളിൽനിന്നു സാധനങ്ങൾ കൊണ്ടുവരാൻ വാഹനങ്ങളുമുണ്ടായിരുന്നില്ല. അതുകൊണ്ട് ജർമൻപ്രതിരോധസൈന്യത്തിന്റെ പകുതിയിലധികം ഭടന്മാരും മേൽക്കൈയിലെ സ്വസ്തികചിഹ്നം ബാഡ്ജും ശത്രുക്കളെ നേരിടാനുള്ള നിർദ്ദേശങ്ങളും സഹിതം മുറിവേറ്റും മരിച്ചും കിടക്കുന്നവരുടെയിടയിൽ കാർബൈനുകളും[33] പാൻസെർ ഫൗസ്റ്റു[34]കളും ശേഖരിക്കാനിറങ്ങി. ആയുധക്ഷാമം കണക്കിലെടുക്കാതെ ഇളംപ്രായത്തിലുള്ളവരെയും ഹിറ്റ്ലർ ആയുധസേവനത്തിനായി വിളിപ്പിച്ചു- ആയുധങ്ങൾ ഇല്ലായിരുന്നെങ്കിലും അന്ത്യം അടുത്തു എന്ന് ഉറപ്പായതോടെ ഏറെക്കാലം പിടിച്ചുവെച്ചിരുന്ന, നീതിബോധത്തിന്റെ പുറം മോടിയിൽ പൊതിഞ്ഞ, ഭരണകൂടത്തിന്റെ പ്രതികാരവാഞ്ഛയും പരസ്യമായി പുറത്തുവന്നു.

1944 ജൂലൈ 2നു നടന്ന കൂട്ട അറസ്റ്റോടെ ജയിലുകളെല്ലാം രാഷ്ട്രീയ ത്തടവുകാരെക്കൊണ്ട് നിറഞ്ഞിരുന്നു. ആദ്യത്തെ ഏപ്രിൽ - പകുതിയിൽ ഹിറ്റ്ലർ ഉത്തരവിട്ടിരുന്നു, തടവുകാരാരും ജീവനോടെ ഇരിക്കരുതെന്ന്. ഇതോടെ സൈനികനിയന്ത്രണത്തിലായിരുന്ന പ്രദേശങ്ങളിലെല്ലാം മരണയന്ത്രം പ്രവർത്തനനിരതമാകുകയും ചെയ്തിരുന്നു. സോവിയറ്റ് മുന്നണിപ്പോരാളികൾ അടുത്തെത്തിയതോടെ ലേർട്ടർ സ്ട്രീറ്റിലുള്ള ജയിൽ അടയ്ക്കപ്പെട്ടു. ഇതോടെ താരതമ്യേന ഗൗരവം കുറഞ്ഞ കുറ്റം ചെയ്തവർ വെറുതെ വിടപ്പെട്ടു. മറ്റുള്ളവർക്ക് പ്രിൻസ് ആൽബെർട്ട് പാലസിലുള്ള ഗെസ്റ്റാപ്പൊ ഹെഡ്ക്വാർട്ടേഴ്സിൽ നിന്ന് സ്വതന്ത്രരാക്കപ്പെടും എന്ന് ഉറപ്പ് നൽകപ്പെട്ടു. എന്നാൽ രാത്രി ഒരു മണിയോടെ ആയുധധാരികളായ ഒരു എസ്.എസ്. ട്രൂപ്പ് ഈ തടവുകാരുമായി നീങ്ങി, എളുപ്പവഴിയെന്ന് പറഞ്ഞ്, അധികം ദൂരെയല്ലാത്ത ഒരു പറമ്പിൽ കൊണ്ടുപോയി, നേരത്തെ പറഞ്ഞുവെച്ചിരുന്ന ഓർഡർ അനുസരിച്ച് വെടിവച്ചു കൊന്നു. ഇങ്ങനെ വധിക്കപ്പെട്ടവരിൽ ക്ലൗസ് ബോൺഹേഫർ, റൂഡിഗർ ഷ്ളൈസർ, ഫ്രീഡ്രിഷ് യുസ്റ്റുസ് പേരെൽസ്, ആൽബ്രെഷ്റ്റ് ഹൗസ്ഹോഫർ എന്നിവർ ഉണ്ടായിരുന്നു.

എല്ലായിടത്തും വ്യാപിച്ചുവന്ന നൈരാശ്യത്തെപ്പറ്റിയും പകർച്ചവ്യാധിപോലെ പടർന്നുപിടിച്ച അനുരഞ്ജനസംഭാഷണസന്നദ്ധതയെപ്പറ്റിയും ആയിരുന്നു ജർമൻ സൈന്യം ഇതേ സമയം റിപ്പോർട്ട് ചെയ്തത് - രാജ്യത്ത് നിലനിൽക്കുന്ന വൈകാരികാന്തരീക്ഷത്തിൽ എങ്ങനെയാണ് ഏറ്റവും ഉറപ്പായി ജീവൻ ഒടുക്കുക എന്നതിനെപ്പറ്റിയുള്ള ചർച്ചകളായിരുന്നു.

---

33. താരതമ്യേന നീളവും ഭാരവും കുറഞ്ഞ ഒരുതരം റൈഫിൾ.

34. ടാങ്കുകൾ നശിപ്പിക്കാനായി ജർമ്മൻ സൈന്യം യുദ്ധകാലത്ത് വികസിപ്പിച്ചെടുത്ത, ചെലവുകുറഞ്ഞ, വെടിവയ്ക്കുമ്പോൾ പിന്നോട്ടുള്ള ആക്കം കുറവുള്ള ഒരു പ്രത്യേകതരം ആയുധം. ഒരു ഭടന് പരസഹായമില്ലാതെ ഇത് ഓപ്പറേറ്റു ചെയ്യാം.

വിമാനവേധത്തോക്കുകളുടെ പ്രവർത്തനത്തിൽ സഹായിയായി വർത്തിച്ചിരുന്ന ഡൊംബ്രോവ്സ്കി എന്ന സ്ത്രീ തന്നെ വെടി വെച്ചു കൊല്ലാൻ തന്റെ കമ്പനി ലീഡറോട് ആവശ്യപ്പെട്ടുവത്രെ. ചെറുപ്പക്കാരനായ ലെഫ്റ്റനെന്റ് ദീർഘനേരത്തെ യാതനനിറഞ്ഞ ശങ്കിച്ചുനില്പിനു ശേഷം അവരുടെ ആഗ്രഹം സാധിച്ചുകൊടുക്കുകയും അതുകഴിഞ്ഞയുടനെ ജീവനൊടുക്കുകയും ചെയ്തു. ഫ്യൂററുടെ സ്വന്തം സംവിധാനത്തിൽ പണ്ടേ ആസൂത്രണം ചെയ്തിരുന്ന കടന്നാക്രമണത്തെപ്പറ്റിയുണ്ടായിരുന്ന പറച്ചിൽ ഇപ്പോൾ നിശ്ശബ്ദമായി. പോട്ട്സ്ഡാമിനു തൊട്ട് മുൻപിലെത്തിയ, അന്തിമപോരാട്ടത്തിനായി സർവശക്തിയും സംഭരിച്ച, വെൻക്കിന്റെ ആർമിയെപ്പറ്റി ആർക്കും ഒരറിവുമില്ല. അമേരിക്കൻ സൈന്യം ചെമ്പടയ്ക്കെതിരെ ജർമൻ സൈന്യത്തെ സഹായിക്കാനായി വിമാനത്തിൽ ഭടന്മാരെ കൊണ്ടുവന്നിറക്കിയെന്ന സംസാരവും ഉണ്ടായിരുന്നു. ആർക്കും എളുപ്പത്തിൽ പൊരുൾ തിരിച്ചറിയാവുന്ന പ്രചാരണസൂത്രവാക്യങ്ങൾ ആരുടെയും വിശ്വാസം പിടിച്ചുപറ്റിയില്ല. ജീവിതപ്രതിസന്ധികളിലൂടെ തലമുറകളായി മുന്നോട്ടു നീങ്ങിയ ബർളിൻകാരുടെ നിശിതമായ വിധികല്പിതവാദം തങ്ങൾക്കു മുന്നിൽ അടുത്തുവരുന്ന അന്ത്യത്തോട് ഒരു ജനപ്രിയഗാനത്തിലൂടെയാണ് പ്രതികരിച്ചത്: "ഇതുകൊണ്ടുമാത്രം ലോകം അവസാനിക്കുന്നില്ല..." അയല്പക്കത്തുള്ളവർ ചൂളം വിളിച്ച് ഏറ്റു പാടി. തമ്മിൽ കണ്ടു പിരിയുമ്പോൾ യാത്രാമൊഴിയായി പറയാറുള്ള "നിങ്ങൾക്കെങ്കിലും ഒന്നും പറ്റാതിരിക്കട്ടെ!" എന്ന വാക്യം പോലെ ഒരു തരത്തിലുള്ള പാസ്‌വേഡായി മാറി ഈ ഗാനശകലം. "ഇതുകൊണ്ടുമാത്രം ലോകം അവസാനിക്കുന്നില്ല..."

ജീർണ്ണതയുടെ ലക്ഷണങ്ങൾ ഇവിടെ ഹിറ്റ്ലറുടെ ഏറ്റവും അടുത്ത ചുറ്റുപാടുകളെയും ബാധിച്ചിരുന്നു. ഏപ്രിൽ 23-ാംതിയതി വൈകീട്ട് ഹിറ്റ്ലറോട് വിട പറയാൻ ആൽബെർട്ട് സ്പേയർ ബങ്കറിൽ തിരികെ വന്നപ്പോൾ കണ്ടത് വൈരുദ്ധ്യാത്മകമായ കാഴ്ചകളാണ്. എല്ലായിടത്തും അച്ചടക്കത്തിന്റെ കാര്യത്തിൽ വഞ്ചനാത്മകമായ അയവുകൾ. ഫ്യൂറർ ബങ്കറിനു മുമ്പിലുള്ള മുറികളിൽ പുക വലിക്കുന്നത്, പകുതി കാലിയായ മദ്യക്കുപ്പികൾ അവിടവിടെ കിടക്കുന്നത്. ഹിറ്റ്ലറുടെ സാന്നിധ്യത്തെ നിരന്തരം അവഗണിക്കുന്നത്, ഹിറ്റ്ലർ കടന്നുപോയപ്പോൾ ആരും സംസാരം നിർത്തിയതുമില്ല - ബങ്കറിൽ അവിശ്വസനീയമായ വ്യത്യാസങ്ങൾ...

ഹിറ്റ്ലർ വിഷാദാത്മകമായ വിധത്തിൽ ശാന്തനായാണ് കാണപ്പെട്ടത്. ഒരു മോചനത്തെപ്പറ്റിയെന്നപോലെയാണ് ആൾ മരണത്തെപ്പറ്റി സംസാരിച്ചത്. മാസങ്ങളായി താൻ ഫ്യൂററുടെ, സർവ്വതും നശിപ്പിക്കാനുള്ള ഉത്തരവുകൾക്കെതിരെയായിരുന്നു പ്രവർത്തിച്ചത് എന്ന വിവരം സ്പേയർ പുറത്തുവിട്ടപ്പോൾ പോലും പ്രതീക്ഷയ്ക്കു വിപരീതമായി ഹിറ്റ്ലർ ക്ഷോഭിച്ചില്ല. മറിച്ച്, അവരുടെ കൂടിക്കാഴ്ചകൾക്കിടയിൽ

തികച്ചും വിചിത്രമായ ചിന്തകളിൽ മുഴുകുന്നതായാണ് കാണപ്പെട്ടത്. ഈ സമയത്ത് ഹിറ്റ്ലറുടെ കണ്ണുകൾ നിറഞ്ഞു തുളുമ്പിയിരുന്നു. തന്റെ വികാരങ്ങൾ വേണ്ടതിലധികം പ്രകടിപ്പിച്ചിട്ടെന്നോണം ഏതാനും മണിക്കൂറുകൾക്കുശേഷം ഹിറ്റ്ലർ തന്റെ അതിഥിയെ നഗ്നമായി താഴ്ത്തികെട്ടുന്ന നിസ്സംഗതയോടെ പറഞ്ഞു വിട്ടു. താൻ ഇനിയും സംഗതിയുടെ ഭാഗമല്ലാത്തതുപോലെ, സ്പേയർ പറയുന്നു: ആറുവർഷം മുമ്പ്, വിശാല ജർമൻ സാമ്രാജ്യത്തിന്റെ ആദ്യത്തെ വാസ്തുശില്പപരമായ സ്മാരകമായി താൻ നിർമ്മിച്ച റൈഷ്ചാൻസെലറിയുടെ തകർന്നു തരിപ്പണമായ ഹാളുകളിലൂടെ തിരികെ നടക്കുന്നതിനിടെ പെട്ടെന്ന് അറിയാതെ ആ ബോധോദയം ഉണ്ടായി. തന്നെ വകവരുത്താനായി ഹിറ്റ്ലർ ഒരു ഷൂട്ടിംഗ് കമാന്റോയെ ഏർപ്പാട് ചെയ്തിരുന്നെങ്കിൽ തന്റെ ജീവിതത്തിന് എത്ര അഭികാമ്യമായ ഒരു പരിസമാപ്തി വന്നേനേ.

സ്പേയർക്കുണ്ടായ ഇതേ ചിന്ത തന്നെയാണ് ഹിറ്റ്ലർ തൊട്ട് ഗേബെൽസ്, ക്രേബ്സ്, ബുർഗ്ഡോർഫ്, മോൺകെ എന്നിവർ വരെയുള്ളവരെയും അവരോടൊപ്പം ഹിറ്റ്ലറുടെ നൂറുക്കണക്കിനു സ്വകാര്യ സുരക്ഷാഭടന്മാരെയും ബാധിച്ചത്. ശത്രുസൈന്യത്താൽ വളയപ്പെട്ട ബർളിനിൽ യുദ്ധഭ്രാന്ത് ബാധിച്ച പട്ടാളക്കാർ മരണഗർത്തങ്ങളിലേക്കു തന്നെ വീണുകൊണ്ടിരുന്നു. തോൽക്കപ്പെട്ടതിന്റെ പരിഭ്രാന്തി പൂണ്ട് മിക്കവാറും പന്ത്രണ്ടാം മണിക്കൂർ കഴിഞ്ഞിട്ടും തകർന്നുപോയ സാമ്രാജ്യത്തിന്റെ അവശിഷ്ടങ്ങളിൽകിടന്നു തുടർന്നും യുദ്ധം ചെയ്യുന്നതിനെ ബ്രിട്ടീഷ് ചരിത്രകാരൻ ഇ.ജെ.പി. ടെയ്ലർ ഒരു "വലിയ രഹസ്യം" എന്നാണ് വിളിക്കുന്നത്. ജർമൻ ജനത സ്വയം ഇക്കാര്യം ഓർത്തിട്ടില്ലാതിരുന്നതിനാൽ ടെയ്ലർ ഏറെക്കുറെ പരിഹാസാത്മകതയോടെ കൂട്ടിച്ചേർത്തു: "ഇതിനു ഉത്തരം കിട്ടലുണ്ടാവില്ല."

സംഘട്ടനമേഖലയിലുണ്ടായിരുന്ന ട്രൂപ്പുകൾ ആത്മവിശ്വാസം നഷ്ടപ്പെട്ട് മരണം സ്വയം വരിച്ചു എന്നല്ല ഇവിടെ വിവക്ഷ. മറിച്ച്, ഇവരിൽ ഒരു നല്ല വിഭാഗത്തിനു കടന്നുപോയ ദിവസങ്ങളിലെ സംഘട്ടനത്തിന്റെ ബഹളത്തിൽ അതിവിചിത്രമായ ഒരു നഷ്ടപരിഹാരം ലഭിച്ചതായാണ് തോന്നിയതെന്നു നമുക്കു ഏറെക്കുറെ ഉറപ്പാക്കാൻ കഴിയും. ഇവരുടെ ദൃഷ്ടിയിൽ തങ്ങളുടെ ചെറുത്തുനില്പിനെ സർവ്വ വിവേകത്തിനും അപ്പുറം ഒരു നീതീകരണമാവാൻ സഹായിച്ചത്, ഈ ലോകത്തിൽ യഥാർത്ഥത്തിൽ മഹത്തരമായതെല്ലാം മുഖ്യമായും മരണത്തിലൂടെയും സർവ്വനാശത്തിലൂടെയും മാത്രം സാക്ഷ്യപ്പെടുത്തപ്പെടുന്നു എന്ന രൂഢമൂലമായ സങ്കല്പമായിരിക്കണം. അതിലുപരി ലോകചരിത്രത്തിലെ ഒരു ദുരന്തനാടകത്തിന്റെ അന്ത്യരംഗം അഭിനയിക്കുന്ന നടീനടന്മാരായി തങ്ങൾ നിയോഗിക്കപ്പെട്ടു അല്ലെങ്കിൽ ഉയർത്തപ്പെട്ടു എന്ന് ഇവർക്കു തോന്നി. ബൃഹത്തായ ദുരന്തനാടകങ്ങൾ നിരർത്ഥകമായി കാണപ്പെടുന്ന

കാര്യങ്ങൾക്കുപോലും ഒരു അർത്ഥം നൽകുന്നു എന്ന് ഇവർ പഠിച്ചിരുന്നു. മറ്റുപോംവഴികളില്ലാത്ത സാഹചര്യങ്ങളിൽ ഏതെങ്കിലും ഒരാശയത്തിൽ സർവ്വവും മറന്ന് ഭ്രമിച്ചു വശാവുക എന്നത് പണ്ടേ ജർമൻ ചിന്തയിലെ ഒരു സരണിയായിരുന്നു. രക്തസാക്ഷിത്വത്തിന്റെ തീക്കാറ്റുകൾ അവർക്ക് സംഗീതമായിരുന്നു.

ഒരു നീണ്ട ദാർശനിക പാരമ്പര്യം അതിവിപുലമായ ഒരു പ്രബന്ധസാഹിത്യത്തിന്റെ സഹായത്തോടെ ചില്ലറ നാണയങ്ങളായി മാറ്റപ്പെടുകയും ഉയർന്ന പരീക്ഷണങ്ങൾക്കു വിധേയമാക്കപ്പെടുകയുമായിരുന്നു ഇവിടെ. ഹൈഡെഗ്ഗറുടെ 'ശൂന്യതയെ ഭയക്കാനുള്ള ധൈര്യ'ത്തിൽനിന്ന് അതികഠിനമായ ചെറുത്തുനില്പിനുള്ള കാരണങ്ങൾ അനുമാനിച്ചെടുക്കുകയും ചെയ്യുകയായിരുന്നു ഇവിടെ. ആഴത്തിൽ ചിക്കിച്ചികഞ്ഞ്, ഗാഢമായി മനനം ചെയ്ത് വികസിപ്പിച്ചെടുത്ത സിദ്ധാന്തങ്ങളിൽ തീവ്രവാദത്തോടുള്ള ചരിത്രപരമായ നിയോഗം പ്രഖ്യാപനം ചെയ്യുകയും അതോടൊപ്പം ജർമാനിക് ജനതകളുടെ പാരമ്പര്യഗുണമായി വീരോചിതമായ ഒരു അശുഭാന്തചിന്ത തിരിച്ചറിയുകയും ചെയ്തിരിക്കുകയാണ് ഇവിടെ.

അങ്ങേയറ്റത്തെ ജീവഹാനി ഏറ്റുവാങ്ങി തകർന്ന നഗരഭാഗങ്ങളിലും ബങ്കറുകളിലും അതികഠിനമായി പൊരുതിയവരിൽ പലരും പല തരത്തിലുള്ള ആത്മസംതൃപ്തികളും നേടി. ഈ ആത്മസംതൃപ്തികൾക്കു സമാനമായി മറ്റ് ഒന്നുമുണ്ടായിരുന്നില്ല. "മുൻപൊരിക്കലും അനുഭവപ്പെടാത്ത, വിവേകവും പക്വതയുമുള്ള ഒരു ഉന്മേഷം," ഒരു ജർമൻ ഓഫീസർ സ്മരിച്ചു, "അവർണനീയമായ ഒരു കാഠിന്യം, വിജയപ്രതീക്ഷ, മരിക്കാനുള്ള സന്നദ്ധത എന്നിവ ഞങ്ങളുടെ പോരാട്ടത്തിൽ നിറഞ്ഞുനിന്നു... റഷ്യൻ സൈന്യാധിപൻ ഷുഖോവ് സർവ്വശക്തിയുമുപയോഗിച്ചു തന്നെ നഗരം പിടിച്ചുവെയ്ക്കാൻ ശ്രമിച്ചാലും അതിന് അദ്ദേഹത്തിനു വലിയ വില കൊടുക്കേണ്ടി വരും. ഞങ്ങൾക്ക് വെറും പിസ്റ്റളുകൊണ്ട് ബർളിൻ രക്ഷിക്കേണ്ടി വന്നാലും" ഇതോടൊപ്പം ജർമൻ സൈന്യത്തിലെ സ്പെഷ്യൽ ട്രൂപ്പുകളുടെ - എസ്.എസ്സിന്റേതു മാത്രമല്ല -പ്രത്യയശാസ്ത്രപരമായ ബോദ്ധ്യങ്ങളും റൈഷ്ചാൻസെലറിയിൽ മരണം വരിക്കാനാഗ്രഹിക്കുന്നു എന്നും വിവിധ രീതിയിൽ സമർത്ഥിക്കപ്പെട്ട പ്രസ്താവനകൾ ഈ ബ്രീഫിങ്ങുകളിൽ ഉണ്ടായിരുന്നു.

ഞെട്ടിപ്പിക്കുന്നതും അവിശ്വസനീയവും ആയ വാർത്തകൾ കിട്ടിയതുകൊണ്ട്, അല്ലെങ്കിൽ കിട്ടിയിട്ടും ഹിറ്റ്ലർക്കുണ്ടായ വികാരങ്ങൾ സങ്കീർണമായ സ്വയംസാക്ഷാത്കാരത്തിന്റേതായിരുന്നു. ഒരിക്കൽകൂടി ചുവരോട് പുറംതിരിച്ച് നിൽക്കാനുള്ള ഭാഗ്യം, തോൽവി സമ്മതിച്ച്, ചെറുക്കുകയല്ലാതെ മറ്റു മാർഗമില്ലാതെ ഗതിമുട്ടി നിൽക്കാനുള്ള ഭാഗ്യം:

കോൺഫെറൻസുകളിൽ ഒന്നിൽ ഹിറ്റ്ലർ ആദരണീയമായ ഒരു അന്ത്യത്തെപ്പറ്റി ഒട്ടും രഹസ്യമല്ലാത്ത ആവേശത്തോടെ സംസാരിച്ചു. ഈ ആദരണീയമായ അന്ത്യം മറ്റെന്തിനേക്കാളും മുൻപ് പരിഗണിക്കണമത്രെ. നാണക്കേടിലും അവമാനത്തിലും ഏതാനും മാസങ്ങളോ വർഷങ്ങളോ തുടർന്നു ജീവിക്കുന്നതിലും ഭേദമത്രെ ഇത്. മറ്റൊരിക്കൽ ഹിറ്റ്ലർ ശത്രുസൈന്യം വളഞ്ഞുകഴിഞ്ഞ സർക്കാർ മന്ദിരങ്ങളെ, വീരോചിതമായി ചെറുത്തുനിൽക്കുന്ന അവസാനത്തെ ചെറിയ ദ്വീപ് എന്ന് പുകഴ്ത്തി. മാപ്പ്-ടേബിളിനു മുമ്പിൽ നിന്നവർക്ക് ഉറപ്പ് നൽകി: തന്റെ രാജ്യത്തിന്റെ തലസ്ഥാനത്തിനുവേണ്ടിയുള്ള പോരാട്ടത്തിൽ ഒരാൾ മരിക്കുന്നെങ്കിൽ അത് മനുഷ്യജീവിതത്തിന്റെ മോശമായ ഒരു അന്ത്യമല്ല.

1945 ഏപ്രിൽ 25ന് നടന്ന ബ്രീഫിങ്ങിൽ വിവിധ അഭിപ്രായപ്രകടനങ്ങൾ സംഗ്രഹിക്കപ്പെട്ടപ്പോൾ വീണ്ടുവിചാരമില്ലായ്മ, രോഷം, അങ്ങേയറ്റത്തെ കുറ്റസ്വീകാര്യസന്നദ്ധത എന്നിവയുൾപ്പെടെ വികാരവിക്ഷോഭങ്ങളും വൈകാരികപ്രത്യേകതകളും ഹിറ്റ്ലർ പ്രകടിപ്പിക്കുന്നത് കാണുന്നുണ്ട്.

“എനിക്ക് സംശയമില്ല; യുദ്ധം അവിടെ ബർളിനിൽ അതിന്റെ പാരമ്യത്തിലെത്തിയിരിക്കുന്നു. സാൻഫ്രാൻസിസ്ക്കോയിൽ സഖ്യകക്ഷികളുടെയിടയിൽ ഭിന്നതകൾ ഉണ്ടായിക്കൊണ്ടിരിക്കുന്നു എന്നത് - തീർച്ചയായും അവ ഉണ്ടാവും - സത്യമാണെങ്കിൽ ഈ ബോൾഷെവിസ്റ്റ് ഭീമന് ഒരു അടി കൊടുത്താൽ മാത്രമേ കാര്യങ്ങൾക്ക് മാറ്റമുണ്ടാവൂ. അപ്പോൾ ഒരുപക്ഷേ മറ്റുള്ളവർക്ക് ബോധ്യപ്പെടും, ഈ ബോൾഷെവിസ്റ്റ് ഭീമനെ തടയാൻ കെല്പുള്ള ഒരാൾ മാത്രമേ ഉണ്ടാവാനിടയുള്ളൂ എന്നും അത് ഞാനും പാർട്ടിയും ഇന്നത്തെ ജർമ്മൻ രാഷ്ട്രവും ആണെന്നും.”

“വിധി മറ്റൊന്നാണ് തീരുമാനിക്കുന്നതെങ്കിൽ ഞാൻ നാണംകെട്ട അഭയാർത്ഥി എന്ന നിലയിൽ ലോകചരിത്രത്തിന്റെ വേദിയിൽനിന്ന് തിരോധാനം ചെയ്യും. പക്ഷേ, ഓബെർസാൽസ്ബുർഗിൽ ആത്മഹത്യ ചെയ്യുന്നത് ഇവിടെ വീണുമരിക്കുന്നതിനേക്കാൾ ആയിരം പ്രാവശ്യം ഇരട്ടി ഭീരുത്വം നിറഞ്ഞ പ്രവൃത്തിയായി ഞാൻ കാണും - ലോകം പറയരുത്: “നിങ്ങൾ ഫ്യൂറർ എന്ന നിലയിൽ...”

“യഥാർത്ഥത്തിൽ നയിക്കുവാൻ കഴിയുന്നിടത്തോളം കാലം ഞാൻ നായകനാണ്. എവിടെയെങ്കിലും ഒരു മലമുകൾ ചേക്കേറുകവഴി എനിക്ക് നയിക്കാനാവില്ല... ഞാൻ ചെയ്ത കാര്യങ്ങളുടെ പേരിൽ മറ്റുള്ളവരെ വെടിവെച്ചു കൊല്ലിക്കുന്നത് എന്നെ സംബന്ധിച്ചിടത്തോളം വ്യക്തിപരമായി ദുസ്സഹമാണെന്ന് പറയേണ്ടതില്ലല്ലോ. ഒരു ബെർഗ് ഹോഫ് രക്ഷിക്കാനായി മാത്രമല്ല ഞാൻ ഈ ഭൂമിയിൽ ജനിച്ചത്.”

എന്തിനു വേണ്ടിയാണ് താൻ ജനിച്ചതെന്നും ചരിത്രപരമായ ഒരു ദൗത്യത്തിനു നിയോഗിക്കപ്പെട്ടതെന്നും പൊതുവായ ഒരു തിരിഞ്ഞു

നോട്ടത്തിൽ ഹിറ്റ്ലർ വ്യക്തമാക്കിയിട്ടുണ്ട്. ഈ തിരിഞ്ഞുനോട്ടമാണ് യഥാർത്ഥത്തിൽ ഹിറ്റ്ലറുടെ രാഷ്ട്രീയ മരണപത്രിക.

ഹിറ്റ്ലറോട് അടുത്തുനിൽക്കുന്നവരുടെ റിപ്പോർട്ടനുസരിച്ച് ബർളിനിലേക്കു വന്നതിനുശേഷം ഹിറ്റ്ലർ ഫെബ്രുവരിയിലും പിന്നീട് ഏപ്രിലിലും ഗേബെൽസും ലേയുമോടൊപ്പം ബങ്കറിൽ പല സായാഹ്നങ്ങളും ചെലവഴിച്ചു. ഇടയ്ക്കിടയ്ക്ക് വ്യവസായമന്ത്രി വാൾത്തർ ഫുങ്കിനെയും പങ്കെടുപ്പിക്കുമായിരുന്നു. ഈ കൂടിച്ചേരലുകൾക്കിടയിൽ നടത്തിയ നീണ്ട ആത്മഗതങ്ങളിൽ ഹിറ്റ്ലർ തന്റെ ജീവിതത്തിന്റെ ആകെത്തുക കൂട്ടിയെടുത്തു. ഇതിനിടയ്ക്ക് തന്റെ രാഷ്ട്രീയപ്രവർത്തനത്തിന്റെ മൂന്നുപാധികളും സാധ്യതകളും മാത്രമല്ല ഹിറ്റ്ലർ പരിശോധിച്ചത്. മറിച്ച്, തനിക്ക് പറ്റിയ അബദ്ധങ്ങളും എടുത്തുകാണിച്ചു. ഒടുവിൽ യോഗത്തിൽ സംബന്ധിച്ചവരിൽ ആരെങ്കിലും കാടുകയറാറുള്ള, നിയന്ത്രണം വിട്ട, അടുക്കും ക്രമവുമില്ലാത്ത വാക്പ്രളയത്തിനു കാര്യകാരണബന്ധവും വ്യക്തമായ രൂപവും നൽകുകയാണ് എല്ലായ്പ്പോഴുമുള്ള പതിവ്.

ഒരു ജർമൻ-ഇംഗ്ലീഷ് സഖ്യത്തെപ്പറ്റിയുള്ള 'രാജകീയചിന്തയുടെ' ഒരിക്കലും ഉൾക്കൊള്ളാൻ പറ്റാതിരുന്ന പരാജയം ആണ് ഹിറ്റ്ലർ തന്റെ ഈ ആലോചനകളുടെ തുടക്കത്തിൽ പ്രതിഷ്ഠിച്ചത്. ബ്രിട്ടീഷ് സാമ്രാജ്യത്തെ വശീകരിക്കാൻ വർഷങ്ങളായി താൻ ശ്രമിച്ചുവത്രെ, ഓൾഡ് വേൾഡിന്റെ സ്വന്തം കാര്യങ്ങളിൽനിന്ന് റഷ്യയെയും അമേരിക്കൻ ഐക്യനാടുകളെയും അകറ്റിനിർത്തുക എന്ന പൊതുതാത്പര്യമാണ് തന്റെ മനസ്സിലുണ്ടായിരുന്നതത്രെ. ഈ സാഹചര്യത്തിൽ താനല്ലാതെ മറ്റാരുമായിരുന്നില്ലത്രെ യൂറോപ്പിന്റെ അവസാനത്തെ രക്ഷ. ഇത് തിരിച്ചറിയുന്നതിനുപകരം ലോകം മുഴുവൻ ഈ രാഷ്ട്രീയത്തിൽ നിന്നുണ്ടായ കാഠിന്യങ്ങളെപ്പറ്റിയാണ്, പ്രശ്നങ്ങളെപ്പറ്റിയാണ് തലപുകച്ചത്.

ഹിറ്റ്ലർ കൂട്ടിച്ചേർത്തു: "പക്ഷേ. യൂറോപ്പിനെ വശീകരണശക്തികൊണ്ടോ കാര്യങ്ങൾ പറഞ്ഞുബോധ്യപ്പെടുത്താനുള്ള സാമർത്ഥ്യം കൊണ്ടോ പിടിച്ചെടുക്കാൻ കഴിഞ്ഞില്ല. യൂറോപ്പ് ലഭിക്കുന്നതിന് അതിനെ ബലാൽക്കാരം ചെയ്യേണ്ടിവന്നു' ഈ ബലാൽക്കാരത്തിന്റെ ഭാഗമായിരുന്നു, വ്യാജമായ, ചരിത്രം പിന്നിലാക്കിയ, കാലഹരണപ്പെട്ട, റോമാനികലോകശക്തികളായ ഫ്രാൻസിനെയും ഇറ്റലിയെയും അവയുടെ കാലാനുകൂലമല്ലാത്ത ശക്തിരാഷ്ട്രീയത്തെ ഉപേക്ഷിക്കാൻ നിർബന്ധിതമാക്കുക എന്നതും."

"എല്ലാം ഇംഗ്ലണ്ടിനെ ആശ്രയിച്ചാണിരുന്നത്. ഇംഗ്ലണ്ടാണെങ്കിൽ ദീർഘവീക്ഷണമില്ലാത്തവരും സങ്കുചിതത്വവും ധാർഷ്ട്യവും ഉള്ളവരുമായ രാഷ്ട്രീയ നേതാക്കളാൽ ഭരിക്കപ്പെട്ട് തന്നെ നിരാശപ്പെടുത്തിയുമിരുന്നു. ഇംഗ്ലണ്ടിനു വിധിച്ചത്, ജരാനരകൾ ബാധിച്ച ബുദ്ധിപരമായ

ശക്തിക്ഷയം ബാധിച്ച "യഹൂദസ്വാധീനം ഏറെയുള്ള, പകുതി അമേരിക്ക ക്കാരനായ മുഴുക്കുടിയൻ വിൻസ്റ്റൺ ചർച്ചിലാണ് പകരം ഒരു രണ്ടാമത്തെ പിറ്റിനെ സമ്മാനിച്ചിരുന്നെങ്കിൽ" എന്ന് ഹിറ്റ്ലർ വിലപിച്ചു. അങ്ങനെ സംഭവിച്ചിരുന്നെങ്കിൽ ആ ദ്വീപുസാമ്രാജ്യത്തിനു സർവ്വശക്തിയുമുപ യോഗിച്ച് ബ്രിട്ടീഷ് സാമ്രാജത്തിന്റെ മുഴുവൻ നിലനില്പിനും ക്ഷേമ ത്തിനും സ്വയം സമർപ്പിക്കാൻ ജർമനിക്ക് കഴിയുമായിരുന്നു. അതേസ മയം പിന്നിൽനിന്ന് ആരും ആക്രമിക്കില്ലെന്ന് ഉറപ്പുള്ള ജർമ്മനിക്ക് തന്റെ ലക്ഷ്യങ്ങൾ പിന്തുടരുകയും സഫലീകരിക്കുകയും ചെയ്യാമായിരുന്നു. അതായത് "എന്റെ ജീവിതലക്ഷ്യവും നാഷണൽ സോഷ്യലിസത്തിന്റെ ആവിർഭാവത്തിനുള്ള കാരണവും: ബോൾഷെവിസത്തിന്റെ ഉന്മൂല നവും."

കിഴക്കൻ യൂറോപ്പിന്റെ ദിഗ്വിജയത്തിനായി നടന്ന പടനീക്കം ഹിറ്റ്ലറുടെ ദൃഷ്ടിയിൽ ജർമ്മൻ രാഷ്ട്രീയം പണ്ടേ എടുത്ത തീരുമാന മായിരുന്നു. ഇത് വേണ്ടെന്നു വയ്ക്കുന്നത് ഒരിക്കലും ഒഴിവാക്കാനാവാ തിരുന്ന തോൽവി എന്ന അപകടത്തേക്കാൾ കൂടുതൽ ഗൗരവതരവു മായിരുന്നു.

"നാം യുദ്ധത്തിനു വിധിക്കപ്പെട്ടവരായിരുന്നു", ഹിറ്റ്ലർ വിശദീകരിച്ചു. നിർഭാഗ്യമെന്നു പറയട്ടെ, തന്നെ സംബന്ധിച്ചിടത്തോളം ഈ യുദ്ധം സൈനികമായി ആവശ്യത്തിലേറെ വൈകിയും മനഃശാസ്ത്രപരമായി ആവശ്യത്തിലേറെ നേരത്തെയും ആയിരുന്നു. കാരണം തങ്ങളെ ഭാര മേല്പിച്ച, ഏറ്റവും വിധിനിർണായകമായ ജീവന്മരണ പോരാട്ടത്തിന് ജർമ്മൻ ജനത പണ്ടേ തയ്യാറായിക്കഴിഞ്ഞിരുന്നില്ല. നാഷണൽ സോഷ്യ ലിസ്റ്റുകളുടെ ഒരു വരേണ്യശ്രേണിയെ വളർത്തിയെടുക്കാൻ എനിക്ക് ചുരുങ്ങിയത് 20 വർഷം വേണ്ടിവരുമായിരുന്നു."

പക്ഷേ, ഇതിനു ഹിറ്റ്ലർക്ക് സമയം പോരാതെ വന്നത്രെ. ഒരിക്കലും വേണ്ടത്ര സമയം ഉണ്ടാവാതിരിക്കുക എന്നത് ജർമ്മൻ ജനതയുടെ ദുരന്തമത്രെ. മറ്റുള്ള കാര്യങ്ങളെല്ലാം ഇതിന്റെ സ്വാഭാവിക പരിണതിയും - ആന്തരികമായ സന്തുലിതാവസ്ഥയുടെ കുറവുൾപ്പെടെ. മറ്റേതു ജനത യേയുംകാൾ കൂടുതൽ അസ്ഥിരതയും ചാഞ്ചല്യവുമുള്ളതും മറ്റുള്ള വരുടെ സ്വാധീനത്തിന് എളുപ്പം വഴങ്ങുന്നതും, തുടങ്ങിവെച്ചത് മുഴു മിപ്പിക്കാതെ സ്വാധീനത്തിന് എളുപ്പം വഴങ്ങുന്നതുമായ കാര്യം, മുഴു മിപ്പിക്കാതെ മറ്റൊന്നിലേക്കു ചാടുന്ന ശീലമുള്ളതും ഗതകാലങ്ങളിൽ അസാധാരണമായ നിർവികാരതയോടെ ഒരു പരമകാഷ്ഠയിൽനിന്ന് അതിനു നേർവിപരീതമായ മറ്റൊന്നിലേക്കു വീഴുന്നതുമായ ഒരു ജനതയെ നയിക്കുക എന്നത്, തന്റെ വ്യക്തിപരമായ തലവിധിയായി കരുതുന്നു എന്നും ഹിറ്റ്ലർ പറഞ്ഞു.

ഹിറ്റ്ലർ തുടർന്നു: ഇതേസമയം താൻ തെറ്റുകൾ ചെയ്തിട്ടുണ്ട്. വിട്ടു വീഴ്ചകൾ കാണിച്ചിട്ടുണ്ട്. ഇവയ്ക്കു പിന്നിൽ പ്രത്യേക താത്പര്യമോ

ആവശ്യമോ ഉണ്ടായിരുന്നില്ല. കാര്യങ്ങളെ വസ്തുനിഷ്ഠമായി നിരീക്ഷിച്ചാൽ ഇറ്റലിയിലെ ദൂച്ചെയുമായുള്ള തന്റെ സുഹൃത്ബന്ധം വൻ തെറ്റുകളിലൊന്നായി പരിഗണിക്കണം - ഒരുപക്ഷേ ദൂച്ചെയ്ക്ക് യുദ്ധ വിജയംതന്നെ നഷ്ടമാക്കിയ ഒന്ന്. വടക്കേ ആഫ്രിക്കയിലും ഇസ്ലാമിക ലോകത്തും ഒരുപോലെ മൊത്തത്തിൽ ഒരു വിപ്ലവരാഷ്ട്രീയം കളിക്കുന്നതിൽ തന്നെ തടസ്സപ്പെടുത്തിയത് ദൂച്ചെയോടുള്ള വിശ്വസ്തത ആയിരുന്നു. പ്രത്യേകിച്ച്, കൂലി വാങ്ങി ഭീകരപ്രവർത്തനം നടത്തിയ ജന്തുക്കളെക്കൊണ്ട് ഇസ്ലാമിന്റെ വാൾ എന്ന് വിളിച്ചുകൂവിക്കാനുള്ള അപഹാസ്യത/പരിഹാസ്യത മുസ്സോളിനി കാണിച്ചതിനുശേഷം. ഇതിലും വിനാശകരമായിരുന്നു സൈനികരംഗത്തെ അവസ്ഥ. ഇറ്റലി യുദ്ധത്തിൽ പ്രവേശിച്ചത്; തുടക്കത്തിൽ നേടിയ യുദ്ധവിജയങ്ങൾ; അതോടെ പുതിയ ആത്മവിശ്വാസവും അവരിൽ ഉണർന്നു. പരിപൂർണ വിഡ്ഢിത്തത്തോടെ ഗ്രീസിനെ കടന്നാക്രമിച്ചത്. റഷ്യയ്ക്കെതിരെയുള്ള പടനീക്കം ആറ് ആഴ്ച താമസിപ്പിക്കുകയും കാര്യങ്ങളുടെ പരിണതിയിൽ മോസ്കോയ്ക്കു മുമ്പുള്ള മഞ്ഞുകാലദുരന്തത്തിനു കാരണമാവുകയും ചെയ്തു. "എല്ലാം മറിച്ചുവന്നേനേ." ഹിറ്റ്ലർ നെടുവീർപ്പോടെ പറഞ്ഞു. തന്റെ യുക്തിബോധം ഇറ്റലിയുമായി ഒരു നിർദ്ദയമായ സൗഹൃദമാണ് നിർദ്ദേശിച്ചിരുന്നത്. അതിനുപകരം താൻ വീണ്ടും വീണ്ടും ആ നല്ല ചങ്ങാതിയുടെ വികാരങ്ങൾക്ക് വഴങ്ങിക്കൊടുക്കുകയായിരുന്നു."

"തന്റെ കാഠിന്യക്കുറവാണ് ഉറപ്പായ വിജയം തന്നിൽനിന്ന് തട്ടിയെടുത്തത്." ഒടുവിൽ ഹിറ്റ്ലർ പറഞ്ഞു. തന്റെ ഉള്ളിലിരിപ്പ് മറച്ചുവയ്ക്കാതെ. "യഹൂദരെ തുരത്തിയെന്നതും ജർമ്മനിക്ക് അവകാശപ്പെട്ട വാസസ്ഥലം യഹൂദവിഷയത്തിൽനിന്ന് രക്ഷിച്ചു എന്നതും മാത്രമേ തനിക്ക് അഭിമാനിക്കാവുന്ന കാര്യങ്ങളായുള്ളൂ. ബാക്കി കാര്യങ്ങളിലെല്ലാം വ്യക്തമായ തീരുമാനമെടുക്കാൻ താൻ ആവശ്യത്തിലധികം അമാന്തം കാണിച്ചിരുന്നു. ജർമ്മൻ യാഥാസ്ഥിതികരെ നിഷ്കരുണം കൊന്നൊടുക്കുന്നതിനുപകരം ആ മര്യാദരാമന്മാരോടു ചേർന്ന് ഒരു വിപ്ലവാത്മകരാഷ്ട്രീയം കളിക്കാൻ ശ്രമിച്ചപ്പോൾ, സ്പെയിനിലും ഫ്രാൻസിലും അറുപഴഞ്ചന്മാരുടെ ഒരു ബൂർഷ്വാസിയിൽനിന്ന് തൊഴിലാളികളെ സ്വതന്ത്രരാക്കുന്നതിൽ പരാജയപ്പെട്ടപ്പോൾ ലോകം മുഴുവനുമുള്ള കോളനിവാസികളെ ഹിറ്റ്ലർക്ക് ഇളക്കിവിടേണ്ടിവന്നുവത്രെ - ഈജിപ്റ്റുകാരെ, ഇറാക്കികളെ അതുപോലെ മുഴുവൻ മദ്ധ്യപൗരസ്ത്യദേശങ്ങളെയും. ജർമ്മൻ റൈഷിന്റെ വിജയപ്രതീക്ഷയ്ക്ക് ഇസ്ലാമികലോകം പ്രകമ്പനംകൊണ്ടു. ഹിറ്റ്ലർ പറഞ്ഞു, "എത്ര എളുപ്പമായിരുന്നേനെ അവരെ ആവേശംകൊണ്ട് തിളപ്പിക്കാൻ. നമ്മുടെ സാധ്യതകളെപ്പറ്റി ഒന്നു ചിന്തിച്ചുനോക്കൂ." താൻ പരാജയപ്പെടുകയാണെങ്കിൽ, തന്റെ തീവ്രവാദം മൂലമായിരിക്കില്ല താൻ തറ പറ്റുന്നതെന്നും മറിച്ച് വകതിരിവോടെ യുക്തിപരമായ കാര്യകാരണ

ബോധത്തോടെ അപഗ്രഥിക്കാനും കാര്യങ്ങൾ നിശ്ചയദാർഢ്യത്തോടെ ചെയ്യാനും ഉള്ള കഴിവുകേടുംകൊണ്ടായിരിക്കും എന്നും ഹിറ്റ്ലർ കൂട്ടിച്ചേർത്തു.

ഇതിൽനിന്നും ഒട്ടും വ്യത്യസ്തമായിരുന്നില്ല ഹിറ്റ്ലറുടെ ആ തിരിച്ചറിവ്: "ജീവിതം ഒരു ദൗർബല്യവും ക്ഷമിക്കില്ല!" ഈ തിരിച്ചറിവ് അദ്ദേഹം ജീവിതാരംഭത്തിൽതന്നെ നേടിയിരുന്നതും നൂറുവട്ടം പ്രഖ്യാപിച്ചിരുന്നതും എന്നാൽ വേണ്ടത്ര നിശ്ചയദാർഢ്യത്തോടെ പ്രാവർത്തികമാക്കാതിരുന്നതും ആയിരുന്നു.

അവസാനത്തെ ബ്രീഫിങ്ങുകളുടെ പ്രോട്ടോക്കോൾ വ്യക്തമാക്കിയതുപോലെ ഈ കഴിവുകേടിനെച്ചൊല്ലി ജീവിതാവസാനം വരെ ഹിറ്റ്ലർ സ്വയം കുറ്റപ്പെടുത്തിയിരുന്നു. 1934 ആഗസ്റ്റിൽ ഹിന്റൻബുർഗ് മരിക്കുന്നതിനു മുമ്പുള്ള മാസങ്ങളിൽ താൻ നിരന്തരമായി വിട്ടുവീഴ്ചകൾക്കു നിർബന്ധിതനാവുകയായിരുന്നു എന്ന് ഏപ്രിൽ 27-ാം തീയതിയിലെ കോൺഫറൻസിൽ ഹിറ്റ്ലർ പറഞ്ഞു. താൻ കാണിച്ചുവന്നതിനേക്കാൾ എത്രയ്ക്ക് കൂടുതൽ നിർദ്ദയമായി തനിക്കു പെരുമാറാൻ കഴിയുമായിരുന്നു എന്ന് ഹിറ്റ്ലർ വിലപിച്ചു; അറപ്പും വെറുപ്പും ഉണ്ടാക്കുന്ന ആ 'ഹീനവർഗത്തിന്റെ കൂട്ടുകെട്ടിന്' പുറമെ ആയിരങ്ങളെ നീക്കം ചെയ്യേണ്ടിവരുമായിരുന്നില്ലേയെന്ന്. 1938-ൽ ഓസ്ട്രിയ ജർമ്മനിയോട് ചേർക്കപ്പെട്ടപ്പോൾ രാജ്യം (ഓസ്ട്രിയ) യാതൊരു എതിർപ്പും പ്രകടിപ്പിച്ചില്ല എന്നത് എത്ര ഖേദകരമെന്നു പറഞ്ഞ് ഗ്വേബെൽസ് ഹിറ്റ്ലറെ പിന്താങ്ങി: "നമുക്കു വേണമെങ്കിൽ എല്ലാം തകർത്തു തരിപ്പണമാക്കാൻ കഴിയുമായിരുന്നു."

ഹിറ്റ്ലർ ഭരണകൂടത്തിന്റെ, ആഴങ്ങളിൽ പതിഞ്ഞുകിടന്ന ചാലകശക്തികളിലേക്ക് ഈ വിലാപങ്ങൾ എത്തിനോക്കുന്നു.

ബർളിൻ വിട്ടുപോകാതിരിക്കാനുള്ള തീരുമാനത്തിനായി വീണ്ടും ഒരു സൂചകപദം കിട്ടിയിട്ടെന്നപോലെ ഹിറ്റ്ലർ പ്രതിവചിച്ചു. ഭാവിയിൽ ദൗർബല്യത്തിന്റെ ഓരോ ചെറിയ ലക്ഷണത്തെപോലും കൂടുതൽ നീതിയുക്തമായി ചെറുക്കാൻവേണ്ടി മാത്രമല്ല താൻ തലസ്ഥാനത്ത് കഴിയുന്നത്.

ഇതോടനുബന്ധിച്ചുതന്നെ, ഹിറ്റ്ലറെ ദൃശ്യമായ വിധത്തിൽ ശല്യപ്പെടുത്തിയിരുന്ന മനശ്ചാഞ്ചല്യത്തിന്റെ യഥാർത്ഥ കാരണത്തെപ്പറ്റിയുള്ള വിലാപം വരുന്നു: "താൻ ആവശ്യത്തിലധികം നല്ലവനായിപ്പോയല്ലൊ."

അഞ്ച്

മരണത്തിന്റെ വിരുന്ന്

ഏപ്രിൽ 23-ാം തീയതി ഉച്ചതിരിഞ്ഞ് ബേർഷ്റ്റെസ്ഗാർഡനിൽനിന്ന് ഒരു ടെലിഗ്രാം ബങ്കറിൽ എത്തി. അതിൽ ഗ്വേറിങ് ചോദിച്ചു: "ബർളിൻ കോട്ടയിൽ ഉറച്ചുനിൽക്കാനുള്ള ഹിറ്റ്ലറുടെ തീരുമാനം 1941 ജൂൺ 29-ാം തീയതിയിലെ ഉത്തരവ് പ്രാബല്യത്തിൽ വരുത്തുകയാണോ? ഫ്യൂററുടെ പ്രവർത്തനസ്വാതന്ത്ര്യം ഏതെങ്കിലും കാരണവശാൽ എടുത്തുകളയപ്പെടുന്നപക്ഷം ഫ്യൂററുടെ സർവ്വ അധികാരങ്ങളും റൈഷ്മാർഷൽ ഗ്വേറിങ്ങിനു കൈമാറാൻ ഈ ഉത്തരവിൽ വ്യവസ്ഥ ഉണ്ടായിരുന്നു.

ഗ്വേറിങ്ങിനെ സംബന്ധിച്ചിടത്തോളം ഈ ചോദ്യം ചോദിക്കുക അത്ര എളുപ്പമുള്ള കാര്യമായിരുന്നില്ല. ഈ ചോദ്യം ചോദിക്കാനുള്ള തീരുമാനത്തിനുമുമ്പ് ദീർഘമായ ആലോചനകൾ നടന്നിരുന്നു. ബർളിനിൽനിന്ന് പ്രത്യേകം വിളിച്ചുവരുത്തിയിരുന്ന ജനറൽ കൊല്ലറിൽനിന്ന് ബങ്കറിൽ നടന്ന ഏറ്റവും പുതിയ സംഭവവികാസങ്ങളെക്കുറിച്ചുള്ള വാർത്തകൾ ഗ്വേറിംഗ് ശേഖരിച്ചിരുന്നു. എല്ലാറ്റിനുമുപരി, തലസ്ഥാനനഗരിയിൽ കഴിയാനുള്ള ഹിറ്റ്ലറുടെ ഉറച്ച തീരുമാനവും അതുപോലെ ഭാവിയിൽ കൈറ്റലും യോഡലും റൈഷ് മാർഷലുമായി കൂടിയാലോചിച്ച് വേണ്ട തീരുമാനങ്ങൾ എടുക്കണം എന്ന് തലേദിവസം വൈകുന്നേരം പറഞ്ഞിരുന്നതും ഗ്വേറിംഗിനെ അത്രയ്ക്ക് ഞെട്ടിച്ചു.

അയാൾ തന്റെ ഏറ്റവും പ്രധാനപ്പെട്ട ഉപദേഷ്ടാക്കളെ ഉടനെ വിളിച്ചുകൂട്ടുകയും ഇനി എന്തു ചെയ്യണം എന്നതിനെപ്പറ്റി ചർച്ച ചെയ്യുകയും ചെയ്തു. ഹിറ്റ്ലറുടെ പിൻഗാമി ആര് എന്നതിനെപ്പറ്റിയുള്ള നിയമപരമായ ക്രമീകരണം അതോടെ വീണ്ടും പ്രസക്തമായി എന്ന അഭിപ്രായമായിരുന്നു റൈഷ് ചാൻസലെറിയുടെ ചീഫും മന്ത്രിയുമായ ഹാൻസ്-ഹൈൻട്രിഷ് ലാമ്മേർസ് ഉൾപ്പെടെ അവിടെ സന്നിഹിതരായിരുന്നവർക്ക് എല്ലാം ഉണ്ടായിരുന്നത്. പല ഡ്രാഫ്റ്റുകൾക്കുംശേഷം ഒടുവിൽ എല്ലാവരാലും സ്വീകരിക്കപ്പെട്ട ആ ടെലിഗ്രാം വിശ്വസ്തതയുടെ സ്വരത്തിലാണ് എഴുതപ്പെട്ടത്. രാത്രി പത്തുമണിക്ക് മറുപടി ആവശ്യപ്പെട്ടിരുന്നു. ഈ

വാക്കുകളോടെയാണ് ടെലിഗ്രാം അവസാനിച്ചത്: "ഉടയതമ്പുരാൻ അങ്ങയെ രക്ഷിക്കട്ടെ. അങ്ങ് ബർളിനിൽനിന്ന് ഇവിടെ വരും എന്നുതന്നെ ഞാൻ പ്രതീക്ഷിക്കുന്നു." ഗേറിംഗിന്റെ പഴയ ശത്രുവായ മാർട്ടിൻ ബോർമാൻ ഈ ടെലിഗ്രാമിനെ ഒരു അന്ത്യശാസനമായി ചിത്രീകരിക്കാൻ സർവ്വശ്രമവും നടത്തിയെങ്കിലും ഹിറ്റ്ലർ തത്കാലത്തേക്ക് സമചിത്തത വെടിയാതെ നിന്നു. വൈകീട്ട് ആറുമണിയോടെ റൈഷ്മാർഷലിന്റെ ഒരു ടെലിഗ്രാം വീണ്ടും വന്നതറിഞ്ഞതോടെ മാത്രമാണ് ബോർമാന് ഹിറ്റ്ലറെ കോപാന്ധനാക്കാൻ കഴിഞ്ഞത്. ഈ ടെലിഗ്രാമിൽ റൈഷിന്റെ വിദേശകാര്യമന്ത്രി റിബ്ബെൻട്രോപ്പിനെ ഹിറ്റ്ലറുടെ പിൻതുടർച്ചാനിയമം പ്രാബല്യത്തിൽ വരുന്നപക്ഷം കഴിയുന്നതും വേഗം ബേർഷ്റ്റെസ് ഗാർഡനിലേക്ക് വരുത്തിക്കാൻ വ്യവസ്ഥ ഉണ്ടായിരുന്നു. ഒരു പട്ടാള വിപ്ലവം നടന്നുകൊണ്ടിരിക്കുകയാണ് എന്നതിലേക്കാണ് അയാളുടെ സംസാരം നീണ്ടത്. ഉടനെ ഗേബെൽസും സംസാരത്തിൽ പങ്കു ചേരുകയും അഭിമാനം, വിശ്വസ്തത, പോരാട്ടം, മരണം എന്നിവയെപ്പറ്റി പ്രസംഗിക്കുകയും ചെയ്തു. പക്ഷേ, അയാളുടെ ഈ വലിയ വാക്കുകൾ ഗേറിംഗിനോടുള്ള രോഷം കഷ്ടിച്ചു മാത്രമേ മറച്ചുവെച്ചുള്ളൂ. അധികാരം തട്ടിയെടുക്കാൻ ഒരു സന്ദർഭത്തിനായി ഗേറിംഗ് കാത്തിരിക്കുന്നുണ്ടായിരുന്നു. അയാളുടെ അഭിപ്രായത്തിൽ മറ്റാർക്കും അർഹതയുണ്ടായിരുന്നില്ല. ആ ശിങ്കിടികളുടെ കടിപിടികൾ മുറയ്ക്ക് തുടർന്നു.

മുൻപ് എന്നത്തെയുംപോലെ ഈ കടിപിടികൾ ഉടനെ ഹിറ്റ്ലറെയും ബാധിച്ചു. അധികാരനിർവഹണത്തിനുള്ള ഒരു മാർഗമായി ഈ മൽപ്പിടുത്തങ്ങളെ ഹിറ്റ്ലർ എക്കാലവും ഉപയോഗിച്ചിരുന്നു. വർഷങ്ങളായി ഹിറ്റ്ലറിൽ കെട്ടിക്കിടന്നിരുന്ന, ഗേറിംഗിനോടുള്ള ദൃശ്യമായ വിപ്രതിപത്തി അവസാനമായി ചീറ്റി പുറത്തുവന്നു. നിയന്ത്രണം വിട്ട് പൊട്ടിത്തെറിച്ച ഹിറ്റ്ലർ ഗേറിംഗിനെതിരെ അലസതയും കഴിവുകേടും ആരോപിച്ചു: "നമ്മുടെ രാജ്യത്ത് അഴിമതി സാധ്യമാക്കിയതിന് ഉദാഹരണം ആണ് ഗേറിംഗ്." ഹിറ്റ്ലർ അയാളെ മോർഫിയത്തിന് അടിമയായ ആൾ എന്നാണ് വിളിച്ചാക്ഷേപിച്ചത്. ഗേറിംഗിനെച്ചൊല്ലിയുള്ള രോഷം മൂർച്ഛിച്ച് ഒടുവിൽ ഹിറ്റ്ലർ കൊച്ചുകുട്ടിയെപ്പോലെ കരഞ്ഞതായി ഒരു ദൃക്സാക്ഷി പറയുന്നു.

ഒടുവിൽ ക്രോധം ശമിച്ചപ്പോൾ ബോർമാൻ തയ്യാറാക്കിയ ഒരു വയർലെസ് മെസ്സേജിൽ ഹിറ്റ്ലർ ഒപ്പുവെച്ചു. ഇതിൽ ഗേറിംഗിനുമേൽ വൻ രാജ്യദ്രോഹക്കുറ്റം ആരോപിച്ചു. ആർക്കും അറിയാവുന്നതുപോലെ വധശിക്ഷയാണിതിനു പറഞ്ഞിട്ടുള്ളതെന്നും നിലവിലുള്ള ഉദ്യോഗങ്ങളിൽനിന്ന് രാജിവെയ്ക്കുകയും ഫ്യൂററുടെ പിൻഗാമിപദം വേണ്ടെന്നുവയ്ക്കുകയും ചെയ്താൽ വധശിക്ഷ ഇളവുചെയ്യാം എന്നും ഹിറ്റ്ലർ പറഞ്ഞു. ഇതു പറഞ്ഞുകഴിഞ്ഞ് ഹിറ്റ്ലർ ആ ദിവസങ്ങളിൽ കൂടെക്കൂടെയുണ്ടായിരുന്ന ഭാവപ്പകർച്ചകളിൽ ഒന്നിലേക്ക് എന്നപോലെ

നിർവികാരതയിലേക്ക് വഴുതിവീണിട്ട് പുച്ഛത്തോടെ പറഞ്ഞു. "ഈ ചുറ്റു പാടുകളിൽ ഒന്നിനും ഒരു പ്രസക്തിയുമില്ല. ഗ്വേറിംഗിനു വേണമെങ്കിൽ കീഴടങ്ങൽചർച്ചകൾ നയിക്കാം. യുദ്ധത്തിൽ തോൽക്കുമ്പോൾ ഇത് ആരു ചെയ്യുന്നു എന്നത് അല്ലെങ്കിലും അപ്രസക്തമാണ്." സ്വാഭാവിക മായും സ്വയം നീതീകരിക്കാനായി ഗ്വേറിംഗ് പിന്നീട് ഈ അഭിപ്രായ ത്തിന്റെയും പിൻബലം തേടി. എന്നാൽ കടന്നുപോയ മണിക്കൂറുകളി ലുണ്ടായ കോപപ്രകടനങ്ങൾക്കിടയിൽ ഗ്വേറിംഗ് ഒറ്റപ്പെട്ടു. കോപി ഷ്ഠനായ ഹിറ്റ്ലർ ഒടുവിൽ ഓബർസാൽസ്ബെർഗ്ഗിലെ എസ്.എസ്. കമാണ്ടിനു ഗ്വേറിംഗിനെയും അയാളുടെ മുഴുവൻ സ്റ്റാഫിനെയും അറസ്റ്റു ചെയ്ത് സാൽസ്ബുർഗിലെ എസ്.എസ്. ബാരക്കിൽ കൊണ്ടുചെന്നാ ക്കാൻ നിർദ്ദേശം നൽകി.

അടുത്ത ദിവസം ഉച്ചയ്ക്ക് എപ്പോഴോ അത് അറിവായി: ഷുഖോവി ന്റെയും കോഞ്ഞേവിന്റെയും റഷ്യൻസൈന്യങ്ങൾ ബർളിന്റെ തെക്കു കിഴക്കേ ഭാഗത്ത് ഒന്നിച്ചുചേർന്നുവെന്നും ബർളിനെ വലയം ചെയ്യുന്ന റിങ്ങ് അങ്ങനെ പൂർത്തിയാക്കിയെന്നും. ഇതുകഴിഞ്ഞ ഉടനെ ഒറ്റയായ മുന്നണിപ്പോർഘടകങ്ങൾ പരസ്പരം ഏറ്റുമുട്ടുകയും നിറയൊഴിക്കുകയും ചെയ്തു. നഗരകേന്ദ്രം പിടിച്ചടക്കുക എന്നത് തന്റെ പ്രതിയോഗിക്ക് വെച്ചിരിക്കുകയാണെന്ന് കോഞ്ഞേവിനു അറിയിപ്പു ലഭിക്കുന്നതുവരെ ഈ സംഘർഷം തുടർന്നു. ഏതായാലും സാലെൻ ഡോർഫ് തൊട്ട് നോയ്ക്യേൺ വരെ എത്തുന്ന മുറിയാത്ത ഒരു സൈന്യനിര ഇപ്പോഴേ ഉണ്ടായിരുന്നു. വടക്കുഭാഗത്ത് റ്റേഗലും റൈനിക്കെൻഡോർഫും ഇതിനിടെ ശത്രുവിന്റെ പിടിയിലായിക്കഴിഞ്ഞിരുന്നു.

ഇതോടൊപ്പം സോവിയറ്റ് സൈന്യം നഗരത്തിലെ എയർപോർട്ടു കളായ ടെമ്പിൾഹോഫിലേക്കും ഇടിച്ചുകയറി. വ്യോമബന്ധം നില നിർത്താനായി ഹിറ്റ്ലർ ഈസ്റ്റ്-വെസ്റ്റ് ആക്സിസിനെ താൽക്കാലിക മായ ലാന്റിംഗ് ട്രാക്ക് ആയി മാറ്റി. ഈ ലക്ഷ്യത്തോടെ പ്രാഹ്റ്റ് സ്ട്രാസ്സെ യുടെ (പ്രാഹ്റ്റ് സ്ട്രീറ്റ്) ഇരുവശങ്ങളിലും നാട്ടിയിരുന്ന മനോഹരമായ വിളക്കുകാലുകൾ സ്പെയറിന്റെ ഇച്ഛയ്ക്കു വിരുദ്ധമായി എടുത്തുമാറ്റി ക്കുകയും ചെയ്തു.

ഈസ്റ്റ്-വെസ്റ്റ് ആക്സിസ് ഏതാനും വർഷം മുമ്പുമാത്രം ഹിറ്റ്ലർ ആഘോഷമായ ഒരു ചടങ്ങിൽ ഉദ്ഘാടനം ചെയ്തതായിരുന്നു. ഡ്വേനിറ്റ്സ് വാഗ്ദാനം ചെയ്തിരുന്ന, നേവിയുടെ 150 എലൈറ്റ് സോൾജി യേഴ്സിനെ താൻ ഇനിയും പ്രതീക്ഷിക്കുന്നതായി ഹിറ്റ്ലർ കോൺഫെ റൻസിനെ അറിയിച്ചു. അതുപോലെ ഹിംലർ അവസാനത്തെ കരുത ലായി വാഗ്ദാനം ചെയ്തിരുന്ന ഒരു എസ്.എസ്. ബെറ്റാലിയനെയും താൻ പ്രതീക്ഷിക്കുന്നു എന്നും.

മ്യൂണിക്കിനടുത്തുള്ള എയർ ആർമഡ 6 വിമാനവ്യൂഹത്തിന്റെ കമാന്ററായ സീനിയർ ജനറൽ റിറ്റർ ഫോൺ ഗ്രൈമിനെ സ്വീകരിക്കേണ്ടി യിരുന്നതുകൊണ്ട് തൽക്കാലം ഹിറ്റ്ലർ ലാന്റിംഗ്ട്രാക്കിനെയാണ്

കൂടുതൽ പ്രധാനമായി കണ്ടത്. ജനറൽ ഫോൺഗ്രൈം നേരിട്ടുവരണം എന്ന ആവശ്യത്തിൽനിന്ന് ഹിറ്റ്ലറെ പിന്തിരിപ്പിക്കാൻ ഒരു എതിർവാദത്തിനും കഴിഞ്ഞില്ല. താൽക്കാലികമായെങ്കിലും ബസ്റ്ററിലെ ഇരുണ്ട ഭയാശങ്കകൾ ജനിപ്പിക്കുന്ന അന്തരീക്ഷത്തിൽനിന്നു രക്ഷപ്പെടാനും പ്രോട്ടോക്കോൾ പ്രകാരമുള്ള ഒരു പൊതുപ്രവേശത്തിനും ഇത് ഹിറ്റ്ലർക്ക് അവസരം നൽകി. റൈഷ് ചാൻസെലറിക്കും പാരീസർ പ്ലാറ്റ്സിനും ഇടയ്ക്ക് ഭിത്തികളിൽ ഒളിഞ്ഞിരുന്ന് വെടിവെയ്ക്കാനുള്ള കൂടുതൽ ദ്വാരങ്ങൾ നിർമ്മിക്കപ്പെട്ടു. ടാങ്കുകൾ നശിപ്പിക്കുന്ന തോക്കുകൾ യഥാസ്ഥാനങ്ങളിൽ സ്ഥാപിക്കപ്പെട്ടു.

ഇതിനിടെ റഷ്യൻ ആർട്ടിലറിയുടെ ഷെല്ലുകൾ വീണ് ബങ്കർ പ്രകമ്പനം കൊണ്ടു.

അടുത്ത ദിവസം, ഒറ്റ സീറ്റുള്ള ഫോക്കർ-വൂൾഫ് 190 ടൈപ്പിൽപെട്ട ഒരു ഫൈറ്റർ വിമാനത്തിൽ റിറ്റർ ഫോൺ-ഗ്രൈമും ഗാറ്റോവ് വിമാനത്താവളത്തിലെത്തി. ഈ ഫൈറ്റർ വിമാനത്തിന്റെ ലഗേജ് റൂം ലേഡി പൈലറ്റ് ഹന്ന റൈറ്റ്ഷിനുവേണ്ടി ഒരു പ്രത്യേക സീറ്റായി രൂപഭേദം വരുത്തിയിരുന്നു. അൻഹാൾട്ട് റെയിൽവേ സ്റ്റേഷൻവരെയെത്തുന്ന എല്ലാ അപ്രോച്ച് റോഡുകളും, കുറച്ച് മുമ്പോട്ട് മാറി പോട്സ്ഡാമെർ സ്ട്രീറ്റ് വരെയും സോവിയറ്റ് സൈന്യത്തിന്റെ പിടിയിലായി എന്ന് ബങ്കറിലേക്കു ഫോൺ വിളിച്ച് അയാൾ മനസ്സിലാക്കിയിരുന്നു. എന്നാൽ നേരിട്ടുള്ള ഒരു സംഭാഷണത്തിന്റെ കാര്യത്തിൽ ഹിറ്റ്ലർ ഉറച്ചുനിൽക്കുന്നു എന്നും. കാരണം ഒന്നും പറഞ്ഞതുമില്ല.

രക്ഷപ്പെടുക പ്രയാസമായി കാണപ്പെട്ടുവെങ്കിലും ജനറൽ ഫോൺ ഗ്രൈമും ഹന്നാ റൈറ്റ്ഷും തങ്ങളെ കാത്തുകിടന്നിരുന്ന ഒരു ഫീസെലർ സ്റ്റോർഷിൽ[35] കയറി. പ്രക്ഷുബ്ധവും തീക്കാറ്റിന്റെ ശക്തിയിൽ നിയന്ത്രണം വിട്ടതുമായ ഒരു പറക്കലിനുശേഷം, മരിച്ചുകൊണ്ടിരുന്ന നഗരത്തിന്റെ, ഇരുണ്ടുവന്ന നിഴൽച്ചിത്രത്തിനു തൊട്ടു മുകളിലൂടെ പറന്ന് അല്പം കഴിഞ്ഞ് ആ വിമാനം ബ്രാന്റൻബുർഗർ ടോറിലിറങ്ങി. വിമാനത്തിന്റെ ചക്രം ഗ്രൗണ്ടിൽ പതിയുന്നതിനുമുമ്പേ ഒരു ആർട്ടിലറി ഷെൽ അതിന്റെ അടിഭാഗത്ത് ഒരു വിള്ളൽ ഉണ്ടാക്കിയിരുന്നു. ഗ്രൈമിനു മുട്ടിനു താഴെ ഗുരുതരമായ പരിക്കേറ്റിരുന്നു. ധാരാളം രക്തം നഷ്ടപ്പെട്ടതുകൊണ്ട് ആളെ റൈഷ് ചാൻസെലെറിയിൽ എത്തിക്കുകയും വൈദ്യപരിചരണത്തിനു വിധേയനാക്കുകയും ചെയ്യേണ്ടതായും വന്നു. ഒടുവിൽ ഒരു സ്ട്രെച്ചറിൽ കിടത്തി കൊണ്ടുവന്ന ഗ്രൈമിനെ ഹിറ്റ്ലർ ഈ വാക്കുകളോടെയാണ് സ്വാഗതം ചെയ്തത്: "ലോകത്ത് ഇനിയും വിശ്വസ്തതയും ധൈര്യവും അവശേഷിച്ചിട്ടുണ്ട്." ഹന്ന റൈറ്റ്ഷ് രേഖപ്പെടുത്തുന്നു:

35. ഫീസെലർ സ്റ്റോർഷ് യുദ്ധത്തിനു മുമ്പും യുദ്ധത്തിനിടയിലും ഉപയോഗിക്കപ്പെട്ട ഒരു ചെറിയ വിമാനമാണ്. പ്രധാനമായും ആർട്ടിലറി നിരീക്ഷണത്തിനും കമാന്റർമാരെയും മെസ്സേജുകളും ട്രാൻസ്പോർട്ട് ചെയ്യാനും ആണ് ഉപയോഗിക്കപ്പെട്ടത്.

അടഞ്ഞ ശബ്ദത്തിൽ, സ്ഫടികംപോലെ ശൂന്യമായ കണ്ണുകളോടെ ഹിറ്റ്ലർ അതിഥികളെ പറഞ്ഞുകേൾപ്പിച്ചു - ഗ്രേറിംഗിന്റെ വീഴ്ചയെപ്പറ്റി, റൈഷ്മാർഷലിനെ എല്ലാ ഉദ്യോഗങ്ങളിൾനിന്നും നീക്കിയതിനെപ്പറ്റി, അയാളെ അറസ്റ്റു ചെയ്യാൻ ഉത്തരവിട്ടിരിക്കുന്നതിനെപ്പറ്റി. വളരെ ബദ്ധപ്പെട്ട് ഔപചാരികതയുടെ ശൈലിയിലേക്കു തിരികെവന്ന് ഹിറ്റ്ലർ റിറ്റർ ഫോൺ-ഗ്രൈമിനെ ഉടനെ വ്യോമസേനയുടെ സർവ്വസൈന്യാധിപനായി നിയമിക്കുകയും ജനറൽ ഫീൽഡ്മാർഷൽ എന്ന പദവിയിലേക്ക് ഉയർത്തുകയും ചെയ്തു. "എനിക്കിനി ഈ ലോകത്ത് ഇതിൽ കൂടുതലായി ഒന്നും പറ്റാനില്ല. ഇതിലും വലിയ നൈരാശ്യമില്ല. വിശ്വാസലംഘനമില്ല, മാനഹാനിയില്ല, ചതിയില്ല."

ഹ്രസ്വമായ ഈ ചടങ്ങിനിടെ ഷെല്ലുകളും ബോംബുകളും വീഴുന്നതിന്റെ ഇടിമുഴക്കം പോലുള്ള ശബ്ദവും തുടർന്ന് കെട്ടിടങ്ങൾ ഇടിഞ്ഞുവീഴുന്നതിന്റെ ശബ്ദവും കേൾക്കാമായിരുന്നു. ഏറ്റവും താഴെയായിരുന്ന ആ മുറികളിൽപോലും ചുമരുകളിൽനിന്ന് ഇടതടവില്ലാതെ കുമ്മായം അടർന്നുവീണുകൊണ്ടിരുന്നു. ഇടയ്ക്കിടയ്ക്ക് ഷെൽ വർഷം അതിരൂക്ഷമായിരുന്നു. അതോടെ വെന്റിലേഷൻ ഓഫാക്കേണ്ടിവന്നു. കാരണം പുകയും കത്തിക്കരിഞ്ഞ മണവും ബങ്കർ നിവാസികളുടെ ശുദ്ധവായു അപഹരിച്ചിരുന്നു. പോരാത്തതിനു ടെലിഫോൺ കണക്ഷൻ മുറിഞ്ഞുപോയിരുന്നു. ഇതുമൂലം യുദ്ധാവസ്ഥ ശത്രുവിന്റെ റേഡിയോ വാർത്തകളിൽനിന്ന് അല്ലെങ്കിൽ യുദ്ധം നടന്നിരുന്ന നഗരഭാഗങ്ങളിൽനിന്ന് നേരിട്ട് ചോദിച്ചറിയേണ്ടിവന്നു.

ഇതൊക്കെയാണെങ്കിലും ഏപ്രിൽ 25ന് അമേരിക്കൻ, സോവിയറ്റ് സൈന്യങ്ങൾ എല്ബേ നദിക്കടുത്തുള്ള ടോർഗൗ എന്ന ചെറുപട്ടണത്തിൽ വെച്ച് കൂട്ടിമുട്ടുകയും പരസ്പരം വെടിവയ്ക്കുന്നതിനു പകരം ഹസ്തദാനം ചെയ്ത് പരസ്പരം സ്വീകരിക്കുകയും ചെയ്തു എന്ന വാർത്ത പല വഴികളിലൂടെയും ബങ്കറിൽ എത്തി. ഇതോടെ സഖ്യകക്ഷികളിൽ ഉണ്ടാകുമെന്ന് ദിവസംതോറും പ്രതീക്ഷിക്കപ്പെട്ടിരുന്ന ഭിന്നിപ്പിലുള്ള ആശങ്ക തകർന്നു.

തന്റെ നൈരാശ്യം മറച്ചുവെയ്ക്കാൻ ഹിറ്റ്ലർ സർവ്വശക്തിയും ഉപയോഗിച്ചെങ്കിലും. ജീവിതത്തിൽ മറ്റു പോംവഴികൾ ഇല്ലാതിരുന്ന അവസരങ്ങളിലെല്ലാം സദാ സഹായത്തിനെത്തിയിരുന്നു എന്ന് താൻ വിശ്വസിച്ചതെല്ലാം തകർന്നു. നിർബന്ധബുദ്ധിയോടെ ഹിറ്റ്ലർ അന്നേ ദിവസം നടന്ന ബ്രീഫിംഗിൽ ഉറപ്പു നൽകി: "ബെർളിനിലെ ചുറ്റുപാടുകൾ യഥാർത്ഥത്തിലുള്ളതിനേക്കാൾ കൂടുതൽ ദാരുണമായാണ് കാണപ്പെടുന്നത്."

വാസ്തവത്തിൽ ബെർളിനിലെ സ്ഥിതിഗതികൾ ഹിറ്റ്ലർക്കും ബങ്കർനിവാസികൾക്കും അറിയാനും തുറന്നു സമ്മതിക്കാനും കഴിഞ്ഞതിനേക്കാൾ കൂടുതൽ മോശമായിരുന്നു; നഗരകേന്ദ്രം ഉൾക്കൊള്ളുന്ന

പ്രവിശ്യകളിൽ ബോംബുവർഷംമൂലം പകുതിയിലധികം കെട്ടിടങ്ങൾ നശിച്ചിരുന്നു എന്ന് പിന്നീട് നടന്ന അന്വേഷണങ്ങൾ കാണിച്ചിട്ടുണ്ട്. എന്നാൽ ഇപ്പോഴാണ് നഗരം ശത്രുക്കളുടെ നിരന്തരമായ വെടിവെയ്പിൽ അക്ഷരാർത്ഥത്തിൽ നിലംപരിശായത്. ഇരുവിഭാഗങ്ങളിൽ പാശ്ചാത്യ സഖ്യശക്തികൾ റഷ്യയൊഴികെ 65000 ടൺ സ്ഫോടകദ്രവ്യങ്ങൾ നഗരത്തിനു മുകളിൽ വിതറിയെന്ന് ബർളിൻ പിടിച്ചെടുത്തതിനുശേഷം സോവിയറ്റ് സീനിയർ ജനറൽ ബെസ്സാറിൻ പറഞ്ഞു. അതേസമയം റെഡ് ആർമി രണ്ടാഴ്ചയ്ക്കുള്ളിൽ മാത്രം 40000 ടണ്ണും.

ഓരോ ബെർളിൻ നിവാസിക്കും ആളൊന്നുക്ക് 30 ക്യൂബിക് മീറ്ററോടടുത്ത് കെട്ടിടാവശിഷ്ടങ്ങൾ വരും എന്ന് സ്ഥിതിവിവരക്കണക്കുകാർ പിന്നീട് കണ്ടുപിടിച്ചു.

എല്ലാറ്റിനുമുപരി വലിയ അപ്രോച്ച് റോഡുകളെല്ലാം കല്ലും മണ്ണും കോൺക്രീറ്റും കെട്ടിടാവശിഷ്ടങ്ങളും വീണു മൂടിക്കിടന്നിരുന്നു. ബോംബുവർഷത്തിനിരയായവർ രാത്രിയും പകലും വഴി തപ്പി നടന്ന്, പലപ്പോഴും വക്കുവരെ പച്ചനിറത്തിലുള്ള വെള്ളം നിറഞ്ഞ വൻകുഴികളിലേക്കു വഴുതിവീണു. കട്ടികൂടിയ ഓവർക്കോട്ട് ധരിച്ച്, തലയിൽ ഹെൽമറ്റ് വെച്ച്, തോക്ക് ഒരു ചരടുകൊണ്ട് തോളിൽ തൂക്കി പീപ്പിൾസ് അസ്സോൾട്ട് ഭടന്മാർ റോഡുകളിലൂടെ നടന്നു. പലരും തങ്ങൾക്ക് എവിടെ നിന്നാണ് ഓർഡറുകൾ വരുന്നത് എന്ന് അന്വേഷിച്ചാണ് നടന്നിരുന്നത്. കാരണം ഇവരുടെ ഓപ്പറേഷനു ബന്ധപ്പെട്ട സൈനിക യൂണിറ്റിന്റെ കമാന്റർമാർ മാത്രമല്ല ഉത്തരവാദിത്വം വഹിച്ചിരുന്നത്; മറിച്ച് സ്ഥലത്തെ പാർട്ടി നേതൃത്വവും. ഇതിന്റെ ഫലമായി പല ഉത്തരവുകളും പരസ്പര വിരുദ്ധമായിരുന്നു.

പിടിച്ചടക്കപ്പെട്ട നഗരഭാഗങ്ങളിൽ എന്നപോലെ താൽക്കാലികമായി കൈവശം വെച്ചിരുന്ന നഗരങ്ങളിലും ഭയവും പരിഭ്രമവും നിറഞ്ഞുനിന്നു. പിടിച്ചെടുത്ത പ്രദേശങ്ങളിൽ റെഡ് ആർമി പ്രാദേശിക ഭരണകൂടങ്ങൾ രൂപീകരിക്കാനും തങ്ങളുടെ സ്വന്തം ട്രൂപ്പിനെയയച്ചും. നിയമാനുസൃതമായ കാർക്കശ്യത്തോടെ താൽക്കാലികമായെങ്കിലും ക്രമസമാധാനം പാലിക്കാനും തുടങ്ങിയിരുന്നു. എന്നാൽ താഴ്ന്ന ശ്രേണികളിൽ പലപ്പോഴും തന്നിഷ്ടപ്രകാരം കാരണമില്ലാതെ അറസ്റ്റുകളും സ്വത്തുവകകളുടെ കണ്ടുകെട്ടലുകളുമാണ് നടമാടിയിരുന്നത്. ആരെയും കൂസാത്ത ഈ താൻപോരിമ റഷ്യൻഭടന്മാർ നടത്തിയ അവസാനമില്ലാത്ത ബലാത്സംഗങ്ങളിൽ കൂടുതൽ പ്രകടമായി. ചില സ്ഥലങ്ങളിൽ പെൺകുട്ടികൾ മുതൽ സാമാന്യം പ്രായംചെന്ന സ്ത്രീകൾവരെ ഇവരുടെ ബലാത്സംഗത്തിനിരയായി.

ഇതിന്റെ വികൃതമായ വിപരീതചിത്രമായിരുന്നു പ്രതിരോധവലയത്തിന്റെ ആന്തരഭാഗത്ത് കാണാമായിരുന്നത്. തകർച്ചയുടെ സമയങ്ങളിൽ

എപ്പോഴും എന്നപോലെ കിരാതമായ ഒരു കലാപമാണ് ഇവിടെ നടന്നത്. ജീവിതാസ്വാദനത്തിൽ ക്രമാതീതമായ അഴിഞ്ഞാട്ടം, കൂട്ടമദ്യപാനം, കിട്ടുന്ന അവസരങ്ങളുപയോഗിച്ചുള്ള ലൈംഗിക കയ്യേറ്റങ്ങൾ എന്നിവയെ പ്പറ്റി അക്കാലത്തെ ദിനക്കുറിപ്പുകൾ പറയുന്നു. ഒരു ദിനക്കുറിപ്പിൽ ലേഖകൻ പറയുന്നു:

"താൻ ആ ചിത്രം ഒരിക്കലും മറക്കില്ല - ചുറ്റും മാരകമായി പരി ക്കേറ്റവർ, മരിച്ചുകൊണ്ടിരിക്കുന്നവർ, മൃതദേഹങ്ങൾ എന്നിവ കിടക്കുന്നു. വായുവിൽ ജഡങ്ങളഴുകുന്നതിന്റെ ദുസ്സഹമായ ഗന്ധം. ഇവയ്ക്കിടയ്ക്ക് കുടിച്ചുമത്തരായ യൂണിഫോംധാരികൾ അവരെപ്പോലെതന്നെ കുടിച്ചു ലക്കില്ലാത്ത സ്ത്രീകളുമായി ചുറ്റിപ്പിണഞ്ഞ് കിടന്നു.

കൂർഫ്യൂർസ്റ്റെൻഡാമിലുള്ള ഒരു റെസ്റ്റോറന്റിൽ മറ്റൊരു നിരീക്ഷ കൻ ഒരുപറ്റം മദ്യപിച്ച എസ്.എസ്. ഓഫീസർമാരെ കണ്ടതായി രേഖ പ്പെടുത്തുന്നു. കണങ്കാൽ വരെയെത്തുന്ന കോസ്റ്റ്യൂമുകൾ ധരിച്ച സ്ത്രീ കളോടൊപ്പം ലോകാവസാനം ആഘോഷിക്കുകയായിരുന്നത്രെ ഇവർ.

അങ്ങേയറ്റത്തെ നികൃഷ്ടത ബോധപൂർവ്വമായ നിർലജ്ജതയോടെ പുറത്തേക്കുവന്ന പ്രതീതിയാണ് പലർക്കും തോന്നിയത്. ജീവിതകാലം മുഴുവൻ പാലിച്ചുപോന്ന പെരുമാറ്റച്ചട്ടങ്ങൾ തീർച്ചയായും ഭൂരിപക്ഷം മനുഷ്യരും ഇനിയും ആദരിച്ചു എന്നത് ശരിതന്നെ. എന്നാൽ ദുരാ ഗ്രഹവും നീചത്വവുമായിരുന്നു എവിടെയും. ശത്രുസൈന്യത്തിന്റെ വെടി യുണ്ടകൾക്കിടയിലൂടെ കൊള്ളയടിക്കാരികളായ വീട്ടമ്മമാർ പകുതി തകർന്ന റെസിഡൻഷ്യൽ ഏരിയയിലൂടെ ഓടിനടന്ന് ഉടമസ്ഥരില്ലാത്ത തെല്ലാം വാരിക്കൂട്ടി. അവിടവിടെ ഒറ്റയായ തെരുവുകോടതികൾ ഉണ്ടാ യിരുന്നു. ഇവ ഈ സ്ത്രീകളെ ഒരുതരത്തിലുള്ള വിചാരണയ്ക്കു വിധേയമാക്കി 'ഞാൻ എന്റെ സഹപൗരന്മാരുടെ വസ്തുവകകൾ മോഷ്ടിച്ചു!' എന്നെഴുതിയ ബേസ്ബോർഡുകൊണ്ടുള്ള പ്ലക്കാർഡ് കഴുത്തിൽ കെട്ടി അടുത്ത മരക്കൊമ്പിൽ തൂക്കിലിട്ടു."

മറ്റു ചിലരാവട്ടെ കൂടുതൽ കടുംകൈയായ മാർഗ്ഗത്തിലൂടെയാണ് ഈ നരകത്തിൽനിന്ന് പുറത്തേക്കുള്ള വഴി കാണാൻ ശ്രമിച്ചത്. ഇതേ പ്പറ്റി ഒരു ദിനക്കുറിപ്പിൽ പറയുന്നുണ്ട്.

ജെർമൻ റെഡ്ക്രോസിന്റെ വൈസ് പ്രസിഡന്റും എസ്.എസ് റൈഷ് ഡോക്ടറും ആയ പ്രൊഫസർ ഏണസ്റ്റ് ഗ്രാവിറ്റ്സ് ഭാര്യയും കുട്ടികളു മൊപ്പം അത്താഴം കഴിക്കാൻ ഇരുന്ന നേരത്താണ് ഭരണനേതൃത്വം നഗരം വിടാനുള്ള ശ്രമത്തിലാണ് എന്ന വാർത്ത വന്നത്. എല്ലാവരും ഇരുന്നതിനുശേഷം അയാൾ മേശയുടെ അടിയിൽനിന്ന് രണ്ട് ഹാൻഡ് ഗ്രനേഡുകൾ എടുത്ത് മുഴുവൻ കുടുംബത്തെയും വായുവിൽ ചിന്നിച്ചി തറിച്ചു. താഴെ വീണുകൊണ്ടിരുന്ന ഭരണകൂടത്തെ പിന്താങ്ങിയ പാർട്ടിഅനുയായികൾ മാത്രമല്ല ഈ മാർഗം തിരഞ്ഞെടുത്തത്.

അന്നാൾവരെ മാനം മര്യാദയായി ജീവിച്ചുപോന്നവരെല്ലാം ലോകത്തിന്റെ ഈ തകർച്ചയും അതുവരെയുണ്ടായിരുന്ന എല്ലാ മാനദണ്ഡങ്ങളും ഇനിയും ഉൾക്കൊള്ളാൻ പറ്റാതിരുന്നവരിൽ ഒട്ടുവളരെപ്പേർ ആ ആഴ്ച കളിൽ ജീവനൊടുക്കി. മറക്കാനാവാത്ത ക്രൂരതകളുടെ ചിത്രങ്ങളിൽ ഒന്ന് ആ ഡോക്ടറുടെ അന്ത്യമാണ്. റഷ്യൻ സൈന്യം അടുത്തുകൊണ്ടി രുന്നപ്പോഴാണ് അയാൾ ആ ഞെട്ടിപ്പിക്കുന്ന കാര്യം ശ്രദ്ധിച്ചത്: തന്റെ കൈയിൽ രണ്ട് ആംപ്യൂൾ വിഷം മാത്രമേ ഉള്ളൂ.

പേടിച്ചരണ്ട, കാര്യമറിയാതെ കുതറിമാറാൻ ശ്രമിക്കുന്ന തന്റെ രണ്ടു കൊച്ചു കുട്ടികളെ ഒന്നിനു പുറകെ മറ്റൊന്നായി അയാൾ ബാത്ത്ടബ്ബിൽ മുക്കിക്കൊന്നു. എന്നിട്ട് അയാളും ഭാര്യയും വിഷം കുത്തിവെച്ച് ആത്മ ഹത്യ ചെയ്തു. 1945 ഫെബ്രുവരി തൊട്ട് ബർളിനിൽ തുടർച്ചയായി നടന്ന ആത്മഹത്യാപകർച്ചവ്യാധിയുടെ കണക്കുകൾ കാണിക്കുന്നത് പ്രതി മാസം ഏതാനും ആയിരങ്ങൾ മരിച്ചതായാണ്. മെയ്മാസത്തിൽ ആദ്യ മായി ഏറെക്കുറെ വിശ്വസനീയമായ കണക്കുകൾ അവതരിപ്പിക്കപ്പെട്ട പ്പോൾ എന്തൊക്കെയായാലും ചുരുങ്ങിയപക്ഷം 700 പേർ ആത്മാഹുതി ചെയ്തതായി രേഖപ്പെടുത്തപ്പെട്ടു.

അങ്ങേയറ്റം ശ്രദ്ധിക്കപ്പെടാതെ പോയ ചെറിയ വിജയവാർത്തകളിൽ പോലും ഇതിനിടെ ഹിറ്റ്ലർ കടിച്ചുതൂങ്ങി. ഉദാഹരണത്തിന്, രണ്ടു ട്രാൻസ്പോർട്ട് വിമാനങ്ങൾ ഈസ്റ്റ്-വെസ്റ്റ് ആക്സിസിൽ ഇറങ്ങിയെന്ന വാർത്തയിൽ. അല്ലെങ്കിൽ വെറുതെ സങ്കല്പിച്ചെടുത്ത കാര്യങ്ങളി ലെല്ലാം യുക്തിഹീനവും അസംബന്ധവും ആയ വാഗ്ദാനങ്ങൾ കണ്ടു ഹിറ്റ്ലർ.

റഷ്യൻ സൈന്യം ബർളിനിൽ രക്തം വാർന്ന് മരിക്കാൻ നിർബന്ധി തമാവും എന്ന് കണക്കുകൂട്ടിയെടുത്തു. പ്രത്യേകിച്ച് അത് നാലു മില്യൺ മനുഷ്യരുള്ള ഒരു കൂറ്റൻ നഗരം മുതുകത്ത് കയറ്റിവെച്ചിരിക്കുന്നതുകൊണ്ട്. വെൻക്ക് എന്ന പേരു കേട്ടപ്പോഴെല്ലാം പുതിയ പ്രതീക്ഷ കത്തിനിന്നു.

ഏപ്രിൽ 27ന് നടന്ന ബ്രീഫിംഗിനിടയ്ക്ക് ഓഫീസർമാരിൽ ഒരാൾ ഉറച്ച സ്വരത്തിൽ പറഞ്ഞു: "വെൻക്ക് ഇതാ വരുന്നു, എന്റെ ഫ്യൂറർ!" ഇതോടെ ബങ്കറിൽ ശുഭപ്രതീക്ഷയുടെയും ആഹ്ലാദത്തിമിർപ്പിന്റെയും അന്തരീക്ഷം തിരികെ വന്നു. "നാം അതൊന്ന് സങ്കല്പിച്ചു നോക്കണം.", ഹിറ്റ്ലർ സന്തോഷത്തോടെ തുടർന്നു. "ഒരു കാട്ടുതീ പോലെ ആ വാർത്ത മുഴുവൻ ബർളിനിലൂടെ കടന്നുപോകും: ഒരു ജർമൻ ട്രൂപ്പ് പടി ഞ്ഞാറുഭാഗത്ത് റഷ്യൻ സമരമുഖത്ത് കടന്നുകയറി പ്രതിരോധക്കോട്ട യുമായി സമ്പർക്കം സ്ഥാപിച്ചിരിക്കുന്നു." ഉടനെ പഴയ ആവേശത്തി മിർപ്പുകൾ വീണ്ടും തിരികെ വന്നു. "നമുക്ക് ഇനിയും എണ്ണപ്പാടങ്ങൾ ഇല്ല." ഹിറ്റ്ലർ പറഞ്ഞു. "അത് വളരെ കഷ്ടമാണ്. കാരണം, ഏറെ പ്രദേശങ്ങൾ ആവശ്യമുള്ള വിപുലമായ ഓപ്പറേഷൻ അത് അസാധ്യമാ ക്കുന്നു. ഈ കഥ ഞാൻ ഇവിടെ അവസാനിപ്പിച്ചാൽ വീണ്ടും നമുക്ക് എണ്ണപ്പാടം കിട്ടാൻ നോക്കേണ്ടിവരും." പിന്നീട്, ഫ്യൂററെ രക്ഷിക്കാനായി

നടത്തിയ അപൂർവ്വമായ ഓപ്പറേഷന് പാരിതോഷികമായി ജനറൽ വെൻക്കിന് ഏതു ബഹുമതിയാണ് നൽകേണ്ടത് എന്നതിനെപ്പറ്റി ഹിറ്റ്ലർ പല ചർച്ചകളും നടത്തി.

അന്നേദിവസത്തെ ബ്രീഫിംഗിൽ മോൺകെ അറിയിച്ചു, റൈഷ് ചാൻസെലറിയിൽ നിന്ന് കല്ലെറിഞ്ഞാൽ എത്തുന്ന ദൂരത്ത് വില്ലെം പ്ലാറ്റ്സിൽ ശത്രുസൈന്യത്തിൽപ്പെട്ട ആറ് ടാങ്കുകൾ പ്രത്യക്ഷപ്പെട്ടെങ്കിലും വേഗം സ്ഥലത്തെത്തിയ ടാങ്കു നശീകരണ ട്രൂപ്പുകൾ അവയെ തടഞ്ഞു എന്ന്. തലേദിവസം ഷോണെബെർഗ്ഗ് ശത്രുവിന്റെ പിടിയിലായിക്കഴിഞ്ഞിരുന്നു. 400 ഹിറ്റ്ലർ യൂത്ത് അംഗങ്ങൾ ആശയറ്റ് മരണം വരെ നടത്തിയ ചെറുത്തുനിൽപിനിടെയായിരുന്നു സർവ്വോപരി ഇതു സംഭവിച്ചതും.

യഥാർത്ഥത്തിൽ സോവിയറ്റ് ട്രൂപ്പുകൾ നഗരകേന്ദ്രത്തോടടുക്കുന്തോറും സംഘട്ടനത്തിന്റെ കാഠിന്യം വർദ്ധിച്ചുവന്നു. നഗരത്തിന്റെ അതിർത്തിപ്രദേശങ്ങളിൽ റഷ്യൻ സൈന്യം വേഗത്തിൽ മുന്നേറിയിരുന്നു. അവരുടെ ടാങ്കുകൾ റോഡ് ബ്ലോക്കുചെയ്യാനായി കുന്നുകൂട്ടി ഇട്ടിരുന്ന സാധനങ്ങൾ ഒട്ടും അമാന്തിക്കാതെ പെട്ടെന്ന് വെടിവെച്ചു നശിപ്പിച്ചു. അല്ലെങ്കിൽ തീപ്പെട്ടിക്കോലുകൾ കൊണ്ടുണ്ടാക്കിയതുപോലുള്ള ആ തടസ്സത്തിനുമീതെ ടാങ്കുകൾ ഓടിച്ചുകയറ്റി. ചെറുത്തുനിന്ന താരതമ്യേന ചെറിയ ജർമ്മൻ യൂണിറ്റുകളെ പിന്നാലെവന്ന, തോക്കുകളും വായുവിൽ തീപിടിക്കുന്ന ദ്രാവകങ്ങൾ തളിക്കാനുള്ള യന്ത്രങ്ങളും ഉണ്ടായിരുന്ന ഘടകങ്ങൾക്ക് കൈകാര്യം ചെയ്യാനായി വിട്ടുകൊടുക്കുകയായിരുന്നു. എന്നാൽ നഗരത്തിനകത്തെ പ്രതിരോധവലയത്തിനുനേരെയുള്ള റഷ്യൻ മുന്നേറ്റം തടസ്സപ്പെട്ടു. പലയിടത്തും ട്രൂപ്പുകൾക്ക് ഓരോ വീടിനുവേണ്ടിയും പൊരുതി മുന്നേറേണ്ടിവന്നു. ഏറ്റുമുട്ടൽ തുടങ്ങുന്നതിനുമുമ്പ് മാർഷൽ ഷുഖോവ് ബർളിനിലെ ഓരോ റോഡിന്റെയും ഡമ്മി നിർമ്മിച്ചിരുന്നു. ഈ മോഡലിന്റെ സഹായത്തോടെ നഗരം പിടിച്ചെടുക്കൽ റിഹേഴ്സ് ചെയ്യാനായിരുന്നു ഷുഖോവിന്റെ പ്ലാൻ. എന്നാൽ ഈ ഡമ്മി റോഡുകൾ തീർത്തും ഉപയോഗശൂന്യമായിരുന്നു എന്ന് തെളിഞ്ഞു.

ഏറ്റവും കൂടുതൽ ജീവഹാനിയും സാധനനഷ്ടവും ഉണ്ടാക്കിയ യുദ്ധം നടന്നത് അലക്സാണ്ടർ പ്ലാറ്റ്സിനും റാറ്റ് ഹൗസിനും ഫ്ളാക് ബങ്കറിനു ചുറ്റുമുള്ള പ്രദേശങ്ങളിലും ഹാള്ളെഷെസ്[36] ടോറിനു മുമ്പിലും ആയിരുന്നു. ജയിലുകളിൽനിന്ന്, പ്രത്യേകിച്ച് നഗരത്തിന്റെ വടക്കുഭാഗത്തുണ്ടായിരുന്നവയിൽനിന്ന് റെഡ് ആർമി നിരവധി സോവിയറ്റ് യുദ്ധത്തടവുകാരെ സ്വതന്ത്രരാക്കി. ഇവർക്ക് വലിയ ബുദ്ധിമുട്ടില്ലാതെ ആയുധങ്ങൾ സംഘടിപ്പിച്ചുകൊടുത്തു. അങ്ങനെ ഇതിനകം പിരിഞ്ഞുപോയിക്കഴിഞ്ഞിരുന്നതോ ദുർബലമാക്കപ്പെട്ടുകഴിഞ്ഞിരുന്നതോ ആയ സൈനികഘടകങ്ങളുടെ സ്ഥാനത്ത് ഇവരെക്കൊണ്ട് പൊരുതിക്കുകയും ചെയ്തു.

36. ബെർളിനിലെ ഒരു അണ്ടർഗ്രൗണ്ട് റെയിൽവേ സ്റ്റേഷൻ.

ബങ്കറിൽനിന്ന് ഇതിനിടെ കൂടുതൽ അടിയന്തിരസ്വഭാവമുള്ള വയർലെസ് മെസ്സേജുകൾ കൈറ്റലിനും യോഡലിനും യഥാക്രമം റൈൻസ്ബെർഗ്ഗിലേക്കും ക്രാബ്നിറ്റ്സിലേക്കും പൊയ്ക്കൊണ്ടിരുന്നു. എല്ലാ മെസ്സേജുകളിലും പറഞ്ഞിരുന്നു: എൽബേക്കും ഓഡറിനും ഇടയ്ക്കു നിൽക്കുന്ന സൈന്യങ്ങൾ എല്ലാം ബർളിനിലേക്കു തിരിയണം. റൈഷിന്റെ തലസ്ഥാനത്തിനുവേണ്ടിയുള്ള പോരാട്ടം സർവ്വശക്തിയും ഉപയോഗിച്ച് നടത്തപ്പെടണം. ഏറ്റവും വേഗത്തിൽ വിജയത്തിലെത്തിക്കുകയും വേണം.

ഇതിനിടയ്ക്ക് വെൻക്കിനെപ്പറ്റിയും ബുസ്സേയെപ്പറ്റിയും പരിഭ്രാന്തി നിറഞ്ഞ ചോദ്യങ്ങൾ വന്നുകൊണ്ടിരുന്നു. ഇവയ്ക്ക് ഉത്തരമില്ലായിരുന്നു. അതുപോലെതന്നെ ഹോൾസ്റ്റെയുടെ കോർപ്സിനെപ്പറ്റിയുള്ള ചോദ്യങ്ങൾക്കും. ഹോൾസ്റ്റെയുടെ കോർപ്സ് നഗരത്തിന്റെ വടക്കു കിഴക്കെങ്ങോ ആണ് ഓപ്പറേറ്റ് ചെയ്തിരുന്നതത്രെ. ഈ പേർ ആയിടെ മാത്രം ആദ്യമായി ബങ്കറിലെ സ്വപ്നചിത്രങ്ങളിൽ ഒരുതരത്തിലുള്ള രക്ഷയുടെ നക്ഷത്രമായി തെളിഞ്ഞുവന്നതായിരുന്നു.

ആരും സ്റ്റൈനറുടെ കാര്യം ചോദിച്ചില്ല. എസ്.എസ്. സീനിയർ ഗ്രൂപ്പ് ലീഡറെ തൽക്ഷണം ആ സ്ഥാനത്തുനിന്ന് മാറ്റാനും പകരം ലെഫ്റ്റനെന്റ് ജനറൽ ഹോൾസ്റ്റെയെ നിയമിക്കാനും മാത്രമേ ഹിറ്റ്ലർ ആവശ്യപ്പെട്ടുള്ളൂ. എന്നാൽ അദ്ദേഹത്തിന്റെ ശബ്ദം അങ്ങ് ഏബേർസ്വാൾഡ് പ്രദേശം വരെ എത്തിയില്ല. നിർദ്ദേശം ഏതുവിധത്തിലായാലും ആജ്ഞാധികാരം തുടർന്നും തനിക്കു വിട്ടുകിട്ടണം എന്ന് സ്റ്റൈനർ ഹോൾസ്റ്റെയെക്കൊണ്ട് പറഞ്ഞു സമ്മതിപ്പിച്ചു. ഏപ്രിൽ 28-ാം തീയതി രാവിലെ അക്ഷമനായി തിരക്കുകൂട്ടി. അയാൾ കൈറ്റലെ അറിയിച്ചു: "ഫ്യൂറർ ഏറ്റവും അടിയന്തിര സഹായമാണ് പ്രതീക്ഷിക്കുന്നത്. ഇനിയും ഏറ്റവും കൂടിയത് 48 മണിക്കൂർ സമയം ആണ് അവശേഷിച്ചിട്ടുള്ളത്."

"ഇതിനുള്ളിൽ സഹായമെത്തിയില്ലെങ്കിൽ രക്ഷയില്ല. ഇക്കാര്യം ഒരിക്കൽകൂടി പറയാൻ ഫ്യൂറർ ആവശ്യപ്പെട്ടിരിക്കുന്നു."

ബങ്കറിൽനിന്നു വന്ന ഈ ആവശ്യത്തിന് ശക്തമായ പിന്തുണ നൽകുന്നതിന് ജനറൽ ഹൈൻ ട്രിക്കിയെ നേരിട്ട് കണ്ടു സംസാരിക്കാനായി കൈറ്റൽ പോയി. ജനറൽ ഹൈൻ ട്രിക്കിയാവട്ടെ, ഇതുവരെയുള്ള ഉത്തരവുകൾക്ക് വിപരീതമായി ജനറൽ ഫോൺ മാന്റേയ്ഫെൽസിന്റെ ടാങ്ക് യൂണിറ്റിനോട് പിൻവാങ്ങാനാവശ്യപ്പെട്ടിരുന്നു. നോയ്ബ്രാന്റൻബുർഗിനു കിഴക്കുള്ള ഒരു കവലയിലാണ് കൂടിക്കാഴ്ച നടന്നത്.

ക്ഷീണിച്ചു വിവശരായ, വ്യാകുലരായ അഭയാർത്ഥികളുമായി എവിടേക്കെങ്കിലും അല്ലെങ്കിൽ ഒരിടത്തേക്കുമല്ലാതെ അവസാനമില്ലാതെ നീങ്ങിക്കൊണ്ടിരിക്കുന്ന ട്രക്കുകൾ ഈ ജംഗ്ഷനിൽനിന്നുള്ള എല്ലാ റോഡുകളും ബ്ലോക്ക് ചെയ്തിരുന്നു.

ഹൈൻട്രിക്കിയും മാന്റോയ്ഫെൽസും ഒരേ സമയത്താണ് വന്നത്. ഇരുവരും പരസ്പരം അഭിവാദനം ചെയ്യുന്നതിനുമുമ്പുതന്നെ കൈറ്റൽ ഈ രണ്ട് ഓഫീസർമാരെയും ശക്തിയായി ശാസിച്ചു - എവിടെനിന്ന് ഇവർക്ക് അധികാരം കൈയിലെടുക്കാനുള്ള ഈ സ്വാതന്ത്ര്യം ലഭിച്ചു എന്ന്. ഇവർക്ക് ലഭിച്ചിരുന്ന ഉത്തരവ് ഓഡർ നദിക്കടുത്ത് നിലയുറപ്പിക്കാനും ഒരു ചുവടുപോലും പിന്നോട്ടു വെയ്ക്കാതിരിക്കാനും തങ്ങളുടെ സമരമുഖം സർവ്വശക്തിയും ഉപയോഗിച്ച് വിടാതെ നോക്കാനും ആയിരുന്നു എന്നും പറഞ്ഞു. മാർഷൽ കൈറ്റൽ താൻ പറഞ്ഞ ഓരോ വാക്കിനും ബാറ്റൺകൊണ്ട് കൈവെള്ളയിലടിച്ചപ്പോൾ ഹൈൻ ട്രിക്കി കാര്യങ്ങളുടെ നിജസ്ഥിതി കൈറ്റലിന് വിവരിച്ചുകൊടുക്കുവാൻ ശ്രമിക്കുകയായിരുന്നു. തന്റെ അധീനതയിലുള്ള ട്രൂപ്പുകൾകൊണ്ട് ഓഡർ നദിക്കു ചുറ്റുമുള്ള സമരമുഖം കൂടുതൽ സമയം പിടിച്ചുവെയ്ക്കാനാവില്ലെന്നും ഒരു വിജയസാധ്യതയുമില്ലാത്ത ഒരു വെടിവയ്പിലേക്ക് തന്റെ പട്ടാളത്തെ തള്ളിവിടുന്ന കാര്യം ആലോചിക്കുന്നില്ലെന്നും. തന്നെയുമല്ല, പുതിയ ട്രൂപ്പുകൾ ലഭിച്ചില്ലെങ്കിൽ തനിക്ക് ഇനി പിൻവാങ്ങൽ ഉത്തരവുകൾ പുറപ്പെടുവിക്കേണ്ടിവരും എന്നും ഹൈൻട്രിക്കി പറഞ്ഞു.

കൈയിലിരുന്ന ബാറ്റൺ കൈറ്റൽ തുടർന്നും പ്രക്ഷുബ്ധനായി ചുറ്റും വീശി. "പുതിയ ട്രൂപ്പിനെ പ്രതീക്ഷിച്ചിരിക്കുകയല്ല ഹൈൻട്രിക്കി ചെയ്യേണ്ടത്", കൈറ്റൽ വ്യക്തമായി പറഞ്ഞു. "കയറി ആക്രമിക്കുക. അങ്ങനെയാണ് ഫ്യൂററുടെ ഉത്തരവിൽ പറഞ്ഞിരിക്കുന്നത്, അങ്ങനെ തന്നെ ഹൈൻട്രിക്കി നടപ്പാക്കുകയും വേണം." ജനറൽ മാന്റോയ്ഫെൽസിന് തന്നിൽ നിന്ന് ഏതായാലും ഒരു ഉത്തരവ് ലഭിക്കാൻ പോകുന്നില്ലെന്ന് ഹൈൻ ട്രിക്കി മറുപടി പറഞ്ഞപ്പോൾ കൈറ്റൽ മാന്റോയ്ഫെൽസിനെ തുറിച്ചുനോക്കി. മാന്റോയ്ഫെൽസാകട്ടെ ഹ്രസ്വമായും ഏറെ അർത്ഥം വെച്ചും പറഞ്ഞു: "ഹെർ ജനറൽ ഫീൽഡ് മാർഷൽ, മൂന്നാം ടാങ്ക് ആർമി ജനറൽ ഫോൺ മാൻ ടോയ്ഫെൽ പറയുന്നതു കേൾക്കും."

കൈറ്റൽ ക്ഷോഭിച്ച് അലറി: "ട്രൂപ്പ് അതിന്റെ പൊസിഷനുകൾ കൈവിടാതെ നോക്കുന്നില്ലെങ്കിൽ അതിനിടയ്ക്ക് വെടിവെയ്ക്കണം. അപ്പോൾ ആർമി നിൽക്കുകയും ചെയ്യും!"

അത് നിയതിയുടെ നിശ്ചയമായിരുന്നു. കൃത്യം ഇതേസമയത്ത് ഒരു വണ്ടി അതുവഴി വന്നു. അതിൽ ക്ഷീണിച്ചുതളർന്ന രണ്ട് എയർഫോഴ്സ് ഭടന്മാർ ഇരുന്നിരുന്നു. ഹൈൻട്രിക്കി അവരോട് കടന്നുവരാൻ ഉത്തരവിട്ടു. എന്നിട്ട് കൈറ്റലിനോട് പറഞ്ഞു: "ഇതാ നിങ്ങൾക്ക് ഒരു അവസരം, ഹെർ ജനറൽ ഫീൽഡ്മാർഷൽ, ഒരു മാതൃക കാണിക്കാൻ! ഇവരെ വെടിവെച്ചു കൊല്ലുക!" അറസ്റ്റ് ചെയ്യൽ, മിലിട്ടറി കോടതി എന്നിവയെപ്പറ്റി എന്തൊക്കെയോ വിക്കി വിക്കി പറഞ്ഞുകൊണ്ട് കൈറ്റൽ സ്ഥലം വിട്ടു.

ബങ്കറിൽനിന്നുള്ള ഉത്തരവുകളുടെ ഭ്രാന്തൻലോകത്തുനിന്ന് ഹൈൻ ട്രിക്കി എത്ര അകന്നിരുന്നു എന്ന് ചുരുങ്ങിയപക്ഷം ഇതോടെയെങ്കിലും വ്യക്തമായി. അതുപോലെതന്നെ ആൾ ഈ ലക്ഷ്യങ്ങൾ മാത്രമേ പിന്തുടർന്നുള്ളൂ എന്നും. തന്റെ സൈന്യത്തിന്റെ ഇനിയും അവശേഷിച്ച ഭാഗങ്ങളെ രക്ഷിക്കുക, സിവിലിയൻസിന്റെ സുരക്ഷ. അടുത്ത ദിവസം രാവിലെ കൈറ്റെലുമായി വീണ്ടും ഒരു ഫോൺ സംഭാഷണം നടക്കാനിടയായി. ഈ സംഭാഷണത്തിൽ തന്റെ സൈന്യത്തിനുമേലുള്ള ഉത്തരവാദിത്വത്തെപ്പറ്റി ഹൈൻട്രിക്കി സംസാരിച്ചപ്പോൾ കൈറ്റെൽ അയാളെ ശകാരിച്ചു: "നിങ്ങൾക്കു വഹിക്കാൻ ഒരു ഉത്തരവാദിത്വവും ഇല്ല. മറിച്ച് നടപ്പിലാക്കാൻ ആജ്ഞകളാണുള്ളത്."

ഈ സാഹചര്യത്തിൽ തന്റെ ആജ്ഞാധികാരം അടിയറവെയ്ക്കുകയാണെന്ന് ജനറൽ ഫീൽഡ് മാർഷലിനെ അറിയിക്കേണ്ടിവരുമെന്ന് കൈറ്റെൽ പറഞ്ഞു. ഒരു നിമിഷത്തേക്ക് ഫോണിന്റെ മറ്റേ അറ്റത്ത് അസ്വസ്ഥത ഉണ്ടാക്കുന്ന ഒരു നിശ്ശബ്ദത നിറഞ്ഞുനിന്നു. അപ്പോൾ കൈറ്റെൽ പറഞ്ഞു: "ഹെർ സീനിയർ ജനറൽ ഹൈൻ ട്രിക്കി, ഫ്യൂറർ എനിക്കു നല്കിയിട്ടുള്ള അധികാരം ഉപയോഗിച്ച് ആർമി ഗ്രൂപ്പ് വൈക്സെലിനുമേൽ നിങ്ങൾക്കുള്ള ആജ്ഞാധികാരം ഈ നിമിഷം എടുത്തുകളഞ്ഞിരിക്കുന്നു. നിങ്ങൾ പോയി കമാന്റോ പോസ്റ്റിൽ ഹാജരാവുക!"

ബങ്കറിലും ഇനിയും ഉണ്ടായിരുന്ന പ്രതീക്ഷകളുടെ അവശിഷ്ടങ്ങൾ കൂടുതലായി തകർന്നുകൊണ്ടിരുന്നു. റഷ്യൻ സൈന്യം വില്ലെം സ്ട്രാസ്സെ വില്ലെം സ്ട്രീറ്റ് തുടങ്ങുന്നിടത്ത് എത്തിയെന്നും പോട്സ്ഡാമർ പ്ലാറ്റ്സിൽസ്ക്വയർ രക്തരൂഷിതമായ പോരാട്ടം നടന്നുവരികയാണെന്നും ഉള്ള കിംവദന്തി ഏപ്രിൽ 28-ാം തീയതി വൈകുന്നേരം പരന്നു. അപ്പോഴാണ് അർത്ഥസൂചനകൊണ്ട് മുഴുവൻ ദിവസവും ആശങ്കകൾ ഉണർത്തിയിരുന്നെങ്കിലും ഇപ്പോൾ മാത്രം ഒരു റോയ്റ്റർ റിപ്പോർട്ടിലൂടെ സ്ഥിരീകരിക്കപ്പെട്ട ആ ന്യൂസ് വന്നത്: റൈഷ് ഫ്യൂറർ - എസ്.എസ്. ഹൈൻട്രിഷ് ഹിംലർ സ്വീഡിഷ് ഡിപ്ലോമാറ്റായ ഗ്രാഫ് ഫോൾകെ ബെർണഡോട്ടെ വഴി സഖ്യശക്തികളുമായി കൂടിയാലോചനകൾ ആരംഭിക്കുവാൻ തീരുമാനിച്ചിരിക്കുന്നു. തന്നെയുമല്ല നിരുപാധികമായ ഒരു കീഴടങ്ങലിനു താൻ തയ്യാറാണെന്ന് അറിയിക്കുകപോലും ചെയ്തിരിക്കുന്നു.

ഈ വാർത്ത ഹിറ്റ്ലർക്ക് ഗദകൊണ്ടുള്ള ഒരു അടിയായിരുന്നു. ഗേറിംഗിനെ ഹിറ്റ്ലർ സദാ ഒരു അഴിമതിക്കാരനായാണ് കണ്ടിരുന്നത്. ആൽബെർട്ട് സ്പേയറിനെയാണെങ്കിൽ, വിശ്വസിക്കാൻ കൊള്ളരുതാത്ത, യാഥാർത്ഥ്യബോധമില്ലാത്ത ഒരു കലാകാരനായും. സ്പേയറെപ്പറ്റി ഹിറ്റ്ലർ ആർതൂർ ആക്സ്റ്റ്മാനോട് പറഞ്ഞിരുന്നത് കഴിഞ്ഞകാലത്തെ മറ്റൊരു നിരാശ എന്നായിരുന്നു. തങ്ങളുടെ വിശ്വസ്തതയും കഴിവും കാണിക്കേണ്ടിടത്ത് ഇവർ പരാജയപ്പെടും എന്ന് ഏതാണ്ട് മുൻകൂട്ടിത്തന്നെ

കാണാമായിരുന്നു. വിശ്വസ്തതയെപ്പറ്റി വാതോരാതെ സംസാരിക്കുകയും ആര്യൻ-ജർമ്മൻ വംശജരുടെ എസ്.എസ്സിന്റെ പുരുഷവിഭാഗത്തിന്റെ ഏറ്റവും ഉയർന്ന പ്രമാണമായി അതിനെ ആണയിട്ടു ഘോഷിക്കുകയും ചെയ്തിരുന്ന ഹിംലറുടെ കാലുമാറ്റം ഒരു ലോകത്തിന്റെ തന്നെ കട പുഴങ്ങിവീഴലായിരുന്നു. ഹിറ്റ്ലർ ഒരു ഭ്രാന്തനെപ്പോലെ ഉഴറി. ഹന്നാ റൈറ്റ്ഷ് ഇങ്ങനെയാണ് ആ രംഗത്തെ വർണിക്കുന്നത്. "ആൾ കടും ചുവപ്പു നിറമായി. മുഖം തിരിച്ചറിയാൻ പ്രയാസമായിരുന്നു."

ഗ്വേബെൽസിന്റെയും ബോർമാന്റെയും കൂടെ ഹിറ്റ്ലർ തന്റെ സ്വകാര്യ മുറിയിലേക്ക് തിരികെ പോയി. "ഹിറ്റ്ലർ ചോക്കുപോലെ വെളുത്തി രുന്നു." ഹന്നാ റൈറ്റ്ഷിന്റെ കുറിപ്പ് തുടരുന്നു. "കെട്ടുപോയ ഒരു തീനാള ത്തിന്റെ ചിത്രമാണ് ഹിറ്റ്ലർ കാഴ്ചവച്ചത്." സമനില വീണ്ടെടുക്കുന്ന തിൽ ഏറെ ബദ്ധപ്പെട്ട്, എന്തോ പറഞ്ഞുകൊണ്ട് ഹിറ്റ്ലർ രോഗികൾ ക്കായുള്ള പ്രത്യേക മുറിയിൽ കിടന്നിരുന്ന ഗ്രൈമിനെ കാണാൻ പോയി. കട്ടിലിന്റെ ഒരു വശത്ത് ഇരുന്നുകൊണ്ട്, എയർഫോഴ്സിന്റെ പുതുതായി നിയമിക്കപ്പെട്ട കമാന്റർ-ഇൻ-ചീഫിനോട് ഉടനെ ഷ്ളേസ് വിഗ് ഹോൾ സ്റ്റൈനിലെ പ്ലേനിലേക്കു പോകാനും ഹിംലർക്ക് അർഹിക്കുന്ന ശിക്ഷ ലഭിക്കാനായി ഡ്വേനിറ്റ്സിനെ കണ്ട് എല്ലാം ശരിയാക്കാനും ആവശ്യ പ്പെട്ടു. "ഒരു വഞ്ചകൻ എന്റെ പിൻഗാമി ആയിക്കൂടാ.", ഹിറ്റ്ലർ പറഞ്ഞു. "അയാൾ അത് ആവാതിരിക്കാൻ സർവ്വതും ചെയ്യുക." ഇതു കേട്ടപ്പോൾ ആദ്യം ഗ്രൈമും പിന്നീട് ഹന്നാ റൈറ്റ്ഷും എതിർത്തു. അവർ തറപ്പിച്ചു പറഞ്ഞു: "ബങ്കറിൽ തുടരാനും ഹിറ്റ്ലറോടൊപ്പം മരണം വരിക്കാനും ആണ് തങ്ങൾ തീരുമാനിച്ചിരിക്കുന്നത്."

ബർളിനിൽനിന്ന് പുറത്തുകടക്കാൻ ഇപ്പോൾ മാർഗങ്ങളും ഇല്ല. എന്നാൽ ഹിറ്റ്ലർ തന്റെ തീരുമാനത്തിൽ ഉറച്ചുനിന്നു. താൻ ഒരു അറാഡൊ 96 ടൈപ്പ് വിമാനം ഓർഡർ ചെയ്തുകഴിഞ്ഞു എന്ന് ഹിറ്റ്ലർ പറഞ്ഞു. യുദ്ധത്തിന്റെ ബഹളത്തിനിടെ അത് ഈസ്റ്റ്-വെസ്റ്റ് ആക്സി സിൽ ഇറങ്ങുകയും ചെയ്തിട്ടുണ്ട്. എന്നിട്ട് അത്യാവശ്യം വന്നാൽ ഉപ യോഗിക്കാൻ ആയി ഹന്നാ റൈറ്റ്ഷിന് രണ്ടു വിഷപദാർത്ഥം നിറഞ്ഞ ആംപ്യൂൾ നൽകിയിട്ട് യാത്രയ്ക്കുള്ള സമ്മതം നൽകി. "പോട്ട്സ്ഡാമി നടുത്ത് ജർമൻ ആർട്ടിലറിയുടെ ഷെൽ വർഷം കേൾക്കാം", മുറി വിടു ന്നതിനിടയിൽ ഹിറ്റ്ലർ പറഞ്ഞു. തുടർന്ന് ഇടനാഴിയിലേക്കു പോയി.

കടന്നുപോയ ഓരോരുത്തരോടും തന്റെ രോഷത്തെപ്പറ്റി സംസാരിച്ചു. ഹിറ്റ്ലർ പറഞ്ഞു: ഇപ്പോൾ തനിക്കറിയാം എന്തുകൊണ്ട് ഹംഗറിയിൽ നടന്ന എസ്.എസ് ഒഫെൻസീവ് പരാജയത്തിൽ കലാശിച്ചു എന്ന്, എന്തുകൊണ്ട് സ്റ്റൈനർക്ക് കടന്നാക്രമിക്കാൻ ഉത്തരവ് നൽകാൻ വിസ മ്മതിച്ചു എന്ന്. ചതിയും ഗൂഢാലോചനയും മാത്രമായിരുന്നു എല്ലാം. തന്നെ ജീവനോടെ പിടിച്ച് ശത്രുവിനു കൊടുക്കാൻ റൈഷ് ഫ്യൂറർ

ആഗ്രഹിക്കുകപോലും ചെയ്തിരുന്നു എന്ന് ഹിറ്റ്ലർ പറഞ്ഞുപരത്തി. ഇതിനിടയ്ക്ക് ഇനിയും അവശേഷിച്ചിരുന്ന ബങ്കർ നിവാസികൾ കുത്തിയിരുന്ന് വേഗത്തിൽ കുടുംബാംഗങ്ങൾക്ക് വിടപറച്ചിൽ കത്തുകൾ എഴുതി, അവസാനത്തെ മെസ്സെഞ്ചർ എന്ന നിലയിൽ ഹന്നാ റൈറ്റ്ഷിനു കൈമാറി. ഇതിനുശേഷം അല്പം കഴിഞ്ഞ് പൊട്ടിക്കരഞ്ഞുകൊണ്ട് ഹന്നാ റൈറ്റ്ഷൽ ഗ്രൈമിനൊപ്പം ബങ്കർ വിട്ടു. "മാതൃരാജ്യത്തിന്റെ അൾത്താരയുടെ മുമ്പിൽ നാം ആദരവോടെ മുട്ടുകുത്തണം." തന്റെ വികാരങ്ങളെ വർണിച്ചുകൊണ്ട് അവർ പിന്നീട് ജനറൽ കോളറോട് പറഞ്ഞു.

എല്ലാ പ്രതീക്ഷകൾക്കും വിപരീതമായി അവർ നഗരത്തിൽനിന്ന് പുറത്തുകടന്നപ്പോൾ ഗ്രൈം വീണ്ടും ഏറെ വികാരാധീനനായി പറഞ്ഞു: "ഫ്യൂററുടെ കൂടെ കഴിച്ച ദിവസങ്ങൾ നിത്യയൗവ്വനം തരുന്ന ഒരു ജലസ്രോതസ്സുപോലെയാണ് തന്റെമേൽ വർത്തിച്ചത്."

ബങ്കറിലെ മുറികളിൽ വിശ്വാസവഞ്ചനയെപ്പറ്റിയുള്ള ആരോപണങ്ങൾ മുഴങ്ങിക്കൊണ്ടിരിക്കെ രാത്രി പത്തുമണിയോടെ ജനറൽ വൈഡ്ലിങ്ങ് രംഗത്ത് പ്രത്യക്ഷപ്പെട്ടു. അയാൾക്ക് പറയുവാൻ ഉണ്ടായിരുന്നത് ആശയ്ക്കു വക നൽകുന്ന ഏറ്റവും ഒടുവിലത്തെ മായാച്ചിത്രങ്ങളും നശിപ്പിച്ചുവെന്നാണ്. റഷ്യൻ സൈന്യം ഒന്നിനു പുറകെ മറ്റൊന്നായാണ് വിജയങ്ങൾ കൈവരിച്ചിരിക്കുന്നത്. ജർമൻ സൈന്യത്തിനാണെങ്കിൽ റിസർവുകൾ ഒട്ട് ഇല്ലാതാനും. വിമാനം വഴിയുണ്ടായിരുന്ന സപ്ലൈയും ഏറെക്കുറെ നിർത്തേണ്ടിവന്നിരിക്കുന്നു. "തന്നെയുമല്ല, ബർളിനെർ കെസ്സെലിൽ[37] നിന്ന് എങ്ങനെയെങ്കിലും പുറത്തുകടക്കാൻ ധൈര്യപ്പെടണം" എന്നാണ് സിവിലിയൻസിന്റെ അതിഭയങ്കരമായ യാതനകൾക്ക് അറുതി വരുത്താൻവേണ്ടികൂടി ഒരു സൈനികൻ എന്ന നിലയിൽ തനിക്ക് നിർദ്ദേശിക്കാനുള്ളത് എന്ന് അയാൾ പറഞ്ഞു.

പക്ഷേ, ഹിറ്റ്ലർക്കോ ക്രേബ്സിനോ ഈ അഭിപ്രായങ്ങളോട് പ്രതികരിക്കാൻ കഴിയുന്നതിനു മുമ്പ് ഗോബെൽസ്, വൈഡ്ലിംഗിന്റെ മേൽ ശക്തമായ വാക്പ്രയോഗങ്ങളോടെ ചാടിവീഴുകയും യുക്തിസഹവും ആരെയും ബോധ്യപ്പെടുത്താൻ പോരുന്നതും ആയ പല കാര്യങ്ങളെയും പരിഹസിക്കുകയും ചെയ്തു. അന്തിമതീരുമാനം ക്രേബ്സ് ഹിറ്റ്ലർക്ക് വിട്ടുകൊടുത്തു. ദീർഘമായ ആലോചനയ്ക്കുശേഷം ഹിറ്റ്ലർ വീണ്ടും തന്റെ എതിർവാദങ്ങൾ സംഗ്രഹിച്ചു. ഇതേ വാദങ്ങൾ ഉപയോഗിച്ചായിരുന്നു ഹിറ്റ്ലർ ഇതുവരെ 9-ാം ആർമിയുടെ ശത്രുവലയത്തിൽനിന്ന് രക്ഷപ്പെടാനുള്ള ആവശ്യം തള്ളിക്കളഞ്ഞത്. "എന്തു ത്യാഗം സഹിച്ചും പിടിച്ചുനിൽക്കുക!"

---

37. ഇരുവശത്തുനിന്നും വളയപ്പെട്ട ബെർളിൻ.

കടന്നുപോയ വർഷങ്ങളിലെ എല്ലാ പ്രതിരോധയുദ്ധങ്ങളിലും താൻ പ്രഖ്യാപിച്ചിരുന്ന ലക്ഷ്യം "എന്തു ത്യാഗം സഹിച്ചും പിടിച്ചുനിൽക്കുക" എന്നതായിരുന്നു. ശത്രുവലയത്തിൽനിന്ന് പുറത്തുകടക്കുക എന്നത് രഹസ്യമായ ഒരു പിൻവാങ്ങൽ മാത്രമാണ്. ഹിറ്റ്ലറുടെ വാക്കുകൾ ആ ജനറൽ ഇങ്ങനെയാണ് സംഗ്രഹിച്ചത്: "വൈഡ്‌ലിങ്ങിന്റെ പദ്ധതി വിജയപ്രദമായാൽ തന്നെ നാം ഒരു വലയത്തിൽനിന്ന് മറ്റൊന്നിലേക്കായിരിക്കും വീഴുക. അങ്ങനെ സംഭവിച്ചാൽ ഹിറ്റ്ലർക്ക് ആകാശത്തിനു താഴെ എവിടെയെങ്കിലും അല്ലെങ്കിൽ ഒരു ഫാംഹൗസിൽ അതുമല്ലെങ്കിൽ അതുപോലുള്ള മറ്റേതെങ്കിലും ഒന്നിൽ അന്ത്യം കാത്ത് കഴിയേണ്ടിവരും."

മറ്റു പലതിനുംപുറമേ ഇടയ്ക്കിടയ്ക്കെങ്കിലും ഹിറ്റ്ലർക്ക് ഏകാഗ്രതക്കുറവ് ഉള്ളതായി കാണപ്പെട്ടു. പ്രത്യേകിച്ച് ഹിറ്റ്ലറുടെ പണ്ടത്തെപ്പോലുള്ള അതിരില്ലാത്ത രോഷത്തിന് ഒരു ഇര വേണമായിരുന്നു. ഹിംലറുടെ കൂറുമാറ്റത്തെപ്പറ്റിയുള്ള ചർച്ചകളിൽ റൈഷ്ഫ്യൂറർ എസ്. എസ്സിന്റെ അടുത്ത വിശ്വസ്തരിൽ ഒരാളായ ഹെർമാൻ ഫേഗെലൈൻ എന്ന പേർ പലതവണ പ്രത്യക്ഷപ്പെട്ടു. എല്ലാവരുടെയും അഭിപ്രായത്തിൽ അങ്ങേയറ്റം അധഃപതിച്ച ഒരു വ്യക്തിത്വം ആയിരുന്നു ഫേഗെലൈന്റേത്. വ്യക്തിപരമായ വശ്യതയും വശീകരണശക്തിയും തത്ത്വദീക്ഷയില്ലായ്മയും ഉപയോഗിച്ച് ഇയാൾ ഹിറ്റ്ലറുടെ ഏറ്റവും അടുത്ത വൃന്ദങ്ങളിൽ കയറിപ്പറ്റുകയും 1944ലെ വേനൽക്കാലത്ത് വാഫെൻ എസ്. എസ്സിന്റെ[38] ലെഫ്റ്റനന്റ് ജനറലായി ഉദ്യോഗക്കയറ്റം നേടിയെടുക്കുകയും ഈഫാ ബ്രൗണിന്റെ സഹോദരി മാർഗരെറ്റയെ വിവാഹം കഴിക്കുകയും ചെയ്തു.

ഏപ്രിൽ 26ന് ഇയാൾ ആരോടും പറയാതെ ബങ്കറിൽനിന്ന് അപ്രത്യക്ഷനാവുകയും കൂർഫ്യൂർസ്റ്റെൻഡാമിനടുത്ത് ബ്ലൈബ്ട്രോയ് സ്ട്രീറ്റ് 4ൽ ഉള്ള തന്റെ ഫ്ളാറ്റിലേക്ക് പോവുകയും ചെയ്തു. ബർളിനിൽ മരിക്കാൻ തനിക്ക് യാതൊരു ഉദ്ദേശ്യവും ഇല്ലെന്ന് ഇയാൾ ഇതിനു രണ്ടു ദിവസം മുമ്പ് എസ്.എസ്. ജനറൽ ഹാൻസ് യുറ്റ്നറോട് പറഞ്ഞിരുന്നു. സ്ത്രീലോലുപനും ഓബർസാൽസ്ബുർഗിൽ വെച്ച്, ഈഫാ ബ്രൗണിനെ പ്രേമാഭ്യർത്ഥനയുമായി നിർലജ്ജം സമീപിക്കുകയും

38. മൂന്നാം റൈഷിൽ (The Third Rich) സജീവമായിരുന്ന ഒരു സൈന്യ വിഭാഗം. ആദ്യകാലങ്ങളിൽ ആര്യവംശജർക്കു മാത്രമേ പ്രവേശനം ഉണ്ടായിരുന്നുള്ളൂ. ഇത് നാസികളുടെ പ്രഖ്യാപിതനയമായിരുന്നു. 1940 ഈ നയം മാറ്റി വിദേശികൾക്കും ആര്യൻവംശജരല്ലാത്തവർക്കും വൊളന്റിയർമാരായി പ്രവർത്തിക്കാം എന്നാക്കി. യുദ്ധത്തിന്റെ അന്ത്യത്തിൽ 60 ശതമാനത്തിലധികം ഭടന്മാർ ജർമ്മൻകാർ അല്ലായിരുന്നു. വാഫൻ എന്ന വാക്കിന് വെപ്പൺ അല്ലെങ്കിൽ ആയുധം എന്നാണർത്ഥം. അങ്ങനെ ഇത് സായുധസേനയായിരുന്നു എന്ന് വ്യക്തമാകുന്നുണ്ടല്ലോ.

കുടിച്ചു ലക്കില്ലാതെ അവരെ വശത്താക്കാൻ ശ്രമിക്കുകയും ചെയ്തി രുന്ന ആളുമായ ഫേഗെലൈൻ ഇപ്പോൾ അവരെ പറഞ്ഞു മനംമാറ്റാൻ ശ്രമിച്ചു: ഇനി ആലോചിക്കാൻ ഒന്നും ഇല്ല, ബങ്കറിലെ ഉറപ്പായ മരണം പ്രതീക്ഷിച്ചിരിക്കാതെ എന്റെ അടുത്തേക്കു വരുക. ഈഫാ, നീ ബങ്കർ വിടണം. മണ്ടത്തരം കാണിക്കരുത്. ഇതൊരു ജീവന്മരണപ്രശ്നമാണ്."

ഏപ്രിൽ 27-ാം തീയതി ഇയാളുമായി സംസാരിക്കാൻ ഹിറ്റ്ലർ ആവശ്യപ്പെട്ടപ്പോൾ ആളെ കാണാനില്ലായിരുന്നു. റൈഷ് സെക്യൂരിറ്റി സർവീസിന്റെ തലവനായ എസ്.എസ്. മേജർ ജനറൽ യോഹാൻ റാറ്റൻഹൂബർ ഉടനെ റൈഷ്ചാൻസലറിയിൽ ഹാജരാവണം എന്ന് ഫോൺ വഴി നടത്തിയ ആവശ്യം ഇയാൾ നിരാകരിച്ചിരുന്നു. ഇതേ ത്തുടർന്ന് ഫേഗെലൈനെ പിടിച്ചുകൊണ്ടുവന്ന് ഹാജരാക്കാൻ ഫ്യൂററുടെ സുരക്ഷാഭടന്മാരുടെ ഒരു ട്രൂപ്പിനെ അയച്ചിരുന്നു. തന്റെ സഹോദരീ ഭർത്താവ് നടത്തിയ വശീകരണശ്രമങ്ങൾ ഇഷ്ടപ്പെട്ടിരുന്ന ഈഫാ ബ്രൗൺ പരിഭ്രാന്തയായി ബ്ലൈബ്ട്രോയ് സ്ട്രീറ്റിലെ ഫ്ളാറ്റിലേക്കു ഫോൺ വിളിച്ചുവത്രെ. പക്ഷേ ഫേഗലൈനെ ഒരു തിരിച്ചുവരവിനു നിർബന്ധിക്കാനുള്ള എല്ലാ ശ്രമങ്ങളും പരാജയപ്പെട്ടു. ആദ്യത്തെ ഉത്ത രവുതന്നെ ഇയാൾ ധാർഷ്ട്യം നിറഞ്ഞ പുച്ഛത്തോടെ നിരാകരിച്ചിരുന്നു. റൈഷ് സെക്യൂരിറ്റി ഡിവിഷന്റെ ക്രിമിനൽ ഡയറക്ടർ നടത്തിയ രണ്ടാ മത്തെ ശ്രമത്തിനു മാത്രമാണ്, കുടിച്ചു ലക്കില്ലാതെ ചുവന്ന മുടിയുള്ള ഒരു ചെറുപ്പക്കാരിയുടെ കൂടെ കാണപ്പെട്ട ആ എസ്.എസ് - ജനറലിനെ റൈഷ്ചാൻസെലറിയിലേക്കു ചെല്ലാൻ നിർബന്ധിച്ചു മനസ്സു മാറ്റാൻ കഴിഞ്ഞത്. തിരിച്ചുവരുമ്പോൾ ഹിറ്റ്ലറുടെ ചീഫ് പൈലറ്റ് ഹാൻസ് ബൗർ ഹേഗെലൈനെ വിമർശിച്ചു: തന്റെ പെരുമാറ്റത്തിലൂടെ ഹേഗെ ലൈൻ ശിക്ഷാർഹമായ വിധത്തിൽ തന്റെ സൈനിക ചുമതലകളിൽ നിന്ന് ഒഴിഞ്ഞുമാറുകയാണ് എന്ന സംശയം ജനിപ്പിച്ചിരിക്കുന്നു. ഹേഗെ ലൈന്റെ മറുപടി ഇതായിരുന്നു: "ഇതല്ലാതെ മറ്റൊന്നും പറയാനില്ലെങ്കിൽ എന്നെയങ്ങു വെടിവച്ചു കൊല്ലുക!"

ലാഘവബുദ്ധിയും ആരംഭശൂരത്വം കലർന്ന താൻപോരിമയും ആണ് പ്രതിസന്ധികളിൽ വിജയം മാത്രം കണ്ടുശീലിച്ചുവന്ന കരിയർ പ്രേമി യായ ഫേഗെലൈനെക്കൊണ്ട് അതു പറയിപ്പിച്ചത്. ആദ്യത്തെ ചോദ്യം ചെയ്യലിനു മുൻപുതന്നെ താൻ ഔദ്യോഗിക പദവിയുടെ കാര്യത്തിൽ തരംതാഴ്ത്തപ്പെട്ടുവെന്നത് ഇയാൾക്ക് അദ്ഭുതകരമായിരുന്നു. ഇതിനു പുറമെ, തന്നിൽനിന്ന് എല്ലാ സ്ഥാനചിഹ്നങ്ങളും പദവികളും എടുത്തു മാറ്റപ്പെട്ടിരിക്കുന്നു എന്ന് മോൺകെ അറിയിച്ചപ്പോൾ തോളിൽ ഘടിപ്പി ച്ചിരുന്ന മുദ്രകൾ ആൾ സ്വയം പറിച്ചെടുത്ത്, രോഷംകൊണ്ട് അലറി മുറിയിൽ ചുറ്റും നടന്ന്, മോൺകെയെയും കൂടെയുണ്ടായിരുന്ന രണ്ട് എസ്.എസ്. ഓഫീസർമാരെയും ഭർത്സിച്ചു. താൻ റൈഷ് ഫ്യൂറർക്കു മാത്രം വിധേയനാണെന്നും അക്കാരണത്താൽ ഹൈൻ ട്രിഷ് ഹിംലർക്കു

മുമ്പാകെ മാത്രമേ മൊഴി നൽകുകയുള്ളൂ എന്നും ഫേഗെലൈൻ അറിയിച്ചു. തുടർന്ന് തന്നെ ഹിറ്റ്ലറുടെ മുൻപിൽ ഹാജരാക്കണം എന്ന് ഫേഗെലൈൻ ആവശ്യപ്പെട്ടപ്പോൾ താൻ ആ മനുഷ്യനെ കാണാൻ ആഗ്രഹിക്കുന്നില്ല എന്നു പറഞ്ഞ് ഹിറ്റ്ലർ അത് നിരസിച്ചു. ഫേഗെലൈനെ മോൺകെയുടെ ട്രൂപ്പുകളിൽ ഏതെങ്കിലും ഒന്നിന്റെ തലവൻ ആക്കുന്നതിനെപ്പറ്റി ഹിറ്റ്ലർ ഏതായാലും ആദ്യം ചിന്തിച്ചതായി കാണുന്നുണ്ട്. എന്നാൽ ഫേഗെലൈൻ അപ്പോഴും കിട്ടുന്ന അവസരം ഉപയോഗിച്ച് ഒളിച്ചോടുമെന്ന് ബോർമാനും ഓട്ടോ ഗ്യുൺഷേയും പറഞ്ഞു ബോധ്യപ്പെടുത്തിയതിനെത്തുടർന്ന് ഹിറ്റ്ലർ മിലിട്ടറി കോടതി വിളിച്ചുകൂട്ടാൻ ഉത്തരവിട്ടു. ഏതു ദിവസവും പ്രസവം പ്രതീക്ഷിച്ചിരുന്ന തന്റെ സഹോദരിയെ ഓർത്ത് തന്റെ സഹോദരീഭർത്താവിനെ വെറുതെ വിടണം എന്ന് ഈഫാ ബ്രൗൺ അപേക്ഷിച്ചത് ഫലം കണ്ടില്ല. ഒടുവിൽ "അങ്ങാണ് ഫ്യുറർ!" എന്ന് ഈഫാ ബ്രൗണിനെക്കൊണ്ട് പറയിപ്പിക്കത്തക്കവിധം അത്ര പരുഷമായ സ്വരത്തിൽ ആണ് ഹിറ്റ്ലർ ഈ അപേക്ഷ നിരസിച്ചത്.

മദ്യപിച്ചു ലക്കില്ലാതിരുന്ന പ്രതിയുടെ നീണ്ടുനിന്ന ബോധമില്ലായ്മ നിമിത്തം മോൺകെ നിയമിച്ച മിലിട്ടറി കോടതിക്കു കുറ്റാരോപണനടപടി നിർത്തിവെയ്ക്കേണ്ടിവന്നു. ലഹരി മാറാനായി ഫേഗെലൈൻ സെല്ലിലേക്കു തിരികെ അയയ്ക്കപ്പെട്ടു. അടുത്ത ദിവസം തൊട്ടടുത്തുള്ള ഡ്രൈഫാൾട്ടിഷ്കൈറ്റ്സ് ദേവാലയത്തിന്റെ (ട്രിനിറ്റി ചർച്ച്), ഭൂനിരപ്പിനു താഴെയുള്ള ഒരു മുറിയിൽ അയാളെ ഗെസ്റ്റാപ്പോയുടെ തലവൻ ഹൈൻട്രിഷ് മ്യുള്ളർ കഠിനമായി ചോദ്യം ചെയ്തു. ചോദ്യം ചെയ്യൽ പുരോഗമിക്കവെ ഹിംലറുടെ രാജ്യദ്രോഹത്തെപ്പറ്റി വാർത്ത വന്നു. ഇതോടെ ഫേഗെലൈനു തലവേദനയായത് അയാളുടെ ഫ്ളാറ്റിൽനിന്ന് കണ്ടെടുത്ത ആഭരണങ്ങളും വിദേശനാണ്യങ്ങളും അടങ്ങിയ പെട്ടി മാത്രമല്ലായിരുന്നു. അതിലുപരി റൈഷ്പാൻസെല്ലറിയുടെ താഴെയുണ്ടായിരുന്ന ഓഫീസ്മുറിയിൽനിന്ന് കണ്ടെടുത്ത ബ്രീഫ്കേയ്സും ആയിരുന്നു. ഇതിലുണ്ടായിരുന്ന രേഖകളിൽ ആ വിവരം അടങ്ങിയിരുന്നു.

ഹിംലറുടെ വിശ്വസ്ത സഹപ്രവർത്തകനായ ഫേഗെലൈൻ ഗ്രാഫ് ഫോൾക്കെ ബേർണഡോട്ടെയുമായി ബന്ധപ്പെട്ടിരുന്നു. ഹിറ്റ്ലർക്കു പണ്ടേയുള്ള സമ്പർക്കത്തെപ്പറ്റി അറിവുള്ളവരിൽപെട്ടയാളാണ്.

കോപാന്ധനായ ഹിറ്റ്ലർ ഇതേത്തുടർന്ന് ഫേഗെലൈനെ വിചാരണയില്ലാതെ കാണുന്നിടത്തുവെച്ച് വെടി വെച്ചുകൊല്ലാൻ ഉത്തരവിട്ടു. അർദ്ധരാത്രിക്ക് അല്പം മുമ്പ് സെക്യൂരിറ്റി ഉദ്യോഗസ്ഥന്മാർ അയാളെ ബങ്കർ സെല്ലിൽനിന്നു കൊണ്ടുവന്നു. കാര്യമറിയാതെ കുപിതനായി ചുറ്റും നിന്നവരോട് അലറിക്കൊണ്ടിരുന്ന ഫേഗെലൈൻ ഒന്നുകിൽ ബങ്കറിലേക്കുള്ള സ്റ്റെയർകെയ്സിൽ വച്ചുതന്നെ അല്ലെങ്കിൽ റൈഷ് ചൻസെലറിക്കു പിന്നിലുള്ള ഗാർഡനിലേക്ക് കടക്കാനായുള്ള ബങ്കറിൽനിന്ന് മുകളിലേക്കു

കയറുന്ന സ്റ്റെയർകെയ്സിൽ വച്ച് വെടി വെച്ചു കൊന്നു. വധശിക്ഷ നടപ്പാക്കാൻ നിയമിതമായിരുന്ന സ്ക്വാഡ് ഏതാനും മിനിറ്റ് കഴിഞ്ഞിട്ടും തിരികെ വരാത്തതിനെത്തുടർന്ന് ഹിറ്റ്ലർ അക്ഷമനായി പല പ്രാവശ്യം ചോദിച്ചു, ശിക്ഷ നടപ്പാക്കിയതിന്റെ റിപ്പോർട്ട് എവിടെയാണെന്ന്. അത്രയ്ക്ക് നിയന്ത്രണാതീതമായിരുന്നു ഹിറ്റ്ലറുടെ പ്രതികാരദാഹം. “പാവം, പാവം അഡോൾഫ്!”, ഫേഗെലൈന്റെ മരണത്തിൽ ഖേദിക്കാൻ സ്വന്തം കാരണങ്ങളുണ്ടായിരുന്ന ഈഫാ ഉച്ചത്തിൽ വിളിച്ചു പറഞ്ഞു: “എല്ലാവരും അങ്ങയെ ഉപേക്ഷിച്ചു, എല്ലാവരും അങ്ങയെ ഒറ്റു കൊടുത്തു!”

ചുരുങ്ങിയത് ഈ മണിക്കൂറുകളിലെങ്കിലും ഹിറ്റ്ലർക്ക് ആത്യന്തികമായി മനസ്സിലായി, ജീവൻ ഒടുക്കാൻ സമയമായി എന്ന്. മുമ്പെന്നത്തെയും പോലെ ഇക്കുറിയും ദീർഘനാളത്തെ അറച്ചുനില്പിനുശേഷം ഏതെങ്കിലും കാര്യം ആലോചിച്ചുറപ്പിച്ചുകഴിഞ്ഞാൽ പിന്നെ അത് കൃത്യമായി നിറവേറ്റുന്നതുപോലെ, ഹിറ്റ്ലറുടെ തീരുമാനങ്ങൾ പെട്ടെന്നും വീണ്ടുവിചാരമില്ലാതെയും ഉണ്ടായി.

പാതിരാത്രിയോടെ ബങ്കറിലെ ആ മാപ്പ് റൂം അടിയന്തിരമായി ഒരു രജിസ്റ്റർ വിവാഹത്തിനായി ഒരുക്കപ്പെട്ടു. ഗ്വേബെൽസിന്റെ പ്രാദേശിക പാർട്ടി ഓഫീസിൽ ഇടയ്ക്കിടയ്ക്ക് ജോലി ചെയ്തിരുന്നതും തൊട്ടടുത്തുള്ള ഒരു പീപ്പിൾസ് അസ്സോൾട് യൂണിറ്റിൽ സേവനം അനുഷ്ഠിച്ചിട്ടുണ്ടായിരുന്നതും ആയ ഒരു ചീഫ് ഓഫീസറെ ടാങ്കു വാഹനത്തിൽ കൊണ്ടുവന്ന് ഫ്യുററും ഈഫാ ബ്രൗണും തമ്മിലുള്ള വിവാഹം രജിസ്റ്റർ ചെയ്യാൻ ആവശ്യപ്പെട്ടു. ഗ്വേബെൽസും ബോർമാനും ആയിരുന്നു സാക്ഷികൾ. നിലവിലുള്ള പ്രത്യേകസാഹചര്യങ്ങൾ കണക്കിലെടുത്തും ഔപചാരികതകളെ മാനിച്ചും യുദ്ധകാലത്തുമാത്രം നടത്തപ്പെടുന്ന ഒരു രജിസ്റ്റർ വിവാഹമാണ് ദമ്പതിമാർ ആവശ്യപ്പെട്ടത്. ഇരുവരും കറയറ്റ ആര്യവംശജരാണെന്നും പരമ്പരാഗതരോഗങ്ങളിൽനിന്ന് വിമുക്തരാണെന്നും സാക്ഷ്യപ്പെടുത്തുകയും ചെയ്തു.

ഇരുജീവിതപങ്കാളികളുടെയും അപേക്ഷ സ്വീകരിച്ചതിനുശേഷം രജിസ്ട്രാർ ഹിറ്റ്ലറോടും ഈഫായോടും പരസ്പരം വിവാഹബന്ധത്തിൽ പ്രവേശിക്കുവാൻ ആഗ്രഹിക്കുന്നുവോ എന്ന് ചോദിച്ചു. ആഗ്രഹിക്കുന്നു എന്ന് ഇരുവരും പറഞ്ഞതോടെ നിയമത്തിന്റെ മുമ്പിൽ ആ വിവാഹം നടന്നതായി രജിസ്ട്രാർ പ്രഖ്യാപിച്ചു. വിവാഹം സംബന്ധിച്ചുള്ള രേഖകളിൽ ഈഫാ ബ്രൗൺ തന്റെ വിവാഹപൂർവ്വ വീട്ടുപേരായ ബ്രൗൺ ഉപയോഗിച്ച് ഒപ്പിടാൻ തുടങ്ങിയതായിരുന്നു. ഉടനെ തെറ്റു മനസ്സിലാക്കി ആരംഭാക്ഷരമായ ബി വെട്ടിക്കളഞ്ഞ് “ഈഫാ ബ്രൗൺ ആയി ജനിച്ച ഈഫാ ഹിറ്റ്ലർ” എന്നു മാറ്റി. അത്രയ്ക്കു വലുതായിരുന്നു അവരുടെ പരിഭ്രമം. ഈ ചടങ്ങിനുശേഷം ഇരുവരും സ്വകാര്യ

മുറികളിലേക്കു പോയി - ജനറൽ ക്രേബ്സ്, ജനറൽ ബുർഗ്ഡോർഫ്, കേണൽ ഫോൺ ബേലോവ്, ഏതാനും സൈനികസഹായികൾ, ലേഡി സെക്രട്ടറിമാർ എന്നിവരോടൊത്ത് എന്തെങ്കിലും കുടിക്കാനും കഴിഞ്ഞ കാലങ്ങളെപ്പറ്റിയുള്ള ഓർമ്മകൾ അയവിറക്കാനുമായി.

ഹിറ്റ്ലറുടെ വിവാഹവാർത്ത കേട്ടറിഞ്ഞയുടനെ മുകളിലെ ബങ്കറിൽ താമസിച്ചിരുന്നവരിൽ ചിലർ ഫ്യൂററെ അനുകരിക്കാൻ തീരുമാനിച്ചു. അങ്ങനെ ആ രാത്രിയിൽ പല രജിസ്റ്റർ വിവാഹങ്ങളും ബങ്കറിൽ നടന്നു. പ്രചരണമന്ത്രാലയത്തിൽ പെർമനെന്റ് സെക്രട്ടറിയായിരുന്ന ഡോ. വേർണർ നൗമാൻ ആയിരുന്നു രജിസ്ട്രാറുടെ ജോലി നിർവ്വഹിച്ചത്.

നിയമാനുസൃതമല്ലാത്ത ഒരു മരണക്കിടക്കയെ ഭയന്നിട്ടെന്ന് തീർത്തും തോന്നിപ്പിക്കുമാറ് ഇരട്ട ആത്മഹത്യയ്ക്കുമുൻപ് വിവാഹം എന്ന് പെട്ടെന്ന് ഹിറ്റ്ലർക്ക് ഉണ്ടായ അനുചിതമായ ആ ബോധോദയം ഒരുപക്ഷേ, ആൾ മാനസികമായി എവിടംവരെ എത്തി നിന്നിരുന്നു എന്ന് കാണിച്ചു. ഹിറ്റ്ലർ പലപ്രാവശ്യം പറഞ്ഞിരുന്നു, ഫ്യൂറർ എന്ന നിലയിൽ താൻ മറ്റൊരു മനുഷ്യവ്യക്തിയുമായി വ്യക്തിപരമായ ബന്ധത്തിൽ ഏർപ്പെടാൻ പാടുള്ളതല്ല. ജീവിതത്തിൽ താൻ വഹിക്കേണ്ട റോളിനെപ്പറ്റി ഹിറ്റ്ലർക്കുണ്ടായിരുന്ന പ്രതിമാശില്പപരമായ സങ്കല്പങ്ങൾ കുടുംബബന്ധങ്ങൾ കാണിക്കുന്ന ചിത്രങ്ങൾക്ക് അനുവദനീയമായിരുന്നില്ല. എന്നാൽ ഈ അവകാശവാദം ഹിറ്റ്ലർ ഇപ്പോൾ ഉപേക്ഷിച്ചു. വിധി തനിക്കായി തിരഞ്ഞെടുത്തിരുന്നു എന്ന് വിശ്വസിച്ചിരുന്ന പ്രത്യേകനിയോഗത്തിലുള്ള വിശ്വാസവും ഹിറ്റ്ലർ ഉപേക്ഷിച്ചു. വിവാഹച്ചടങ്ങിൽ സംബന്ധിക്കാൻ എത്തിയവരോട് ഹിറ്റ്ലർ സത്യത്തിൽ പറയുകതന്നെ ചെയ്തു: "നാഷണൽ സോഷ്യലിസം എന്ന ആശയം തകർന്നു തരിപ്പണമായിരിക്കുന്നു. അത് ഇനി ഒരിക്കലും ഉയർത്തെഴുന്നേൽക്കില്ല. ഒരു മോചനം ആയാണ് താൻ മരണത്തെ പ്രതീക്ഷിക്കുന്നത്." ഇത് പറഞ്ഞിട്ട് ഹിറ്റ്ലർ അതിഥികളോട് വിട പറഞ്ഞ് തന്റെ മരണപത്രം ഡിക്റ്റേറ്റു ചെയ്യാനായി പോയി.

ഫ്യൂറർ തന്റെ രാഷ്ട്രീയവും വ്യക്തിപരവുമായ ടെസ്റ്റമെന്റുകൾക്കു രൂപം നൽകി. ഒന്ന് നിറയെ സ്വന്തം നിരപരാധിത്വം വിളിച്ചുപറയലായിരുന്നു; യഹൂദവംശജരോ അല്ലെങ്കിൽ യഹൂദതാത്പര്യങ്ങൾക്കു വേണ്ടി പ്രവർത്തിച്ചിരുന്നവരോ ആയ രാഷ്ട്രതന്ത്രജ്ഞർക്കെതിരെയുള്ള പരാതികൾ ആയിരുന്നു; അതുപോലെതന്നെ സ്വന്തം അണിയിൽ നിന്നവർ ഓർക്കാപ്പുറത്തു കൂറുമാറി പിന്നിൽനിന്ന് കുത്തിയ, യാഥാർത്ഥ്യബോധവും വിവേചനബുദ്ധിയും ഇല്ലാത്ത, വ്യക്തിത്വമില്ലാത്ത അധമന്മാർക്കെതിരെയുള്ള പരാതികളും. റൈഷിന്റെ തലസ്ഥാനനഗരിയിൽ നിൽക്കാനും അവിടെ സ്വമനസ്സാലെ മരണം വരിക്കാനും ഉള്ള തീരുമാനം ഹിറ്റ്ലർ ഒരിക്കൽകൂടി സാധൂകരിച്ചു. യാതൊരു കാരണവശാലും താൻ സർവ്വരാലും വെറുക്കപ്പെട്ട ശത്രുക്കളുടെ കൈയിൽപ്പെടാൻ ആഗ്രഹിക്കുന്നില്ല. ഇവർക്ക് തങ്ങൾ ഇളക്കിമറിച്ചിരിക്കുന്ന ജനത്തെ

സന്തോഷിപ്പിക്കാനായി യഹൂദർ സംവിധാനം ചെയ്ത ഒരു പുതിയ നാടകം ആവശ്യമുണ്ട് എന്നൊക്കെ ഹിറ്റ്ലർ എഴുതിവെച്ചു.

രാഷ്ട്രത്തിന്റെയും സൈന്യത്തിന്റെയും തലപ്പത്ത് തന്റെ പിൻഗാമിയായി ഹിറ്റ്ലർ ഗ്രാന്റ് അഡ്മിറൽ കാൾ ഡ്വേനിറ്റ്സിനെ നിയമിച്ചു. നാവികസേനയിൽ ഒരു നിശ്ചിത അഭിമാനസങ്കല്പം നിലവിലുണ്ടെന്നും ഈ സങ്കല്പത്തിന് അധികാരം കൈമാറുക എന്ന ആശയം അന്യമാണെന്നും ഉള്ള സൂചനയോടെ ഹിറ്റ്ലർ ഡ്വേനിറ്റ്സിനു തന്റെ മരണത്തിനുശേഷവും എല്ലാറ്റിന്റെയും അന്ത്യംവരെയും യുദ്ധം തുടരാനുള്ള ഉത്തരവാദിത്വം ഇതോടൊപ്പം നൽകി. ഗ്വേറിംഗിനെയും ഹിംലറെയും ഹിറ്റ്ലർ പാർട്ടിയിൽനിന്നും എല്ലാ ഔദ്യോഗികപദവികളിൽനിന്നും പുറത്താക്കി. യോസെഫ് ഗ്വേബെൽസ് ചാൻസെലറും മാർട്ടിൻ ബോർമാൻ പാർട്ടികാര്യങ്ങൾക്കായുള്ള മന്ത്രിയായും ഉള്ള ഒരു റൈഷ്-ഭരണകൂടം ഹിറ്റ്ലർ നിയമിച്ചു. ഒടുവിൽ ഹിറ്റ്ലർ എല്ലാ ജർമ്മൻകാരുടെയും മരണംവരെയുള്ള വിശ്വസ്തതയും അനുസരണശീലവും അഭ്യർത്ഥിച്ചു. അവസാനവാചകത്തിൽ ഹിറ്റ്ലർ ഒരിക്കൽകൂടി തന്റെ മനസ്സിനെ ഒഴിയാബാധപോലെ പിടികൂടിയിരുന്ന ആശയത്തിലേക്കു തിരികെ വന്നു: “എല്ലാറ്റിനും ഉപരിയായി ഞാൻ ഈ രാഷ്ട്രത്തിന്റെ നേതൃത്വത്തെയും അതിന്റെ രാജ്യസ്നേഹികളായ അനുയായികളെയും വർഗ്ഗനിയമത്തിന്റെ ഏറ്റവും കൃത്യമായ പാലനത്തിനും ലോകജനതകളെ വിഷലിപ്തമാക്കുന്ന അന്തർദ്ദേശീയ യഹൂദസമൂഹത്തിനെതിരെ നിർദ്ദാക്ഷിണ്യം പൊരുതുന്നതിനും ബാദ്ധ്യസ്ഥരാക്കുന്നു.” ഈ ആശയം പക്ഷേ അക്ഷരാർത്ഥത്തിൽ ആളുടെ മതിഭ്രമം മാത്രമായിരുന്നു.

ഹിറ്റ്ലറുടെ വ്യക്തിപരമായ മരണപത്രിക വളരെ ഹ്രസ്വമായിരുന്നു. “വിശ്വസ്തമായ സുഹൃദ്ബന്ധത്തിന്റെ നീണ്ട വർഷങ്ങൾക്കുശേഷം ശത്രുക്കൾ വളഞ്ഞുകഴിഞ്ഞിരിക്കുന്ന ഈ നഗരത്തിൽ സ്വമനസ്സാലെ വിധി എന്റേതുമായി പങ്കുവയ്ക്കാനായി വന്ന ആ പെൺകുട്ടിയെ ഭാര്യയാക്കാനുള്ള” തന്റെ തീരുമാനത്തെ ഹിറ്റ്ലർ ഇതിൽ സാധൂകരിച്ചു. തുടർന്ന് ഹിറ്റ്ലർ തനിക്ക് സ്വന്തമായുണ്ടായിരുന്ന സാധനങ്ങൾ മരണാനന്തരം എന്തു ചെയ്യണം എന്നതിനെപ്പറ്റി ചില നിയമപരമായ നിർദ്ദേശങ്ങൾ നടത്തുകയും ടെസ്റ്റമെന്റ് നടപ്പിലാക്കാനായി മാർട്ടിൻ ബോർമാനെ നിയമിക്കുകയും ചെയ്തു. ഈ വാക്കുകളോടെയാണ് ടെസ്റ്റമെന്റ് അവസാനിച്ചത്: “ഒളിച്ചോട്ടത്തിന്റെയോ കീഴടങ്ങലിന്റെയോ അപമാനം ഒഴിവാക്കാനായി ഞാനും എന്റെ സഹധർമ്മിണിയും മരണം വരിക്കുന്നു. എന്റെ ജനത്തിനുവേണ്ടി ഞാൻ നടത്തിയ പന്ത്രണ്ടു വർഷത്തെ സേവനത്തിനിടയിൽ ദൈനംദിന കൃത്യനിർവഹണത്തിന്റെ ഏറ്റവും വലിയ ഭാഗം ചെലവഴിച്ച അതേസ്ഥലത്ത് ഞങ്ങളെ ദഹിപ്പിക്കണം എന്നാണ് ആഗ്രഹം.” അന്നേ ദിവസം ഉത്തരവുകളുടെ ഓരോ കോപ്പികളുമായി മൂന്ന് മെസ്സെഞ്ചർമാരെ അയച്ചു. ഒന്ന് ഡ്വേനിറ്റ്സിനുള്ളതായിരുന്നു.

മറ്റൊന്ന് ഫീൽഡ് മാർഷൽ ഷേർണർക്കും മൂന്നാമത്തേത് മ്യൂനിക്കിലെ പാർട്ടി ഓഫീസിലേക്കും ഉള്ളതായിരുന്നു. മൂന്ന് മെസ്സെഞ്ചർമാരിൽ ഒരാളും ജർമൻ ന്യൂസ് ഏജൻസിയുടെ തലവനും ആയ ഹൈൻസ് ലോറെൻസിനെ ബങ്കർ വിടുന്നതിനു തൊട്ടു മുൻപ് ഗ്വേബെൽസ് വേഗത്തിൽ തയ്യാറാക്കിയ "ഫ്യൂററുടെ രാഷ്ട്രീയ ഒസ്യത്തിന് ഒരു അനുബന്ധം" എന്ന ലിഖിതം ഏല്പിച്ചു. എന്തുകൊണ്ട് താൻ ബർളിനിൽ കഴിയാൻ തീരുമാനിച്ചിരിക്കുന്നു എന്ന് ഗ്വേബെൽസ് ഇതിൽ വ്യക്തമാക്കി. ഫ്യൂററുടെ ഏറ്റവും വിഷമം പിടിച്ച മണിക്കൂറുകളിൽ അദ്ദേഹത്തെ ഒറ്റയാക്കി വിടുക എന്നത് മാനുഷികമായി തനിക്ക് ഒരിക്കലും സഹിക്കാനാവില്ലെന്ന് ഗ്വേബെൽസ് പറഞ്ഞിരുന്നു. "വിശ്വാസ വഞ്ചന ഉണ്ടാക്കിയ ബുദ്ധിഭ്രമത്തിൽ" ചുരുങ്ങിയപക്ഷം ചിലരെങ്കിലും വേണമല്ലോ, മരണം വരെ ഉപാധികളില്ലാതെ അദ്ദേഹത്തിന്റെ കൂടെ നിൽക്കാൻ." ഒരു മാതൃക എന്ന നിലയിൽ തനിക്ക് ജർമ്മൻ ജനതയ്ക്കു വേണ്ടി ഏറ്റവും നല്ല സേവനം കാഴ്ചവെയ്ക്കുവാൻ കഴിയും എന്ന് വിശ്വസിക്കുന്നു എന്നും പറഞ്ഞിരുന്നു. എഴുത്ത് ഈ വാക്കുകളോടെയാണ് ഉപസംഹരിക്കപ്പെട്ടത്: "ഇക്കാരണത്താൽ ഞാൻ എന്റെ ഭാര്യയോടൊപ്പവും മക്കളുടെ പേരിലും എന്റെ ദൃഢമായ ആ തീരുമാനം വെളിപ്പെടുത്തുന്നു: ജർമ്മൻ റൈഷിന്റെ തലസ്ഥാനനഗരി ശത്രുവിന്റെ പിടിയിൽ പെട്ടുപോയാലും ഞാൻ അവിടെനിന്ന് പോകുകയില്ല. മാത്രമല്ല ഫ്യൂററോടൊപ്പം ജീവിതം അവസാനിപ്പിക്കുകയും ചെയ്യും. ഫ്യൂററെ സേവിക്കുന്നതിനു ഞാൻ എന്റെ ജീവിതത്തെ ഉപയോഗിച്ചില്ലെങ്കിൽ എന്നെ സംബന്ധിച്ചിടത്തോളം ആ ജീവിതത്തിനു യാതൊരു മൂല്യവും ഇല്ല. സ്വയം ഒരു തീരുമാനം എടുക്കാനുള്ള പ്രായമായിട്ടില്ല എന്റെ കുട്ടികൾക്ക്. എന്നാൽ അവർക്ക് ആ പ്രായം ഉണ്ടായിരുന്നെങ്കിൽ അവരും നിരുപാധികം തീർച്ചയായും ഇതേ തീരുമാനം തന്നെ എടുക്കുമായിരുന്നു."

ഏപ്രിൽ 29-ാം തീയതി, വസന്തകാലത്തിലെ സൂര്യപ്രകാശമുള്ള ഒരു ഞായറാഴ്ച ദിവസം, കമാന്റ് സ്റ്റാഫ് നോർത്ത് റിപ്പോർട്ട് ചെയ്തു. ബർളിന്റെ സെന്ററിൽ വീടുകൾക്കു വേണ്ടിയുള്ള പോരാട്ടം രാത്രിയും പകലും തിമിർക്കുകയാണ്. ഈ സമയത്ത് യഥാർത്ഥത്തിൽ ജർമ്മൻ സൈന്യത്തിന്റെ നിയന്ത്രണത്തിൽ ഉണ്ടായിരുന്നത് ഭരണകൂടം സ്ഥിതി ചെയ്തിരുന്ന കുറച്ചു സ്ഥലം, റ്റിയർഗാർട്ടൻ, സൂ റെയിൽവേ സ്റ്റേഷനിൽ നിന്ന് പടിഞ്ഞാട്ട് ഹൈവേൽ വരെയുള്ള നീണ്ടു ചെറുതായ ഒരു തുണ്ട്, ഏതാനും ചെറിയ മിലിട്ടറി ബേയ്സുകൾ എന്നിവ മാത്രമായിരുന്നു.

ഇതിനു പുറമെ തെക്കുഭാഗത്തു നടന്ന സൈനികകലാപത്തെപ്പറ്റിയും ഏറ്റവും കഠിനമായ ശിക്ഷയെപ്പറ്റിയും മെസ്സേജിൽ പറഞ്ഞിരുന്നു. ഫ്യൂറർ ശത്രുക്കളുടെ പിടിയിൽ ആയി എന്ന് മ്യൂണിക്കിലെ ഒരു റേഡിയോ സ്റ്റേഷൻ സംപ്രേക്ഷണം ചെയ്ത വാർത്ത നിഷേധിക്കുകയും ചെയ്തിരുന്നു. കൈറ്റലിന് അയച്ച ഒരു വയർലെസ് മെസ്സേജിൽ

ഒരിക്കൽകൂടി മിന്നൽവേഗത്തിൽ ഉള്ളതും ഉരുക്കിന്റെ കരുത്തുള്ളതുമായ ഒരു സൈനിക നടപടിക്ക് ഉത്തരവുണ്ടായിരുന്നു. വെൻക്കും ഷേർണറും മറ്റുള്ളവരും തങ്ങളുടെ പെട്ടെന്നുള്ള പ്രവർത്തനം വഴി ഫ്യൂററോടുള്ള വിശ്വസ്തത തെളിയിക്കണമെന്നും ആവശ്യപ്പെട്ടിരുന്നു. അല്പം കഴിഞ്ഞ് ക്രേബ്സും യോഡലും ഫോണിൽ ബന്ധപ്പെട്ടു. എന്നാൽ ഒരു വാചകത്തിന്റെ പകുതിയിൽവെച്ച് സംഭാഷണം മുറിഞ്ഞുപോയി. കാരണം ഉടനെ വ്യക്തമായി: ബങ്കറുമായി വയർലെസ് ബന്ധം നിലനിർത്തുന്നതിനായി ഉയരത്തിൽ കെട്ടിനിർത്തിയിരുന്ന ബലൂണിനു വെടിയേറ്റിരുന്നു.

മുന്നണിയിലെ ഏറ്റവും പുതിയ സംഭവവികാസങ്ങളറിയാൻ ഹിറ്റ്ലർ വില്ലേം മോൺകെയെ അന്വേഷിച്ചു. മോൺകെ ബെർളിൻ സിറ്റി സെന്ററിന്റെ മാപ്പ് വിടർത്തി ശുഷ്ക്കമായ വാക്കുകളിൽ വിവരിച്ചു: വടക്കുഭാഗത്ത് വൈഡെൻ ഡാമ്മർ പാലത്തിനു തൊട്ടുമുൻപ് റഷ്യൻ സൈന്യം നിൽക്കുന്നു. കിഴക്ക് ലുസ്റ്റ്ഗാർട്ടനരികത്തും തെക്ക് പോട്സ് ഡാമർ പ്ലാറ്റ്സിലും സിവിൽ ഏവിയേഷൻ മന്ത്രാലയത്തിനരികത്തും. പടിഞ്ഞാറ് ടിയർഗാർട്ടനിൽ, റൈഷ് ചാൻസെലറിയിൽനിന്ന് മുന്നൂറു തൊട്ട് നാന്നൂറു വരെ മീറ്റർ അകലത്തിൽ "ഇനിയും എത്ര സമയം പിടിച്ചുനിൽക്കാൻ കഴിയും എന്ന് ഹിറ്റ്ലർ ചോദിച്ചപ്പോൾ മോൺകെ പറഞ്ഞു: "ഏറ്റവും കൂടിയപക്ഷം 20 തൊട്ട് 24 മണിക്കൂർ വരെ, എന്റെ ഫ്യൂറർ, കൂടുതൽ സമയം സാധിക്കില്ല."

ഇതേത്തുടർന്ന് ഹിറ്റ്ലർ തന്റെ അൽസേഷ്യൻ നായ ബ്ലോണ്ടിയെ വിഷം കൊടുത്തു കൊല്ലാൻ നായയെ കൊണ്ടുനടന്നിരുന്ന സാർജെന്റ് ഫ്രിറ്റ്സ് ടോർണോവിന് ഉത്തരവ് നൽകി. ബ്ലോണ്ടി റഷ്യക്കാരുടെ കൈയിൽ പെടരുത്. "ആ ചിന്തപോലും തന്നെ അസ്വസ്ഥനാക്കുന്നു", ഹിറ്റ്ലർ പറഞ്ഞു. ഹിറ്റ്ലറെ സംബന്ധിച്ചിടത്തോളം കൂടുതൽ പ്രധാനമായിരുന്നത് പ്രഷിക് ആസിഡിന്റെ - ഹൈഡ്രജൻ സൈനൈഡിന്റെ - വീര്യം പരീക്ഷിക്കുക എന്നതായിരുന്നു. കടന്നുപോയ ആഴ്ചകളിൽ ഈ ആസിഡ് വിതരണം ചെയ്യപ്പെട്ടിരുന്നു. ഹിംലറുടെ വിശ്വാസവഞ്ചനയ്ക്കുശേഷം എസ്.എസ്. സംഘടിപ്പിച്ച ഈ വിഷം താൻ ഉദ്ദേശിക്കുന്ന രീതിയിൽ അത്രയും വേഗം മരണം വരുത്തുമോയെന്ന കാര്യത്തിൽ ഹിറ്റ്ലർക്ക് ഉറപ്പില്ലായിരുന്നു. എന്നാലും ടോർണോവ് നായുടെ പൊളിച്ചുപിടിച്ച വായിലേക്ക് ഒരു പ്ലയേഴ്സ് കൊണ്ട് ഒരു ആംപ്യൂൾ ഞെരിച്ചുപൊട്ടിച്ചൊഴിച്ചപ്പോൾ അത് ഇടിവെട്ടേറ്റതുപോലെ ഒരു വശത്തേക്ക് ചരിഞ്ഞുവീണു. അല്പം കഴിഞ്ഞ് ഹിറ്റ്ലർ തന്റെ വളർത്തുനായയോട് വിട പറയാനായി ബങ്കറിൽനിന്ന് പുറത്തേക്ക് ഇറങ്ങുന്ന വഴിക്കടുത്ത് വന്നു. ഡീപ് ബങ്കറിൽ തിരികെയെത്തിയപ്പോൾ ഹിറ്റ്ലറുടെ മുഖം സ്വന്തം ജഡത്തിന്റെ, പ്ലാസ്റ്റർ ഓഫ് പാരീസിൽ വാർത്തെടുത്ത മുഖം പോലെ ഇരുന്നിരുന്നു എന്ന് ഒരു ദൃക്സാക്ഷി പറയുന്നു. ഒന്നും മിണ്ടാതെ ഹിറ്റ്ലർ മുറിയിൽ അടച്ചുപൂട്ടിയിരുന്നത്രെ. ഇതിനിടെ മുകളിൽ

ഗാർഡനിലേക്കുള്ള വഴിയിൽ ടോർണോവ് അഞ്ചു നായക്കുട്ടികളെയും വെടിവെച്ചു കൊന്നു.

ബങ്കറിൽ വിചിത്രമായ ഒരു നിശ്ശബ്ദത പരന്നു. ഏതെങ്കിലും വാർത്ത കൾ അറിയാൻ വരേണ്ടിയിരുന്നവരും ഏതെങ്കിലും മെസ്സേജു കൊണ്ടു വരേണ്ടിയിരുന്നവരും വന്ന് കാര്യം കണ്ട് ഉടനെ സ്ഥലം വിട്ടിരുന്നു. "അവിടെ താഴെ കഴിയാൻ എല്ലാവർക്കും ഭയമായിരുന്നു." ബങ്കറിൽ ടെലിഫോൺ ഓപ്പറേറ്ററായിരുന്ന റോഹുസ് മിഷ് രേഖപ്പെടുത്തിയിരി ക്കുന്നതാണിത്. ഒരു ശവപ്പെട്ടിയിലാണെന്ന് തോന്നിപ്പിക്കുന്നതായി രുന്നത്രെ ബങ്കറിലെ അന്തരീക്ഷം. കോൺഫെറൻസുകളിൽ പങ്കെടു ക്കാൻ മുടങ്ങാതെ വന്നവർ എന്തു ചെയ്യേണ്ടൂ എന്നറിയാതെ കുത്തി യിരുന്ന് ഏതെങ്കിലും ഒരു നിശ്ചിത സൈനികസാഹചര്യത്തെ മാതൃക യായെടുത്ത് അതിനെ ഭൂപടം ഉപയോഗിച്ച് വിശകലനം ചെയ്ത് ഭ്രാന്തൻ പദ്ധതികളിൽ മുഴുകി. ഒരുവിധം തരക്കേടില്ലാതെ സംഘടിപ്പിക്കപ്പെട്ട ഓപ്പറേഷനുകൾ ഇനിയും സാധ്യമാകും എന്ന് ആരും വിശ്വസിച്ചില്ല. മിക്കവാറും ട്രൂപ്പുകളും ബങ്കറിൽനിന്നു വന്ന ഉത്തരവുകളെ പരിഗണി ക്കാതെ തങ്ങളുടെ മനോധർമ്മപ്രകാരം പ്രതിരോധം സംഘടിപ്പിക്കാൻ തുടങ്ങിയിരുന്നു.

ബങ്കറിൽ ദീർഘനേരം നിർബന്ധപൂർവ്വം കഴിച്ചുകൂട്ടേണ്ടിവന്നവരും ഏതെങ്കിലും കാര്യത്തിന് തൽക്കാലത്തേക്ക് തങ്ങളെ ആവശ്യമില്ലെന്നു തോന്നിയവരും ഇടയ്ക്കിടയ്ക്ക് വായുസഞ്ചാരം കുറഞ്ഞ ഇടനാഴി വിട്ട് കൂടുതൽ ഉയരത്തിൽ കിടന്നിരുന്ന അപ്പർ ബങ്കറിലേക്കോ അല്ലെങ്കിൽ റൈഷ് ചാൻസെലറിയുടെ നിലവറയിലേക്കോ പോയി. മുറികളിൽ ഒരു ഭാഗം ഇതിനിടെ ഹിറ്റ്ലറുടെ സ്വകാര്യ ബോഡി ഗാർഡുകളായ ലൈബ് സ്റ്റാൻഡർറ്റെയുടെ[39] എലൈറ്റ് ഡ്രിൽ യൂണിറ്റ് ആയ ഗാർഡ് ബറ്റാലി യനുവേണ്ടിയും വെടിയുണ്ടവർഷത്തിൽ നിന്ന് അഭയം തേടിയവർക്കു വേണ്ടിയും മാറ്റിയിട്ടിരുന്നു. ഒരു വലിയ വിംഗ് മിലിട്ടറി ഹോസ്പിറ്റലായി സജ്ജീകരിച്ചിരുന്നു. ഈ താൽക്കാലിക ആശുപത്രിയിൽ ഏതാണ്ട് മുന്നൂറ് പേരെങ്കിലും അപ്പോൾ ഉണ്ടായിരുന്നു.

ഇടനാഴികളിലൂടെ രണ്ട് ഡോക്ടർമാരും നഴ്സുമാരും സഹായികളും ഓടിനടന്ന് പരിക്കേറ്റവരെ പരിചരിച്ചു. ഒരു കൂട്ടർ രക്തം പുരണ്ട മേശ മേൽ അടിയന്തിര ശസ്ത്രക്രിയ നടത്തിയപ്പോൾ മറ്റൊരു കൂട്ടർ മൃത ദേഹങ്ങളോ മുറിച്ചുമാറ്റിയ അവയവങ്ങളടങ്ങിയ വലിയ ടബ്ബുകളോ അവർണനീയമായ തിക്കിനും തിരക്കിനുമിടയിലൂടെ ബങ്കറിന്റെ

39. ഹിറ്റ്ലറുടെ സ്വകാര്യ ബോഡി ഗാർഡുകളുടെ സമൂഹം. ആരംഭത്തിൽ ഒരു റെജിമെന്റിന്റെ വലിപ്പമേ ഉണ്ടായിരുന്നുള്ളൂ. പിന്നീട് ഡിവിഷനായി. യുദ്ധത്തിനിടെ ചുരുങ്ങിയത് അയ്യായിരം യുദ്ധത്തടവുകാരെയെങ്കിലും ഇവർ വധിച്ചതായി കണക്കാക്കപ്പെടുന്നു.

എക്സിറ്റിലേക്കു കൊണ്ടുപോയി. ഇതിനെല്ലാമിടയ്ക്ക്, തങ്ങൾ ഭരണ കൂടത്തിനു ചെയ്തുകൊടുത്ത വിശ്വസ്തസേവനത്തിന്റെ പേരിൽ, തങ്ങളുടെ പദവിക്കനുസൃതമായ പ്രത്യേക സുരക്ഷാനിലവാരം അവകാശപ്പെട്ട നിരവധി പാർട്ടി ഭാരവാഹികൾ, സെക്രട്ടേറിയറ്റുദ്യോഗസ്ഥന്മാർ അല്ലെങ്കിൽ ഉയർന്ന സർക്കാരുദ്യോഗസ്ഥർ എന്നിവർ; ദുസ്സഹമാം വിധം മനുഷ്യരെക്കൊണ്ടു നിറഞ്ഞ മുറികളുടെ നിരകൾ ഏറെക്കുറെ ലോകാവസാനാന്തരീക്ഷത്തിനുവേണ്ടിയുള്ള ഇരുണ്ട രംഗസജ്ജീകരണമായിരുന്നു. ഇവിടെ, മറ്റൊരു റിപ്പോർട്ടു പറയുന്നതുപോലെ, എല്ലാവരും തങ്ങളുടെ സങ്കടങ്ങൾ മദ്യംകൊണ്ട് മരവിപ്പിക്കാൻ ശ്രമിച്ചു. വൻശേഖരങ്ങളിൽനിന്ന് ഏറ്റവും നല്ലതരം വീഞ്ഞുകളും ലിക്കറുകളും ഡെലിക്കസികളും യഥേഷ്ടം എടുത്തുപയോഗിക്കപ്പെട്ടു. ബങ്കർനിവാസികളിൽ ഒരാൾ ഈ രംഗത്തെയും മനുഷ്യരെയും വർണിച്ചത് ഇങ്ങനെ: “മരിച്ചവർ ജീവിച്ചിരിക്കുന്നവരായി അഭിനയിച്ച ഒരു മൃതദേഹപ്രദർശനശാലയിലെ അന്തേവാസികൾ.”

ഏതാണ്ട് പത്തരമണിയോടെ കോൺഫെറൻസ്റൂമിൽ പെട്ടെന്ന് ഒച്ചയും അനക്കവും ഉണ്ടായി. ഒരു ഓർഡെർലി (ഏതെങ്കിലും ഉയർന്ന സൈനികോദ്യോഗസ്ഥന്റെ സ്വകാര്യസേവനത്തിനായി നിയമിക്കപ്പെടുന്ന താഴ്ന്ന റാങ്കുള്ള സൈനികൻ) വന്ന് പറഞ്ഞു: യാദൃച്ഛികമായി കേൾക്കാനിടയായ ഒരു ഷോർട്ട് വേവ് ചാനൽ വാർത്ത വഴി മുസ്സോളിനിയുടെ മരണവാർത്ത എത്തിയിരിക്കുന്നു. രണ്ടു ദിവസം മുമ്പ് ദൂച്ചേ (മുസ്സോളിനിയെ അങ്ങനെയാണ് വിളിച്ചിരുന്നത്) കാമുകി ക്ലാരാ പെറ്റാച്ചിയോടൊപ്പം ലെയ്ക് കോമോയ്ക്കടുത്തുള്ള ഒരു സ്ഥലത്ത് പിടികൂടപ്പെടുകയും വെടിവച്ചു കൊല്ലപ്പെടുകയും ചെയ്തുവത്രെ. ഹിറ്റ്ലർക്ക് കൂടുതൽ അസ്വസ്ഥതയുണ്ടാക്കിയത് ഇതിന്റെയൊപ്പം മനുഷ്യർ പറഞ്ഞുപരത്തിയ കഥകളായിരുന്നു. റഷ്യൻ സൈന്യം തന്നെപ്പിടിച്ച് മോസ്കോവിലേക്കു കൊണ്ടുപോയി കുരങ്ങിനെ സൂക്ഷിക്കുന്ന ഒരു കൂട്ടിലിട്ട് മെഴുകുകൊണ്ടുള്ള ആൾരൂപംപോലെ ഒരു വിചിത്രരൂപമായി മാറ്റി രോഷാകുലരായ സാധാരണ ജനങ്ങൾക്ക് പ്രദർശിപ്പിക്കും എന്ന ഭയം ഹിറ്റ്ലർ പ്രകടിപ്പിച്ചിരുന്നു. മുസ്സോളിനിയുടെ അന്ത്യം ഇപ്പോൾ ഹിറ്റ്ലറിൽ ഞെട്ടിപ്പിക്കുന്ന ഈ ദൃശ്യം ഉണർത്തി. കാരണം മുസ്സോളിനിയുടെയും കാമുകിയുടെയും ജഡങ്ങൾ മിലാനിലേക്കു കൊണ്ടുപോയി പിയാസ്സാലെ ലൊറേറ്റോയിലുള്ള ഒരു പെട്രോൾ പമ്പിൽ തലകീഴായി കെട്ടിത്തൂക്കി ആർത്തുകൂവുന്ന ജനം അവയിൽ ഇടിക്കുകയും തുപ്പുകയും കല്ലെറിയുകയും ചെയ്തിരുന്നു.

അന്നു വൈകീട്ടുതന്നെ ഹിറ്റ്ലർ, ബർളിൻ നഗരത്തിന്റെ മോചനം പ്രതീക്ഷിച്ചിട്ടെന്നപോലെ, യോഡലിന് ഒരു വയർലെസ് മെസ്സേജ്

അയപ്പിച്ചിരുന്നു. ആശങ്ക നിറഞ്ഞ വേവലാതിയിൽനിന്നുണ്ടായ അഞ്ചു ചോദ്യങ്ങളാണ് അതിൽ ഉണ്ടായിരുന്നത്:

"എനിക്ക് ഉടനെ റിപ്പോർട്ട് കിട്ടണം.

1. വെൻക്കിന്റെ സൈന്യം എവിടെ?
2. എപ്പോഴാണ് അവർ തുടർന്നാക്രമിക്കുന്നത്?
3. എവിടെയാണ് ഒൻപതാമത്തെ ആർമി?
4. എവിടേക്കാണ് ഒൻപതാമത്തെ ആർമി അടിച്ചുകയറുന്നത്?
5. എവിടെയാണ് ഹോൾസ്റ്റെയുടെ സൈന്യം?"

മണിക്കൂറുകളോളം ഉത്തരമൊന്നും വരാതിരുന്നപ്പോൾ, ഇനിയും അവശേഷിച്ച ശുഭാപ്തിവിശ്വാസം ഒറ്റവാക്കുത്തരങ്ങളിൽ അവസാനിച്ചപ്പോൾ, ഹിറ്റ്ലർ എഴുന്നേറ്റ് തന്റെ അടുത്ത സഹപ്രവർത്തകരോട് വിട പറയാനായി കോൺഫെറൻസ് ഹാളിലേക്കു പോയി. ഗ്വേബെൽസും ഭാര്യയും സന്നിഹിതരായിരുന്നു. അതുപോലെ ബുർഗ്ഡോർഫും ക്രേബ്സും സ്ഥലത്തുണ്ടായിരുന്നു. മോൺ കെ., റാറ്റൻഹൂബർ, ഹേവെൽ, ലേഡി സെക്രട്ടറിമാർ, ഹിറ്റ്ലറുടെ ഡയറ്റ് പാചകക്കാരിയായ മിസ്സ് മന്റസിയാലി, ഏതാനും ഉയർന്ന എസ്.എസ്. ഉദ്യോഗസ്ഥർ, അങ്ങനെ മൊത്തം ഇരുപതു പേർ. ഓരോരുത്തർക്കും ഹിറ്റ്ലർ കൈ കൊടുത്തു. ഇടയ്ക്കിടയ്ക്ക് ചിലരോട് വ്യക്തിപരമായ ഏതോ അഭിപ്രായങ്ങൾ പറഞ്ഞു. എന്നാൽ ബങ്കറിൽ മുഴുവൻ വിദ്യുച്ഛക്തിയും ശുദ്ധവായുവും പ്രദാനം ചെയ്തിരുന്ന യന്ത്രങ്ങളുടെ ശബ്ദത്തിൽ ഹിറ്റ്ലറുടെ മിക്കവാറും സ്വകാര്യം പറയുന്നതുപോലുള്ള സ്വരത്തിലുള്ള ആ വാക്കുകൾ ആർക്കും മനസ്സിലാക്കാൻ കഴിഞ്ഞില്ല. എല്ലാവരോടുമായി ഹിറ്റ്ലർ പറഞ്ഞു, "റഷ്യാക്കാരുടെ കൈയിൽ പെടാൻ ആഗ്രഹിക്കാത്തതുകൊണ്ട് താൻ സ്വയം ജീവൻ ഒടുക്കുവാൻ തീരുമാനിച്ചിരിക്കുകയാണ്. സന്നിഹിതരായിരിക്കുന്ന എല്ലാവരെയും അവർ ചെയ്ത പ്രതിജ്ഞയിൽ നിന്ന് വിമുക്തരാക്കുന്നു. അവർ റഷ്യൻ സൈന്യത്തിനു പിടികൊടുക്കാതെ ഇംഗ്ലീഷ് സൈന്യത്തിന്റെയോ അമേരിക്കൻ സൈന്യത്തിന്റെയോ സമരമുഖത്ത് എത്തിപ്പെടും എന്ന് താൻ ആശിക്കുന്നു." എന്നിട്ട് റാറ്റൻഹൂബറോട് പറഞ്ഞു: "റൈഷ്ചാൻസെലറിയിൽ അയാൾക്കായി നിശ്ചയിച്ചുറപ്പിച്ചുവെച്ചിരിക്കുന്ന സ്ഥലത്ത് അയാൾ കാവൽ നിൽക്കണം."

രാത്രി ഏതാണ്ട് മൂന്ന് മണിയോടുകൂടി കൈറ്റലിന്റെയും യോഡലിന്റെയും ഏറെ കാത്തിരുന്ന മറുപടി വന്നു. ഹിറ്റ്ലറുടെ ചോദ്യപ്പട്ടികയ്ക്ക് നാലു ശുഷ്ക്കമായ വാക്യങ്ങളിൽ ഇത് മറുപടി നൽകി:

1. വെൻക്കിന്റെ സൈന്യം ഷ്വീലോവ്സേക്കു തെക്ക് ഗതിമുട്ടി നിൽക്കുന്നു.

2. അതുകൊണ്ട് പന്ത്രണ്ടാം ആർമിക്ക് ബർളിനുമേലുള്ള ആക്രമണം തുടരാനാവില്ല.
3. ഒമ്പതാം ആർമി വളയപ്പെട്ടു കഴിഞ്ഞിരിക്കുന്നു.
4. ഹോൾസ്റ്റെയുടെ കോർപ്സ് പ്രതിരോധത്തിലേക്കു ഞെരുക്കപ്പെട്ടിരിക്കുന്നു.

മുഴുവൻ സ്ഥിതിവിശേഷത്തിന്റെയും നിസ്സഹായാവസ്ഥ വ്യക്തമാക്കിയ ഒരു വാചകം കൂട്ടിച്ചേർത്തിരുന്നു: "ബർളിനു മേലുള്ള ആക്രമണങ്ങൾ ഒരിടത്തും പുരോഗമിച്ചിട്ടില്ല."

അടുത്ത ദിവസം, ഏപ്രിൽ 30-ാം തീയതി, രാവിലെ അഞ്ചുമണിക്കു തന്നെ ആർട്ടിലറിയുടെ ഷെല്ലിങ്ങ് ബങ്കർവാസികളെ ഉണർത്തി. ഏതാണ്ട് ഒരു മണിക്കൂർ കഴിഞ്ഞ് മോൺ കെ ലോവർ ബങ്കറിൽ വിളിച്ചുവരുത്തപ്പെട്ടു. ഉറക്കച്ചടവിന്റെ ക്ഷീണിച്ച മുഖത്തോടെ, ഡ്രസ്സിംഗ് ഗൗണും ചെരിപ്പും ധരിച്ച് ഹിറ്റ്ലർ ബെഡ്ഡിനരികിൽ കിടന്ന കസേരയിൽ ഇരിക്കുകയായിരുന്നു.

മോൺ കെയെ നോക്കി ഹിറ്റ്ലർ ശാന്തനായി ചോദിച്ചു: "ഇനിയും എത്രനേരം കൂടി പിടിച്ചുനിൽക്കാനാവും?" തത്ക്കാലത്തേക്ക് തടയാൻ കഴിഞ്ഞിട്ടുണ്ടെങ്കിലും റഷ്യൻ സൈന്യം ഏതാനും നൂറു മീറ്റർ വരെ അടുത്തെത്തിക്കഴിഞ്ഞെന്ന് മോൺ കെ പറഞ്ഞപ്പോൾ ഹിറ്റ്ലർ അഭിപ്രായപ്പെട്ടു: "പാശ്ചാത്യ ജനാധിപത്യങ്ങൾക്ക് ജീർണത ബാധിച്ചിരിക്കുന്നു. കിഴക്കൻ യൂറോപ്പിലെ, കർശനമായി നയിക്കപ്പെട്ട ജനതകൾക്ക് മേൽ ഈ ജീർണ്ണതയാകും ഇനിമേൽ അടിഞ്ഞുകൂടുക." എന്നിട്ട് മോൺ കെയ്ക്കു കൈ കൊടുത്തിട്ട് ഹിറ്റ്ലർ പറഞ്ഞു: "നന്മകൾ നേരുന്നു! ഞാൻ നിങ്ങൾക്കു നന്ദി പറയുന്നു. എല്ലാം ജർമ്മനിക്കുവേണ്ടി മാത്രം ആയിരുന്നില്ല. ഒരു ലോകത്തെയപ്പാടെ കീഴ്മേൽ മറിക്കാൻ എനിക്ക് സാധിച്ചു." ഏഴുമണിക്ക് ഈഫാ ബ്രൗൺ ബങ്കറിൽനിന്ന് പുറത്തേക്കുള്ള വഴിയിൽ വന്നുനിന്നു – "ഒരിക്കൽകൂടി സൂര്യനെ കാണാനായി." അവർ ഇങ്ങനെ പറഞ്ഞതായി അന്നത്തെ കാവൽക്കാരിൽ ഒരാൾ രേഖപ്പെടുത്തുന്നു. അല്പം കഴിഞ്ഞ്, ബങ്കറിൽനിന്ന് ഗാർഡനിലേക്ക് ഇറങ്ങുന്ന സ്റ്റെയർകേയ്സിലെ അരണ്ട വെളിച്ചത്തിൽ ഹിറ്റ്ലറും ഒരു നിഴൽപോലെ പ്രത്യക്ഷപ്പെട്ടു. എന്നാൽ ഷെൽ വർഷം ശക്തമായതോടെ മുകളിലത്തെ പടവുകളിലൊന്നിൽ തിരിഞ്ഞ് താഴേക്കു നടന്ന് ഇരുളിൽ മറഞ്ഞു.

ഉച്ചയോടെ യുദ്ധഗതി വിലയിരുത്താനുള്ള മീറ്റിംഗ് അവസാനമായി കൂടി. സോവിയറ്റ് സൈന്യം റൈഷ്റ്റാഗ് ആക്രമിക്കാൻ തുടങ്ങിയെന്നും ഒറ്റയായ മുന്നണിപ്പടയാളികൾ ഫോസ്സ് സ്ട്രീറ്റിലുള്ള ടണലിൽ, റൈഷ് ചാൻസെലറിയുടെ തൊട്ടടുത്ത്, എത്തിക്കഴിഞ്ഞു എന്നും വൈഡ്‌ലിംഗ് അറിയിച്ചു. തന്റെ ട്രൂപ്പുകളിൽനിന്നു യുദ്ധത്തിന്റെ നിജസ്ഥിതി

കാണിക്കുന്ന റിപ്പോർട്ടുകളൊന്നും വരാതിരുന്നതിനാൽ വിദേശറേഡിയോകളുടെ വാർത്താസംപ്രേഷണത്തിൽനിന്നായിരുന്നു വാർത്തകൾ ശേഖരിച്ചത് എന്നും പറഞ്ഞു. നഗരത്തെ ഇനിയും രക്ഷിക്കാനാവില്ല, വൈഡ്ലിംഗ് കൂട്ടിച്ചേർത്തു. ഫ്യൂറർ അവിടെനിന്ന് പുറത്തുകടന്ന് പോട്സ്ഡാമിനു സമീപം വെൻക്കിന്റെ ആർമിയുമായി ചേരുന്നതായിരിക്കും നല്ലതെന്ന് അനുബന്ധമായി വൈഡ്ലിംഗ് കൂട്ടിച്ചേർത്തപ്പോൾ ഹിറ്റ്ലർ ഇങ്ങനെയാണ് പ്രതികരിച്ചത്: “അത് നിഷ്ഫലമായിരിക്കും. എന്റെ ഉത്തരവുകൾക്ക് ഇനിയിപ്പോൾ എന്താണ് പ്രസക്തിയുള്ളത്?” കൈയിലുള്ള മുഴുവൻ വെടിക്കോപ്പുകളും തീരുന്നപക്ഷം എന്ത് ചെയ്യണമെന്നതിനെപ്പറ്റി ഒരു നിർദ്ദേശം വൈഡ്ലിംഗ് ആവശ്യപ്പെട്ടപ്പോൾ താനൊരിക്കലും കീഴടങ്ങില്ലെന്നും മറ്റേതു ട്രൂപ്പ്ലീഡറെയുംപോലെ വൈഡ്ലിംഗിനെയും കീഴടങ്ങലിനു വിലക്കുകയാണെന്നും പറഞ്ഞുകൊണ്ട് ഹിറ്റ്ലർ ജനറൽ ക്രേബ്സുമായി ഒരു രഹസ്യസംഭാഷണത്തിനായി തിരികെ പോയി. മുൻപിലത്തെ ആഴ്ചകളിൽ എല്ലാ ട്രൂപ്പുകൾക്കും ഹിറ്റ്ലർ വിലക്കിയിരുന്നതാണ്. ബർളിനു പുറത്തു കടക്കാൻ അങ്ങേയറ്റം വൈകിയ ഇപ്പോൾ മാത്രമാണ് ഹിറ്റ്ലർ ഒറ്റയായ സൈനികഘടകങ്ങൾക്ക് ആ സ്വാതന്ത്ര്യം അനുവദിച്ചത്. വൈഡ്ലിംഗിനു ഫ്യൂററുടെ അവസാനത്തെ ഉത്തരവ് ലഭിച്ചു. ഉള്ളടക്കം ഇതായിരുന്നു:

“തലസ്ഥാനനഗരം കാത്തുസൂക്ഷിക്കുന്നവർക്ക് വെടിക്കോപ്പുകളുടെയും അവശ്യസാധനങ്ങളുടെയും ക്ഷാമം നേരിടുന്നപക്ഷം ഞാൻ അവർക്ക് ബർളിൻ വിടാനുള്ള അനുവാദം നൽകുന്നു. വളരെ ചെറിയ ഗ്രൂപ്പുകളായാണ് പുറത്തുകടക്കേണ്ടത്. പൊരുതിക്കൊണ്ടിരിക്കുന്ന ട്രൂപ്പുകളുമായി ചേരാൻ നോക്കുകയും വേണം.”

ചർച്ച കഴിഞ്ഞ് ഹിറ്റ്ലറാണ് ഏറ്റവും ഒടുവിൽ കോൺഫെറൻസ് റൂമിൽനിന്ന് പുറത്തുവന്നത്. ഹിറ്റ്ലർ ഓട്ടോ ഗ്യൂൺഷേയുടെ അടുത്തു ചെന്ന് “മരിച്ചോ ജീവനോടെയോ റഷ്യാക്കാരുടെ കൈയിൽപ്പെടരുത്” എന്ന് ആവർത്തിച്ച് പറഞ്ഞു. “മിസ് ബ്രൗണെപ്പോലെ താനും ജീവനൊടുക്കും. തന്റെ ജഡം കത്തിച്ചു കളയണം. അത് എന്നന്നേക്കും ആരും കണ്ടുപിടിക്കാതെ നിലകൊള്ളണം.” തന്റെ ഭൗതികാവശിഷ്ടങ്ങൾ മറവു ചെയ്യാൻ ആവശ്യമായ എല്ലാ ഒരുക്കങ്ങളും നടത്താമെന്നുള്ള വാഗ്ദാനം ഗ്യൺഷേയിൽനിന്ന് ഹിറ്റ്ലർ ചോദിച്ചുവാങ്ങി. ഈ കാര്യങ്ങൾ എഴുതിവെയ്പ്പിക്കുകയും ചെയ്തു. ഹിറ്റ്ലറെ സംബന്ധിച്ചിടത്തോളം അത്രയ്ക്കു പ്രാധാന്യമുള്ള കാര്യമായിരുന്നു അത്. ഇതുകഴിഞ്ഞ് ഉടനെ ഗ്യൂൺഷേ ഹിറ്റ്ലറുടെ സ്വകാര്യഡ്രൈവർ എറിക് കെംപ്കയുമായി ബന്ധപ്പെട്ടു. ഇയാളുടെ ഓഫീസ്മുറി റൈഷ്ചാൻസ്ലെലറിയുടെ അരികത്ത് ഭൂമിക്കടിയിൽ ഗാരേജുകൾക്കായുള്ള വിംഗിലായിരുന്നു. ഏറ്റവും വേഗത്തിൽ കഴിയുന്നത്ര പെട്രോൾ സംഭരിക്കുവാൻ ഗ്യൂൺഷേ

കെംപ്കെയോട് ആവശ്യപ്പെട്ടു. പാർക്കുചെയ്തിരുന്ന വാഹനങ്ങളുടെ ടാങ്കിൽനിന്ന് ഊറ്റിയെടുക്കാനും ഗ്യൂൺഷേ ആവശ്യപ്പെട്ടു. എന്താണ് ആവശ്യമെന്ന് കെംപ്കെ ചോദിച്ചപ്പോൾ അതേപ്പറ്റി ഫോണിൽ സംസാരിക്കാൻ തനിക്കു താത്പര്യമില്ലെന്ന് ഗ്യൂൺഷേ പറഞ്ഞു. കുറച്ചുകഴിഞ്ഞ് സോവിയറ്റ് സൈന്യത്തിന്റെ ഷെൽ വർഷത്തിനിടയിൽ മതിലുകളുടെയും മൺകൂനകളുടെയും മറപിടിച്ച് ഏതാനും എസ്.എസ്. ഭടന്മാർ കുറേ പെട്രോൾ ക്യാനുകൾ അപ്പർ ബങ്കറിൽ കൊണ്ടുവന്നുവെച്ചു.

ഉച്ചതിരിഞ്ഞ് രണ്ടുമണിയോടുകൂടി തന്റെ സെക്രട്ടറിമാർക്കും പാചകക്കാരിക്കുമൊപ്പം ഇരുന്ന് ഹിറ്റ്ലർ അവസാനമായി ഭക്ഷണം കഴിച്ചു. ഈ ദിവസങ്ങളിലെ നിരവധി പൊട്ടിത്തെറികൾക്കും ഞരമ്പു കോച്ചിപ്പിടിത്തങ്ങൾക്കും ശേഷം ഹിറ്റ്ലർ ശാന്തനും ആത്മസംയമനം ഉള്ള ആളുമായി കാണപ്പെട്ടു. ഹിറ്റ്ലറുടെ മുറിയിലെ ഒരു ചെറിയ മേശയ്ക്കു ചുറ്റും ഇരുന്നിരുന്ന സെക്രട്ടറിമാരിൽ ഒരാൾക്ക് ആ ചെറിയ സമൂഹം മരണത്തിന്റെ ഒരു വിരുന്നായാണ് അനുഭവപ്പെട്ടത്. തലേന്നു രാത്രി തന്നെ ഹിറ്റ്ലർ ഇവർക്ക് വിഷത്തിന്റെ ആംപ്യൂളുകൾ നൽകിയിട്ട് ഇതൊരു ദയനീയമായ ഫെയർവെൽ പ്രസെന്റ് ആണ് എന്ന് നന്നായി തനിക്ക് അറിയാം എന്നു പറഞ്ഞിരുന്നു. പ്രതീക്ഷയ്ക്കു വിപരീതമായി ഈഫാ ബ്രൗൺ വന്നിരുന്നില്ല.

"കാര്യങ്ങൾ ഇത്രത്തോളമായി, എല്ലാം അവസാനിച്ചിരിക്കുന്നു." എന്നു പറഞ്ഞുകൊണ്ട് ഹിറ്റ്ലർ എഴുന്നേറ്റ് ഗ്വേബെൽസിനടുത്തേക്കു പോയി. ആർക്കും ഒഴിഞ്ഞുമാറാൻ പറ്റാത്തവിധം അടുത്തുവന്നുകൊണ്ടിരുന്ന മരണത്തെ മുമ്പിൽ കണ്ട്, ഫ്യൂററുടെ വിശ്വസ്ത അനുയായികളിൽ അവസാനത്തെയാൾ എന്ന് സ്വയം വിശേഷിപ്പിച്ചിരുന്ന ആ മനുഷ്യൻ, ഗ്വേബെൽസ്, അന്തസ്സിനെപ്പറ്റിയും അന്ത്യത്തെപ്പറ്റിയും താൻ ചെയ്തിരുന്ന പ്രതിജ്ഞകൾ ഹിറ്റ്ലറെ ഓർമ്മപ്പെടുത്തി, പെട്ടെന്ന് ഹിറ്റ്ലറെ ബർളിൻ വിടാൻ നിർബന്ധിച്ചു. ഈ ദിവസങ്ങളിൽ ഹിറ്റ്ലർ മറ്റു പലരുടെയും മനംമാറ്റൽ ശ്രമങ്ങളെ ചെറുക്കാനുപയോഗിച്ച ആ ചോദ്യംതന്നെ ചോദിച്ചു: "ഞാൻ എങ്ങോട്ടു പോകണം?" റോട്ടില് കിടന്ന് എങ്ങനെയെങ്കിലും ചാകാൻ തനിക്ക് മനസ്സില്ലെന്നും.

ഒടുവിൽ ഹിറ്റ്ലർ പറഞ്ഞു: "ഡോക്ടർ, താങ്കൾക്ക് എന്റെ തീരുമാനം അറിയാമല്ലോ. അതിനു മാറ്റമില്ല!" അതേസമയം ഭാര്യയും കുട്ടികളുമൊപ്പം ബർളിൻ വിട്ടുപോകുന്ന കാര്യം ഗ്വേബെൽസിനു വിട്ടിരിക്കുന്നു. ഇക്കുറി ഗ്വേബെൽസ് എതിർത്തു. ഫ്യൂററുടെ പക്ഷത്തുനിന്ന് കാലുമാറില്ലെന്ന് ഗ്വേബെൽസ് ഉറപ്പുകൊടുത്തു.

വിടപറയലുകൾ ഒന്നിനു പുറകെ മറ്റൊന്നായി നടന്നു. ഗ്വേബെൽസിനെയും ഇതിനിടെ വന്നെത്തിയ ഭാര്യയെയും വാതിൽക്കലേക്ക് അനുധാവനം ചെയ്യവേ ഹിറ്റ്ലർ തന്റെ ഓർഡർലിയായ ഹൈൻസ് ലിംഗെയെ

കണ്ടുമുട്ടി. മറ്റുള്ളവരോടൊപ്പം പശ്ചിമയൂറോപ്പിലേക്കു കടക്കാൻ ശ്രമിക്കണം എന്ന് ഹിറ്റ്ലർ അയാളെ ഉപദേശിച്ചു. എന്തിനുവേണ്ടി, ആർക്കുവേണ്ടി താൻ എങ്ങോട്ടെങ്കിലും പോകണം എന്ന് ആ ശുദ്ധഗതിക്കാരൻ ചോദിച്ചപ്പോൾ ഹിറ്റ്ലർ പ്രതിവചിച്ചു: "ഇനി വരാനിരിക്കുന്ന ആൾക്കുവേണ്ടി!"

വിശ്വസ്തതയെപ്പറ്റിയും വിശ്വസ്തത മരണത്തേക്കാൾ നീണ്ടുനിൽക്കും എന്നതിനെപ്പറ്റിയും എന്തോ ഒന്ന് പറഞ്ഞ് ഫ്യൂററെ അഭിവാദനം ചെയ്യാൻ ലിംഗെ കയ്യുയർത്തി. ഹിറ്റ്ലർ തന്റെ സ്വകാര്യമുറിയിലേക്കു പോയി.

അല്പം കഴിഞ്ഞ് ഹിറ്റ്ലർ ഭാര്യയോടൊപ്പം കോൺഫെറൻസിനുവേണ്ടിയുള്ള ഇടനാഴിയിൽ പ്രവേശിച്ചു. ലളിതമായ യൂണിഫോമിൽ, ഒന്നാംലോകമഹായുദ്ധത്തിൽ മുറിവേറ്റവർക്കുള്ള പ്രത്യേക അടയാളം അയേൺ ക്രോസ് മാറിൽ ഇടതുഭാഗത്ത് ധരിച്ച് ഹിറ്റ്ലർ ഔപചാരികമായ യാത്രപറച്ചിലിനു വന്നിരുന്ന ഏറ്റവും അടുത്ത സഹപ്രവർത്തകരുടെ മുമ്പിൽ പ്രത്യക്ഷപ്പെട്ടു. ഗീബെൽസും ഭാര്യയും ബോർമാനും ആയിരുന്നു ആ നിരയിൽ ആദ്യം നിന്നിരുന്നത്. പിന്നീട് ക്രേബ്സ്, ബുർഗ്ഡോർഫ് എന്നീ ജനറൽമാർ അംബാസഡർ ഹേവെൽ, നാവികസേനയിലെ ലേയ്സൺ ഓഫീസർ വൈസ് അഡ്മിറൽ ഹാൻസ്-എറിക് ഫോസ്സ് എന്നിവർ. ഏറ്റവും ഒടുവിൽ റാറ്റൻബൂഖർ, ഗ്യുൺഷേ, ഹേഗൽ, ലിംഗെ എന്നിവരും ലേഡി സെക്രട്ടറിമാരും.

തന്റെ ഭാര്യയുടെ വശത്ത് വരിയായി നിന്നിരുന്നവരുടെ മുന്നിലൂടെ ഔപചാരികതയുടെ പേരിൽ നടന്ന് ശ്വാസം വലിക്കാൻ ബദ്ധപ്പെട്ട് ഒരക്ഷരം പറയാതെ ഹിറ്റ്ലർ തന്റെ മുറിയിൽ അപ്രത്യക്ഷനായി. ഈഫാ ബ്രൗൺ അല്പനേരത്തേക്ക് മാഗ്ഡാ ഗീബെൽസിന്റെ അടുത്തേക്കു പോയി. അപ്പർബങ്കറിൽ ഇതിനിടെ ഗ്യുൺഷേ ഉത്തരവിട്ട് വിളിച്ചുവരുത്തിയ, ഫ്യൂററുടെ എസ്കോർട്ട് സ്ക്വാഡിൽപെട്ട ഏതാനും എസ്.എസ്. ഓഫീസർമാർ സമ്മേളിച്ചു.

ഹിറ്റ്ലർ ഇപ്പോഴാണോ അതോ ഫെയർവെൽ മാർച്ചുപാസ്റ്റിനു മുമ്പാണോ തന്റെ ക്യാപ്റ്റൻ ഹാൻസ് ബൗറെ വിളിപ്പിച്ചിരുന്നത് എന്ന് ഇനിയും സംശയമെന്യേ വ്യക്തമാക്കാനാവുന്നില്ല. തന്റെ ഡെപ്യൂട്ടിയായ ഗെയോർഗ് ബെറ്റ്സോടൊപ്പം ഹാൻസ് ബൗർ മുറിയിൽ പ്രവേശിച്ചപ്പോൾ ഹിറ്റ്ലർ അയാളുടെ കൈകളിൽ പിടിച്ച് വർഷങ്ങൾ നീണ്ടുനിന്ന വിധേയത്വത്തിനു നന്ദി പറഞ്ഞു. എന്നിട്ട് തനിക്ക് ഈ അന്ത്യം വരുത്തിവെച്ച ഭീരുത്വത്തെപ്പറ്റിയും ചതികളെപ്പറ്റിയും സംസാരിച്ചു. തനിക്കിങ്ങനെ ഏറെക്കാലം തുടരാനാവില്ലെന്നും.

ഹിറ്റ്ലറെ ബർലിൻ വിട്ടുപോകാൻ ഹാൻഡ്ബൗർ അവസാനമായി ഒരിക്കൽകൂടി നിർബന്ധിച്ചു. ഏതെങ്കിലും ഒരു അറേബ്യൻ

രാജ്യത്തേക്കോ സൗത്ത് അമേരിക്കയിലേക്കോ ജപ്പാനിലേക്കോ രക്ഷപ്പെടുത്താൻ പതിനോരായിരം കിലോമീറ്റർ ഒറ്റയടിക്ക് പിന്നിടാൻ കഴിയുന്ന വിമാനങ്ങൾ തയ്യാറായി കിടപ്പുണ്ടെന്ന് ബൗർ പറഞ്ഞപ്പോൾ ഹിറ്റ്ലർ നിരാശനായി കൈ കുടഞ്ഞു: "താൻ എല്ലാം അവസാനിപ്പിക്കുന്നു. ഭവിഷ്യത്തുകളെ നേരിടാനുള്ള ധൈര്യം മനുഷ്യന് ഉണ്ടായിരിക്കണം. നാളെത്തന്നെ ജനകോടികൾ തന്നെ ശപിക്കും. പക്ഷേ, വിധി ആവശ്യപ്പെട്ടതും മറ്റൊന്നായിരുന്നില്ല." ഹിറ്റ്ലർ പറഞ്ഞു.

ഇതു പറഞ്ഞിട്ട് തന്റെയും ഭാര്യയുടെയും ജഡങ്ങൾ കത്തിക്കാൻ ആവശ്യമായ നടപടികളെല്ലാം കൈക്കൊള്ളാൻ ഹിറ്റ്ലർ ബൗറിനോടാവശ്യപ്പെട്ടു: "തന്റെയും ഭാര്യയുടെയും ഭൗതികാവശിഷ്ടങ്ങൾ ആ പന്നികളുടെ കൈയിൽ പെടരുത്, മുസ്സോളിനിക്കു സംഭവിച്ചതുപോലെ."

പിരിഞ്ഞുപോകുന്നതിനുമുമ്പ് ആന്റോൺ ഗ്രാഫ് രചിച്ച ഫ്രഡറിക് ദി ഗ്രേറ്റിന്റെ ചിത്രം ഹിറ്റ്ലർ ബൗറിനു നൽകി.

കടന്നുപോയ ആഴ്ചകളിൽ ഹിറ്റ്ലർ ഈ ചിത്രവുമായി പലപ്പോഴും ചിന്തയിലാണ്ട്, പരിസരം മറന്ന് സാങ്കല്പിക സംഭാഷണങ്ങൾ നടത്തിയിരുന്നു. ഒരു ദിവസം രാത്രിസമയത്ത് മുറിയിലെ എക്സോസ്റ്റ് ഫാനിന്റെ കാറ്റിൽ ആടിയുലഞ്ഞ മെഴുകുതിരിനാളത്തിന്റെ വെളിച്ചത്തിൽ ഒരുതരം മോഹനിദ്രയിലാണ്ട് ഹിറ്റ്ലർ ഇരിക്കുന്നത് ബങ്കറിലെ ടെലിഫോൺ ഓപ്പറേറ്റർമാരിൽ ഒരാൾ നിരീക്ഷിച്ചിരുന്നു.

ബൗർ പോകാനൊരുങ്ങിയപ്പോൾ ഹിറ്റ്ലർ തന്റെ ആരംഭചിന്തയിലേക്ക് തിരികെ വന്നു. "സ്വന്തം ജനറൽമാരുടെ ബലിയാട് ആയിരുന്നു ഞാൻ എന്ന് എന്റെ കല്ലറയിൽ എഴുതിവെയ്ക്കണം." ഹിറ്റ്ലർ പറഞ്ഞു.

മാഗ്ഡാ ഗേബെൽസ് പൊട്ടിക്കരഞ്ഞുകൊണ്ട് രംഗത്തു പ്രത്യക്ഷപ്പെട്ട് അങ്ങേയറ്റം പ്രക്ഷുബ്ധയായി ഹിറ്റ്ലറോട് സംസാരിക്കണം എന്നാവശ്യപ്പെട്ടു. ഇതുകേട്ട ഹിറ്റ്ലറുടെ മുഖത്ത് നീരസം പ്രകടമായി. ആ നിസ്സഹായയായ സ്ത്രീയെ കാണാൻ അനുവദിക്കാം എന്ന് ഒടുവിൽ ഹിറ്റ്ലറെക്കൊണ്ട് സമ്മതിപ്പിക്കാൻ ഗ്യൂൺഷേയ്ക്കു കഴിഞ്ഞു. ഹിറ്റ്ലറുടെ ആരാധികയായിരുന്ന മാഗ്ഡാ ഗെബെൽസ് പണ്ടേ തീരുമാനിച്ചു കഴിഞ്ഞിരുന്നു. അവരുടെ മനംമാറ്റത്തിനായി എല്ലാവരും തുടർന്നിരുന്ന ശ്രമങ്ങൾ നിഷ്ഫലമായിരുന്നു. ഹിറ്റ്ലർ നിർബന്ധിച്ചിട്ടുപോലും അവർ വഴങ്ങാതെ ശാഠ്യത്തോടെ ഉറച്ചുനിന്നു.

"ഭർത്താവിനെ ഒറ്റയ്ക്കു മരിക്കാനനുവദിക്കാൻ തനിക്കു കഴിയില്ല. താൻ ഭർത്താവിനൊപ്പം മരിക്കുകയാണെങ്കിൽ കുട്ടികളും കൂടെ മരിക്കണം", അവർ പറഞ്ഞു. ഭർത്താവ് പുറത്ത്, വാതിലിനു മുമ്പിൽ കാത്തുനിൽക്കെ, മിസ്സിസ് ഗേബെൽസ് പൊട്ടിക്കരഞ്ഞുകൊണ്ട് അവസാനമായി ഹിറ്റ്ലറെ ബർളിൻ വിട്ടുപോകാൻ നിർബന്ധിച്ചു നോക്കി. ഹിറ്റ്ലർക്ക്

ആ കാര്യം ഇനിയും കേൾക്കണമെന്നേ ഉണ്ടായിരുന്നില്ല. വളരെ കുറച്ചു വാക്കുകളിൽ ഹിറ്റ്ലർ ആ അപേക്ഷ നിരസിക്കുകയും ഗ്യൂൺഷേയുടെ റിപ്പോർട്ടിൽ പറഞ്ഞിരിക്കുന്നതുപോലെ, ഏതാണ്ട് ഒരു മിനിറ്റിനുശേഷം അവർ നിറുത്താതെ കരഞ്ഞുകൊണ്ട് തിരികെ പോവുകയും ചെയ്തു. ആർതൂർ ആക്സ്മാനും ഒരിക്കൽകൂടി ഓടിവരുകയും ഫ്യൂററെ അടിയന്തിരമായി കണ്ട് സംസാരിക്കണം എന്ന് ആവശ്യപ്പെടുകയും ചെയ്തു. എന്നാൽ ആരെയും കടത്തിവിടരുതെന്ന് കർശനമായ ഓർഡറുണ്ടെന്ന് ഗ്യുൺഷേ അയാളെ പറഞ്ഞു മനസ്സിലാക്കി.

ബങ്കറിനകത്ത് മുൻദിവസങ്ങളിലെപോലെ വീണ്ടും അസ്വസ്ഥപ്പെടുത്തുന്ന ഒരു നിശ്ശബ്ദത പരന്നു. എല്ലായിടത്തും ആളുകൾ ഒറ്റയ്ക്കും ചെറിയ കൂട്ടമായും നേരിടാൻ പോകുന്ന ദുരന്തമുഖങ്ങളെ കാത്ത് കഴിഞ്ഞു.

ഇതേസമയത്ത് അപ്പർബങ്കറിന്റെ കാന്റീനിൽ ഒരു ഡാൻസ് പാർട്ടി തുടങ്ങി. ആഴ്ചകളായി ബങ്കറിലെ അന്തേവാസികൾക്കുണ്ടായിരുന്ന പിരിമുറുക്കം ഇതിൽ അലിഞ്ഞുപോയി. ഏറെക്കാലമായി അതിപ്രൗഢമായ സംവിധാനപ്പുതുമകൾ പലതും കണ്ടുകഴിഞ്ഞിരുന്ന ആ ജീവിതനാടകത്തിനു കണ്ണഞ്ചിപ്പിക്കുന്ന ഇഫക്ടുകളോടെയല്ലാതെ അവസാനിക്കാൻ കഴിയില്ല എന്നതുപോലെയായിരുന്നു അത്. കർശനമായ അച്ചടക്കനിയമങ്ങൾ ആശ്വാസത്തിന്റെയും വരാനിരിക്കുന്ന അന്ത്യത്തിന്റെയും അന്തരീക്ഷത്തിൽ കടപുഴങ്ങിവീണു. ഉച്ചഭാഷിണികളിൽനിന്ന് തകർപ്പൻ പാട്ടുകൾ കേട്ടു. ഈ സംഗീതം എത്ര ദൂരെനിന്നു വന്നാലും ഭൂമിക്കടിയിലെ ഇടുങ്ങിയ തുരങ്കങ്ങളുടെ ഏറ്റവും അകലെയുള്ള മൂലയിൽ പോലും കേൾക്കാമായിരുന്നു. ഫ്യൂറർ മരിക്കാൻ പോവുകയാണെന്നും എല്ലാവരും നിശ്ശബ്ദത പാലിക്കണം എന്നും ഒരു ഓർഡർലിയെ മുകളിലേക്കയച്ചു പറയിപ്പിച്ചു. കുടിച്ച് ഉന്മത്തരായിരുന്ന ഒട്ടുമിക്കവാറും കാന്റിനതിഥികളും ഇത് ചെവിക്കൊണ്ടില്ല. കുടിച്ച് ആർമാദിക്കൽ തുടർന്നു.

ഇതിനുശേഷം എന്താണ് സംഭവിച്ചത് എന്ന് കൃത്യമായി കണ്ടുപിടിക്കാൻ സാധിച്ചിട്ടില്ല. ഏതാണ്ട് മൂന്നരമണിയോടെ ഒരൊറ്റ വെടി പൊട്ടുന്ന ശബ്ദം കേട്ടതായി ചില സാക്ഷികൾ പറയുന്നു. ലോവർ ബങ്കറിലെ സ്ഥലപരിമിതി, വീർപ്പുമുട്ടിക്കൽ, സ്തോഭജനകമായ നാടകീയത എന്നിവയുടെ അന്തരീക്ഷത്തിൽനിന്ന് രക്ഷപ്പെടാനായി, ഹിറ്റ്ലറോട് യാത്ര പറഞ്ഞതിനുശേഷം മുകളിലെ മുറിയിലേക്ക് പോകാനൊരുങ്ങിയ സെക്രട്ടറി ഗേർട്രൂഡ് യൂങ്ങെ സ്റ്റെയർകേയ്സിന്റെ ലാന്റിങ്ങിൽ എല്ലാം നഷ്ടപ്പെട്ട് വഴിയാധാരമായി കുത്തിയിരുന്നു മുഷിയുന്ന ഗ്വേബെൽസ് കുട്ടികളെ കണ്ടുമുട്ടി. കുട്ടികൾക്ക് കഴിക്കാനായി അവർ എന്തോ സംഘടിപ്പിച്ചു. അവരുടെ ചിന്തകൾ മാറ്റാനായി കഥകൾ വായിച്ചുകേൾപ്പിച്ചു.

അവരുടെ എപ്പോഴും പുതിയ, ഭയം നിറഞ്ഞ ചോദ്യങ്ങൾക്ക് ഉത്തരം നൽകാൻ ശ്രമിച്ചു.

ഗേർട്രൂഡ് യൂങ്ങെ പിന്നീട് ഓർക്കുന്നു: പെട്ടെന്ന് ഒരു പിസ്റ്റൾ നിറയൊഴിക്കുന്ന ശബ്ദം കേൾക്കുകയും ഒമ്പത് വയസ്സായ ഹെല്മുത്ത് സന്തോഷം നിറഞ്ഞ ആവേശത്തോടെ ഉച്ചത്തിൽ പറയുകയും ചെയ്തു. 'ഉന്നം പിഴയ്ക്കാത്ത വെടി' മറ്റു ചിലരാവട്ടെ ഇതിനു വിപരീതമായി, മുടങ്ങാതെ പ്രവർത്തിക്കുന്ന ഡീസൽ മോട്ടോറുകളുടെയും മൂളുന്ന ഫാനുകളുടെയും ശബ്ദത്തിനിടയ്ക്ക് മറ്റൊരു ശബ്ദവും കേൾവിക്ക് ഗോചരമല്ലായിരുന്നു എന്നാണ് സാക്ഷ്യപ്പെടുത്തുന്നത്.

വിടപറയൽ ചടങ്ങിൽ പങ്കെടുത്തിരുന്നവർ ഏതായാലും ഈ സമയം മുഴുവനും തങ്ങളുടെ അസ്വസ്ഥത വളരെ പണിപ്പെട്ട് കടിച്ചമർത്തി സ്റ്റോർ റൂമിൽ കാത്തുനിൽക്കുകയായിരുന്നു. അപ്പോഴാണ് സെക്യൂരിറ്റി ഗാർഡ്സിന്റെ മുറിയിൽ വെച്ച് ഏതാനും ഗ്ലാസ് മദ്യം പെട്ടെന്ന് അകത്താക്കി ആശ്വാസം കണ്ടെത്തിയതിനുശേഷം ലിങ്ങെ ഹിറ്റ്ലറുടെ മുറിയിൽ പ്രവേശിച്ചത്. വെടിമരുന്നിന്റെ മണം കേട്ട് അയാൾ ഇടനാഴിയിലേക്കു പോയി ബോർമാനെ കണ്ട് പറഞ്ഞു: "ഹെർ[40] റൈഷ് ഫ്യുറർ...[41] അത് സംഭവിച്ചിരിക്കുന്നു!"

ഇതേത്തുടർന്ന് ഇരുവരും ഗ്യൂൺഷേയുടെ അകമ്പടിയോടെ അടുത്തുള്ള മുറിയിൽ പ്രവേശിച്ചു. പൂക്കളുടെ ഡിസൈനുള്ള സോഫയിൽ തുറന്ന കണ്ണുകളോടെ, തല അല്പം മുന്നോട്ട് ചായ്ച്ച് കുഴഞ്ഞുവീണ മട്ടിൽ ഹിറ്റ്ലറുടെ ജഡം ഇരുന്നിരുന്നു. വലത്തെ ചെന്നിയിൽ ഒരു നാണയത്തിന്റെ വലിപ്പത്തിലുള്ള ദ്വാരമുണ്ടായിരുന്നു. അതിൽനിന്ന് ചോരയുടെ ഒരു ചാൽ കവിളിലൂടെ ഒഴുകിയിരുന്നു. തറയിൽ 7.65 മില്ലി മീറ്റർ കാലിബറിന്റെ ഒരു വാൾത്തർ പിസ്റ്റൾ കിടന്നിരുന്നു. അതിനടുത്ത് രക്തം തളംകെട്ടിക്കിടന്നിരുന്നു. പിന്നിലെ ഭിത്തിയിൽ രക്തം ചിതറിയിരുന്നു. ഹിറ്റ്ലറുടെ ജഡത്തിനടുത്ത് നീലനിറത്തിലുള്ള ഉടുപ്പ് ധരിച്ച്, കാലുകൾ ശരീരത്തോട് അടുപ്പിച്ച്, നീലയായി നിറംമാറിയ, കടിച്ചുപിടിച്ച

---

40. Herr (ഹെർ) എന്ന ജർമ്മൻവാക്കിന് മിസ്റ്റർ, യജമാനൻ, പുരുഷൻ എന്നെല്ലാം അർത്ഥമുണ്ട്. സർനെയ്മിനും പ്രൊഫഷണൽ ടൈറ്റിലിനും മുമ്പ് ചേർക്കുമ്പോൾ മിസ്റ്ററിന് തുല്യം.

41. Fuehrer (ഫ്യൂറർ) എന്ന ജർമ്മൻവാക്കിന് ഗൈഡ് അല്ലെങ്കിൽ ലീഡർ എന്നാണ് അർത്ഥം. ഗൈഡ് എന്ന അർത്ഥത്തിൽ ഇന്നും ഈ വാക്ക് ഉപയോഗിച്ചുവരുന്നു. എന്നാൽ ലീഡർ എന്ന അർത്ഥത്തിൽ ഇന്ന് ഈ വാക്ക് പ്രചാരത്തിലില്ല. ഒരുകാലത്ത് ഫാസിസ്റ്റ് ഏകാധിപതി അഡോൾഫ് ഹിറ്റ്ലറുടെ പര്യായമായിരുന്ന വാക്ക് പരസ്യമായി നേതാവ് എന്ന അർത്ഥത്തിൽ ഉപയോഗിക്കുക നിഷിദ്ധമായാണ് ഇന്ന് കരുതപ്പെടുന്നത്.

ചുണ്ടുകളുമായി ഹിറ്റ്ലറുടെ ഭാര്യ ഇരുന്നിരുന്നു. അവരുടെ തോക്ക് മുമ്പിലുള്ള മേശപ്പുറത്ത് ഉപയോഗിക്കാതെ കിടന്നു. അന്തരീക്ഷത്തിൽ വെടിമരുന്നിന്റെയും ബദാംകായയുടെയും മണം നിറഞ്ഞുനിന്നു.

ബങ്കറിലെ ഡോക്ടർമാരിൽ ഒരാളായ ഡോ. വേർണർ ഹാസെയുടെ ഉപദേശമനുസരിച്ച് ഹിറ്റ്ലർ പ്രഷിക് ആസിഡിന്റെ ഒരു ആംപ്യൂൾ വായിലിട്ട് കടിച്ചുപൊട്ടിക്കുകയും ഒപ്പം ചെന്നിയിൽ അല്ലെങ്കിൽ, വായിൽ വെടിവയ്ക്കുകയും ചെയ്യുകയായിരുന്നത്രെ. അവിടെനിന്നും ഇവിടെ നിന്നും കിട്ടിയ കേട്ടുകേൾവിയുടെ അടിസ്ഥാനത്തിൽ എസ്.എസ്. ജനറൽ റാറ്റൻഹൂബർ അനുമാനിക്കുന്നത്, ഹിറ്റ്ലർ വിഷം കഴിക്കുക മാത്രമേ ചെയ്തുള്ളൂവെന്നും അതിനുശേഷം, മുൻപേ നൽകിയിരുന്ന ഉത്തരവുപ്രകാരം മൂന്നാമതൊരാളാൽ വെടിവയ്ക്കപ്പെടുകയുമായിരുന്നു എന്നും.

യഥാർത്ഥ സംഭവം ഇനിയും കണ്ടുപിടിക്കാനാവുന്നില്ല.

ഏറ്റവും അടിയന്തിര പ്രാധാന്യമുള്ള കാര്യമായതിനാൽ ഗ്യൂൺഷേ ഒരു നിമിഷനേരത്തെ മൗനാചരണത്തിനുശേഷം സ്റ്റോർ റൂമിൽ കാത്തുനിന്നിരുന്നവരുടെയടുത്തേക്കു പോയി, അഭിവാദനത്തിനായി കാലുകൾ പട്ടാളമുറയിൽ ചെറുതായി മുട്ടിച്ചിട്ട് പറഞ്ഞു: “ഞാൻ അറിയിക്കുന്നു, ഫ്യൂറർ മരിച്ചു.” ഭാവഭേദമില്ലാത്ത മുഖത്തോടെ ഗ്വേബെൽസും ക്രേബ്സും ബുർഗ്ഡോർഫും മറ്റുള്ളവരും ഹിറ്റ്ലറുടെ ഓഫീസിലേക്ക് അയാളെ അനുഗമിച്ചു. ജഡം ഒരു പുതപ്പിൽ പൊതിയുന്ന തിരക്കിലായിരുന്നു ലിങ്ങെ.

ഹേഗെലിന്റെ സഹായത്തോടെ ലിങ്ങെ ഹിറ്റ്ലറുടെ ജഡം ഇരുവശവും നിരയായി നിന്നിരുന്ന അനുശോചകവൃന്ദത്തിന്റെ മദ്ധ്യത്തിലൂടെ വലിയ കോൺഫെറൻസ് ഹാളിലേക്കു കൊണ്ടുപോയി. സ്ഥലത്തുണ്ടായിരുന്നവരിൽ ആരോ പറഞ്ഞിട്ടുള്ളതുപോലെ ജഡത്തിന്റെ ഉച്ചത്തിലുള്ള ഒരു പൊട്ടിത്തെറിയോടെ ഉടനെ ഒരു കൂറ്റൻ തീനാളം ഉയർന്നു. എല്ലാവരും അനങ്ങാതെ സ്റ്റെഡിയായി നിന്നു. ബങ്കറിൽനിന്ന് പുറത്തേക്കിറങ്ങുന്ന സ്റ്റെയർകേയ്സിൽ നിന്ന് വാതിലിലൂടെ ഓരോരുത്തരായി പുറത്തുവന്ന് ഹിറ്റ്ലർക്ക് അന്ത്യാഭിവാദനം അർപ്പിക്കാനായി കയ്യുയർത്തി. കറുത്ത പുകയും ചിന്നിത്തെറിക്കുന്ന കല്ലും മണ്ണും തീ കത്തുന്നിടം മൂടി. അവർ കണ്ടത് രണ്ടു ജഡങ്ങളും കനൽത്തീയിൽ പ്രേതങ്ങളെ ഓർമ്മിപ്പിക്കുംവിധം എഴുന്നുനിന്നതും ചുരുണ്ടുവീഴുന്നതും ആയിരുന്നു.

ഇതേ സമയത്ത് റഷ്യൻ ട്രൂപ്പുകൾ ജർമ്മനിയുടെ ശക്തമായ എതിർപ്പിനെ മറികടന്ന് അടുത്തുള്ള റൈഷ്ഗാറ്റിനെതിരെ നീങ്ങി. സോവിയറ്റ് നേതൃത്വം ബർളിന്റെ മുഖമുദ്രയായി റൈഷ്ചാൻസെലറിയെ അല്ല, മറിച്ച് ക്വേണിഗ്സ്പ്ലാറ്റ്സിലുള്ള ഒഴിഞ്ഞുകിടന്ന ഒരു കെട്ടിടാവശിഷ്ടത്തെയായിരുന്നു തിരഞ്ഞെടുത്തത്. ഇതിനുള്ള കാരണം 1933 ഫെബ്രുവരി

അവസാനം നടന്ന റൈഷ്റ്റാഗിന്റെ തീപിടിത്തവും തുടർന്ന് കമ്മ്യൂണിസ്റ്റുകൾ എന്ന് കരുതപ്പെട്ട കൊള്ളിവെയ്പുകാർക്കെതിരെ നടത്തപ്പെട്ട വിചാരണയും ആയി ദുരൂഹമായ വിധത്തിൽ ബന്ധപ്പെട്ടിരിക്കുന്നു. ഓഡർ നദിക്കരയിൽ തന്നെ 'ജർമ്മൻ ക്രെംലിന്റെ' പിടിച്ചെടുക്കലിനായി പല സൈനികഘടകങ്ങൾക്കും പ്രത്യേകം കൊടികൾ വിതരണം ചെയ്യപ്പെട്ടിരുന്നു.

കിഴക്കു വെള്ളകീറുന്നതിനു മുൻപുതന്നെ സോവിയറ്റ് ട്രൂപ്പുകൾ എല്ലാ വശത്തും മതിൽകെട്ടി സൂക്ഷിച്ചിരുന്ന ആ കെട്ടിടത്തിനെതിരെ ആക്രമണം തുടങ്ങിയിരുന്നു. എന്നാൽ സമീപത്തുള്ള ക്രോളോപ്പറിന്റെ[42] (പാർലമെന്റ് കെട്ടിടം) അവശിഷ്ടങ്ങളിൽനിന്ന് വന്ന വെടിവയ്പിനിടയിൽ റഷ്യൻ സൈനികഘടകങ്ങൾക്ക് മുന്നേറാൻ കഴിയാതെ വന്നു. എതിരുവശത്ത് സ്ഥിതിചെയ്തിരുന്ന ആഭ്യന്തരമന്ത്രാലയത്തിന്റെ മുകളിലത്തെ നിലകളിൽ ഭാഗികമായി സ്ഥാപിക്കപ്പെട്ടിരുന്ന യന്ത്രത്തോക്കുകളുടെയും റോക്കറ്റുവിക്ഷേപണത്തോക്കുകളുടെയും ധാരാളം ടാങ്കുകളുടെയും സഹായത്തോടെ റഷ്യൻ ട്രിപ്പുകൾ അന്ന് ഉച്ചയ്ക്കു മുമ്പ് ആക്രമണം ആവർത്തിച്ചിരുന്നു. പക്ഷേ, റെയിൽവേ തുരങ്കത്തിന്റെ വെള്ളത്തിൽ മുങ്ങിയ കട്ടിംഗിനപ്പുറംവരെ അവർക്ക് എത്താൻ കഴിഞ്ഞിരുന്നില്ല.

ആർട്ടിലറിയുടെ ശക്തമായ ഒരുക്കത്തിനുശേഷം ഉച്ചസമയത്ത് നടന്ന ഒരു പുതിയ ആക്രമണവും ഷെൽവർഷത്തിൽ പരാജയപ്പെട്ടു. അതുകൊണ്ട് നേരം ഇരുട്ടാനായി കാത്തിരിക്കാൻ സോവിയറ്റ് നേതൃത്വം തീരുമാനിച്ചു. ഏതാനും സൈനികഘടകങ്ങൾക്ക് റൈഷ്ടാഗിന്റെ നടക്കല്ലുകൾവരെ ആക്രമിച്ചു കയറാനും നിരപ്പായി സ്ഥാപിച്ചിരുന്ന രണ്ടു ഫീൽഡ് ഗണ്ണുകളുടെ സഹായത്തോടെ ചുമരിൽ ഒരു ദ്വാരം വെടിവെച്ചുണ്ടാക്കാനും കഴിഞ്ഞു. അല്പസമയത്തിനുള്ളിൽ പ്രവേശനഹാൾ പുറകേ വന്ന ഗ്രൂപ്പുകൾകൊണ്ടു നിറഞ്ഞു. കുറ്റാക്കൂരിരുട്ടിൽ മുറികളും നിലകളും ഒന്നൊന്നായി പൊരുതി പിടിച്ചെടുക്കുകയും ചെയ്തു.

മോസ്കോ സമയം അർദ്ധരാത്രിയോടുകൂടി മാത്രമാണ് റൈഷ്ടാഗിനെതിരെയുള്ള ആക്രമണം നയിച്ചിരുന്ന 59-ാം ഗാർഡ്സ് ആർമി

42. ബ്രാന്റൻബുർഗർ ടോറിന് സമീപം ഇന്നത്തെ ബെർലീനർ പ്ലാറ്റ്സിൽ സ്ഥിതിചെയ്തിരുന്ന ഒരു കെട്ടിടസമുച്ചയം. 1844 മുതൽ 1951 വരെ ഇത് പൊതുവായ ഉല്ലാസകേന്ദ്രം, സ്ഥിരം നാടകവേദി, തുണിത്തരങ്ങളുടെ ഗോഡൗൺ, ഓപ്പറ എന്നിവയായി ഉപയോഗിക്കപ്പെട്ടു പോന്നു. നാഷണൽ സോഷ്യലിസ്റ്റ് ഭരണകാലത്ത് ഇത് പാർലമെന്റ് മന്ദിരമായിരുന്നു. ബോംബ് വർഷത്തിൽ സാരമായ കേടുപാടുകൾ പറ്റിയ കെട്ടിടസമുച്ചയം 1951 മുഴുവനായും പൊളിച്ചുമാറ്റി. സംരംഭകനും റെസ്റ്റോറന്റുടമയും ആയ ജോസഫ് ക്രോൾ ആണ് ഇത് നിർമ്മിച്ചത്.

കോർപ്സിന്റെ 'ബാനർ നമ്പർ 5'[43] റൈഷ്ടാഗിന്റെ മുകളിൽ നാട്ടപ്പെട്ടത്. പാർട്ടി അംഗത്വമുള്ള ഭടന്മാരിൽനിന്ന് പ്രത്യേകം തിരഞ്ഞെടുക്കപ്പെട്ട ഒരു സായുധസംഘം ആയിരുന്നു കൊടി പറത്തിയത്. ഏതാനും ആർട്ടിലെറിക്കാർ മിനിറ്റുകൾക്കുമുമ്പ് കെട്ടിടത്തിനു മുകളിൽ ഒരു കൊടി നാട്ടിയിരുന്നു എന്നും പക്ഷേ, ഇവരുടെ പ്രവൃത്തി 'അനൗപചാരികമായി' പ്രഖ്യാപിക്കപ്പെട്ടുവെന്നും പിന്നീട് തെളിഞ്ഞു. കൊടിനാട്ടൽ പകൽ നടന്നതായി കാണിക്കുന്ന ഫോട്ടോയും 'ഔപചാരികമായ' ടീമിനെയാണ് ഏതായാലും കാണിക്കുന്നത്. ഉത്തരവാദപ്പെട്ട കമാന്റായ ജനറൽ പെരെവ്യോർക്കിനിന്റെ റിപ്പോർട്ടിൽ, കാവ്യഭാഷാപരമായി കൃത്യതയില്ലാത്ത വാക്കുകളിൽ ഇങ്ങനെ കാണുന്നു: "സായാഹ്നത്തിൽ, സൂര്യൻ അസ്തമിക്കാൻ തുടങ്ങിയതും ചുവന്ന രശ്മികൾ ചക്രവാളം പ്രകാശമാനമാക്കിയതും ഞങ്ങളുടെ രണ്ടു ഭടന്മാർ കത്തിച്ചാമ്പലായ കുംഭഗോപുരത്തിനു മുകളിൽ വിജയപതാക ഉയർത്തി."

യഥാർത്ഥത്തിൽ പോരാട്ടം നടന്നത് കെട്ടിടങ്ങളുടെ പുറത്തുകടക്കാൻ ക്ലേശിക്കേണ്ടി വന്നിരുന്ന ഇരുളടഞ്ഞ, ഇടുങ്ങിയ നിലവറകളിലായിരുന്നു. ഇവയിൽ സോവിയറ്റ് ഭടന്മാർ അന്ധരെപ്പോലെ തപ്പിത്തടഞ്ഞു. പലപ്പോഴും പരസ്പരം നേരിട്ടുള്ള വെടിവെയ്പിൽ കുരുങ്ങി. ഈ സംഘട്ടനം മെയ് രണ്ടാംതീയതി ഉച്ചവരെ കുറയാത്ത കാഠിന്യത്തോടെ നീണ്ടുനിന്നു. കൈയിലുണ്ടായിരുന്ന വെടിക്കോപ്പുകൾ തീർന്നപ്പോൾ ജർമ്മൻ ഭടന്മാർ കത്തികൾകൊണ്ടും തൂമ്പകൾകൊണ്ടും തോക്കിന്റെ പാത്തികൊണ്ടും റഷ്യൻ ഭടന്മാരോട് നേർക്കുനേർ തുടർന്നു പൊരുതി. ജർമ്മനിയെ റഷ്യക്കാർ മുച്ചൂടും കീഴടക്കിയ ചിത്രങ്ങളായിരുന്നില്ല അപ്പോൾ പുറമെ കാണാനുണ്ടായിരുന്നത്.

അടുത്തുള്ള പാരീസർ പ്ലാറ്റ്സിൽ ക്ലീനിംഗ് ജോലികൾ ആരംഭിക്കുകയും റൈഷ്ടാഗിന്റെ മുകളിലത്തെ നിലകളിൽ അകപ്പെട്ട റെഡ് ആർമി ഭടന്മാർ ചുവരുകളിൽ തങ്ങളുടെ പേരുകൾ കോറിയിടാൻ തുടങ്ങുകയും ചെയ്തപ്പോൾ ഇടിതൊഴികളും കത്തിക്കുത്തുകളും തുടർന്നു. ഒടുവിൽ വീട്ടമ്മമാർ, പൂവരശിന്റെ ചില്ലകൾ ചൂലായി ഉപയോഗിച്ച് റോഡ് തൂക്കാനായി പട്ടാളത്തിന്റെ ആജ്ഞപ്രകാരം മുന്നോട്ടു

43. റഷ്യൻ ആർമിയുടെ (റെഡ് ആർമിയുടെ) മൂന്ന് ഭടന്മാർ 1945 ഏപ്രിൽ 30ന് ബെർളിനിലെ റൈഷ്റ്റാഗ് (പാർലമെന്റ്) കെട്ടിടത്തിനു മുകളിൽ പറത്തിയ വിജയപതാകയാണ് ബാനർ നമ്പർ 5. സോവിയറ്റ് ബാനർ ഓഫ് വിക്ടറി എന്നാണ് യഥാർത്ഥ പേര്. നാസി ജർമ്മനിക്കെതിരെ റഷ്യ കൈവരിച്ച വിജയത്തിന്റെ ഒദ്യോഗികപ്രതീകമാണിത്. റഷ്യയുടെ ദേശീയ നിധികളിൽ ഒന്നായി കരുതപ്പെടുന്നു. റൈഷ്റ്റാഗിന്റെ മുകളിൽ നീട്ടിയ ഏകവിജയപതാകയായിരുന്നില്ല ഇത്. എന്നാൽ കണ്ടുകിട്ടിയിട്ടുള്ള ഏക പതാകയാണിത്. മെയ് 9ന് മോസ്ക്കോയിൽ നടക്കുന്ന വിക്ടറി ഡേ പരേഡിൽ റഷ്യയുടെ ദേശീയപതാകയ്ക്ക് തൊട്ടുപിന്നിൽ ഇത് വഹിക്കപ്പെടുന്നു.

വന്നപ്പോൾ നിലവറകളിൽ സോവ്യറ്റ് ട്രൂപ്പുകൾ തീ പിടിക്കുന്ന ദ്രാവകങ്ങൾ എറിഞ്ഞു. ഇതോടെ മാത്രമാണ് ആ സംഘട്ടനം അവസാനിച്ചത്.

അവസാനിച്ചത് പക്ഷേ യുദ്ധമായിരുന്നില്ല. റൈഷ്ടാഗ് പിടിച്ചെടുക്കുക എന്നുവെച്ചാൽ യുദ്ധത്തിന്റെ അവസാനം ആണെന്ന് ആഴ്ചകളായി സോവ്യറ്റുകൾ നടത്തിയ അവകാശവാദത്തിന് അങ്ങേയറ്റം പ്രതീകാത്മകമായ അർത്ഥത്തിലേ സാധുതയുണ്ടായിരുന്നുള്ളൂ. ഏപ്രിൽ മുപ്പതാംതീയതി എപ്പോഴോ മാർഷൽ ഷുഖോവ് ജനറൽ ട്ഷൂയിക്കോവിനെ ആ ചോദ്യം ചോദിച്ച് അസ്വസ്ഥനാക്കി: “മെയ്ദിനാഘോഷത്തിന് മുൻകൂട്ടി പ്ലാൻ ചെയ്തിരിക്കുന്നതുപോലെ മുഴുവൻ ബർളിനും പിടിച്ചടക്കിക്കഴിഞ്ഞിരിക്കുമോ” എന്ന്. ഷുഖോവിന് മറുപടി കിട്ടി: “ജർമ്മൻകാരുടെ അപ്രതീക്ഷിതമാംവിധം ശക്തമായ, ഇനിയും നീണ്ടുനിൽക്കുന്ന പ്രതിരോധം ഉടനെയുള്ള ഒരു കീഴടങ്ങലിനെപ്പറ്റിയുള്ള ആശ അനുവദിക്കുന്നില്ല.”

കാരണം ബങ്കറിൽനിന്ന് ഗാർഡനിലേക്കിറങ്ങുന്ന വാതിലിനരികത്ത് കിടത്തിയിരുന്ന ജഡങ്ങൾ ഇനിയും പൂർണമായി കത്തിത്തീർന്നിട്ടില്ലായിരുന്നു. പെട്രോൾ എത്തിയതും പാറാവുകാർ മുകളിലേക്ക് വന്ന് അത് കത്തിയെരിഞ്ഞ ശവങ്ങളുടെ മീതെ ഒഴിക്കുകയോ അല്ലെങ്കിൽ കൈയിൽ കിട്ടിയ ക്യാനുകൾ പെട്ടെന്ന് തുറന്ന് ബങ്കറിൽനിന്ന് വാതിൽക്കലേക്ക് എറിയുകയോ ചെയ്തതും ഒപ്പംകഴിഞ്ഞു. നേരം സന്ധ്യയായിത്തുടങ്ങിയപ്പോൾ എസ്.എസ്. ഓഫീസർ ഹെർമാൻ കാർണൗവിൻ ജഡങ്ങൾ കത്തിച്ച സ്ഥലത്തുവന്നപ്പോൾ അസ്ഥികൂടങ്ങൾ മാത്രമേ തിരിച്ചറിയാൻ കഴിഞ്ഞുള്ളൂ. ഇയാൾ കാലുകൊണ്ട് തട്ടി ഇവയെ ഒരു കുഴിയിലേക്ക് ഇടാൻ ശ്രമിക്കവെ, ഒരു അദൃശ്യകരം തൊട്ടിട്ടെന്നപോല മുഴുവൻ നീളത്തിലുള്ള ഒരു പരന്ന ചാരക്കൂനയായി വീണു. അസ്വസ്ഥത സഹിക്കാനാവാതെ കാർണൗ എട്ടുമണിയോടെ ഒന്നുകൂടി അവിടെ ചെന്നപ്പോൾ ചാരത്തിന്റെ ഒറ്റയായ പാളികൾ അന്തരീക്ഷത്തിൽ പറന്നുനടന്നിരുന്നു.

അന്ത്യം അനിശ്ചിതമായി നിൽക്കുന്നു.

ഹിറ്റ്ലറുടെയും മിസ്സസ് ഇഫാബ്രൗൺ ഹിറ്റ്ലറുടെയും ഭൗതികാവശിഷ്ടങ്ങൾ നീക്കം ചെയ്യാൻ ഒരു എസ്.എസ് ഭടനെ താൻ ഉത്തരവാദപ്പെടുത്തിയിരുന്നെന്നും താമസിയാതെതന്നെ അത് ചെയ്തതായി തനിക്ക് റിപ്പോർട്ട് ലഭിച്ചതായും ഗ്യുൺഷേ ഉറപ്പായി പറഞ്ഞിട്ടുണ്ട്. എന്നാൽ അയാളോ ബന്ധപ്പെട്ടവരിൽ മറ്റാരെങ്കിലുമോ ഹിറ്റ്ലർ നൽകിയ ജഡം ദഹിപ്പിക്കൽ ഉത്തരവിന്റെ നിർവ്വഹണം നേരിട്ടുകണ്ട് ബോധ്യപ്പെട്ടില്ല എന്നത് ദുരൂഹമാണ്. തന്റെ ജഡം പൂർണമായും നീക്കം ചെയ്യുന്ന കാര്യം നോക്കിക്കൊള്ളാം എന്നുള്ള ഉറപ്പ് ആരിൽനിന്നാണോ ഹിറ്റ്ലർ നേടിയിരുന്നത് ആ ജനറൽ ബൗറിനും ഇക്കാര്യം ബോധ്യപ്പെട്ടിരുന്നില്ല.

ഒരു മൊഴിയിൽ കാണുന്നു, ബോർമാനും റാറ്റൻ ഹൂബറും മാത്രമാണ് നേരം ഇരുട്ടിയതിനുശേഷം ബങ്കറിൽനിന്ന് പുറത്തേക്കുള്ള

വഴിയിൽ പ്രത്യക്ഷപ്പെട്ടത് എന്നാണ്. മറ്റൊരു ദൃക്സാക്ഷി പറയുന്നതനുസരിച്ച് നേരം ഇരുട്ടിക്കഴിഞ്ഞതിനുശേഷം ശരീരാവശിഷ്ടങ്ങൾ ടെന്റുകൾ ഉണ്ടാക്കാനുപയോഗിക്കുന്ന ഒരു ടാർപോളിനിൽ വാരിക്കൂട്ടി അടുത്തുള്ള ഒരു ബോംബുകുഴിയിൽ ഇടുകയും മണ്ണിട്ടു മൂടുകയും ഒരു മരക്കുറ്റികൊണ്ട് ഇടിച്ചുതാഴ്ത്തുകയും ചെയ്തുവത്രെ. ഏതാണ്ട് 20 മണിക്കൂറോളം ഒരു മാറ്റവും ഇല്ലാതെ തുടർച്ചായി എറിയപ്പെട്ട ഗ്രനേഡുകളുടെയും വീണിടത്ത് തീ പിടിപ്പിക്കുന്ന നശീകരണായുധങ്ങളുടെയും ഏറ് ഇതുപോലെ ആയാസകരമായ ഒരു നടപടി അനുവദിച്ചോ എന്ന് ആർക്കും പറയാൻ കഴിയില്ല.

ജഡം കത്തിക്കൽ നടന്ന സ്ഥലത്ത് വീണ്ടും വന്നപ്പോൾ റാറ്റൻഹൂബർ കരഞ്ഞുകൊണ്ട് ഇപ്രകാരം പറഞ്ഞതായി റിപ്പോർട്ടു ചെയ്യപ്പെടുന്നു: "പത്തുവർഷക്കാലം ഞാൻ ഫ്യുററെ സേവിച്ചു. ഇപ്പോൾ അദ്ദേഹം ഇതാ ഇവിടെ കിടക്കുന്നു." ഇതിനേക്കാൾ വലിയ ദുരന്തം ഇനിയുണ്ടാവാനില്ല. മരണശേഷം തന്റെ പേരിൽ ഉയർന്നുവരുന്ന സ്മാരകമന്ദിരത്തെക്കുറിച്ച് ഹിറ്റ്ലർ വിഭാവനം ചെയ്തിരുന്നു. തന്റെ ശവശരീരത്തെ തലയുയർത്തി നിൽക്കുന്ന ഒരു മണിമാളികമുകളിലെ ഹാളിലാണ് ഹിറ്റ്ലർ കണ്ടിരുന്നത്.

ഈ മണിമാളിക തന്റെ മാതൃനഗരമായ ലിൻസിലൂടെ ഒഴുകുന്ന ഡാന്യൂബ് നദിയുടെ പുതുക്കിപ്പണിത തീരത്ത് നിറഞ്ഞുനിൽക്കണം എന്നായിരുന്നു ഹിറ്റ്ലർ വിഭാവനം ചെയ്തിരുന്നത്. ഇപ്പോൾ ഹിറ്റ്ലർ തന്റെ ശവകുടീരം കണ്ടത് തകർന്നുതരിപ്പണമായ റൈഷ്ചാൻസെലറിയുടെ പിന്നിലുള്ള കെട്ടിടാവശിഷ്ടങ്ങൾ ചിന്നിച്ചിതറിക്കിടന്ന ഒരു മരുഭൂമിയിൽ, പൊട്ടിത്തെറിച്ച കോൺക്രീറ്റുകൾക്കും അവശിഷ്ടകൂമ്പാരങ്ങൾക്കും കുന്നുകൂടിയ മാലിന്യങ്ങൾക്കും ഇടയിൽ, നിലയ്ക്കാത്ത ഷെൽവർഷത്തിനിടയിൽ ഇളക്കിമറിക്കപ്പെട്ട മണ്ണിൽ ഇടിച്ചുതാഴ്ത്തിയ നിലയിൽ...

ആറ്
സ്വയംനാശത്തിനുള്ള ഇച്ഛാശക്തി

ഒരു മനുഷ്യജീവിതത്തിന്റെയോ ചരിത്രപരമായ പ്രതിഭാസത്തിന്റെയോ അന്ത്യത്തോടെ മാത്രമാണ് അതിന്റെ പിന്നിലെ യഥാർത്ഥ ചാലക ശക്തികൾ വെളിച്ചത്തുവരിക. 1945 ഏപ്രിൽ 30-ാം തീയതി ഉച്ചതിരിഞ്ഞ് സ്വന്തം ജീവിതം അവസാനിപ്പിക്കാനായി പിസ്റ്റൾകൊണ്ട് വെച്ച ആ വെടി യോടെ ഹിറ്റ്ലർ സ്വന്തം ജീവിതത്തെ ഒരു പരാജയമായി ആണോ കണ്ടത്? ഈ ചോദ്യത്തിനുള്ള ഉത്തരം യാതൊരു കാരണവശാലും പ്രഥമ വീക്ഷണത്തിൽ ദൃശ്യമാവുന്നതുപോലെ അത്ര ജ്ഞാതമല്ല. ചിന്താ ശീലമുള്ള ഓരോ നിരീക്ഷകനും ഇക്കാര്യത്തിൽ സംശയം പ്രകടിപ്പി ച്ചിട്ടുമുണ്ട്.

1945 മെയ് മാസത്തിനു മുമ്പുള്ള മാസങ്ങളിൽ നടന്നത് പൂർണമായ ഒരു പരാജയത്തിന്റെ അനിവാര്യമായ ഞെട്ടലുകൾ - തകർന്നുതരിപ്പണ മായ നഗരങ്ങൾ, അഭയം തേടുന്ന മില്യണുകൾ, എല്ലായിടത്തും കലാപം - മാത്രമായിരുന്നില്ല. എല്ലാറ്റിനും ഉപരിയായി, പണ്ടേ തോല്പിക്കപ്പെട്ട ജർമ്മൻ സാമ്രാജ്യത്തിന്റെ പ്രാണവേദനയിൽവരെ എല്ലാം നിയന്ത്രിക്കുന്ന ഒരു ശക്തി പ്രവർത്തിക്കുന്നതായി കാണപ്പെട്ടു. യുദ്ധം കൂടുതൽ നീണ്ടു നിൽക്കുവാൻ മാത്രമല്ല ഈ ശക്തി സഹായിച്ചത്. രാജ്യത്തെ അക്ഷ രാർത്ഥത്തിൽ ആത്യന്തികമായ നാശത്തിലേക്ക് നയിക്കാനും ഇത് സഹായിച്ചു.

1944ലെ ശിശിരകാലത്തുതന്നെ, ശത്രുക്കൾ ജർമ്മനിയുടെ അതിർത്തി കളോടടുത്തുകൊണ്ടിരിക്കവെ, ഹിറ്റ്ലർ ഏതാനും ഉത്തരവുകൾ പുറപ്പെടുവിച്ചിരുന്നു. കിഴക്കൻ യൂറോപ്പിലും പടിഞ്ഞാറൻ യൂറോപ്പിലും നടത്തപ്പെട്ട പിൻവാങ്ങലുകളുടെ കാര്യത്തിൽ വ്യത്യസ്തമായി പ്രയോഗി ക്കപ്പെട്ട 'കത്തിച്ചാമ്പലായ ഭൂമി' എന്ന ഹിറ്റ്ലറുടെ ഒരു സിദ്ധാന്തമുണ്ടാ യിരുന്നു. ഈ ഉത്തരവുകൾ ജർമ്മൻ റൈഷിനുമേൽ വ്യാപിപ്പിച്ചിരുന്നു. ജീവൻ നിലനിർത്താനാവശ്യമായ എല്ലാ സംവിധാനങ്ങളും നശിപ്പിക്ക പ്പെടണം. വ്യവസായ സ്ഥാപനങ്ങൾ, അവശ്യസാധനങ്ങളുടെ വിതരണം,

അഴുക്കുചാൽ സംവിധാനങ്ങൾ, റെയിൽപാളങ്ങൾ, ഫോൺ കണക്ഷനുകൾ എല്ലാം. എല്ലാ പാലങ്ങളും തകർക്കണം, സർവ്വ റെയിൽവേസ്റ്റേഷനുകളും ചുട്ടെരിക്കണം. കലാപരമായ മൂല്യമുള്ള കെട്ടിടങ്ങളും പ്രതിമകളും ചരിത്രപ്രാധാന്യമുള്ള കെട്ടിടങ്ങൾപോലും ഇതിൽനിന്ന് ഒഴിവാക്കരുത്. ഏതാനും മാസങ്ങൾ കഴിഞ്ഞ് 1945 മാർച്ച് 19ന് "റൈഷ് പ്രദേശത്തുള്ള നശീകരണ പ്രവർത്തനങ്ങൾ" എന്നു പേരുള്ള ശ്രദ്ധേയമായ, 'നീറോ-ഓർഡർ' എന്നു വിളിക്കപ്പെട്ട ഉത്തരവിൽ ഒരു 'സാംസ്കാരിക ഭൂമി' സൃഷ്ടിക്കാനുള്ള തന്റെ ആഗ്രഹം ഹിറ്റ്ലർ ഒരിക്കൽക്കൂടി ഊന്നിപ്പറഞ്ഞിരുന്നു. "സൈനികാവശ്യങ്ങൾക്കായുള്ള എല്ലാ ഗതാഗത സൗകര്യങ്ങളും വാർത്താവിനിമയസൗകര്യങ്ങളും വ്യവസായങ്ങളും അതുപോലെ ശത്രുവിന് യുദ്ധം തുടരുന്നതിന് ഉടനടിയോ സമീപഭാവിയിലോ ഉപയോഗപ്രദമായേക്കാവുന്ന മൂല്യമുള്ള എല്ലാ സാധനങ്ങളും നശിപ്പിക്കണം." ഇതിന്റെ നടത്തിപ്പ് ക്രമീകരിക്കുന്ന വിവിധ നിബന്ധനകൾ സംഗതിയുടെ വിശദാംശങ്ങൾ കൃത്യമായി പറഞ്ഞുവയ്ക്കുകയും ചെയ്തു.

ഇതേത്തുടർന്ന് പലയിടങ്ങളിലും ഏറെത്താമസിയാതെ വ്യവസായശാലകൾ, ചരക്കുകൾ കൊണ്ടുപോകുന്നതിനായുള്ള സംവിധാനങ്ങൾ, പലചരക്കുകടകൾ തുടങ്ങിയവ നശിപ്പിക്കാൻ തുടങ്ങി. റെയിൽവേ പ്ലാറ്റ്ഫോമുകൾ ഡൈനമൈറ്റ് വച്ച് തകർക്കപ്പെട്ടു. സിമന്റു നിറച്ച ബാർജുകൾ വെള്ളത്തിൽ താഴ്ത്തി തടസ്സമുണ്ടാക്കി ജലമാർഗങ്ങൾ ഉപയോഗശൂന്യമാക്കപ്പെട്ടു. ഇതേസമയത്ത്, അമേരിക്കൻ സൈന്യം പടിഞ്ഞാറൻ യൂറോപ്പിൽ പ്രവേശിച്ചപ്പോഴുണ്ടായതുപോലെതന്നെ, നഗരങ്ങളിൽനിന്നും മറ്റ് ഭൂപ്രദേശങ്ങളിൽനിന്നും മുഴുവനായും താമസമൊഴിപ്പിക്കുന്ന പ്രക്രിയ ശക്തമാക്കപ്പെട്ടു, നേതൃത്വമില്ലാതെ അലഞ്ഞ ജനം മുന്നണിയിലെ അരക്ഷിതാവസ്ഥ വർദ്ധിപ്പിക്കുകയും എല്ലാ മിലിട്ടറി ഓപ്പറേഷനുകളും തടസ്സപ്പെടുത്തുകയും ചെയ്തെങ്കിലും. ലക്ഷങ്ങളെ വേണ്ടത്ര ഗതാഗത സൗകര്യങ്ങളും ഭക്ഷണവും താമസസൗകര്യങ്ങളും ഇല്ലാതെ വെറുതെയങ്ങുവിടാൻ കഴിയാത്തതിനാൽ കുടിയൊഴിപ്പിക്കൽ ഉത്തരവിൽനിന്ന് പിന്തിരിപ്പിക്കാൻ ജനറൽമാരിൽ ഒരാൾ ശ്രമിച്ചപ്പോൾ ഹിറ്റ്ലർ ഒന്നും പറയാതെ മുഖംതിരിച്ചു. ഒരു ഫ്ളാഗ്-ഓർഡർ പുറപ്പെടുവിക്കപ്പെട്ടു: പുറത്തേക്ക് വെളുത്ത കൊടി തൂക്കിയിട്ടിരിക്കുന്ന വീടുകളിലെ എല്ലാ പുരുഷന്മാരായ നിവാസികളെയും കാണുന്നിടത്തുവെച്ച് വെടിവെച്ചു കൊല്ലണം. പോരാട്ടം ഏറ്റവും രൂക്ഷമാക്കണമെന്ന് മാർച്ച് മാസത്തിലെ ഒരു നിർദ്ദേശത്തിൽ ഹിറ്റ്ലർ ആവശ്യപ്പെട്ടിരുന്നു; ഇക്കാര്യത്തിൽ സിവിലിയൻസിനുമേൽ ഏതെങ്കിലും വിധത്തിലുള്ള പരിഗണന തത്ക്കാലത്തേക്കു കാണിക്കപ്പെടുന്നതല്ലെന്നും.

വൻശക്തിയോടെ അടുത്തുവരുന്ന ഒരു ശത്രുവിന്റെ മുമ്പിൽ ആത്മരക്ഷയ്ക്കായുള്ള അവസാനത്തെ നിസ്സഹായമായ ഒരു മാർഗമായി ഈ ഉത്തരവുകളെ കാണുന്നത് തെറ്റാണ്. ഇവ എക്കാലവും ഹിറ്റ്ലറുടെ ഒന്നാമത്തേതും പ്രിയങ്കരമായതുമായ മാർഗങ്ങളായിരുന്നു. എല്ലാം

തകർത്തു തരിപ്പണമാക്കണം എന്ന വാശി ഹിറ്റ്ലറുടെ ആധികാരികമായ ശബ്ദത്തിന്റെ പ്രകടനമല്ലാതെ മറ്റൊന്നും ആയിരുന്നില്ല.

നാസിസത്തിന്റെ മുഴക്കങ്ങളിൽ, സമരഗാഥകളിൽ എല്ലാം തച്ചുടച്ച് ചില്ലുകഷണങ്ങൾപോലെയാക്കും എന്ന ഹിറ്റ്ലറുടെ ശബ്ദമാണുള്ളത്. ആ ശബ്ദം എല്ലാവർക്കും കേൾക്കത്തക്ക രീതിയിൽ വളർന്നിരുന്നു. എന്നാൽ ഹിറ്റ്ലറുടെ അധികാരം പിടിച്ചെടുക്കലിനുശേഷം ദേശാഭിമാനത്തിന്റെയും സമാധാന പ്രഖ്യാപനങ്ങളുടെയും പിന്നീട് യുദ്ധത്തിന്റെ ആദ്യവർഷങ്ങളിൽ വിജയവാർത്തകൾ സൃഷ്ടിച്ച ആഹ്ലാദത്തിന്റെയും ഉച്ചത്തിലുള്ള ശബ്ദഘോഷങ്ങളിൽ ഹിറ്റ്ലറുടെ നശീകരണ ഇച്ഛ മറയ്ക്കപ്പെടുകയാണുണ്ടായത്. ഭരണകൂടത്തിന്റെ ആഭ്യന്തരപ്രതിയോഗികൾ മുപ്പതുകളിൽത്തന്നെ ഈ സമരഗീതത്തിന്റെ പല്ലവി കാര്യങ്ങളുടെ ഗതി മുൻകൂട്ടി കണ്ടിട്ട് മാറ്റിയെഴുതിയിരുന്നു: “കാരണം ഇന്ന് നാം ജർമ്മനി തകർക്കുന്നു, നാളെ മുഴുവൻ ലോകവും!” ഭൂഗോളം ചുട്ടുകരിക്കാൻ ഹിറ്റ്ലർ നടത്തിയ ഉത്തരവോടെ ഈ ആദർശം വീണ്ടും പുറത്തുവന്നു.

നയപരമായ വേഷംകെട്ടലുകൾക്കു പിന്നിൽ, പ്രത്യേകിച്ച് സമാധാനത്തിന്റെ വർഷങ്ങളിൽ സർവ്വതും നശിപ്പിക്കാനുള്ള ഈ ദൃഢനിശ്ചയം എവിടെ ഒളിച്ചിരുന്നെന്ന് ഹിറ്റ്ലർ അവസാനംവരെ തന്റെ വിട്ടുവീഴ്ചാമനോഭാവത്തെച്ചൊല്ലി നിരന്തരം നടത്തിയ സ്വയം ശകാരങ്ങളിൽ മാത്രമല്ല പ്രകടമായത്. ഉദ്ദേശിച്ചതിലും കൂടുതൽ നാശനഷ്ടങ്ങൾ വരുത്തിവെയ്ക്കാൻ കഴിഞ്ഞില്ലല്ലോ എന്ന ഗ്വേബെൽസിന്റെ ഖേദത്തിലും മാത്രമല്ല അത് പ്രകടമായത്.

ഏപ്രിൽ 27-ാം തീയതിയിലെ ബ്രീഫിംഗിൽ ഹിറ്റ്ലർ അന്തിമവിജയത്തിനുവേണ്ടി എന്തെല്ലാം കൂടുതൽ നന്നായി ചെയ്യണം എന്ന ചോദ്യം ഉന്നയിച്ചപ്പോൾ സിറ്റഡെല്ലെയുടെ കമാന്ററും എസ്.എസ് ഗ്രൂപ്പ് ലീഡറും ആയ വില്ലെം മോൺകെ ലോക വിദ്വേഷം ദ്യോതിപ്പിക്കുന്ന വാക്കുകളിൽ തന്റെ അഭിപ്രായം പറയാൻ മുന്നോട്ടു വന്നിരുന്നു: “നാം 1933-ൽ എന്താഗ്രഹിച്ചുവോ അത് നാം മുഴുവനായും നേടിയിട്ടില്ല, എന്റെ ഫ്യൂറർ!” ഏതായാലും മോൺകെ ഒരു ദോഷൈകദൃക്കല്ലായിരുന്നു. ആ സന്ദർഭമാണെങ്കിൽ ഏതെങ്കിലും തരത്തിലുള്ള ദേഷ്യപ്പെട്ട പുച്ഛപ്രകടനത്തിന് അനുയോജ്യവുമല്ലായിരുന്നു. ഭരണകൂടത്തിന്റെ തീവ്രവാദിയായ കാവൽപ്പടയാളികളിൽ ഒരുവനെന്ന നിലയിൽ ലോകത്തെ രക്ഷിക്കുന്നതിനെപ്പറ്റിയുള്ള എല്ലാ ആദർശപ്രഖ്യാപനങ്ങൾക്കും പിന്നിൽ സർവ്വോപരി പ്രകടിപ്പിച്ചത് അതിരുകളില്ലാത്ത നശീകരണപ്രവണത മാത്രമായിരുന്നു. ഈ നശീകരണപ്രവണത മാത്രമായിരുന്നു ഹിറ്റ്ലറുടെയും അദ്ദേഹത്തിന്റെ പ്രതിജ്ഞാബദ്ധരായ അനുയായികളുടെയും ഏകസത്യം. തങ്ങളുടെ ഉയർച്ചയുടെയും വാഴ്ചയുടെയും മുന്നിൽ ഇവർക്ക് ശത്രുക്കളെ ആവശ്യമായിരുന്നു. ശത്രുതയിൽനിന്നായിരുന്നു ഇവർ ആത്മബോധം വളർത്തിയെടുത്തത്. ശത്രുക്കളായിരുന്നു ഈ ഭരണകൂടത്തിന്റെ

നിലനില്പിന്റെ സാധൂകരണംതന്നെ. ശത്രുക്കളില്ലാതെ വന്നിടത്ത് അവരെ സൃഷ്ടിച്ചെടുക്കാൻ ചിന്തിക്കാവുന്നതെല്ലാം അവർ ചെയ്തു. അക്കാര്യത്തിൽ ഭരണകൂടം ഒരിക്കലും പരാജയപ്പെട്ടുമില്ല.

അങ്ങനെ ഹിറ്റ്ലറുടെ ഭാഗത്ത് നമുക്ക് അഭിമുഖീകരിക്കാനുള്ളത് അമർഷവും വെറുപ്പും ഞെട്ടിപ്പിക്കുന്ന ഭീകരതയും മാത്രമല്ല, വളരെ സങ്കീർണമായ സഫലീകരണവികാരങ്ങൾ കൂടിയായിരുന്നു. അത്യാപ ത്തിന്റെ സമയത്ത് ഇവ കൃത്യമായി ഉയർന്നുവരുകയും ആസന്നമായ പരാജയത്തെ ചരിത്രപരമായ അന്ത്യമായി ചിത്രീകരിക്കാൻ ഹിറ്റ്ലറെ നിർബന്ധിക്കുകയും ചെയ്തു.

മാർച്ച് മാസത്തിൽത്തന്നെ ഗീബെൽസ് ഒരു പത്രസമ്മേളനത്തിൽ പ്രഖ്യാപിച്ചിരുന്നു: "നാം തറപറ്റുന്നപക്ഷം നമ്മോടൊപ്പം മുഴുവൻ ജർമ്മൻ ജനതയും തറപറ്റും; അതും ആയിരം വർഷങ്ങൾക്കുശേഷവും ജർമ്മൻ ജനതയുടെ വീരോചിതമായ ഈ തകർച്ച ലോകചരിത്രത്തിൽ ഒന്നാംസ്ഥാനത്ത് നിൽക്കത്തക്കവിധം അത്രകണ്ട് അന്തസ്സോടെ."

ലോകത്തിന്റെ അന്തർബോധത്തിൽ ഒരു ഇതിഹാസമായി തങ്ങളെ സ്വയം കോറിയിടാനുള്ള അഭിലാഷമായിരുന്നു ഹിറ്റ്ലറെയും അനുയായി കളെയും സംബന്ധിച്ചിടത്തോളം അനിർവചനീയമായ ഒരു അന്തർദാഹ മായിരുന്നു അത്. ചരിത്രാതീതകാലത്തെ ഗോത്രത്തലവന്മാർ നടത്തി യിരുന്നതുപോലെ അസംഖ്യം ബലിദാനികളിലൂടെ ജനകീയ പോരാട്ട ത്തിന്റെ ആവേശം അവർ അഴിച്ചുവിട്ടു. ദിനംപ്രതി ശരാശരി പതിനായി രങ്ങൾ ബലിദാനികളായി മാറി. യുദ്ധത്തിന്റെ അവസാനയാഴ്ചകളിലെ കണക്കനുസരിച്ച് വളയപ്പെട്ട ഒമ്പതാം ആർമി ഇതിന് ഒരു ഉദാഹരണ മാണ്. ബർളിൻ വിടാൻ ഈ ആർമിയുടെ കമാന്റർമാർ പല പ്രാവശ്യം നടത്തിയ ആവശ്യപ്പെടലുകൾ ഒന്നിനു പുറമെ മറ്റൊന്നായി ഹിറ്റ്ലർ നിരാകരിച്ചതും ഒടുവിൽ ഈ ആർമി യാതൊരു അർത്ഥവും ഇല്ലാത്ത ഒരു പോരാട്ടത്തിൽ തോറ്റു തുന്നംപാടിയതും ഇതിന് ഉദാഹരണമാണ്. ഇതിനേക്കാളും വളരെ വലിയ മറ്റൊരു ഉദാഹരണമുണ്ടായിരുന്നു. കിഴക്കൻ യൂറോപ്പിനെതിരെ പ്രത്യയശാസ്ത്രപരമായ ഉന്മൂലനയുദ്ധമായി വളർത്തി വലുതാക്കിയ യുദ്ധത്തിന്റെ തുടക്കം അപകർഷതയുണ്ടെന്ന് കരുതപ്പെട്ട മനുഷ്യജാതികളുടെ ഉന്മൂലനത്തിനായി, പ്രത്യേകിച്ച് സ്ലേവു വംശജരുടെയും യഹൂദരുടെയും ഉന്മൂലനത്തിനായി വിപുലമായ സംഹാര നടപടികൾ ആരംഭിക്കാനുള്ള പച്ചക്കൊടിയായി മാറിയത്. മനുഷ്യസമൂഹ ങ്ങൾ ഉന്മൂലനത്തിന്റെ ഒരു ഫാക്ടറിയിലെന്നപോലെ നിരന്തരം കൊന്നു തള്ളുന്ന അവസ്ഥ.

സ്ഥിതിഗതികൾ മറ്റു പോംവഴികൾ കാണാതെ എത്രകണ്ടു നിസ്സ ഹായമായി ഗതിമുട്ടി നിന്നുവോ അത്രയും നിർദ്ദയമായാണ് ഭരണകൂടം നീങ്ങിയത്. ഇടയ്ക്കിടയ്ക്ക് തന്റെ നശീകരണപ്രവണതയെ ഒരു കാർത്തേജ് ദുരന്തത്തിനപ്പുറത്തേക്കുപോലും ദീർഘിപ്പിക്കാൻ ഹിറ്റ്ലർ ശ്രമിച്ചു. സൈന്യാധിപൻ എന്ന നിലയിൽ കർക്കശക്കാരനെങ്കിലും

കുറ്റമറ്റ വ്യക്തിയായി സ്വയം കണ്ട അഡ്മിറൽ ഡ്വേണിറ്റ്സ് പോലും ഭീകരദുരന്തങ്ങളുടെ രക്തച്ചൊരിച്ചിലുകളെ പുകഴ്ത്താൻ മടിച്ചില്ല. 1945 ഏപ്രിൽ 19ലെ രഹസ്യമായ ഒരു പ്രത്യേക ഉത്തരവിൽ നേവിയിലെ ഒരു സാർജന്റിനെ നല്ല മാതൃകയായി ഡ്വേണിറ്റ്സ് ആദരിക്കുകയും അയാൾക്ക് പൂർണമായ അംഗീകാരം ഉറപ്പു നൽകുകയും ചെയ്തിരുന്നു. മനുഷ്യത്വ രഹിതമായ നികൃഷ്ടതകളായിരുന്നു എല്ലാ അംഗീകാരങ്ങളുടെയും ആധാരം.

ഹിറ്റ്ലർക്ക് തങ്ങൾ എതിരാണെന്ന് പരസ്യമായി പ്രഖ്യാപിച്ച ഓസ്ട്രേലിയയിലെ ഒരു തടങ്കൽപാളയത്തിലുണ്ടായിരുന്ന, ഏതാനും ജർമ്മൻ തടവുകാരെ ഈ സാർജന്റ് മുൻകൂട്ടി പ്ലാൻ ചെയ്ത് സെക്യൂരിറ്റി ഗാർഡുകളെക്കൊണ്ട് ആരും അറിയാതെ കൊല്ലിച്ചിരുന്നു. ഇത് ഒറ്റപ്പെട്ട സംഭവം ആയിരുന്നില്ല. സർവ്വവും തച്ചുടയ്ക്കണം എന്നുള്ള ദൃഢനിശ്ചയം കാലംചെല്ലുന്തോറും ഹിറ്റ്ലറിൽ വർദ്ധിച്ചുവന്നു എന്ന പ്രതീതിയാണ് പലപ്പോഴും ആരിലും ഉണ്ടാവുക. ഒന്നുകിൽ ലോകത്തിലെ ഏറ്റവും വലിയ ശക്തിയാവുക അല്ലെങ്കിൽ പരിപൂർണമായി അടിയറവു പറയുക എന്നീ രണ്ട് ബദൽസാധ്യതകളെപ്പറ്റി ഹിറ്റ്ലർ സംസാരിച്ചിട്ടുണ്ട്. സത്യത്തിൽ രണ്ടാമതൊരു സാധ്യതയേ ഉണ്ടായിരുന്നില്ല. ഹിറ്റ്ലറുടെ ചിന്ത സംഹാരത്തിന്റെ വിവിധ രൂപങ്ങളെ മാത്രമാണ് ഉന്നംവെച്ചത്.

കടന്നുപോയ ആഴ്ചകളിലെ തീവ്രമായ നൈരാശ്യപ്രകടനങ്ങൾ ഉപരിപ്ലവമായ വീക്ഷണത്തെ മാത്രമേ കബളിപ്പിക്കുന്നുള്ളൂ. അതുപോലെ തന്നെ, സങ്കല്പത്തിൽ മാത്രം നിലനിന്ന സൈനികഘടകങ്ങൾ കൈകാര്യം ചെയ്യൽ, തെറ്റായ വിജയസൂചന നൽകൽ അല്ലെങ്കിൽ സ്വന്തം ജീവിതം ചുരുങ്ങിയപക്ഷം ദിവസക്കണക്കിനെങ്കിലും ദീർഘിപ്പിക്കാം എന്ന് പരക്കെയുണ്ടായിരുന്ന പ്രതീക്ഷ. ഇങ്ങനെയുള്ള കാര്യങ്ങളാണ് യുദ്ധത്തിന്റെ അന്ത്യനാളുകളിൽ നടന്നുകൊണ്ടിരുന്നത്. കൂടുതൽ ശക്തമായിരുന്നു, ഹിറ്റ്ലറുടെ നിർദ്ദേശങ്ങളിൽ, പ്രത്യേകിച്ച് യുദ്ധാരംഭം തൊട്ട്, പ്രകടമായ, എല്ലാത്തരത്തിലുള്ള ദാക്ഷിണ്യത്തിൽ നിന്നും വിമുക്തമായ ലോകനിന്ദയും സംഹാരതൃഷ്ണയും.

കുറച്ചു നാളത്തേക്ക് ചീഫ് ഓഫ് സ്റ്റാഫ് ആയിരുന്ന ഫ്രാൻസ് ഹാൾഡന്റെ റിപ്പോർട്ടനുസരിച്ച് പോളണ്ടിനെതിരെയുള്ള പടനീക്കത്തിനിടയിൽതന്നെ ഹിറ്റ്ലർ ജർമ്മനിക്ക് സ്വമേധയാ കീഴടങ്ങാൻ സന്നദ്ധമായിരുന്ന വാർസോനഗരത്തിൽ ബോംബേറു നടത്തണമെന്ന് നിർബന്ധിച്ചിരുന്നു.

ബൈനോക്യുലേഴ്സ് വെച്ച്, ആർത്തിനിറഞ്ഞ നോട്ടത്തോടെ സംഹാരത്തിന്റെ ചിത്രങ്ങളിൽ ഹിറ്റ്ലർ ആവേശംപൂണ്ടു. പിന്നീട് പാരീസ് നഗരം തകർക്കുന്നതിനെപ്പറ്റി ആലോചിച്ചു; മോസ്കോയും ലെനിൻ ഗ്രേഡും നശിപ്പിക്കുന്നതിനെപ്പറ്റിയും. മൻഹട്ടനിലെ ഇടുങ്ങിയ റോഡുകൾ

യോ ആഹിം ഫെസ്റ്റ്

ബോംബുകൾകൊണ്ടോ മിസൈലുകൾകൊണ്ടോ ആക്രമിക്കപ്പെടുമ്പോൾ ഉണ്ടാവുന്ന ഭയങ്കരമായ നാശനഷ്ടങ്ങൾ ഒരുതരം ക്രൂരമായ വിനോദത്തോടെ ആസക്തിയോടെ ഹിറ്റ്ലർ വിഭാവനം ചെയ്തു.

ഹിറ്റ്ലറുടെ നശീകരണ വിഭ്രാന്തികളിൽ വലിയ പങ്ക് ഇതിനകം പാഴായിപ്പോയിരുന്നു, അസ്ഥാനത്തായി കഴിഞ്ഞിരുന്നു. ഇപ്പോൾ ഒടുവിൽ തന്റെ സാമ്രാജ്യം പൊട്ടിത്തകർന്നപ്പോൾ തന്റെ ഈ നശീകരണത്വര വീണ്ടും പുനരുജ്ജീവിപ്പിക്കാൻ അവസരം ലഭിച്ചു. കടന്നുപോയ ആഴ്ചകളിലെ കടുത്ത പരാജയം മുൻനാളുകളിലെ ഏതെങ്കിലും താൽക്കാലികവിജയത്തേക്കാൾ കൂടുതൽ ആത്മസംതൃപ്തി ഹിറ്റ്ലർക്ക് സമ്മാനിച്ചു. ബോംബ് യുദ്ധത്തിലുണ്ടായ നാശനഷ്ടങ്ങളെത്തന്നെ ഹിറ്റ്ലർ ഇങ്ങനെയൊരു അഭിപ്രായപ്രകടനത്തോടെയാണ് സ്വാഗതം ചെയ്തത്: "ജർമ്മൻ നഗരങ്ങൾക്ക് പുതുരൂപം നൽകാനുള്ള പദ്ധതികൾക്കനുസൃതമായി സഖ്യകക്ഷികളുടെ എയർഫോഴ്സ് നീങ്ങിയില്ലെന്നത് ശരിതന്നെ. എന്നാൽ ഒരു തുടക്കം ഏതായാലും കുറിക്കപ്പെട്ടിരുന്നു."

ഇവിടെ കളിയായി പറഞ്ഞത് എന്ന് തോന്നപ്പെട്ടത് യഥാർത്ഥത്തിൽ ഗൗരവമായ കാര്യം ആയിരുന്നു.

ഈ നാടകത്തിന്റെ അവസാനരംഗം ഗംഭീരമായി, ഇത്രയധികം പരിഭ്രാന്തിയില്ലാതെ, നാടകീയമായും അതോടൊപ്പം ആർദ്രഭാവത്തോടെയും ബീഭത്സതയോടെയും ആസന്നമായ ദുരന്തത്തിനനുയോജ്യമായ അഭിവാദനത്തോടെയും ഹിറ്റ്ലർ സംവിധാനം ചെയ്തു എന്നത് യഥാർത്ഥത്തിൽ ഒരദ്ഭുതമേയല്ല! ഓർമ്മയിൽ തങ്ങിനിൽക്കാൻ യോഗ്യതയുള്ള ഒരു വിടവാങ്ങലായിരുന്നു അത്. ജീവിതകാലം മുഴുവൻ ഹിറ്റ്ലർ അന്വേഷിച്ച പ്രസിദ്ധി ഒരിക്കലും ഒരു രാഷ്ട്രതന്ത്രജ്ഞന്റേതു മാത്രമായിരുന്നില്ല. ഏകാധിപത്യപരമായ ഒരു ക്ഷേമരാഷ്ട്രത്തിന്റെ ഭരണാധികാരിയുടേതു മാത്രമായിരുന്നില്ല. ഒരു സേനാനായകന്റേതായിരുന്നില്ല. ഈ റോളുകൾ ഏറ്റെടുക്കാൻ പറ്റാത്തവിധം അത്രയധികം റിച്ചാർഡ് വാഗ്നറും സ്വയം നശീകരണത്വരയും ഹിറ്റ്ലറിൽ അന്തർലീനമായി ഉണ്ടായിരുന്നു.

കൗമാരപ്രായത്തിൽ ലിൻസിലെ ഓപ്പെറയിൽ ആദ്യമായി കണ്ട നാടകം ഹിറ്റ്ലറെ അത്യന്തം ആവേശിച്ചിരുന്നു. മധ്യകാലഘട്ടത്തിന്റെ അവസാനനാളുകളിൽ ചക്രവർത്തിയും ജനപ്രതിനിധിയുമായ ഒരു വ്യക്തി ലോകം കാണിച്ച ദാരുണമായ നിസ്സഹകരണവും അസഹിഷ്ണുതയും സഹിക്കവയ്യാതെ ഒടുവിൽ സ്വയം മരണം കൈവരിക്കുന്നതായിരുന്നു കഥ. "ആ സമയത്ത് തുടങ്ങിയതാണത്!", ദശാബ്ദങ്ങൾക്കുശേഷവും ഹിറ്റ്ലർ സന്തോഷത്തോടെ പറയുമായിരുന്നു. ഇപ്പോൾ, വീണ്ടും ഏതാനും വർഷങ്ങൾ കഴിഞ്ഞും, ഒട്ടും കുറയാത്ത ആഹ്ലാദത്തിമിർപ്പോടെയാണ് ആ ജീവിതം അവസാനിച്ചത്. ദാരുണമായ ആ ചക്രവർത്തിയുടെ കഥ ഹിറ്റ്ലർ നെഞ്ചിലേറ്റി നടക്കുന്നുണ്ടായിരുന്നു.

സ്വന്തം ജനത്തിനെതിരെയുള്ള ഈ നീക്കം വേറെ പോംവഴികളി ല്ലാതെ വന്നപ്പോൾ ഹിറ്റ്ലർക്ക് സ്വീകരിക്കേണ്ടിവന്നു. കൂടുതൽ തീവ്രത യോടെ ആൾ അത് സ്വായത്തമാക്കുകകൂടി ചെയ്തു. 1947 നവംബർ 27ന് തന്നെ, മോസ്കോയിലെ മഞ്ഞുകാലദുരന്തത്തിന്റെ ആരംഭത്തോടെ ആദ്യമായി പരാജയസാധ്യത തെളിഞ്ഞുവന്നപ്പോൾ വിദേശികളായ അതിഥികളോട് ഹിറ്റ്ലർ പറഞ്ഞിരുന്നു: സ്വന്തം ജീവൻ നിലനിർത്താൻ വേണ്ടി ചോരചിന്താനാവശ്യമായ ശക്തിയും ത്യാഗസന്നദ്ധതയും ബാക്കി യില്ലെങ്കിൽ ജർമ്മൻ ജനത നശിച്ചു നാമാവശേഷമാകണം, നശിപ്പിക്ക പ്പെടണം. താൻ അതേച്ചൊല്ലി കണ്ണീർ പൊഴിക്കില്ല. 1945 മാർച്ച് 19ന് ആൽബെർട്ട് സ്പേയർ നിർവികാരമായ ശബ്ദത്തിൽ ഹിറ്റ്ലറോട് പറ ഞ്ഞിരുന്നു: യുദ്ധത്തിൽ ജർമ്മനി തോറ്റാൽ ജർമ്മൻ ജനതയും തോൽക്കും. തുടർന്ന് ജീവിക്കാനാവശ്യമായ അടിസ്ഥാനസൗകര്യ ങ്ങളെപ്പറ്റി യാതൊരു പരിഗണനയും വേണ്ട. ഏറ്റവും അപരിഷ്കൃത മായ രീതിയിലായിരിക്കും അത്. യുദ്ധത്തിൽ അവർ ഇല്ലാതാവുന്നതാ യിരിക്കും കൂടുതൽ നല്ലത്. ശക്തികൂടിയ കിഴക്കൻ യൂറോപ്പിനു മാത്രം സ്വന്തമാണ് ഇനി ഭാവി. ഈ പോരാട്ടത്തിനുശേഷം ബാക്കിനിൽക്കുക ഏതായാലും ഗുണത്തിൽ മികവുകുറഞ്ഞവരായിരിക്കും. കാരണം, ഔൽകൃഷ്ട്യമുള്ളവർ നാമാവശേഷമായിരിക്കുന്നു.

ചുരുങ്ങിയപക്ഷം സ്റ്റാലിൻ ഗ്രേഡിലെ പോരാട്ടത്തിനും യുദ്ധത്തിന്റെ ഗതിമാറ്റത്തിനും ശേഷമെങ്കിലും ഹിറ്റ്ലറുടെ എല്ലാ തീരുമാനങ്ങളിലും ജർമ്മൻജനതയോട് നിരാശയിൽനിന്നുണ്ടായ ഒരു വെറുപ്പ് കടന്നുകൂടി യിരുന്നു. യുദ്ധത്തിന്റെ അവസാനഘട്ടത്തിലെ മുഴുവൻ സൈനികതന്ത്ര ത്തെയും ഇത് നിർണായകമായി സ്വാധീനിച്ചു - ശത്രുസൈന്യത്തിന്റെ ആസന്നമായ ഇടിച്ചുകയറ്റത്തിനെതിരെ പ്രതിരോധനിരകൾ സൃഷ്ടി ക്കാൻ വീണ്ടും വീണ്ടും വിസമ്മതിച്ചതുതൊട്ട് 1944ലെ ആർഡെനെൽ ഒഫെൻസീവ് വരെ. ആർഡെനെൽ ഒഫെൻസീവിനുവേണ്ടി ഹിറ്റ്ലർ 1944 ഡിസംബർ മുതൽ കിഴക്കൻ യൂറോപ്പിലെ സമരമുഖത്തുനിന്ന് ശക്തി യുള്ള സൈനികഘടകങ്ങളെ പിൻവലിച്ചിരുന്നു.

റഷ്യൻ ഭീഷണി എന്ന വ്യാജവാദം ഉപയോഗിച്ച്, പണ്ടേ യുദ്ധം ചെയ്ത് മടുത്ത ജർമ്മൻജനതയുടെ പ്രതിരോധശക്തിയും ആത്മ വീര്യവും വീണ്ടും ഉണർത്തിയെടുക്കാൻ വേണ്ടിയായിരുന്നു ഇത്. ഇതിന് രണ്ടു വർഷം മുമ്പേതന്നെ ഹിറ്റ്ലർ പറഞ്ഞിരുന്നു: വേണ്ടിവന്നാൽ 14 വയസ്സിനു താഴെയുള്ളവരെയും സായുധയുദ്ധത്തിനായി നിർബ ന്ധിക്കും. കാരണം, ഒരു തോറ്റ യുദ്ധത്തിനുശേഷം യാതന അനുഭവി ക്കുന്നതിലും അടിമവേല ചെയ്യിക്കപ്പെട്ട് ചൂഷണം ചെയ്യപ്പെടുന്നതിലും ഭേദം കിഴക്കൻ യൂറോപ്പിനോട് പൊരുതി മരിക്കുന്നതാണ്. ഹിറ്റ്ലർ ആവേശത്തോടെ വാദിച്ചു.

പടിഞ്ഞാറൻ യൂറോപ്പിലെ സമരമുഖത്ത് സൈനികർ ടാങ്ക് ബ്ലോക്കുകൾ തുറന്നുകൊടുത്തു, ശിക്ഷാനടപടികളെ ഭയക്കാതെ ജനലുകളിൽ നിന്ന് വെള്ളക്കൊടികൾ പുറത്തേക്ക് തൂക്കി. ഒരു സൈനികഘടകം മുഴുവനായും അപ്രത്യക്ഷമായി. "ഇത് ലജ്ജാവഹമാണ്!" ഹിറ്റ്ലർ പറഞ്ഞു. യുദ്ധത്തിന്റെ ഭാഗമായി ഇനിയും അവശേഷിച്ചിരുന്നത് സ്വന്തം ജനത്തിനെതിരെയുള്ള കൂടുതലായ ശിക്ഷാനടപടികളായിരുന്നു. ഏതാണ്ട് നാലുവർഷം മുമ്പ് ഹിറ്റ്ലർ തറപ്പിച്ചുപറഞ്ഞിരുന്നതുപോലെ, ജർമ്മൻ ജനത നാമാവശേഷമാക്കപ്പെടണം. അതിജീവനസമരത്തിന്റെ സനാതന നിയമങ്ങൾ അനുസരിച്ചുകൊണ്ട് തന്റേതായ സംഭാവന ഇതിലേക്കായി നൽകാൻ ഹിറ്റ്ലർ ആഗ്രഹിച്ചു.

സാമാന്യബുദ്ധിക്ക് നിരക്കുന്ന വിലയിരുത്തലനുസരിച്ച്, നാശോന്മുഖമായ ഈ ആഭിമുഖ്യം ആയിരുന്നു ഹിറ്റ്ലറെ അവസാനംവരെ മുന്നോട്ടു നയിച്ചത്. നേരിൽ കണ്ടവരെല്ലാം വർണ്ണിച്ച, ഹിറ്റ്ലറുടെ ജരാനരകൾ ബാധിച്ച ശാരീരികരൂപത്തിന്റെ കുനിഞ്ഞുള്ള നിൽപ്, കാലുകൾ വലിച്ചു വെച്ച് ശബ്ദമുണ്ടാക്കിയുള്ള നടപ്പ്, ക്ഷീണിതമായ ശബ്ദം എന്നിവയ്ക്ക് നേർവിപരീതമായിരുന്നു ഹിറ്റ്ലറുടെ ഒരു നിരീക്ഷകൻ ശ്രദ്ധിച്ച കാര്യശേഷി. മധുരപലഹാരങ്ങൾ വെട്ടിവിഴുങ്ങുന്ന, ശാരീരികമായും മാനസികമായും തകർന്ന ഒരു മനുഷ്യൻ. അങ്ങനെയായിരുന്നു ബങ്കർവാസികളിൽ ഒരാൾ ഹിറ്റ്ലറെ വിശേഷിപ്പിച്ചത്. പക്ഷേ, മുമ്പത്തെയുംപോലെ മറ്റുള്ളവരെ സ്വാധീനിക്കാൻ കഴിവുള്ള, ആരും ചോദ്യം ചെയ്യാത്ത അധികാരം ഉള്ള ആൾ.

മാർച്ച് മധ്യത്തിൽ ഡാൻസ്കിലെ പ്രാദേശികപാർട്ടി നേതാവ് ഫോർസ്റ്റർ ബങ്കറിൽ വന്നിരുന്നു. പരിഭ്രാന്തിപൂണ്ട്, ഇതികർത്തവ്യതാമൂഢനായി ഇയാൾ പറഞ്ഞു: ഒരു വൻസൈന്യത്തോടും ആയിരത്തി ഒരുനൂറ് ടാങ്കുകളോടുംകൂടി റഷ്യാക്കാർ, പ്രതിരോധത്തിന് ഒട്ടും ശക്തിയില്ലാതിരുന്ന ആ നഗരത്തിൽ പ്രത്യക്ഷപ്പെട്ടിരിക്കുന്നു. ജർമ്മനിയുടെ ഭാഗത്ത് അപ്പോൾ വെറും നാല് ടൈഗർ ടാങ്കുകൾ മാത്രമാണുണ്ടായിരുന്നത്. പ്രഖ്യാപിക്കപ്പെട്ട ഒരു പ്രതിരോധക്കോട്ടയും ഉണ്ടായില്ല. സ്ഥിതിഗതികളുടെ നിരാശാജനകമായ അവസ്ഥ താൻ ഹിറ്റ്ലർക്കു വിവരിച്ചുകൊടുത്തു. ഏതായാലും അല്പസമയം കഴിഞ്ഞ് ഫോർസ്റ്റർ പരിപൂർണമായി മാറിയ മനുഷ്യനായി ഹിറ്റ്ലറുടെ ഓഫീസിൽനിന്ന് പുറത്തുവന്ന് പറഞ്ഞു: "ഫ്യൂറർ ഡാൻസ്ക് നഗരം രക്ഷിക്കും. ഇക്കാര്യത്തിൽ സംശയിക്കാൻ യാതൊന്നും ഇല്ല."

ഫോർസ്റ്ററുടേതുപോലുള്ള യാചനകളുമായി എസ്.എസ്. ജനറൽ കാൾ വോൾഫ് ഏപ്രിൽ 18ന് ഹിറ്റ്ലറെ സമീപിച്ചു. എന്നാൽ തനിക്കായി ഫ്യൂറർ വിഭാവനം ചെയ്തിരുന്ന വരുംകാല കർമ്മപദ്ധതികളുടെ മഹത്ത്വം തിരിച്ചറിഞ്ഞ് മനം മാറ്റത്തിനായുള്ള അപേക്ഷകളിൽനിന്ന് അയാൾ സ്വയം പിന്തിരിഞ്ഞതായാണ് കണ്ടത്.

മൊത്തത്തിൽ നോക്കിയാൽ ശ്രദ്ധേയമായി അവശേഷിച്ചിരുന്ന കാര്യം എല്ലാ മനംമാറ്റശ്രമങ്ങളെയും വകവെയ്ക്കാതെ രാഷ്ട്രീയകാര്യങ്ങളിൽ ഹിറ്റ്ലർ കാണിച്ച വ്യക്തമായ കടുംപിടിത്തമാണ്. ഏറ്റവും അടിയന്തിരമായ സൈനികലക്ഷ്യങ്ങൾക്കുപരിയായി ചിന്തിക്കാനുള്ള കഴിവുകേട് വളരെ വ്യക്തമായി പുറത്തുവന്നു. നിനച്ചിരിക്കാത്ത സമയങ്ങളിൽ നടത്തിയ സൈനികതന്ത്രപ്രയോഗങ്ങളും ഭീഷണികളും നല്ല പെരുമാറ്റത്തിനായി പ്രതിജ്ഞ ചെയ്യിക്കലും മറ്റും ഉപയോഗിച്ച് മുപ്പതുകളിൽ ഹിറ്റ്ലർ വിജയങ്ങൾ ഒന്നിനുപുറകെ മറ്റൊന്നായി വാരിക്കൂട്ടിയിരുന്നു. അങ്ങനെ അവിശ്വസനീയമാംവിധം ഹ്രസ്വമായ സമയത്തിനുള്ളിൽ ഹിറ്റ്ലർ യൂറോപ്യൻ ശാക്തികവ്യവസ്ഥയെ തച്ചുടയ്ക്കുക എന്ന തന്റെ ലക്ഷ്യത്തിന്റെ ആദ്യഭാഗം നേടിക്കഴിഞ്ഞിരുന്നു.

ഏതായാലും 1937 അവസാനം തൊട്ടുതന്നെ ഈ വക നിസ്സാര വിജയങ്ങൾ തനിക്ക് മടുപ്പായിത്തുടങ്ങി എന്ന പ്രതീതിയാണ് ജനിപ്പിച്ചത്. എന്തു വിലകൊടുത്തും ആക്രമിച്ചുകയറണം എന്ന ഏകപ്രമാണത്തിലേക്ക് വീണ്ടും തിരികെ പോകാൻ ആഗ്രഹിച്ചതായും കാണപ്പെട്ടു. ഒരു പ്രസംഗത്തിൽ സാഭിമാനം വ്യക്തമാക്കിയതുപോലെ ഹിറ്റ്ലർ ജീവിതകാലമത്രയും ഈ പ്രമാണത്തെ മുറുകെപിടിച്ചിരുന്നു.

1938ൽ പാശ്ചാത്യശക്തികൾ മ്യൂണിക് കോൺഫെറൻസിൽ നടത്തിയ അപൂർവ്വവും നീചവുമായ സൂചനകൾ ഹിറ്റ്ലർ അഹങ്കാരത്തോടെ തഴഞ്ഞുകളഞ്ഞു. താൻ പണ്ടേ ആഗ്രഹിച്ചിരുന്ന യുദ്ധം പാശ്ചാത്യശക്തികൾ മുടക്കിയതിലേ ഹിറ്റ്ലർ ദേഷ്യം കാണിച്ചിരുന്നുള്ളൂ. പോളണ്ടിനുമേലും ഫ്രാൻസിനുമേലും ഉണ്ടായ വിജയത്തിനുശേഷവും യൂറോപ്പിനുമേൽ ഒരുതരം ആധിപത്യം ഉറപ്പുവരുത്താൻ ജർമ്മൻ റൈഷിന് പല അവസരങ്ങളും വന്നു. രാഷ്ട്രീയ മുൻകൈ എടുക്കൽ ഉണ്ടായില്ല. ഹിറ്റ്ലർ ഇടപെട്ടില്ല. സൈനികവിജയങ്ങൾ തന്നെ വിഷമസന്ധിയിലാക്കുന്ന ഒരു പ്രതീതിയാണ് ഏറെക്കുറെ ജനിപ്പിച്ചത്. കാരണം യുദ്ധമില്ലാത്ത ഒരു അവസ്ഥകൊണ്ട് ഹിറ്റ്ലർക്ക് ഒന്നും നേടാനില്ലായിരുന്നു.

1939 ആഗസ്റ്റിൽ ഹിറ്റ്ലർ തന്റെ ജനറൽമാരോട് പറഞ്ഞതുപോലെ സമാധാനത്തിന്റെ നീണ്ട ഒരു കാലയളവ് ഗുണം ചെയ്യില്ല എന്ന തിരിച്ചറിവ്, തുടർന്നുവന്ന വർഷങ്ങളിലെ രാഷ്ട്രീയത്തിൽനിന്നുള്ള വിട്ടുനിൽക്കലിന്റെ പിന്നിലും ഉണ്ടായിരുന്നു. ജർമനിക്ക് പുറത്ത് മുസ്സോളിനി, ഹോർത്തി, ലാവൽ തുടങ്ങിയവരിൽനിന്നും യുദ്ധത്തിന്റെ നയതന്ത്രപരമായ സാധ്യതകൾ പരിശോധിക്കാനായി വന്ന എല്ലാ ഉപദേശങ്ങളും ഹിറ്റ്ലർ തള്ളിക്കളഞ്ഞു. 1942-43ലെ മഞ്ഞുകാലത്ത് നടന്ന യുദ്ധത്തിന്റെ ശക്തിമാറ്റത്തിനുശേഷം യുദ്ധം തുടരണം എന്ന കാര്യം ഹിറ്റ്ലർ വീണ്ടും

വീണ്ടും ഈ വാദംകൊണ്ട് സമർത്ഥിച്ചു. ബോൾഷെവിസവും ക്യാപ്പിറ്റലിസവും തമ്മിലുള്ള തികച്ചും അബദ്ധജടിലവും യുക്തിരഹിതവുമായ കൂട്ടുകെട്ടിന്റെ തകർച്ച ആസന്നമായിരിക്കുകയാണ്, വിജയസാധ്യതയുള്ള കൂടിയാലോചനകൾക്കു സമയം വന്നിരിക്കുന്നു. എന്നാൽ ശത്രുക്കളെ തെറ്റിപ്പിരിയിപ്പിക്കാനുള്ള അവസരം വന്നപ്പോഴെല്ലാം ഹിറ്റ്ലർ അത് ഉപയോഗിക്കാതെ വിട്ടു. താൻ വീണ്ടും വീണ്ടും നിർബന്ധിച്ചിട്ടും ഹിറ്റ്ലർ ഇടയ്ക്ക് ഒരു സ്വപ്നലോകത്ത് ജീവിച്ചു എന്ന പ്രതീതിയാണ് പലപ്പോഴും ഉണ്ടാക്കുന്നത് എന്ന് ഗ്വേബെൽസ് നീരസത്തോടെ ഡയറിയിൽ എഴുതി. ഒരു രാഷ്ട്രതന്ത്രജ്ഞന്റെ സൃഷ്ടിപരമായ ഭാവനാശക്തി ഹിറ്റ്ലർക്കില്ലായിരുന്നെന്നും. ചുരുങ്ങിയപക്ഷം മുപ്പതുകളുടെ അവസാനം മുതലെങ്കിലും ആളുടെ എല്ലാ നയപരമായ ചലനാത്മകതയും നഷ്ടപ്പെട്ടിരുന്നു എന്നുമാണ് സെബാസ്റ്റ്യൻ ഹാഫ്നർ കരുതുന്നത്. ജന്മസിദ്ധമായ കഴിവുകളിലുള്ള കുറവ് അല്ലാതെ മറ്റൊന്നുമല്ല ഒടുവിൽ ഹിറ്റ്ലറുടെ പരാജയ കാരണമായി ഭവിച്ചതത്രെ.

നമുക്ക് വേണമെങ്കിൽ അല്പംകൂടി കടന്ന് ചിന്തിച്ച്, എളിയ ചുറ്റുപാടുകളിൽനിന്ന് ഉയർന്നുവന്ന ഒരു കവർച്ചാസംഘത്തലവനായിരുന്നു ഹിറ്റ്ലർ ജീവിതകാലമത്രയും എന്ന നിഗമനത്തിൽ എത്തിച്ചേരാം. ആരെയും കൂസാത്ത തെരുവുമാഫിയ വെല്ലിസത്തിന്റെ സർവ്വ അടവുകളുംപയറ്റിത്തെളിഞ്ഞ ഒരു കൊള്ളത്തലവൻ. ഹിറ്റ്ലർക്ക് ഒപ്പം നിൽക്കാൻ യൂറോപ്പിലെ ആശങ്കാകുലരും പ്രായോഗിമതിത്വമുള്ള രാഷ്ട്രീയനേതാക്കളിൽ ആരും ഉണ്ടായിരുന്നില്ലെന്നും നമുക്ക് വേണമെങ്കിൽ അനുമാനിക്കാം. എന്നാൽ ലക്ഷ്യത്തെയും മാർഗ്ഗത്തെയും പറ്റിയുള്ള ഇതേ വീണ്ടുവിചാരമില്ലായ്മതന്നെയായിരുന്നു ഹിറ്റ്ലറെ കുറച്ചുകാലത്തേക്ക് പലരെയും അദ്ഭുതപ്പെടുത്തിയ വിജയങ്ങളിലെത്തിച്ചത്.

ഒരു കൊള്ളത്തലവനെപ്പോലെ, നിർദ്ദയമായ നരഹത്യയ്ക്കും തട്ടിപ്പറിക്കും അപ്പുറം യാതൊരു ലക്ഷ്യവും പിന്തുടർന്നില്ല. മുഴുവൻ ലോകത്തിനുമെതിരെ വർദ്ധിച്ചുവന്ന ധാർഷ്ട്യത്തോടെ തുടങ്ങിയ ശത്രുതാനടപടികൾക്ക് ഹിറ്റ്ലറുടെ ജനറൽമാരും പിന്നീട് എല്ലാ നിരീക്ഷകരും അദ്ഭുതത്തോടെ ശ്രദ്ധിച്ചതുപോലെ ഏറക്കുറെ വരച്ചുകാണിക്കാവുന്ന ഒരു യുദ്ധലക്ഷ്യം ഉണ്ടായിരുന്നില്ല. 1947 ഫെബ്രുവരിയിൽ, സോവിയറ്റ് യൂണിയനെതിരെയുള്ള യുദ്ധം ശിശിരകാലത്തുതന്നെ അവസാനിപ്പിക്കണം എന്ന ശുഭാപ്തിവിശ്വാസത്തിൽ കഴിയവേ ഹിറ്റ്ലർ യുദ്ധത്തിനു പകരം അനുരഞ്ജനം നടന്നുപോകുമോ എന്ന് ഭയന്ന് വ്യാകുലനായി അഫ്ഗാനിസ്ഥാനിലേക്കും ഇന്ത്യയിലേക്കും നടത്തേണ്ട ഒരു പടനീക്കത്തെപ്പറ്റി വിദഗ്ധമായ പഠനം നടത്താൻ യോഡിലിനോടാവശ്യപ്പെട്ടു.

അതുപോലെതന്നെ, യുദ്ധംകൊണ്ട് എന്തു നേടണം എന്നാണ് ഹിറ്റ്ലർ ആഗ്രഹിച്ചതെന്ന് ചോദിച്ചവർക്ക് അന്തമില്ലാതെ വ്യാപിച്ചു

കിടക്കുന്ന ഭൂപ്രദേശങ്ങളെപ്പറ്റിയുള്ള ദർശനങ്ങളുടെ അതിഭാവുകത്വം കലർന്ന വിവരണങ്ങൾ മാത്രമേ കേൾക്കാൻ കഴിഞ്ഞുള്ളൂ; ഒപ്പം അവസാനമില്ലാത്ത അസംസ്കൃതപദാർത്ഥനിക്ഷേപങ്ങളെപ്പറ്റിയും ദാസ്യവേലയ്ക്കായി വിധിക്കപ്പെട്ട ജനതകളെപ്പറ്റിയും. എക്കാലവും രക്തം ചിന്തുന്ന അതിർത്തികളെപ്പറ്റിയും ഉള്ള വാചകക്കസർത്തുകളും. പിടിച്ചെടുത്ത സ്ഥലങ്ങളെ ഇനിയും കൂടുതൽ സ്ഥലങ്ങൾ കൈയടക്കാനായി മാർച്ച് ചെയ്യാനുള്ള വഴികളായല്ലാതെ മറ്റെന്തെങ്കിലുമായി ആണ് ഹിറ്റ്ലർ കണ്ടിരുന്നത് എന്നതിന് ഏറ്റവും നേരിയ സൂചനപോലും കാണുന്നില്ല. എത്ര വിഷമതകൾ സഹിച്ചാലും തളരാത്ത പ്രകൃതം, ആർത്തിയും അത്യാഗ്രഹവും നിറഞ്ഞ, എത്ര കിട്ടിയാലും മതിവരാത്ത സ്വഭാവം, ആദർശമില്ലായ്മ, നഷ്ടപ്പെട്ടതെങ്കിലും താൻ വീണ്ടും പുനരുജ്ജീവിപ്പിച്ചുവെന്ന് അവകാശപ്പെട്ട, "ശേഷിയുള്ളത് ശേഷിക്കും" എന്ന അസ്തിത്വത്തിന്റെ മൂലപ്രമേയത്തിനുമാത്രം വിധേയമായ പ്രകൃതം - അതായിരുന്നു ഹിറ്റ്ലർ. 1943-ലെ ശിശിരകാലത്ത് തന്റെ വിദേശകാര്യമന്ത്രി, റിബ്ബെൻ ട്രോപ്പ് മോസ്കോയിൽനിന്നുണ്ടാവുന്ന ഒരു സമാധാനശ്രമം നിഷ്ഫലമാക്കരുത് എന്ന് നിർബന്ധിച്ചപ്പോൾ ചുമൽ കോച്ചിക്കൊണ്ട് പറഞ്ഞു: "നിങ്ങൾക്ക് അറിയാമോ, റിബ്ബെൻ ട്രോപ്പ്, ഞാൻ ഇന്ന് റഷ്യയുമായി രമ്യപ്പെട്ടിട്ടെന്താണ് കാര്യം? നാളെ വീണ്ടും റഷ്യയെ ഞാൻ കൈകാര്യം ചെയ്തേക്കും. എനിക്ക് അതല്ലാതെ മറ്റൊന്നും ചെയ്യാൻ കഴിയില്ല."

ഇതുവരെ ഉണ്ടായിരുന്നിട്ടില്ലാത്ത ഒരു മനുഷ്യനായി ചരിത്രത്തിൽ സ്ഥാനംപിടിക്കാൻ താൻ ആഗ്രഹിക്കുന്നു എന്ന് ഹിറ്റ്ലർ ഇടയ്ക്ക് പറയുമായിരുന്നു. ആ 'മരണബങ്കറിൽ' ആസന്നമായ പരാജയത്തെ ചെറുത്തുനിർത്താൻ ശ്രമിച്ച ദുർബലമായ ഉത്തരവുകൾ, തിളച്ചുപൊങ്ങുന്ന രോഷത്തിന്റെ പൊട്ടിത്തെറികൾ എന്നിവയുടെ ആ അന്തരീക്ഷം ഹിറ്റ്ലർക്ക് തന്റെ അതിദാരുണമായ പരാജയത്തെപ്പറ്റി ഒരു സങ്കല്പം ഉണ്ടായിരുന്നതായ പ്രതീതിയാണുയർത്തുന്നതത്രെ. പക്ഷേ, ഹിറ്റ്ലർ വിശ്വസിച്ചതുപോലെ പലതിനും ഒരു വലിയ അന്ത്യമാണ് വന്നത്. ഇത് ഒരു ആഗ്രഹനിവൃത്തിയും ആയിരുന്നു. സ്വാഭാവികമായും ഹിറ്റ്ലറുടെ ഇച്ഛാപ്രകടനം സർവ്വവും നശിപ്പിക്കാനുള്ള ഒരു ആജ്ഞയായിരുന്നു: തന്റെ ജഡം കത്തിച്ചുകളയാൻ ഏപ്രിൽ 30-ാം തീയതി അദ്ദേഹം പുറപ്പെടുവിച്ച ഉത്തരവ്. ഇത് ഒരിക്കൽകൂടി അദ്ദേഹത്തിന്റെ ജീവിതത്തിന്റെ മുഖ്യചാലകശക്തിയെ പ്രതീകാത്മകമായി അനാവരണം ചെയ്യുന്നു.

ഏഴ്

അടിയറവുകൾ

ഏപ്രിൽ 30-ാം തീയതി സായാഹ്നത്തിൽ, ജഡങ്ങൾ കത്തിയെരിഞ്ഞു കഴിഞ്ഞതിനും ചാരം കുഴിച്ചുമൂടിയതിനുംശേഷം നായകനില്ലാതെ അവശേഷിച്ചവരുടെ ആ ചെറിയ സമൂഹം വിപുലമായ ഒരു കൂടിയാലോചനയ്ക്കായി ഒന്നിച്ചുകൂടി. ഏതാനും ചില വാദപ്രതിവാദങ്ങൾക്കുശേഷം റൈഷ് ചാൻസ്‌ലെറിയുടെ സുരക്ഷയ്ക്കായി വിളിപ്പിക്കപ്പെട്ടിരുന്ന, 'ലൈബ്സ്റ്റാൻഡാർട്ടെ'യുടെ നൂറുകണക്കിന് ഭടന്മാരുടെ സഹായത്തോടെ ബർളിനിൽ നിന്ന് യുദ്ധസമയത്തിനനുയോജ്യമായ ഒരു കൂട്ടപ്പലായനം മാർട്ടിൻ ബോർമാൻ നിർദ്ദേശിച്ചു. എന്നാൽ ഇങ്ങനെയൊരു ഉദ്യമത്തിന് വിജയസാധ്യതയില്ലെന്നും അത് മിക്കവാറും അബദ്ധം ആണെന്നും മോൺകെ അഭിപ്രായപ്പെട്ടു. ഒടുവിൽ സോവിയറ്റ് സർവ്വസൈന്യാധിപനുമായി ചർച്ചകൾ നടത്തുന്നതിനായി ജനറൽ ക്രേബ്സിനെ ട്ഷൂയിക്കോവിന്റെയടുത്തേക്ക് ടെമ്പിൾ ഹോഫിൽ അയയ്ക്കാൻ തീരുമാനമായി.

രാത്രി രണ്ടുമണിയോടുകൂടി ക്രേബ്സ് പുറപ്പെടുകയും ഏതാണ്ട് ഒന്നരമണിക്കൂറിനുശേഷം ഷൂളെൻബുർഗ്റിംഗിൽ ട്ഷൂയിക്കോവ് താമസമാക്കിയിരുന്ന ഒരു ഫ്ളാറ്റിൽ എത്തുകയും ചെയ്തു. തികച്ചും ഓർക്കാപ്പുറത്തുവന്ന ഈ സംഭാഷണസന്നദ്ധതയിൽ അദ്ഭുതപ്പെട്ട സോവിയറ്റ് കമാന്റർക്ക് തീർച്ചയായും തന്റെ സ്റ്റാഫിനെ വിളിച്ചുകൂട്ടാൻ സമയമില്ലായിരുന്നു. അതുകൊണ്ട് ഒന്നിച്ചിരുന്ന് ഭക്ഷണം കഴിക്കാൻ തയ്യാറായിക്കൊണ്ടിരുന്ന രണ്ട് എഴുത്തുകാരെയും അതുപോലെതന്നെ തന്റെ സൈനികസഹായികളെയും ഏതാനും താഴ്ന്ന റാങ്കുള്ള ഓഫീസർമാരെയും ഏറ്റവും അടുത്ത വാർ കൗൺസിൽ ആയി പരിചയപ്പെടുത്താൻ ആൾ തീരുമാനിച്ചു. അതിഥികളിൽ ഒരാൾ മാറ്റ്‌വെജ് ഐ. ബ്ലാന്റെർ എന്ന ഗാനരചയിതാവായിരുന്നു. ബ്ലാന്റെറിന് യൂണിഫോം ഇല്ലെന്നും അതുകൊണ്ട് റെഡ് ആർമിയിലെ ഓഫീസറായി പരിചയപ്പെടുത്താൻ കഴിയില്ലെന്നും കണ്ട, പരുക്കനും വീണ്ടുവിചാരമില്ലാത്തവനും ആയ ആ ജനറൽ സംഗീതജ്ഞനെ സിറ്റിംഗ്റൂമിലുള്ള അലമാരയിൽ കയറ്റി

വാതിലടച്ച് ഏറ്റവും ചെറിയ ശബ്ദംപോലും പുറപ്പെടുവിക്കരുതെന്ന് ആജ്ഞാപിച്ചു.

ഏതാനും കാര്യങ്ങൾ മുഖവുരയായി പറഞ്ഞതിനുശേഷം ക്രേബ്സ് കാര്യത്തിലേക്ക് കടന്നു: റൈഷ് ചൈൻസ്ലെറിയുടെ അടിയിലുള്ള ബങ്കറിൽവച്ച്, പരിണയിച്ച ഭാര്യയോടൊപ്പം ഹിറ്റ്ലർ ആത്മഹത്യ ചെയ്തു എന്ന് പറഞ്ഞതും എല്ലാം തനിക്കറിയാമെന്നമട്ടിൽ ട്ഷൂയിക്കോവ് തല കുലുക്കി. നാളിതുവരെ റൈഷ് ചാൻസ്ലെറിയുടെ വളപ്പിൽ ഒരു ബങ്കറുള്ളതായോ ഈഫാബ്രൗണിനെപ്പറ്റിയോ യാതൊരു അറിവും ഇല്ലാതിരുന്ന ട്ഷൂയിക്കോവ് ഭാവഭേദമൊന്നും കാണിക്കാതെ കാര്യം തനിക്ക് പണ്ടേ അറിയാമെന്ന് തറപ്പിച്ചുപറഞ്ഞു. ഗേബെൽസ് എഴുതിയ ഒരു എഴുത്ത് ക്രേബ്സ് അയാളെ വായിച്ചുകേൾപ്പിച്ചു. തന്റെ പിൻഗാമി ആരായിരിക്കണം എന്ന കാര്യത്തിൽ ഹിറ്റ്ലർ പറഞ്ഞുവെച്ചിരുന്ന വ്യവസ്ഥ ഇതിൽ വ്യക്തമാക്കിയിരുന്നു. ഏറ്റവും വലിയ നഷ്ടങ്ങൾ സഹിക്കേണ്ടിവന്ന രണ്ടു രാജ്യങ്ങൾക്കിടയിൽ സമാധാന സംഭാഷണങ്ങൾ നടത്തണമെന്നുള്ള നിർദ്ദേശവും ഈ കത്തിലുണ്ടായിരുന്നു.

ട്ഷൂയിക്കോവ് ഒരു നിമിഷംപോലും അമാന്തിച്ചില്ല. ഒരു പ്രത്യേക കരാർ വഴി സഖ്യശക്തികളെ ഭിന്നിപ്പിക്കാനായി എഴുതപ്പെട്ടത്, ആർക്കും എളുപ്പം വായിച്ചെടുക്കാവുന്നതും ഏറെ വൈകിപ്പോയതുമായ ആ നിർദ്ദേശങ്ങൾ ട്ഷൂയിക്കോവ് കുറഞ്ഞ വാക്കുകളിൽ നിഷ്ക്കരുണം നിരാകരിച്ചു. ഇതേത്തുടർന്ന് പല കാര്യങ്ങളും മനഃപൂർവ്വം മാറ്റിവെയ്ക്കപ്പെട്ടു. ആദ്യമായി സ്ട്രൗസ്ബെർഗിലുള്ള മാർഷൽ ഷുഖോവിനെ വിവരമറിയിക്കേണ്ടിവന്നു. ഷുഖോവിനാകട്ടെ സ്റ്റാലിനെ ഉറക്കത്തിൽനിന്ന് ഉണർത്തേണ്ടിവന്നു. ഇരുവരും എല്ലാ ദ്വികക്ഷി ചർച്ചകളും ഒരുപോലെ നിഷേധിച്ചു. താത്കാലികമായി ഒരു വെടിനിർത്തൽ വേണം എന്ന നിർദ്ദേശവും പിന്തള്ളപ്പെട്ടു. ട്ഷൂയിക്കോവ് പറഞ്ഞു: “ബെർളിന്റേതായാലും റൈഷിന്റേതായാലും നിരുപാധികമായ ഒരു കീഴടങ്ങലിനെപ്പറ്റി മാത്രമേ ഗാഢമായി പരിചിന്തനം ചെയ്യാൻ കഴിയൂ.”

മറ്റ് ഏത് ദുരന്തനാടകത്തിലും എന്നപോലെ ഇതിലും ഫലിതത്തിന്റെ കുറവില്ലായിരുന്നു. കാരണം, തന്റെ ഒളിസ്ഥലത്ത്, ആണിയടിച്ചുറപ്പിച്ചപോലെ, വടിപോലെനിന്നിരുന്ന, എല്ലാവരാലും ഇതിനകം മറക്കപ്പെട്ടിരുന്ന ബ്ലാന്റെർ ഏതാനും മണിക്കൂറുകൾക്കുശേഷം പെട്ടെന്ന് എല്ലാവരെയും ഞെട്ടിച്ചുകൊണ്ട് ഷെൽഫിൽനിന്ന് പുറത്തേക്ക് നെടുനീളത്തിൽ അലച്ചുവീണു. ബോധമില്ലാതെ കിടന്ന ബ്ലാന്റർക്ക് ആവശ്യമായ പരിചരണം നൽകി അടുത്ത മുറിയിലേക്ക് മാറ്റിയതിനുശേഷം ചർച്ചകൾ വീണ്ടും തുടർന്നു, ഈ സംഭവത്തെപ്പറ്റി യാതൊരുവിധ പരാമർശവും ഇല്ലാതെ. ഗേബെൽസിനോടോ ഡ്യേണിറ്റ്സിനോടോ ആലോചിക്കാതെ, റഷ്യാക്കാർ മുന്നോട്ടുവച്ചിരിക്കുന്ന കീഴടങ്ങലിനായുള്ള ആവശ്യം തനിക്ക്

സാധിച്ചുകൊടുക്കാൻ കഴിയില്ലെന്ന് ക്രേബ്സ് പറഞ്ഞപ്പോൾ ഒരു നീണ്ട വഴക്കാണുണ്ടായത്. ഒടുവിൽ അഞ്ചു സോവ്യറ്റ് വ്യവസ്ഥകൾ എഴുതിയ ഒരു കടലാസ് ക്രേബ്സിന് ലഭിച്ചു. ഇവയായിരുന്നു ആ വ്യവസ്ഥകൾ.

1. ബെർളിൻ കീഴടങ്ങുന്നു.

2. കീഴടങ്ങുന്നവരെല്ലാം ആയുധം താഴെ വയ്ക്കേണ്ടതുണ്ട്.

3. എല്ലാ സാധാരണ ഭടന്മാർക്കും ഓഫീസർമാർക്കും ജീവൻ ഉറപ്പു നൽകുന്നു.

4. മുറിവേറ്റവർക്ക് പരിചരണം ലഭിക്കും.

5. സഖ്യകക്ഷികളുമായി വയർലെസ് മാർഗ്ഗത്തിലൂടെ ചർച്ചകൾ നടത്താനുള്ള സൗകര്യം ഉണ്ടാക്കും.

ട്ഷ്വുയിക്കോവ് കൂട്ടിച്ചേർത്തു.

ഈ വ്യവസ്ഥകൾ പാലിക്കപ്പെടുന്നില്ലെങ്കിൽ യുദ്ധം ഉടൻ സർവ്വശക്തിയുമുപയോഗിച്ച് വീണ്ടും തുടരും. ഏതാണ്ട് 12 മണിക്കൂറിനുശേഷം ക്രേബ്സ് റൈഷ് ചാൻസ്‌ലെറിയിലേക്കു യാത്ര തിരിച്ചു.

ഗോബെൽസ് രോഷാകുലനായി. ആൾ പറഞ്ഞു: "വർഷങ്ങൾക്കുമുമ്പ് റഷ്യാക്കാരുടെ പിടിയിൽനിന്ന് പടപൊരുതി പിടിച്ചെടുത്ത ബർളിൻ നഗരത്തെ താൻ അവസാനശ്വാസം വലിക്കുന്നതുവരെ പ്രതിരോധിക്കും. ജർമ്മൻ റൈഷ് ചാൻസെലർ എന്ന നിലയിൽ ജീവിക്കാൻ ബാക്കി നിൽക്കുന്ന ഏതാനും മണിക്കൂറുകൾ കീഴടങ്ങൽ കരാറിൽ ഒപ്പുവെയ്ക്കാനായി താൻ ഉപയോഗിക്കില്ല." തുടർന്നുനടന്ന, സമനില വിട്ട, പരിഭ്രാന്തമായ വാദപ്രതിവാദങ്ങളിൽ എല്ലാ ചർച്ചകളും അവസാനിപ്പിക്കണം എന്നും മറ്റു നടപടികൾ എടുക്കേണ്ടതില്ലെന്നും ഉള്ള ഒറ്റക്കാര്യത്തിൽ മാത്രമാണ് ഏകാഭിപ്രായം പ്രകടമായത്. ഈ സാഹചര്യത്തിൽ ഗേബെൽസിന്റെ മന്ത്രാലയത്തിലെ ഉയർന്ന ഉദ്യോഗസ്ഥരിലൊരാളായ ഹാൻസ്ഫ്രിറ്റ്ഷേ തന്റെ സ്വന്തം ഉത്തരവാദിത്വത്തിൽ ഒരു കീഴടങ്ങൽ നിബന്ധന മുന്നോട്ടുവെയ്ക്കാൻ തീരുമാനിച്ചു.

ഫ്രിറ്റ്ഷേ വില്ലെംപ്ലാറ്റ്സിലുള്ള തന്റെ ഓഫീസിൽ ചെന്ന് മാർഷൽ ഷുഖോവിന് ഒരു കത്തെഴുതി. എഴുതിക്കഴിയുന്നതിനുമുമ്പ് കുടിച്ചുന്മത്തനായ ജനറൽ ബുർഗ് ഡോർഫ് പെട്ടെന്ന് മുറിയിൽ കടന്ന് ദേഷ്യംകൊണ്ട് വിറച്ച് ബർളിൻ നഗരം റഷ്യക്കാർക്ക് വിട്ടുകൊടുക്കാൻ ഫ്രിറ്റ്ഷേക്ക് യഥാർത്ഥത്തിൽ ഉദ്ദേശ്യമുണ്ടോയെന്ന് ചോദിച്ചു. ഉണ്ടെന്ന് ഫ്രിറ്റ്ഷേ പറഞ്ഞപ്പോൾ ബുർഗ്സോർഫ് അലറി: "അങ്ങനെയെങ്കിൽ എനിക്ക് താങ്കളെ വെടിവെച്ചുകൊല്ലേണ്ടിവരും. കാരണം ഏത് തരത്തിലുള്ള കീഴടങ്ങലും വിലക്കുന്ന ഫ്യൂററുടെ ഉത്തരവ് ഇനിയും സാധുവാണ്. തന്നെയുമല്ല സിവിലിയനായ ഫ്രിറ്റ്ഷേക്ക് ചർച്ചകൾ നടത്താൻ യാതൊരു അധികാരവും ഇല്ല." പിടിയുറയ്ക്കാത്ത കൈകൊണ്ട് അയാൾ

പിസ്റ്റളെടുത്തു. പക്ഷേ ബുർഗ്ഡോർഫിനെ ഫ്രിറ്റ്ഷേയുടെയടുത്തേക്ക് കൊണ്ടുവന്നതിനുശേഷം വാതിൽക്കൽ കാത്തുനിന്നിരുന്ന റേഡിയോ ടെക്നീഷൻ അവസാന നിമിഷത്തിൽ ആ ജനറലിന്റെ കൈയിൽനിന്ന് തോക്ക് തട്ടിപ്പറിച്ചതുകൊണ്ട് മുറിയുടെ സീലിംഗിലാണ് വെടിയുണ്ട പതിച്ചത്. അല്പം കഴിഞ്ഞ് ഓടിയെത്തിയ മന്ത്രാലയത്തിലെ ഉദ്യോഗ സ്ഥർ ബുർഗ്ഡോർഫിനെ ബലം പ്രയോഗിച്ച് നിയന്ത്രണത്തിലാക്കി റൈഷ്ചാൻസ്ലെറിയുടെ താഴെയുള്ള ബങ്കറിൽ തിരികെ കൊണ്ടു ചെന്നാക്കി.

ഇതുകഴിഞ്ഞയുടനെ ഫ്രിറ്റ്ഷേ തന്റെ ഉദ്യോഗസ്ഥരിൽ രണ്ടുപേരെ സോവിയറ്റ് താവളത്തിലേക്കയച്ചു. ഏറെത്താമസിയാതെ അവിടേക്ക് ചെല്ലുകയും ചെയ്തു. നഗരത്തിൽ ചിലയിടങ്ങളിലെങ്കിലും തീവ്രത യോടെ സംഘട്ടനങ്ങൾ തുടരുന്നുണ്ടായിരുന്നു. ഫ്രിറ്റ്ഷേ സോവിയറ്റ് സൈനികനേതൃത്വവുമായി ഉണ്ടാക്കിയ ഒത്തുതീർപ്പ് ബർളിൻ നഗര ത്തിന്റെ കലങ്ങിമറിഞ്ഞ, അതീവദുരൂഹമായ അവസ്ഥയെ വ്യക്തമാക്കു ന്നതായിരുന്നു. “സോവിയറ്റ് യൂണിയൻ ജർമ്മനിയുടെ കീഴടങ്ങൽ സ്വീകരിച്ചിരിക്കുന്നതായി” ഫ്രിറ്റ്ഷേ ജർമ്മൻ ഭരണകൂടത്തിന്റെ നാമ ത്തിൽ, റേഡിയോ വഴി ജർമൻ ജനതയെ അറിയിക്കണം എന്ന് ഈ ഒത്തുതീർപ്പിൽ വ്യവസ്ഥ ചെയ്തിരുന്നു. ഇതിലുപരിയായി സംഘട്ടന ങ്ങൾ നിർത്തിവെയ്ക്കാനും സൈനികഘടകങ്ങളെ ആയുധവും മറ്റ് ഉപകരണങ്ങളുമടക്കം ശത്രുസൈന്യത്തിന്റെ തടവറയിലേക്ക് വിട്ടു കൊടുക്കാനും ഫ്രിറ്റ്ഷേ ഉത്തരവ് പുറപ്പെടുവിക്കണമെന്നും വ്യവസ്ഥ ചെയ്തിരുന്നു.

ഇതിനിടയ്ക്ക് ബർളിനിലെ സിറ്റി കമാന്റർ ജനറൽ വൈഡ്ലിംഗും പണ്ടേ അർത്ഥശൂന്യമായിക്കഴിഞ്ഞിരുന്ന രക്തച്ചൊരിച്ചിൽ അവസാനി പ്പിക്കാൻ ദൃഢനിശ്ചയം ചെയ്തിരുന്നു. ആരിൽനിന്നും എതിർപ്പ് വിളിച്ചു വരുത്താതിരിക്കാനായി ബങ്കറിലെ വിശ്വസ്തരായ ചുരുക്കം ചിലരെ മാത്രമേ വൈഡ്ലിംഗ് തന്റെ അവസ്ഥ അറിയിച്ചിരുന്നുള്ളൂ. ഗ്വേബെൽ സിന്റെ അഭിപ്രായം വൈഡ്ലിംഗിന് പണ്ടേ അറിയാമായിരുന്നു. ജനറൽ ക്രേബ്സാവട്ടെ, യാത്ര പറയുമ്പോൾ ഇങ്ങനെ പറയുകയും ചെയ്തി രുന്നു: “നിസ്സഹായരായ വ്യക്തികളേ ഉള്ളൂ, അവസ്ഥകളില്ല.”

മെയ് ഒന്നാംതീയതി വൈകീട്ട് യുദ്ധനടപടികൾ അവസാനിപ്പിക്കാൻ വൈഡ്ലിംഗ് തന്റെ സൈന്യത്തോടാവശ്യപ്പെട്ടു. അർദ്ധരാത്രി കഴിഞ്ഞ് ഏതാനും മണിക്കൂറുകൾക്കുശേഷം ഒന്നിനുപുറകെ മറ്റൊന്നായി അഞ്ച് വയർലെസ് മെസ്സേജുകൾ ശത്രുനിരയിലേക്കയപ്പിച്ചു. “ഇത് ജർമ്മൻ ടാങ്ക് കോർപ്പ്സ്! ഇത് 56-ാം ജർമ്മൻ ടാക് കോർപ്പ്സ്! വെടിനിർത്താൻ അപേക്ഷിക്കുന്നു. ബെർളിൻ സമയം 2.50ന് പാർലമെന്റംഗങ്ങളെ പോട്സ് ഡാം ബ്രിഡ്ജിലേക്ക് ഞങ്ങൾ അയയ്ക്കും. തിരിച്ചറിയാനുള്ള അടയാളം ചുവന്ന വെളിച്ചത്തിന് മുമ്പുള്ള വെള്ളക്കൊടി. ഉത്തരം തരണം എന്ന് അപേക്ഷിക്കുന്നു. ഞങ്ങൾ കാത്തുനിൽക്കുന്നു.”

ഇതിനുശേഷം അല്പം കഴിഞ്ഞ് മറുവശത്തുനിന്ന് മറുപടി വന്നു: "മനസ്സിലായി, മനസ്സിലായി. നിങ്ങളുടെ അപേക്ഷ ചീഫ് ഓഫ് സ്റ്റാഫിന് കൈമാറുന്നു." അല്പം കഴിഞ്ഞ് ട്ഷൂയിക്കോവ് തന്റെ സമ്മതം വയർലെസ് വഴി അറിയിച്ചു. പറഞ്ഞ സമയത്ത് ട്ഷൂയിക്കോവ് മൂന്ന് സ്റ്റാഫ് ഓഫീസർമാരുടെ അകമ്പടിയോടെ ഷൂളെൻബുർഗ് റിംഗിലെത്തി. ക്രേബ്സ് എവിടെയാണെന്നും അയാളെ വിവരം ധരിപ്പിച്ചിട്ടുണ്ടോ എന്നും ചോദിച്ചപ്പോൾ വിശദവിവരങ്ങൾ നൽകാൻ വൈഡ്ലിംഗിന് കഴിഞ്ഞില്ല. വെടിനിർത്താനുള്ള ഉത്തരവിനെപ്പറ്റി എല്ലാ സൈനികഘടകങ്ങൾക്കും അറിയാമോ എന്ന് തുടർന്നുണ്ടായ ചോദ്യത്തിന് വൈഡ്ലിംഗ് മറുപടി പറഞ്ഞു: ഒറ്റയായ, പ്രത്യേകിച്ച് ചെറുതായ ഘടകങ്ങളുമായി തനിക്ക് ബന്ധമില്ല. എസ്.എസ്. യൂണിറ്റുകൾ തന്റെ കമാന്റിന് കീഴിലല്ല. സൈന്യത്തിന്റെ യുദ്ധവീര്യം കുറയുമോ എന്ന് ഭയന്ന് ഹിറ്റ്ലറുടെ മരണം തൽക്കാലത്തേക്ക് രഹസ്യമായി സൂക്ഷിക്കാൻ ഗ്വേബെൽസ് ഉത്തരവിട്ടതുകൊണ്ടായിരിക്കാം ഒരുപക്ഷേ ചില സ്ഥലങ്ങളിൽ യുദ്ധം തുടർന്നതെന്ന് കൂട്ടിച്ചേർത്തു. എന്നിട്ട് ട്ഷൂയിക്കോവ് വൈഡ്ലിംഗിനോട് ഒരു കീഴടങ്ങൽ ഉത്തരവ് എഴുതിയുണ്ടാക്കാൻ ആവശ്യപ്പെട്ടു.

വൈഡ്ലിംഗ് വിസമ്മതിച്ചു. തടവിൽ കഴിയുന്ന തനിക്ക് ഉത്തരവുകൾ നൽകാനാവില്ലെന്ന് അയാൾ വിശദീകരിച്ചു. വഴക്ക് നീണ്ടുനിന്നപ്പോൾ ബോധക്ഷയമുണ്ടായി. ജനറൽ വൈഡ്ലിംഗിന് ബോധം തിരികെ കിട്ടിയ ഉടനെ ഇരുകക്ഷികളും പൊതുവായ ഒരു അറിയിപ്പ് എഴുതിയുണ്ടാക്കുന്ന കാര്യത്തിൽ പരസ്പരം യോജിച്ചു. യുദ്ധം തുടർന്നിരുന്ന എല്ലാ സ്ഥലങ്ങളിലും ലൗഡ് സ്പീക്കറിലൂടെ ഇത് എത്തിക്കണമായിരുന്നു. വൈഡ്ലിംഗ് എഴുതി:

"ബെർളിൻ, മെയ് 2, 1945. ഏപ്രിൽ 30-ാം തീയതി ഫ്യൂറർ ആത്മഹത്യ ചെയ്യുകയും അതോടെ വിശ്വസ്തത വാഗ്ദാനം ചെയ്തിരുന്ന എല്ലാവരും അദ്ദേഹത്തെ ആവശ്യനേരത്ത് കൈവിടുകയും ചെയ്തിരിക്കുന്നു. വെടിക്കോപ്പുകൾ തീരാറായിട്ടും, മൊത്തത്തിലുള്ള സ്ഥിതിഗതികൾ തുടർന്നുള്ള ചെറുത്തുനില്പ് നിരർത്ഥകമാക്കിയിട്ടും നിങ്ങൾ ജർമ്മൻ യോദ്ധാക്കൾ ഫ്യൂററുടെ ആജ്ഞ ശിരസാ വഹിച്ച് ബർളിനുവേണ്ടിയുള്ള പോരാട്ടം തുടരാൻ തയ്യാറായിരുന്നു. എല്ലാത്തരത്തിലുള്ള എതിർത്തുനിൽപ്പും നിങ്ങൾ ഉടനടി നിർത്തിവെയ്ക്കണം എന്ന് ഞാൻ ഉത്തരവിടുന്നു. നിങ്ങൾ തുടർന്നു പോരാടുന്ന ഓരോ മണിക്കൂറിലും ബർളിനിലെ സിവിൽ ജനതയുടെ അതിഭീകരമായ യാതനയും നമ്മുടെ വശത്ത് മുറിവേറ്റവരുടെ എണ്ണവും വർദ്ധിക്കുകയാണ്. സോവിയറ്റ് സൈന്യത്തിന്റെ സുപ്രീം കമാന്റിന്റെ അറിവോടും സമ്മതത്തോടുംകൂടി ഉടനടി സായുധസംഘട്ടനം നിർത്തിവെയ്ക്കാൻ ഞാൻ നിങ്ങളോടാവശ്യപ്പെടുന്നു. വൈഡ്ലിംഗ്, ബെർളിൻ പ്രതിരോധമേഖലയുടെ മുൻസൈന്യാധിപൻ."

യുദ്ധമുഖത്ത് വൊളന്റിയർസേനപോലെ നിലനിന്നിരുന്ന പ്രതിരോധവും ഇതോടെ ഇല്ലാതായി. തലേന്ന് ഏറ്റവും ഒടുവിലായി ഗ്വേബെൽസും ബോർമാനും ഡ്വേണിറ്റ്സിനെ ഹിറ്റ്ലറുടെ മരണവാർത്ത അറിയിച്ചിരുന്നു. സ്ഥാനത്തുനിന്ന് നീക്കം ചെയ്യപ്പെട്ട റൈഷ്മാർഷലിനു പകരം താൻ ഹിറ്റ്ലറുടെ പിൻഗാമിയായി നിയമിക്കപ്പെട്ടിരിക്കുന്നു എന്നു മാത്രം ഏപ്രിൽ 30ന് വൈകീട്ട് ഗ്വേണിറ്റ്സിന് തെറ്റായ വിവരം ലഭിച്ചിരുന്നു.

എന്നാൽ സത്യത്തിൽ ഹിറ്റ്ലർ അഡ്മിറൽ ഗ്വേണിറ്റ്സിന് റൈഷ് പ്രസിഡണ്ടിന്റെ പദവിയും ജർമ്മൻ സുയുധസേനയുടെ സർവ്വസൈന്യാധിപത്യവും മാത്രമേ കൈമാറിയിരുന്നുള്ളൂ, ചാൻസ്‌ലെറുടെ പദവി കൈമാറിയിരുന്നില്ല. ഹിറ്റ്ലറുടെ മരണവാർത്ത സാധിക്കുന്നിടത്തോളം സമയം രഹസ്യമായി സൂക്ഷിക്കുക എന്ന ലക്ഷ്യം മാത്രമല്ല ഗ്വേബെൽസിനെയും ബോർമാനെയും നയിച്ചത്. അതിലുപരി മറ്റുള്ളവരെ മനഃപൂർവ്വം ചിന്താക്കുഴപ്പത്തിലാക്കുകവഴി തങ്ങൾക്ക് പണ്ടേ പരിചയമുണ്ടായിരുന്ന അധികാരത്തിനുവേണ്ടിയുള്ള കടിപിടി തുടരുക കൂടിയാണ് ചെയ്തത്. ഗ്വേബെൽസിന് ബെർളിനിൽ പറയത്തക്ക പ്രവർത്തനക്ഷമതയില്ലെന്ന വാസ്തവം ഉപയോഗിച്ച്, ഷ്ളേസ്‌വിഗ് ഹോൾസ്റ്റൈനി[44]ലേക്ക് പിൻവാങ്ങിയ ഹിംലർ ഡ്വേണിറ്റ്സിനെതന്നെ ചാൻസ്‌ലെറായി നിയമിക്കാൻ തിരക്കുകൂട്ടിയേക്കാം എന്ന് ഗ്വേബെൽസിനും ബോർമാനും ഒരുപോലെ ഭയന്നിരുന്നു. അവരുടെ കണക്കുകൂട്ടൽ ഇങ്ങനെയായിരുന്നു: ഹിറ്റ്ലർ നിയമിച്ച ചാൻസ്‌ലെറായി സ്വയം കരുതുന്നിടത്തോളംകാലം അഡ്മിറൽ ഡ്വേണിറ്റ്സ് തന്റെ സ്ഥാനം ഒരിക്കലും കൈവിടില്ല.

ഗ്വേബെൽസ് ചാൻസ്‌ലെറുടേതായി ഇനിയും അവശേഷിച്ച ഉത്തരവാദിത്വങ്ങളുടെ നിർവ്വഹണത്തിലേക്ക് തിരിഞ്ഞു. അങ്ങനെ ഓരോരോ സംഭാഷണങ്ങൾ നടത്തി, ഏതാനും രേഖകളിൽ ഒപ്പിട്ടു. എന്നിട്ട് താൻ വർഷങ്ങളായി നിലനിർത്തിപ്പോന്ന ഡയറിക്കുറിപ്പുകൾ ഉപസംഹരിക്കാനായി സ്വകാര്യമുറിയിലേക്കു പോയി. കുറിപ്പിന്റെ അവസാനത്തിൽ ആൾ ഒരുതരത്തിലുള്ള നീക്കി ബാക്കിപത്രം രേഖപ്പെടുത്തുകയും ഏഴു പേജുകളുള്ള ഒരു പ്രബന്ധത്തിൽ തന്റെ രാഷ്ട്രീയനിലപാട് നീതീകരിക്കാൻ ശ്രമിക്കുകയും ചെയ്തു. ഹിറ്റ്ലറോടൊപ്പം താൻ വർഷങ്ങളായി പുലർത്തിപ്പോന്ന ഒരു രാഷ്ട്രീയ നിലപാടായിരുന്നത്രെ അത്. ഈ രാഷ്ട്രീയത്തിന്റെ ഏറ്റവും വാക്ശക്തനായ വക്താവും താനായിരുന്നു.

ഏതാണ്ട് ഒരു മണിക്കൂർ കഴിഞ്ഞ് ഗ്വേബെൽസ് പുറത്തുവന്ന് പ്രബന്ധത്തിന്റെ കൈയെഴുത്തു കോപ്പി വകുപ്പു സെക്രട്ടറി വേർണർ

44. ജർമ്മനിയുടെ പതിനാറു സ്ഥാനങ്ങളിൽ ഏറ്റവും വടക്കുഭാഗത്തുള്ള ഒന്ന്. കൃത്യമായി പറഞ്ഞാൽ വടക്കുപടിഞ്ഞാറൻ ജർമ്മനിയിലാണ് ഷ്ളേസ്‌വിഗ് ഹോൾസ്റ്റൈൻ കിടക്കുന്നത്. എൽബേ നദിയുടെ താഴെ നിന്ന് ഹാംബുർഗ്ഗിലൂടെ വടക്ക് ഡെൻമാർക്കുവരെ നീണ്ടുകിടക്കുന്നു.

നൗമാന് കൊടുത്തിട്ട് അത് ബെർളിനിൽനിന്ന് പുറത്തു കടത്താനും ഭാവി തലമുറകൾക്കു നൽകാനും ആവശ്യപ്പെട്ടു. ഈ മരണാനന്തരപ്രകാശനം നടക്കാനിടവന്നില്ലെന്നത് ശരിതന്നെ. കാരണം ബർളിനിൽനിന്ന് നടന്ന കൂട്ടപ്പലായനത്തിന്റെ ബഹളത്തിൽ നൗമാന് ഈ കടലാസുകൾ കൈമോശം വന്നിരുന്നു. എന്നാലും ഗേബെൽസ് പണ്ടുമുതലേ, പ്രത്യേകിച്ച് സംഭവത്തിന് തൊട്ടുമുമ്പിലത്തെ ആഴ്ചകളിൽ, പ്രത്യേക ശ്രദ്ധയോടെ എഴുതിയിരുന്നതിൽനിന്ന് തന്റെ നിരപരാധിത്വം സമർത്ഥിക്കുന്ന വാദങ്ങളുടെ ഒരു രൂപരേഖയെങ്കിലും വരച്ചെടുക്കുക പ്രയാസമായിരിക്കില്ല.

ഗേബെൽസ് എഴുതിവച്ച ഈ അവസാനരേഖയുടെ ആരംഭത്തിൽ എക്കാലവും താൻ ചെയ്തുപോന്ന നീതീകരണങ്ങളുടെ ഒരു ശൃംഖലയാണുണ്ടായിരുന്നത്. യൂറോപ്യൻ സംസ്കാരം നിലനിർത്താനുള്ള ഇച്ഛാശക്തിതൊട്ട്, ജർമ്മൻ റൈഷിനോടുള്ള നഗ്നമായ വെറുപ്പുകൊണ്ട് കൺമുന്നിലുള്ള മാരകമായ വിപത്ത് കണ്ടില്ലെന്ന് നടിക്കുകയും പുരാതനമായ യൂറോപ്യൻ ഭൂഖണ്ഡത്തെ അലഞ്ഞുതിരിഞ്ഞുനടക്കുന്ന ഏഷ്യൻ വർഗങ്ങൾക്ക് വിട്ടുകൊടുക്കുകയും ചെയ്ത പാശ്ചാത്യലോകത്തിനുമേലുള്ള ശാപവചനങ്ങൾ അടക്കം സ്വന്തം അണികൾക്കെതിരെയുള്ള വിമർശനംവരെ ഇതിൽ ഉണ്ടായിരുന്നു. ഈ അണികൾ പഴയ ക്ലിക്കുകളുടെ നിരന്തരമായ ചതികൾ വഴി ദുർബലമാക്കപ്പെടുക മാത്രമല്ല ചെയ്തത്, അന്തിമമായ ഒരു ജീവന്മരണസമരത്തിന് അശക്തരാക്കപ്പെടുകയും ചെയ്തിരുന്നത്രെ. ഈ വാദങ്ങളെ ശക്തമായും കൂടുതൽ പ്രകാശനക്ഷമമായും ചിത്രീകരിച്ചതും ഇവയ്ക്കെല്ലാം ഉപോൽബലകമായി വർത്തിച്ചതും അതിഭാവുകത്വം കലർന്ന ആ ചിത്രങ്ങളായിരുന്നു – ഒരു വശത്ത് പാതാളത്തിലെ പൈശാചികശക്തികളും മറുവശത്ത്, രക്ഷകന്റെ രൂപത്തിൽ അവതാരം ചെയ്ത സൈന്യാധിപനായ ഹിറ്റ്ലറോടൊപ്പം അച്ചടക്കത്തിന്റെയും നീതിയുടെയും സ്വർഗീയഗണങ്ങളും തമ്മിലുള്ള പോരാട്ടത്തിന്റെ ചിത്രം.

ഏതാണ്ട് 20 വർഷം മുമ്പ് ഫ്യൂററെ ചുറ്റിപ്പറ്റി നെയ്തെടുത്ത ഇതിഹാസത്തെ സാധൂകരിക്കാനും കരുത്തുറ്റതാക്കാനും ഉപയോഗിച്ച ഭാഷാപ്രയോഗങ്ങളിലും അലങ്കാരങ്ങളിലും വീണ്ടും വീണ്ടും ആശ്രയിക്കുകയായിരുന്നു ഗേബെൽസ് ഇവിടെ. മുമ്പും ചില പ്രാവശ്യം ചിന്തിച്ചിട്ടുള്ളതുപോലെ ഗേബെൽസ് പെട്ടെന്ന് ദൈവഭൂഷണപരമായി ഇങ്ങനെ ചിന്തിച്ചു കാണാം: “യൂറോപ്പ് ബോൾഷെവിസ്റ്റ് പിടിയിൽപെട്ടാൽ ജർമ്മൻ ജനത തങ്ങളുടെ ഫ്യൂററെപ്പറ്റി ഗൃഹാതുരത്വത്തോടെ സ്മരിക്കും. കാരണം അദ്ദേഹം ഒരിക്കൽകൂടി ഗോൽഗാത്തയിലേക്കുള്ള വഴി പിന്നിടുകയും ലോകരക്ഷയ്ക്കായി ജീവൻ ബലിയർപ്പിക്കുകയും ചെയ്യും.”

വൈകീട്ട് മിസ്സിസ് മാഗ്ഡാ ഗേബെൽസ് അപ്പർബങ്കറിലുള്ള തന്റെ ഫ്ളാറ്റിലേക്കു പോയി. തന്റെ കുട്ടികളെ എങ്ങനെ കഴിയുന്നത്ര

വേഗത്തിൽ വേദനയില്ലാതെ കൊല്ലാം എന്ന് ആരായുന്നതിനായി അവർ ഹിറ്റ്ലറുടെ പേഴ്സണൽ ഫിസിഷ്യനായ ഡോ. സ്റ്റുംപ്ഫെഗ്ഗറെയും ഇതിനകം പല പ്രാവശ്യം കണ്ടു സംസാരിച്ചിരുന്നു. തന്റെ ഈ തീരുമാനത്തെ നീതീകരിക്കാൻ ശ്രമിച്ചുകൊണ്ടുള്ള ഒരു കത്ത് ആദ്യവിവാഹത്തിലെ പുത്രനായ ഹാരാൾഡ് ക്വാൺഡ്റ്റിനു നൽകാനായി ഹന്നാ റൈഷിന് കൈമാറുകയും ചെയ്തിരുന്നു.

മാഗ്ഡാ ഗ്വേബെൽസ് എഴുതി: "തന്റെ നാഷണൽ സോഷ്യലിസ്റ്റ് ജീവിതത്തിന് ഉള്ളതിൽ വെച്ചേറ്റവും സാധ്യവും ആദരണീയവുമായ ഒരു പരിസമാപ്തി നൽകുന്നതിന് തീരുമാനിച്ചിരിക്കുന്നു." അവർ മകനെഴുതിയ കത്ത് ഇങ്ങനെ തുടരുന്നു: "പപ്പയുടെ ആഗ്രഹത്തിന് വിപരീതമായാണ് ഞാൻ അദ്ദേഹത്തിന്റെ കൂടെ നിന്നത് എന്ന് നീ അറിയണം. കഴിഞ്ഞ ഞായറാഴ്ചപോലും ഇവിടം വിട്ടുപോകാൻ ഫ്യൂറർ എന്നെ സഹായിക്കാനാഗ്രഹിച്ചിരുന്നു എന്നും നീ അറിയണം. എന്നെ സംബന്ധിച്ചിടത്തോളം മറ്റൊരു ചിന്തയില്ലായിരുന്നു. അതീവശ്രേഷ്ഠമായ നമ്മുടെ ആ ആശയം നാമാവശേഷമാവുകയാണ്. അതോടൊപ്പം ഞാൻ ജീവിതത്തിൽ അനുഭവിച്ചിട്ടുള്ള സുന്ദരമായ, ആരാധാനായോഗ്യമായ ശ്രേഷ്ഠമായ, നല്ലതായ എല്ലാ കാര്യങ്ങളും. ഫ്യൂററുടെയും നാഷണൽ സോഷ്യലിസത്തിന്റെയും കാലത്തിനുശേഷം വരുന്ന ലോകം ജീവിക്കാൻ അനുയോജ്യമായ ലോകമല്ല. അതുകൊണ്ടാണ് കുട്ടികളെ ഞാൻ ഇവിടെ കൊണ്ടുവന്നിരിക്കുന്നത്. നമുക്കുശേഷം വരുന്ന ലോകത്തിൽ ജീവിക്കേണ്ടിവരിക അവരെ സംബന്ധിച്ചിടത്തോളം കഷ്ടമായിരിക്കും. ഞാൻ തന്നെ അവർക്ക് മോചനം നൽകുകയാണെങ്കിൽ കരുണാമയനായ ഒരു ദൈവത്തിന് എന്നെ മനസ്സിലാക്കാൻ കഴിയും. എനിക്കും എന്റെ കുടുംബത്തിനും ഫ്യൂററോടൊപ്പം ജീവനൊടുക്കാൻ കഴിയും എന്നത് വിധിയുടെ ഒരു കാരുണ്യമത്രെ."

താനും പത്നിയും ഒരു മാതൃക നൽകാനാഗ്രഹിച്ചിരുന്നു എന്ന് ഗ്വേബെൽസ് ഹ്രസ്വമായ ഒരു അനുബന്ധത്തിൽ കൂട്ടിച്ചേർത്തിരുന്നു. ഭീകരമായ യുദ്ധം ഒന്ന് തരണം ചെയ്തുകഴിഞ്ഞാൽ ജർമ്മനിക്ക് വീണ്ടും ആശ്രയിക്കാൻ കഴിയുന്ന ഒരു മാതൃക. തന്റെ ഭാര്യയുടെ ആദ്യവിവാഹത്തിലെ പുത്രൻ ചുറ്റുപാടുമുള്ള ഒച്ചപ്പാടും ബഹളവുംകണ്ട് അമ്പരന്നുപോകരുത്. "നുണകളെല്ലാം ഒരു ദിവസം താനേ തകർന്നുവീഴും. സത്യം അവയെ വീണ്ടും കീഴടക്കും. നാം എല്ലാറ്റിനും ഉപരിയായി പരിലസിക്കുന്ന ഒരു സമയം ആയിരിക്കും അത്, നിർമ്മലവും കളങ്കമറ്റതുമായ സമയം..."

മെയ് ഒന്നാംതീയതി വൈകീട്ട് മാഗ്ഡാ ഗ്വേബെൽസ് തന്റെ കുട്ടികളെ സുഖമായി വേഗം ഉറങ്ങാനുള്ള ഒരു പാനീയം കൊടുത്ത് ബെഡ്ഡിൽ കിടത്തി. ഇതിനുപുറമേ ഒരുപക്ഷേ മോർഫിയം ഇഞ്ചക്ഷനും കൊടുത്തുകാണണം. എന്നിട്ട് ഡോ. സ്റ്റുംപ്ഫ്ഫെഗ്ഗർ നോക്കിനിൽക്കേ കുട്ടികളുടെ പിളർത്തിപ്പിടിച്ച വായിൽ പ്രഷിക് ആസിഡ് തുള്ളിയായി

ഒഴിച്ചുകൊടുത്തു. ഏറ്റവും മൂത്ത മകൾ ഹെൽഗാ മാത്രമേ എതിർത്തതായി കാണുന്നുള്ളൂ. ഏതായാലും പന്ത്രണ്ടുവയസ്സായ ആ പെൺകുട്ടിയുടെ ശരീരത്തിൽ കാണപ്പെടുന്ന ചതവുകൾ സൂചിപ്പിക്കുന്നത് ബലപ്രയോഗമില്ലാതെ ആ കുട്ടിയുടെ വായിൽ വിഷം ഒഴിച്ചുകൊടുത്തിരിക്കാനിടയില്ലെന്നാണ്. ഈ സംഭവം നടക്കുന്നതിനുമുമ്പുള്ള ദിവസങ്ങളിൽ ഈ പെൺകുട്ടി അസ്വസ്ഥതയോടെ ചോദിക്കുമായിരുന്നത്രെ, തനിക്കും സഹോദരങ്ങൾക്കും എന്തു സംഭവിക്കും എന്ന്.

ചാരനിറത്തിലുള്ള മുഖത്തോടും 'എല്ലാം പൂർത്തിയായി' എന്ന വാക്കുകളോടുംകൂടി മാഗ്ഡാ ഗ്വേബെൽസ് ലോ ബങ്കറിൽ വന്നു. അവിടെ കാത്തുനിന്നിരുന്ന ഭർത്താവുമൊത്ത് അവർ അയാളുടെ ലിവിംഗ് റൂമിലേക്ക് പോയി കരഞ്ഞുകൊണ്ട് പേഷ്യൻസ്[45] കളിക്കാൻ ചീട്ടുകൾ നിരത്തി.

കുറച്ചുകഴിഞ്ഞ് ബോർമാനും ആർതൂർ ആക്സ്മാനും എത്തി. മാഗ്ഡാ ഗ്വേബെൽസ് അവരോട് കുറച്ചുനേരം തന്നോടൊപ്പം ചെലവഴിക്കാൻ ആവശ്യപ്പെട്ടു: "നമുക്ക് എല്ലാവർക്കുംകൂടി ഒരിക്കൽകൂടി അങ്ങനെ ഒന്നിച്ചിരിക്കാം, യുദ്ധകാലത്ത് പതിവായി ചെയ്തിരുന്നതുപോലെ. കുറച്ചുനേരം മേശയ്ക്കുചുറ്റും ഇരുന്ന് ദുർബലരായ എതിരാളികളെ കൈകാര്യം ചെയ്യേണ്ടിയിരുന്ന, വലിയ പ്രതീക്ഷകൾ പുലർത്തിയിരുന്ന വർഷങ്ങളെപ്പറ്റിയുള്ള ഓർമ്മകൾ അവർ കൈമാറി. വിടപറയാനായി അപ്പോഴപ്പോൾ കയറിവന്ന ബങ്കർ നിവാസികൾ ഈ ഓർമ്മ പുതുക്കലിനെ തടസ്സപ്പെടുത്തി. തന്റെയും ഭാര്യയുടെയും കുട്ടികളുടെയും ജഡങ്ങൾ കത്തിച്ചുകളയാം എന്നുള്ള ഉറപ്പ് നേരത്തെതന്നെ ഗ്വേബെൽസ് തന്റെ സൈനികസഹായിയായ എസ്.എസ് - ഹൗപ്റ്റ്സ്റ്റുർമ്ഫ്യൂറർ ഗ്യുന്റർ ഷേഗർമാനിൽനിന്ന് നേരത്തെ വാങ്ങിയിരുന്നു.

ഏതാണ്ട് ഒമ്പത് മണിയായപ്പോൾ ഗ്വേബെൽസ് പെട്ടെന്ന് എഴുന്നേറ്റ് വാർഡ്റോബിന്റെയടുത്തേക്ക് നടന്നു. തൊപ്പി തലയിൽ വെച്ച്, കൈയുറകൾ ധരിച്ച് ആരോടും മിണ്ടാതെ ഭാര്യയോടൊപ്പം ചുറ്റും നിന്നവരുടെ മുന്നിലൂടെ ബങ്കറിൽനിന്ന് പുറത്തേക്കുള്ള വാതിലിലേക്കു നടന്നു. മാഗ്ഡ ഗ്വേബെൽസ് മൂന്നു ദിവസം മുമ്പ് ഹിറ്റ്ലർ നൽകിയ ഗോൾഡൻ പാർട്ടി മെഡൽ ധരിച്ചിരുന്നു. ബങ്കറിൽനിന്ന് പുറത്തേക്കു കയറുന്ന

45. ചീട്ടുകൾകൊണ്ടൊരു ഒരുതരം കളി. ഒരാൾക്ക് തനിയെ ഇത് കളിക്കാം. ജർമ്മനിയിലോ സ്കാന്റിനേവിയയിലോ ആയിരിക്കാം ഇതിന്റെ ഉദ്ഭവം. പത്തൊൻപതാം നൂറ്റാണ്ടിന്റെ ആരംഭത്തിൽ ഫ്രാൻസിലും ഉത്തരാർദ്ധത്തിൽ ഇംഗ്ലണ്ടിലും അമേരിക്കയിലും പ്രചരിച്ചു. ഭാവിയെപ്പറ്റി സൂചനകൾ ഈ കളി നൽകുന്നു എന്ന് ജർമ്മൻ പാരമ്പര്യം. ചീട്ടുകൾ അനുകൂലമല്ലെങ്കിൽ നല്ല കാര്യങ്ങൾ ആരംഭിക്കരുതെന്ന് വിശ്വസിക്കപ്പെടുന്നു. ആദ്യത്തെ ശ്രമത്തിൽത്തന്നെ നല്ല ചീട്ട് കിട്ടിയാൽ ശുഭലക്ഷണം. പ്രധാന തീരുമാനങ്ങൾ എടുക്കാം. അല്ലെങ്കിൽ സൂക്ഷിക്കുക. നാടുകടത്തപ്പെട്ട് തടവിൽ കഴിഞ്ഞിരുന്ന നെപ്പോളിയൻ പേഷ്യൻസ് കളിച്ചിരുന്നുവത്രെ.

നടക്കല്ലുകളുടെ ചുവട്ടിലെത്തിയപ്പോൾ ഗ്വേബെൽസ് അവിടെ കണ്ടുമുട്ടിയ ടെലിഫോൺ ഓപ്പറേറ്റർ റോക്കുസ് മിഷിനോട് ഏതാനും വാക്കുകൾ പറഞ്ഞു: "അയാളുടെ സേവനം ഇനി ആവശ്യമില്ല." പോയിക്കൊണ്ടിരിക്കുന്നതിനിടയിൽ കൂട്ടിച്ചേർത്തു: "എല്ലാ കളികളും കളിച്ചുകഴിഞ്ഞിരിക്കുന്നു."

മുകളിൽ, പുറത്തേക്കുള്ള വാതിലിൽ എത്തിയ ആ ദമ്പതികൾ ഒരു നിമിഷനേരത്തേക്ക് ആരാലും ശ്രദ്ധിക്കപ്പെടാതെ നിന്നതിനുശേഷം ചുറ്റും ആളിക്കത്തുന്ന തീയുടെ വെളിച്ചത്തിൽ പുറത്തേക്ക് നടന്നു. സ്റ്റെയർ കെയ്സിൽനിന്ന ഷ്വേഗെർമാന് ഒരു വെടി പൊട്ടുന്ന ശബ്ദം കേട്ടതായി തോന്നി. ഉടനെ അയാൾ നേരത്തെ തയ്യാറായി നിന്നിരുന്ന എസ്.എസ്. ഭടന്മാർക്ക് ഒരു അടയാളം നൽകുകയും അതേതുടർന്ന് അവർ പെട്രോൾ നിറച്ച ഏതാനും ക്യാനുകൾ മുകളിലേക്ക് ചുമന്നുകൊണ്ടുവരികയും ചെയ്തു. ജഡം കത്തിക്കുന്നതിനു മുമ്പ് താനും തന്റെ ഭാര്യയും യഥാർത്ഥത്തിൽ മരിച്ചുകഴിഞ്ഞോ എന്ന് ഉറപ്പുവരുത്തണം എന്ന് ഗ്വേബെൽസ് ആവശ്യപ്പെട്ടിരുന്നു. അതുകൊണ്ട് ഷ്വേഗെർമാൻ ഒരു സെക്യൂരിറ്റി ഗാർഡിനെ വരുത്തി, പുറത്തേക്കുള്ള വാതിലിന് തൊട്ടടുത്ത് കിടന്നിരുന്ന ജഡങ്ങളെ ഉന്നംവെച്ച് ഒന്നോ രണ്ടോ പ്രാവശ്യം നിറയൊഴിപ്പിച്ചു. ഉടനെ ഏതാനും ഓർഡർലികൾ വന്ന് മരിച്ചുകിടന്നവരുടെ മീതെ പെട്രോൾ ഒഴിച്ച് തീ കൊടുത്തു. ചീറുന്ന ഒരു അഗ്നിമേഘം ജഡങ്ങളെ തൽക്ഷണം പൊതിഞ്ഞു. പക്ഷേ, ഇപ്രാവശ്യവും ഏതാനും മിനിറ്റുകൾക്കുശേഷം അത് കെട്ടുപോയി. ഈ സമയത്ത് എല്ലാവരും രക്ഷപ്പെടാനുള്ള തിരക്കിലായിരുന്നു. അതുകൊണ്ട് റൈഷ്ചാൻസ്‌ലെറിയുടെ ഗാർഡനിൽ കിടന്നിരുന്ന, പകുതി കത്തിയ ആ ഭൗതികാവശിഷ്ടങ്ങളുടെ കാര്യം ആരും ശ്രദ്ധിച്ചില്ല.

ഏതാനും കാര്യങ്ങൾ ക്രമീകരിച്ചതിനും ഏറ്റവും പ്രധാനപ്പെട്ട ഫയലുകൾ കത്തിച്ചുകളഞ്ഞതിനും അവശ്യസാധനങ്ങൾ സംഘടിപ്പിച്ചതിനും ശേഷം ഇനിയും അവശേഷിച്ചവർ അപ്പർബങ്കറിൽ ഒന്നിച്ചുകൂടി. കടന്നുപോയ മാസങ്ങളിൽ റൈഷിന്റെ, ജർമ്മൻ സാമ്രാജ്യത്തിന്റെ ഹെഡ് ക്വാർട്ടേഴ്സ് മാത്രമല്ല, ഹിറ്റ്ലറുടെ സ്വകാര്യവസതികൂടിയായിരുന്ന ബങ്കർ കേടുപാടുകളില്ലാതെ ശത്രുകരങ്ങളിൽ പെടാതിരിക്കാനായി അതിന് തീ വെയ്ക്കുവാൻ മോൺകെ ഉത്തരവിട്ടു. അതേതുടർന്ന് ഷ്വേഗെർമാനും ഏതാനും എസ്.എസ്. ഭടന്മാരും വീണ്ടും പെട്രോൾ സംഘടിപ്പിച്ച് കൊണ്ടുവന്ന് ഹിറ്റ്ലറുടെ ഓഫീസിൽ മുഴുവനും ഒഴിച്ച് തീ കൊളുത്തി. എന്നാൽ അവർ ബങ്കർ വിട്ടസമയത്ത് ഉരുക്കുവാതിൽ അടച്ചിരുന്നതിനാലും വായുസഞ്ചാരത്തിനുള്ള ക്രമീകരണം ഓഫ് ചെയ്തിരുന്നതിനാലും തീ പടർന്നില്ല. ഏതാനും പുകപിടിച്ച കറുത്ത ഫർണീച്ചർ സാധനങ്ങളും ചുവരുകളിൽ തീപിടിത്തത്തിന്റെ ചില അടയാളങ്ങളും മാത്രമേ അവശേഷിച്ചുള്ളൂ.

മോൺകെ ഇതിനിടയ്ക്ക് ഗവണ്മെന്റ് ക്വാർട്ടേഴ്സിൽ നിലയുറപ്പിച്ചിരുന്ന സൈനികഘടകങ്ങളുടെ കമാന്റർമാരെ വിളിച്ചുകൂട്ടി കടന്നു

പോയ മണിക്കൂറുകളിലെ ഏറ്റവും പ്രധാനപ്പെട്ട സംഭവങ്ങൾ അറിയിച്ചു. ഹിംലറുടെ ചതി, ഫേഗെലൈന്റെ വധം, ഹിറ്റ്ലർ ദമ്പതിമാരുടെ വിവാഹവും ആത്മഹത്യയും ഗേബെൽസ് കുടുംബത്തിന്റെ ജീവാഹൂതി, ബെർളിൻ വിടാൻ വെങ്ക്, സ്തൈനർ, ഹോൾസ്റ്റെ, ബുസ്സേ എന്നിവർ നടത്തിയ വിഫലശ്രമങ്ങൾ, ക്രേബ്സിനും ട്ഷൂയിക്കോവിനും ഇടയിൽ ഫലം കാണാതെ മുറിഞ്ഞുപോയ സംഭാഷണങ്ങൾ എന്നിവയെപ്പറ്റി മോൺകെ അവരെ വിവരം ധരിപ്പിച്ചു. ഒടുവിൽ ഈ സംഭവങ്ങളെപ്പറ്റി നാമമാത്രമായോ അല്ലെങ്കിൽ ഏറ്റവും കൂടിയപക്ഷം കേട്ടുകേൾവി എന്ന നിലയിൽ മാത്രമോ അറിവുണ്ടായിരുന്ന ചുറ്റും അമ്പരന്നുനിന്ന ഓഫീസർമാരെ, അർദ്ധരാത്രിക്ക് ഒരു മണിക്കൂർ മുമ്പ് സംഘട്ടനങ്ങൾ നിർത്തിവെയ്ക്കാനും താന്താങ്ങളുടെ യൂണിറ്റുകളിലേക്ക് തിരികെ പോകാനും ജനറൽ വൈഡ്‌ലിംഗിന്റെ ഉത്തരവിന്റെ പേരിൽ മോൺകെ അഭ്യർത്ഥിച്ചു. ഓരോ യൂണിറ്റും കഴിയുമെങ്കിൽ വടക്കോട്ടു മുന്നേറാൻ ശ്രമിക്കണമെന്നും കഴിയുമെങ്കിൽ ഡ്വേണിറ്റ്സ് ഭരണകൂടത്തിന്റെ ആജ്ഞാപരിധിയിൽ എത്തണമെന്നും അയാൾ തുടർന്നുപറഞ്ഞു.

പതിനൊന്നുമണിക്ക് അല്പം മുമ്പ് ബങ്കർ നിവാസികളുടെ പലായനം ആരംഭിച്ചു. ക്രേബ്സും ബുർഗ്ഡോർഫും മാറിനിന്നു. ഇരുപതോ അതിൽ കൂടുതലോ പേർ വീതമുള്ള പത്ത് ഗ്രൂപ്പുകൾ മോൺകെ ഉണ്ടാക്കിയിരുന്നു. റൈഷ്ചാൻസ്‌ലെറിയുടെ ഫ്യൂറർ-മട്ടുപ്പാവിന് താഴെയുള്ള, ബങ്കറിന്റെ ചെറിയ ജനലുകളിലൂടെ ഏതാനും മിനിറ്റുകൾ മാത്രം ഇടവിട്ട് നൂണ്ട് പുറത്തുവന്ന്, ബോംബുവീണ് താറുമാറായ, കത്തുന്ന തീയിൽ പകൽപോലെ പ്രകാശമാനമായിരുന്ന വില്ലെംപ്ലാറ്റ്സ് മുറിച്ചുകടന്ന്, ഇടയ്ക്ക് കാൽവഴുതിയും തട്ടിവീണും അവർ കൈസർഹോഫ് എന്ന അണ്ടർഗ്രൗണ്ട് മെട്രോസ്റ്റേഷന്റെ, മണ്ണും കോൺക്രീറ്റ് കഷണങ്ങളും കൊണ്ട് മൂടിക്കിടന്ന പ്രവേശനവാതിലിലെത്തി. പ്ലാറ്റ്ഫോമുകളുടെ അരിക്പിടിച്ച് ഏറെക്കുറെ റഷ്യൻ സമരമുഖത്തിന് താഴെക്കൂടെ മെട്രോ സ്റ്റേഷൻ "ഫ്രീഡ്രിഷ് സ്ട്രാസ്സേ'യിലേക്ക് നീങ്ങി. അവിടെനിന്ന് സ്പ്രേനദിക്കു താഴെയുള്ള അണ്ടർഗ്രൗണ്ട് മെട്രോ-ടണ്ണലിലൂടെ സ്റ്റെറ്റീൻ റെയിൽവേ സ്റ്റേഷനിലെത്തി. ചിലരുടെ കൈവശം ഉണ്ടായിരുന്ന ടോർച്ചുകളുടെ വിളറിയ വെളിച്ചത്തിൽ ശവശരീരങ്ങൾ, മുറിവേറ്റവർ, മെട്രോ തുരങ്കത്തിന്റെ ഭിത്തിയിൽ ചാരി, വാതിൽപ്പടികളിൽ കൂട്ടത്തോടെ ചുരുണ്ടുകൂടിയിരുന്നവർ എന്നിവ കാണപ്പെട്ടു. എല്ലായിടത്തും യൂണിഫോമിന്റെ അവശിഷ്ടങ്ങൾ, ഗ്യാസ് മാസ്ക്കുകൾ, വെടിക്കോപ്പുകളുടെ പെട്ടികൾ മാലിന്യക്കൂമ്പാരങ്ങൾ എന്നിവയുണ്ടായിരുന്നു. അണ്ടർഗ്രൗണ്ട് മെട്രോസ്റ്റേഷൻ 'സ്റ്റാഡ്റ്റ്മിറ്റേ'യ്ക്കരികെ, ആരോ ഉപേക്ഷിച്ചിട്ട ഒരു വണ്ടിക്കകത്ത് മുറിവുകൾ ഡ്രസ്സു ചെയ്യാനുള്ള സ്ഥലം ഒരുക്കിയിരുന്നു. ഇവിടെ ഏതാനും ഡോക്ടർമാർ മെഴുകുതിരി വെളിച്ചത്തിൽ മുറിവേറ്റവരെയും മരിച്ചുകൊണ്ടിരുന്നവരെയും പരിചരിച്ചിരുന്നു.

ഗ്യുൺഷേ, ഹേവൈൽ, ഫോസ്, ലേഡി സെക്രട്ടറിമാർ എന്നിവരടങ്ങിയ ഗ്രൂപ്പിനെ മോൺകെ നേരിട്ടാണ് നിയമിച്ചത്. രണ്ടാമത്തേത് റാറ്റൻഹൂബർ ഏറ്റെടുത്തിരുന്നു. നൗമാൻ നയിച്ചിരുന്ന മൂന്നാമത്തെ ഗ്രൂപ്പിൽ ബൗറും ഒരു എസ്.എസ്. ജനറലിന്റെ യൂണിഫോമിൽ പ്രത്യക്ഷപ്പെട്ട മാർട്ടിൻ ബോർമാനും ഉണ്ടായിരുന്നു. കഴിയുന്നതും വേഗം താൻ കാണാൻ വരുമെന്ന് ബോർമാൻ അന്നേ ദിവസം രാവിലെതന്നെ ടെലഗ്രാംവഴി ഡ്വേണിറ്റ്സിനെ അറിയിച്ചിരുന്നു. ഹിറ്റ്ലറുടെ ഡ്രൈവർ എറിക് കെംപ്കെയും ഒരു ഗ്രൂപ്പിനെ നയിച്ചിരുന്നു. ഇതിൽ ഏറിയ പങ്കും സാധാരണ പട്ടാളക്കാരും റൈഷ്ചാൻസ്ലെറിയിലെ സ്റ്റാഫും അടക്കം ഏതാണ്ട് നൂറുപേരാണുണ്ടായിരുന്നത്.

ഗ്രൂപ്പുകൾ തമ്മിൽ ബന്ധം പുലർത്തിക്കൊണ്ടിരിക്കണം എന്ന് ആരംഭത്തിലുണ്ടായിരുന്ന ലക്ഷ്യം ഏറെത്താമസിയാതെ അപ്രായോഗികമായി കാണപ്പെട്ടു. അണ്ടർഗ്രൗണ്ട് മെട്രോ ഓടുന്ന ടണലിൽ പ്രവേശിച്ചയുടനെ അവരുടെ കൂട്ടായ്മയും കെട്ടുറപ്പും ശിഥിലമായി. ഏറെത്താമസിയാതെ തുരങ്കങ്ങളുടെ, വെളിച്ചമില്ലാത്ത ആ ലോകത്തിൽ ഒറ്റയായ ഗ്രൂപ്പുകളും ഛിന്നഭിന്നമായി. പുറത്തുകടന്നവരിൽ ചിലർ ട്രാം നിർത്തിയപ്പോൾ സ്റ്റേഷനു മുകളിലേക്കുള്ള വഴികൾ ഉപയോഗിച്ച് പുറംലോകത്ത് കടന്നുരക്ഷപ്പെടാൻ ശ്രമിച്ചു. എന്നാൽ പുറത്ത് നിരന്തരം നടന്നിരുന്ന ഷെൽവർഷവും കല്ലുകളുടെ ചിന്നിച്ചിതറലും അവരെ ഭൂമിക്കടിയിലെ മെട്രോ സ്റ്റേഷനിലേക്ക് തിരികെ ഓടിച്ചു. റഷ്യൻ പ്രതിരോധനിരകളിലുണ്ടായിരുന്ന പഴുതുകളിലൂടെ കടന്ന് നഗരത്തിന്റെ വടക്ക്, ഒറാനിയൻ ബുർഗ്ഗിനു മുമ്പോ ഒറാനിയൻ ബുർഗ്ഗിലോ ചെന്ന് അവിടെ യുദ്ധം തുടരുന്നു എന്ന് കരുതിയ ഒരു യൂണിറ്റിനോട് ചേരാം എന്ന് ആരംഭസംഭാഷണത്തിനിടയിൽ ഉയർന്നുവന്ന പദ്ധതി നിലവിലുള്ള സാഹചര്യത്തിൽ തീർത്തും യുക്തിരഹിതമാണെന്ന് തെളിഞ്ഞു.

ദിശാബോധം നഷ്ടപ്പെട്ട് നെട്ടോട്ടം തിരിയുന്നതിനിടയിൽ ബെർളിനിൽനിന്നുള്ള പലായനത്തിൽ പങ്കെടുത്തവരിൽ ചിലർ എവിടെയോ വീണ്ടും കണ്ടുമുട്ടി. രാത്രി ഏതാണ്ട് രണ്ടുമണിക്ക് ഷൗസേ സ്ട്രീറ്റിലുള്ള ഒരു വീടിന്റെ മുന്നിലുള്ള കല്ലുകൊണ്ടുണ്ടാക്കിയ പടവുകളിൽ, തളർന്നു വിവശനായി, എന്തു ചെയ്യണമെന്നറിയാതെ, ബോർമാൻ ഇരിക്കുന്നതായി കാണപ്പെട്ടു. മറ്റു ചിലർ വഴിച്ചാലുകളിലൂടെ, സെല്ലറുകളുടെ നീണ്ട വരികൾക്കിടയിലൂടെ, കെട്ടിടങ്ങളുടെ പിൻമുറ്റങ്ങളിലൂടെ ഷേൺഹോയ്സർ അലിയിലുള്ള ഷുൾട്ട് ഹൈസ്ബ്രൗവറേ[46]യിലേക്കു നീങ്ങി.

46. ബെർളിനിലെ പ്രമുഖ ബിയർ നിർമ്മാണശാല. ഷുൾട് ഹൈസ് മദ്ധ്യകാലജർമ്മനിയിൽ മുനിസിപ്പൽ ചെയർമാന് സമാനമായ ഒരു പദവിയായിരുന്നു. ഭരണകർത്താവിനുവേണ്ടി കരംപിരിക്കാൻ ഓർഡർ നൽകുകയായിരുന്നു ഷുൾട്ട്ഹൈസിന്റെ ജോലി. ഷുൾഡ് എന്ന വാക്കിന് കടം എന്നാണർത്ഥം; ഷുൾഡ് ഹൈസെൻ എന്ന വാക്കിന് ഉത്തരവിടുക എന്നും. ബ്രൗവറൈ എന്നാൽ ബിയർനിർമ്മാണശാല എന്നർത്ഥം.

ഇത് താൽക്കാലികമായ ഒരു സമ്മേളനസ്ഥലമായി അടയാളപ്പെടുത്തിയിരുന്നു. ധാരാളംപേർ ഇനിയും തുടർന്നിരുന്ന, പലപ്പോഴും ടാങ്കുകൾ തമ്മിൽ നടന്ന തെരുവുയുദ്ധത്തിൽ അല്ലെങ്കിൽ വീടുകൾക്കുവേണ്ടിയുള്ള പോരാട്ടത്തിൽ മരിച്ചു. വൈഡൻഡാമർ പാലത്തിനരികിൽവച്ച് ഹേവെഗലും ഹിറ്റ്ലറുടെ രണ്ടാമത്തെ പൈലറ്റായ ബെറ്റ്സും കൊല്ലപ്പെട്ടു. വാൾട്ടർ ഹേവൽ ആവട്ടെ, വെഡ്ഡിംഗർ ബ്രൗവറിയിൽ വച്ച്, ഒരുപക്ഷേ ഹിറ്റ്ലർ നിർബന്ധിച്ചുവാങ്ങിയിരുന്ന വാക്കാലുള്ള ഒരു ഉറപ്പിന്റെയടിസ്ഥാനത്തിൽ ആത്മഹത്യ ചെയ്തു.

മോൺകെയും മോൺകെയുടെ മുഴുവൻ സ്റ്റാഫും അതുപോലെ ഗ്യൂൺഷേ, ബൗർ, ലിംഗെ, റാറ്റൻഹൂബർ, ഫോസ്സ് തുടങ്ങിയവരും അടങ്ങിയ ഒരു വലിയ ഗ്രൂപ്പ് അടുത്ത ദിവസം റഷ്യൻ തടവിലായി. ആക്സ്മാൻ, ഷേഗെർമാൻ, സെക്രട്ടറിമാർ എന്നിവർക്ക് പടിഞ്ഞാറൻ യൂറോപ്പിൽ കടന്നുപറ്റാൻ കഴിഞ്ഞു. റഷ്യൻ സൈന്യം റൈഷ്ചാൻസ്ലെറി പിടിച്ചെടുത്തപ്പോൾ ലോവർ ബങ്കറിൽ (ഡീപ് ബങ്കറിൽ) യുദ്ധഗതി പഠിക്കാൻ മാപ്പു വിരിക്കുന്ന മേശയ്ക്കരികിൽ ജനറൽമാരായ ബുർഗ്ഡോർഫും ക്രേബ്സും മുന്നിൽ പകുതി കാലിയാക്കിയ കുപ്പികളുമായി ഇരുന്ന ഇരിപ്പിൽ മരിച്ച അവസ്ഥയിൽ കാണപ്പെട്ടു. മാർട്ടിൻ ബോർമാൻ ദീർഘകാലമായി മരിച്ചതോ കാണാതായതോ ആയി കാണപ്പെട്ടു. എന്നാൽ യുദ്ധം കഴിഞ്ഞയുടനെ ബോർമാൻ എസ്.എസ്. ഡോക്ടർ ഡോ. സ്റ്റുംപ്ഫെഗ്ഗറോടൊപ്പം ലേർറ്റെയിലെ റെയിൽവേസ്റ്റേഷന് സമീപത്ത് ആത്മഹത്യ ചെയ്തതായി സൂചനകൾ പരന്നു. എഴുപതുകളുടെ ആരംഭത്തിൽ കണ്ടുമുട്ടിയ ഒരു അസ്ഥിപഞ്ജരം ഇത് സ്ഥിരീകരിച്ചു. പിന്നീട് ആ അസ്ഥിപഞ്ജരം കത്തിച്ച് ചാരം ഓസ്റ്റ്സേയിൽ വിതറി.

പ്രതിരോധം നിർത്തിവെയ്ക്കാൻ വൈഡ്ലിംഗ് ആവശ്യപ്പെട്ടെങ്കിലും നഗരത്തിലെ ചില കേന്ദ്രങ്ങളിൽ മെയ് ഒന്നാംതീയതി മുഴുവൻ ദിവസവും സംഘട്ടനങ്ങൾ തുടർന്നു. അടുത്ത ദിവസവും ഈ സംഘട്ടനങ്ങൾ അവസാനിച്ചില്ല. എന്നാൽ കത്തിനിന്നിരുന്ന തീ താനേ കെട്ടണഞ്ഞു. കെട്ടിടങ്ങളുടെയും അവശിഷ്ടങ്ങളിൽനിന്ന് ഉയർന്ന കറുത്ത പുകമേഘങ്ങൾ അഗ്നിനാളങ്ങളെ ചെറുത്തു. വാർത്താവിനിമയോപാധികൾ തകർന്നതുമൂലം കീഴടങ്ങലിന്റെ വാർത്ത ഒരു വിഭാഗം ഓഫീസർമാർക്ക് ലഭിക്കാതെ പോയി. മറ്റുള്ളവരാകട്ടെ, ഏറ്റവും ഒടുവിൽ പുറപ്പെടുവിക്കപ്പെട്ട, എന്തു വില കൊടുത്തും തങ്ങളുടെ താവളം അടിയറവു വയ്ക്കരുത് എന്ന ഉത്തരവിൽ മുറുകെ പിടിച്ചു. ആഹ്വാനങ്ങൾക്കും വെറും കേട്ടുകേൾവികൾക്കും ഒരർത്ഥവും ഇല്ലെന്നും പട്ടാളക്കാർക്ക് ഓർഡറുകളാണ് വേണ്ടതെന്നും അവർ ചൂണ്ടിക്കാട്ടി.

സർവ്വവും നഷ്ടപ്പെട്ടവരെങ്കിലും എണ്ണത്തിൽ ഏതാനും ആയിരങ്ങൾ വരുന്ന ഒരു വിഭാഗം എല്ലാ കൂടിയാലോചനകളെയും ചതിയായാണ് കണ്ടത്. ഇവർ തുടർന്നുള്ള പോരാട്ടത്തിന് ദൃഢനിശ്ചയമെടുത്തിരുന്നു.

മെയ് രണ്ടാംതീയതിതന്നെ ഈ യൂണിറ്റുകളിൽ ഒന്ന് ലാന്റ്‌വെയർ കനാലിനു താഴെയുള്ള തുരങ്കം തകർത്തു. ഈ തുരങ്കത്തിൽ നിരവധി മുറിവേറ്റവരും ബോംബ് വർഷത്തിൽനിന്ന് രക്ഷതേടിയ സിവിലിയൻസും അഭയം പ്രാപിച്ചിരുന്നു. ഏതായാലും കനാലിൽ വെള്ളം വേഗത്തിൽ ഒഴുകിയതുകൊണ്ട് വൻദുരന്തം ഒഴിവായി. അന്തമില്ലാത്ത നരഹത്യ പ്രകൃതിക്കുപോലും മടുത്തിരിക്കുന്നു, അവർ പറഞ്ഞു.

മറ്റൊരിടത്ത് കടന്നാക്രമണത്തിന് പ്രത്യേകം പരിശീലിപ്പിക്കപ്പെട്ട ഒരു സൈനികയൂണിറ്റ് ഭൂമിക്കടിയിൽ ഉള്ള അറകളിൽ ലൈറ്റ്ഗണ്ണുകൾ തിരുകിവച്ച്, ബാക്കിവന്ന തിരകൾകൊണ്ട് ആക്രമിച്ചു കയറുന്ന റഷ്യൻ സൈന്യത്തിനെതിരെ തലങ്ങും വിലങ്ങും നിറയൊഴിച്ചു. എസ്.എസ്. ഭടന്മാരുടെ ഗ്രൂപ്പ് തങ്ങളുടെ ബാരക്കിലുള്ള കാന്റീനിൽചെന്ന് സ്റ്റോക്കുള്ള മദ്യം മുഴുവൻ വിതരണം ചെയ്യാൻ ആവശ്യപ്പെട്ടു. എന്നിട്ട് കുടിച്ചു ലക്കില്ലാതെ, ഒരു റിപ്പോർട്ടിൽ പറയുന്നതുപോലെ ഉരുണ്ടുവരുന്ന ടാങ്കിന്റെ ബെൽറ്റിനടിയിലേക്കു നടന്നു.

ഒരു ദിവസം രാവിലെ ഒരു പ്രേതകഥയിലെന്നപോലെ, ജർമ്മനിയുടെ ഗവണ്മെന്റ് ക്വാർട്ടേഴ്സ് റഷ്യൻ സൈന്യം പിടിച്ചെടുക്കുന്നതിന് മുമ്പ്, റൈഷ് ചാൻസ്‌ലെറിക്കു ചുറ്റും ഉള്ള എല്ലാ കെട്ടിടങ്ങളിലും ഭിത്തികളിലും അവശിഷ്ടങ്ങളിലും സ്വസ്തികചിഹ്നമുള്ള കൊടികൾ തൂക്കിയിരുന്നു. രഹസ്യമായി പ്രവർത്തിച്ച, ഒരുപക്ഷേ കമ്മ്യൂണിസ്റ്റുകളായ ഒരു ഗ്രൂപ്പ്, ജേതാക്കൾക്ക് ആക്രമിക്കേണ്ടിയിരുന്ന ലക്ഷ്യങ്ങൾ അടയാളപ്പെടുത്തിക്കൊടുത്തത് എന്നായിരുന്നു ആദ്യത്തെ സംശയം. എന്നാൽ, ഇരുപത്തേഴുവയസ്സായ, ഏറെ ബഹുമതിചിഹ്നങ്ങൾ ധരിച്ച ഡിവിഷൻ കമാന്റർ കേണൽ എറിക് ബേറെൻഫെംഗർ ഒരു ഗോഡൗൺ നിറയെ കൊടികൾ കണ്ടുപിടിക്കുകയും എതിരാളികൾക്ക് തങ്ങളുടെ ആത്മാർപ്പണസന്നദ്ധതയുടെ ഒരു സൂചന നൽകാനായി ഇവ കെട്ടിത്തൂക്കുകയും ചെയ്തു എന്ന് പിന്നീട് തെളിഞ്ഞു. "ഞങ്ങൾ നല്ലകാലങ്ങളിൽ ഈ കൊടിക്കീഴിനു പൊരുതിയിട്ടുണ്ട്." ഏപ്രിൽ മാസത്തിലെ അവസാന ദിവസങ്ങളിൽ മാത്രം ഹിറ്റ്ലർ മേജർ ജനറലായി ഉദ്യോഗക്കയറ്റം നൽകിയിരുന്ന ചെറുപ്പക്കാരനായ ആ ഓഫീസർ പറഞ്ഞു. മോശം കാലങ്ങളിൽ ഈ കൊടി കാണിക്കാൻ എന്തിന് ലജ്ജിക്കണം എന്ന് തനിക്കറിയില്ലെന്നും അയാൾ പറഞ്ഞു. ഏതാനും ദിവസം കഴിഞ്ഞ് ഈ ഓഫീസർ ശത്രുക്കളുടെ തടവുകാരനാവുക എന്ന നാണക്കേടിൽ നിന്ന് രക്ഷപ്പെടാനായി ഭാര്യയോടൊപ്പം ജീവനൊടുക്കി.

ഏറിയ പങ്കും ശത്രുസൈന്യത്തെ ഭയന്ന് പ്രാണരക്ഷാർത്ഥം നാലുപാടും ഓടിപ്പോയവരുടേതോ പൊരുതിപ്പൊരുതി ശക്തിയും വീര്യവും കെട്ടവരുടേതോ ആയ എസ്.എസ്. യൂണിറ്റുകളുടെ ഒരു ന്യൂനപക്ഷം ഒടുവിൽ ഒരു ആക്രമണസംഘവുമായി ഒത്തുചേർന്ന് റഷ്യൻ പ്രതിരോധ

നിര തകർക്കാൻ ശ്രമിച്ചു. നഗരത്തിന്റെ ഏറ്റവും വിട്ടുവീഴ്ചയില്ലാത്ത പ്രതിരോധകരിൽ ഫ്രഞ്ച് എസ്.എസ്.ഡിവിഷൻ 'ഷാൾമേയ്ന്റെ' അവശിഷ്ടങ്ങൾ ഉൾപ്പെട്ടിരുന്നു. വ്യോമയാത്രാ മന്ത്രാലയം സ്ഥിതി ചെയ്തിരുന്നിടത്ത് ഇവർ നിർദ്ദയമായ പ്രതിരോധമാണ് കാഴ്ചവെച്ചത്. എന്നാൽ നെതർലണ്ടുകാരും സ്കാൻഡിനേവിയക്കാരും ആയ എസ്.എസ്. ഘടകങ്ങളും അതുപോലെ കഷ്ടിച്ചു നൂറുപേർ മാത്രം ബാക്കിയുണ്ടായിരുന്ന ലെറ്റിഷെ കോർപ്സും സ്വയം നാശത്തിനടുത്തു വരെ എത്തുംവിധം ചെറുത്തുനിന്നു. കാരണം, അവർ ഒരിക്കലും ആരെയും തടവുകാരാക്കിയിരുന്നില്ല. അവരിപ്പോൾ സ്വന്തം തലവിധി യല്ലാതെ മറ്റൊന്നും പ്രതീക്ഷിച്ചതുമില്ല.

സംഘട്ടനം ഇനിയും തുടർന്നിരുന്ന സ്ഥലങ്ങൾ ജനം ഒഴിവാക്കി. മറ്റിടങ്ങളിലും നേരം ഇരുട്ടിയതിനുശേഷം റോട്ടിലിറങ്ങാൻ ആരും ധൈര്യ പ്പെട്ടില്ല. തകർന്നുതരിപ്പണമാക്കപ്പെട്ട നഗരത്തിലെ രാത്രികൾ ഭീതി പ്പെടുത്തുന്ന ശബ്ദങ്ങൾ നിറഞ്ഞവയായിരുന്നു; വിദൂരതയിൽ, ഇടി മിന്നലുകളുടെ തുടർച്ചകൾപോലെ പീരങ്കിവെടികളുടെ മുഴക്കം, നിര ന്തരമായി അതിവേഗത്തിൽ കറങ്ങിക്കൊണ്ടിരിക്കുന്ന മോട്ടറിന്റെ അസുഖ കരമായ ശബ്ദം, അവിടവിടെയായി മെഷീൻ ഗണ്ണുകൾ തെരുതെരെ നിറയൊഴിക്കുന്ന ശബ്ദം, ഏറെയകലത്തല്ലാതെ സ്ത്രീകളുടെ ഉച്ച ത്തിലുള്ള കരച്ചിൽ. പട്ടാളക്കാരുടെയും സിവിലിയൻസിന്റെയും ജഡ ങ്ങൾ നൂറുകണക്കിന് കെട്ടിടാവശിഷ്ടങ്ങൾക്കിടയിൽ കിടന്നു; ആരും ശ്രദ്ധിച്ചില്ല.

നിരീക്ഷണശക്തി ഇനിയും ഉണ്ടായിരുന്നവർ യുദ്ധം അവസാനിച്ച തായി വിലയിരുത്തി. സർവ്വവും നഷ്ടപ്പെട്ട് നിരാശയോടെ വെറുതെനിന്ന ജർമ്മൻ പട്ടാളക്കാർ പലയിടങ്ങളിലും കാണപ്പെട്ടു. ഇവർ തങ്ങളുടെ തോക്കുകൾ ഫുട്പാത്തിൽ തല്ലിത്തകർത്തു. ഹാൻഡ്ഗ്രനേഡുകൾ കെട്ടിടാവശിഷ്ടങ്ങളിലേക്ക് വലിച്ചെറിഞ്ഞു. അല്ലെങ്കിൽ മറ്റുള്ളവർ ഉപേക്ഷിച്ചുപോയ വാഹനങ്ങളിൽനിന്ന് ഇഗ്നിഷൻ കേബിൾ മുറി ച്ചെടുത്തു. ദിവസങ്ങളായി, ഏതോ ഒരു അദൃശ്യകരം തൊട്ടിട്ടെന്നപോലെ, വീടുകളുടെ മുഖപ്പുകൾ അപ്പാടെ ഇടിഞ്ഞുപൊളിഞ്ഞുവീണുകൊണ്ടി രുന്നു. അതിജീവനത്തിനുവേണ്ടി പെട്ടികളിലും ഭാണ്ഡങ്ങളിലും ആയി സാധനങ്ങൾ കൊണ്ടുനടന്ന മനുഷ്യരെക്കൊണ്ട് നിറഞ്ഞ, സഖ്യ കക്ഷികൾ ദിവസങ്ങൾക്കുമുമ്പേ പിടിച്ചെടുത്ത ബാഹ്യമായ നഗരഭാഗ ങ്ങൾ മാത്രം ഏറെക്കുറെ സജീവമായി. നാഷണൽ സോഷ്യലിസ്റ്റ് പാർട്ടി യുടെ അടയാളങ്ങൾ, ഫ്യൂററുടെ ഫോട്ടോകൾ, സ്വസ്തികചിഹ്നമുള്ള കൊടികൾ എന്നിവ എല്ലായിടത്തുനിന്നും അപ്രത്യക്ഷമായി. ഹിറ്റ്ലർ ആത്മഹത്യ ചെയ്തു എന്ന വാർത്ത വളരെ കുറച്ചുപേരേ വിശ്വസിച്ചുള്ളൂ. കാരണം, അവസാനശ്വാസംവരെ ബോൾഷെവിസത്തിനെതിരെ പൊരുതിയാണ് ആൾ മരിച്ചതെന്ന ഔദ്യോഗികവാർത്ത ഫ്യൂററെപ്പറ്റി

ഇനിയും വ്യാപകമായി നിലനിന്നിരുന്ന സങ്കല്പവും ആയി ശരിക്കും പൊരുത്തപ്പെട്ടു.

യുദ്ധരംഗത്തുനിന്ന് അകലെയുള്ള പിടിച്ചെടുക്കപ്പെട്ട നഗരഭാഗങ്ങളിൽ ജനം നോക്കിനിൽക്കേ ഒരുതരത്തിലുള്ള കുത്തഴിഞ്ഞ ജീവിതം ഉരുത്തിരിഞ്ഞുവന്നു. ഇരുവശത്തും കത്തിച്ചാമ്പലായതോ അല്ലെങ്കിൽ എരിഞ്ഞ് പുകഞ്ഞുകൊണ്ടിരിക്കുന്നതോ ആയ കെട്ടിടാവശിഷ്ടങ്ങൾ കിടന്നിരുന്ന റോഡുകളിലൂടെ, മണ്ണിന്റെ നിറമുള്ള കോട്ടുകൾ ധരിച്ച റെഡ് ആർമി ഭടന്മാർ റോന്തുചുറ്റി. എരിയുന്ന തീയിൽ നിന്നുയർന്ന പൊടി പടലങ്ങൾ നഗരഭാഗങ്ങളെ അപ്പാടെ ദിവസങ്ങളോളംതന്നെ ഇരുട്ടിലാക്കി. പല തുറസ്സായ സ്ഥലങ്ങളിലും സൈനികർ തമ്പടിച്ചു. പലപ്പോഴും അക്കൂട്ടത്തിൽ വനിതാ കേഡറ്റുകളും ഉണ്ടായിരുന്നു. കത്തിച്ചാമ്പലായതും ഇടിഞ്ഞുവീണതുമായ യുദ്ധസാമഗ്രികൾക്കിടയിൽ ഇവർ യുദ്ധത്തിന്റെ ഓർമ്മ നിലനിർത്താനായി ഫോട്ടോയ്ക്ക് നിന്നുകൊടുക്കുകയും തുകൽവാറുള്ള ചാട്ടകൊണ്ട് റോഡിലെ പ്ലാസ്റ്ററിൽ ആഞ്ഞടിക്കുകയും ചെയ്തു. അല്പം ദൂരെ ഗൺഫ്ളാഷിന്റെ മിന്നൽ കാണപ്പെട്ടുകൊണ്ടിരുന്നപ്പോൾ മറ്റു ചിലയിടങ്ങളിൽ യുദ്ധത്തടവുകാർ നീണ്ട ക്യൂവായി തങ്ങളുടെ വിചാരണയ്ക്കായി കാത്തുനിന്നു. തങ്ങളുടെ മുന്നേറ്റത്തിനിടയിൽ സോവിയറ്റ് സൈന്യം പശുക്കളെ കൂട്ടമായി ആവശ്യപ്പെട്ടിരുന്നു. എവിടെയോ നിന്നിരുന്ന ഈ മൃഗങ്ങൾ ഒന്നിനുപുറകെ മറ്റൊന്നായി കശാപ്പു ചെയ്യപ്പെടുകയും നൃത്തം ചെയ്യുകയോ പാടുകയോ ചെയ്തുകൊണ്ടിരുന്ന സൈനികർ അവയുടെ മാംസം തുറന്ന തീയുടെ മീതെ വച്ച് ചുട്ടെടുക്കുകയും ചെയ്തു.

ബലമുള്ള നാരുകൾപോലുള്ള രോമം ഉള്ള കാട്ടുകുതിരകൾ വലിച്ച, ചെറിയ, ലളിതമായ ഒറ്റക്കുതിരവണ്ടികൾ എവിടെയും കാണാമായിരുന്നു. ഈ വണ്ടികൾ നിറയെ, കണ്ണിൽ കണ്ടതെല്ലാം തട്ടിയെടുത്തതും വില കുറഞ്ഞതുമായ നിസ്സാരസാധനങ്ങൾ ആയിരുന്നു - കലങ്ങൾ, വസ്ത്രങ്ങൾ, ചെടികൾ നനയ്ക്കാനുള്ള ക്യാനുകൾ, അക്കോർഡിയോൺ, പാവകൾ അങ്ങനെ വഴിവക്കിൽനിന്ന് തട്ടിയെടുത്ത പലതും. ചിലപ്പോൾ നായ്ക്കളെക്കൊണ്ട് വലിപ്പിക്കുന്ന വണ്ടിയും ഉണ്ടായിരുന്നു. ഇവയ്ക്കിടയിൽ മോട്ടോർസൈക്കിളിൽ തലങ്ങും വിലങ്ങും പായുന്ന, കാർക്കശ്യമുള്ള മുഖഭാവമുള്ള മെസ്സഞ്ചർമാർ. എല്ലാ വലിയ ജംഗ്ഷനുകളിലും കിറിലിക് ലിപി (റഷ്യൻ ലിപി)യിലുള്ള ബോർഡുകൾ വെച്ചിരുന്നു.

ഇതേസമയം തടവുകാർക്കായി പ്രത്യേകം അടയാളപ്പെടുത്തിയിരുന്ന സമ്മേളനസ്ഥലങ്ങളിലേക്ക് രാത്രിയും പകലും യുദ്ധത്തടവുകാർ കൂട്ടമായി വന്നുകൊണ്ടിരുന്നു. മാനസികമായും ശാരീരികമായും തകർന്ന, എല്ലാം നഷ്ടപ്പെട്ട, ക്ഷീണിച്ച് അവശരായ മനുഷ്യർ, കൈയിൽ തോൽവിയുടെ സൂചനയായി വെളുത്ത ബാന്റ് കെട്ടി ബങ്കറുകളിൽനിന്നും

കുഴികളിൽനിന്നും അല്ലെങ്കിൽ അഴുക്കുവെള്ളം പോകാനായി ഭൂമിക്കടിയിൽ ഉണ്ടാക്കിയിരുന്ന കനാലുകളിൽനിന്നും പുറത്തുവന്നു. അക്കൂട്ടത്തിൽ ധാരാളം, പീപ്പിൾസ് അസോൾട്ട് യൂണിറ്റിൽപ്പെട്ട പ്രായംചെന്നവരും പതിനഞ്ചു വയസ്സായ വിമാനവേധത്തോക്കുസഹായികളും ഊന്നുവടി ഉപയോഗിച്ചു നടന്ന മുറിവേറ്റവരും ചോരയിൽ കുതിർന്ന ബാന്റേജുകളുള്ളവരും ഉണ്ടായിരുന്നു. ഇവർ നിശ്ശബ്ദരായി, തങ്ങളുടെ വിജയത്തിൽ ഊറ്റംകൊണ്ട, യൂണിഫോമിൽ ബഹുമതിമുദ്രകൾ ധരിച്ചിരുന്ന സോവിയറ്റ് ഭടന്മാരാൽ അനുധാവനം ചെയ്യപ്പെട്ടും നയിക്കപ്പെട്ടും പട്ടാളച്ചിട്ടയില്ലാത്ത ഒരു കൂറ്റൻ സൈന്യമായി വരിവരിയായി മുന്നോട്ടുനീങ്ങി. ഇരുട്ടായതോടെ ഫ്ളെഡ്‌ലൈറ്റുകളും വീണ്ടും പ്രത്യക്ഷമായി. പ്രകാശിക്കുന്ന ഹെഡ്‌ലൈറ്റുകളോടെ എല്ലായിടത്തും സൈനികവാഹനങ്ങളും ട്രാക്റ്ററുകളും എക്സിറ്റ് റോഡുകളിൽ ഓടി, പരിസരങ്ങൾ മുഴുവൻ പ്രേതാത്മകമായ വെള്ളിവെളിച്ചത്തിൽ കുളിപ്പിച്ചു. വഴിവക്കുകളിൽ, കുന്നുകൂടിക്കിടക്കുന്ന മാലിന്യങ്ങളുടെ നിഴലിൽ ഏറിയ പങ്കും പ്രായം ചെന്ന സ്ത്രീകളുടെ ചെറിയ കൂട്ടങ്ങൾ കാണപ്പെട്ടു. വാഹനങ്ങളുടെ അന്തമില്ലാത്ത കോൺവോയ്കൾ അടുത്തുവരുന്നതും കടന്നുപോകുന്നതും വിദൂരതയിലെവിടെയോ മറയുന്നതും വിഷാദത്തോടെ അവർ നോക്കിനിന്നു.

ജർമ്മനി കീഴടങ്ങി എന്ന വാർത്ത എത്തിയതോടെ മോസ്കോയിൽ വിജയത്തിന്റെ ഹർഷോന്മാദം തിരതല്ലി. നോക്കെത്താത്തയത്ര വലിയ ഒരു ജനസമുദ്രം ഉച്ചത്തിൽ അലറിക്കൊണ്ട്, തൊപ്പികൾ ഉയരത്തിൽ എറിഞ്ഞുകൊണ്ട്, പരസ്പരം ആലിംഗനം ചെയ്തുകൊണ്ട് റോഡുകളിലൂടെ നീങ്ങി. അങ്ങനെ എണ്ണിയാലൊടുങ്ങാത്തത്രയും മനുഷ്യജീവൻ അപഹരിച്ചുകൊണ്ട് ആ വലിയ യുദ്ധം അവസാനിച്ചു. ബെർളിനുവേണ്ടിയുള്ള പോരാട്ടത്തിൽമാത്രം റെഡ് ആർമിക്ക് മൂന്നുലക്ഷം ജീവനായിരുന്നു നഷ്ടപ്പെട്ടത്. ജർമ്മനിയുടെ ഭാഗത്ത് ഏതാണ്ട് നാല്പതിനായിരം പട്ടാളക്കാർ മരിച്ചു. മരിച്ച സിവിലിയൻസിനെപ്പറ്റി വിശ്വസനീയമായ കണക്കുകളില്ല. ഏതാണ്ട് അഞ്ചുലക്ഷം പേർ തടവിലായി.

അർദ്ധരാത്രിക്ക് അല്പം മുമ്പ് മോസ്കോയിൽ മുന്നൂറിലധികം ഗണ്ണുകളിൽനിന്ന് 24 ആചാരവെടികൾ ആകാശത്തേക്ക് ചീറിപ്പാഞ്ഞു. തുടർന്ന് ഗംഭീരമായ ഒരു വെടിക്കെട്ടും നടന്നു. നഗരം 'ബെർളിന്റെ ചരിത്രപരമായ കീഴടക്കൽ' ആഘോഷിച്ചു. ആഘോഷത്തിന്റെ ഒച്ചയും ബഹളവും ദിവസങ്ങളോളം നീണ്ടുനിന്നു. ബുറ്റിർക്കാ ജയിലിലെ സെല്ലുകളിൽ വരെ ഈ ശബ്ദം കേൾക്കാമായിരുന്നു. ഈ ജയിലിലാണ് വൈഡ്‌ലിംഗും തന്റെ സ്റ്റാഫ് ഓഫീസർമാരിൽ രണ്ടുപേരും യുദ്ധത്തടവുകാരുടെ ആദ്യത്തെ ട്രാൻസ്പോർട്ടിൽപ്പെട്ട ഏതാനും മുൻ ബങ്കർ നിവാസികളും തടവിൽ കഴിഞ്ഞിരുന്നത്. തടവുകാരിൽ പീപ്പിൾസ് അസോൾട്ട് ഗ്രൂപ്പിൽപ്പെട്ട ഒരു ലാൻസ് കോർപ്പറലും ഉണ്ടായിരുന്നു. ഇയാൾ സോവിയറ്റ്

സൈന്യനേതൃത്വത്തിൽ സംശയം ജനിപ്പിച്ചിരുന്നു. ഇയാളുടെ പേര് അമേരിക്കൻ പ്രസിഡണ്ടിന്റേതുപോലെ ട്രൂമാൻ എന്നായിരുന്നു. യഥാർത്ഥത്തിൽ ആൾ പക്ഷേ, പോട്സ്ഡാമിൽനിന്നുള്ള ഒരു പുകയില വ്യാപാരിയായിരുന്നു.

മെയ് രണ്ടാംതീയതി ഉച്ചതിരിഞ്ഞ് മൂന്നുമണി കഴിഞ്ഞ് അല്പസമയത്തിനുശേഷം റെഡ് ആർമി പറയത്തക്ക എതിർപ്പ് നേരിടാതെതന്നെ റൈഷ് ചാൻസ്ലെറി കയ്യടക്കിയിരുന്നു. ഓർമ്മക്കുറിപ്പുസാഹിത്യത്തിൽ കാണുന്ന ചിത്രീകരണങ്ങളിൽനിന്ന് വ്യത്യസ്തമായി റൈഷ്ചാൻസ്ലെറി യഥാർത്ഥത്തിൽ ആക്രമിച്ചു പിടിച്ചടക്കുകയല്ലായിരുന്നു. ചരിത്രരേഖകൾപ്രകാരം ബങ്കറിൽ കടന്നുകൂടി ആദ്യത്തെ റെഡ് ആർമി ഭടൻ ലെഫ്റ്റനന്റ് ഇവാൻ ഐ. ക്ലിമെങ്കോ ആയിരുന്നു. ഇയാൾ തന്റെ ധീരപ്രവൃത്തിയുടെ പേരിൽ 'സോവിയറ്റ് യൂണിയന്റെ വീരപുരുഷൻ' എന്ന് നാമകരണം ചെയ്യപ്പെട്ടു. റൈഷ്റ്റാഗിന്റെ പിടിച്ചെടുക്കലിനോടനുബന്ധിച്ചുണ്ടായതുപോലെ അനൗപചാരികമായ സംഭവഗതി ഈ പ്രാവശ്യവും ഉണ്ടായിരുന്നു. സംഭവങ്ങളുടെ ഈ പ്രയാണം എല്ലാവരും ആഗ്രഹിച്ച ചിത്രം രണ്ടുവിധത്തിൽ അലങ്കോലപ്പെടുത്തി.

ബെർളിൻ വിട്ടുപോകാതിരുന്ന, ലോവർ ബങ്കറിന്റെ (ഡീപ് ബങ്കറിന്റെ) ചീഫ് ടെക്നീഷ്യൻ യോഹാന്നസ് ഹെൻറ്ഷെൽ രാവിലെ ഒമ്പത് മണിയോടെ ഇരുബങ്കറുകളെയും ബന്ധിപ്പിക്കുന്ന ടണ്ണലിൽ നിൽക്കവെ സ്ത്രീകളുടെ ശബ്ദം കേൾക്കുകയുണ്ടായി. സ്വിച്ച് ബോർഡ് ഇരിക്കുന്ന മുറിയിൽ നിന്ന് പുറത്തുകടന്ന ഇയാൾ, അദ്ഭുതമെന്ന് പറയട്ടെ, തന്റെ മുന്നിൽ യൂണിഫോം ധരിച്ച 12 റഷ്യൻ സ്ത്രീകൾ നിൽക്കുന്നതു കണ്ടു. ഇവർ റെഡ് ആർമിയുടെ ഒരു സാനിറ്ററി കോർപ്സിലെ അംഗങ്ങളായിരുന്നു. ഇവരുടെ ആവേശവും തന്റേടവും നിറഞ്ഞ പുലമ്പൽ കേട്ട ഹെന്റ്ഷെലിന് മനസ്സിലായി, ഇവരിൽനിന്നും ഭയപ്പെടേണ്ടതായി ഒന്നുമില്ലെന്ന്. ഹെന്റ്ഷെലിനെ കണ്ടയുടനെ, വ്യക്തമായും ഗ്രൂപ്പ് ലീഡറായിരുന്ന, നന്നായി ജർമ്മൻ സംസാരിച്ചിരുന്ന ഒരു സ്ത്രീ വന്ന് ഹിറ്റ്ലർ എവിടെയാണെന്ന് ചോദിച്ചു. എന്നാൽ ഹിറ്റ്ലറുടെ ഭാര്യയെപ്പറ്റി തുടർന്നുണ്ടായ ചോദ്യം തന്നെ, എന്താണ് ആ സ്ത്രീയേയും സംഘത്തേയും അവിടെ എത്തിച്ചതെന്ന് സൂചിപ്പിച്ചു. കാരണം, ഹെന്റ്ഷെൽ അവർ ആവശ്യപ്പെട്ട വിവരങ്ങൾ നൽകിയതും ഈ സ്ത്രീകൾ അലമാരയും വലിയ കൊമ്മോഡും തുറന്ന് ഉപയോഗയോഗ്യം എന്ന് കണ്ടതെല്ലാം കൂടെ കൊണ്ടുവന്നിരുന്ന ബാഗുകളിലും സഞ്ചികളിലും കുത്തിനിറച്ചതും ഒപ്പം കഴിഞ്ഞു.

ആ എഞ്ചിനീയർ രേഖപ്പെടുത്തിയിരിക്കുന്നു: സന്തോഷംകൊണ്ട് പൊട്ടിക്കരഞ്ഞുകൊണ്ട് ആ സ്ത്രീകൾ തിരികെ വന്ന് ഒരു ഡസൻ ബ്രേസിയേഴ്സും അതുപോലെ മറ്റു ചില വിലപിടിപ്പുള്ള വസ്ത്രങ്ങളും ഉയരത്തിൽ വീശിക്കൊണ്ട് ശാന്തരായി കിടന്നുപോയി.

ബങ്കറിൽനിന്ന് പുറത്തേക്കുള്ള വഴിയിൽ ഹെന്റ്ഷെൽ രണ്ടു സോവിയറ്റ് ഓഫീസർമാരെ കണ്ടുമുട്ടി. ഈ ഓഫീസർമാരും ഹെന്റ്ഷെലിനോട് ഹിറ്റ്ലർ എവിടെയുണ്ടെന്ന് ചോദിച്ചു. ഇവരും അയാളുടെ റിപ്പോർട്ട് ഉദ്വേഗത്തോടെയും അന്ധാളിപ്പോടെയും അവർ കേട്ടുനിന്നു - ഫ്യൂററുടെ വിവാഹത്തെപ്പറ്റി, ആത്മഹത്യയെപ്പറ്റി, ജഡങ്ങൾ കത്തിച്ചതിനെപ്പറ്റി.

അവരുടെ ആവശ്യപ്രകാരം ഹെന്റ്ഷെൽ ഒടുവിൽ അവർക്ക് ഗേബെൽസിന്റെ കുടുംബം താമസിച്ചിരുന്ന മുറികൾ കാണിച്ചുകൊടുത്തു. മരിച്ചുകിടക്കുന്ന കുട്ടികളെ കണ്ട് ഞെട്ടി അവർ വാതിൽ വീണ്ടും അടച്ചു. ഇവർ മാർഷൽ കോഞ്ചേവിന്റെ യൂണിറ്റിൽപ്പെട്ടവരായിരുന്നു എന്ന് എല്ലാ സ്ഥിരീകരിക്കപ്പെട്ട അനുമാനവും അനുസരിച്ച് പിന്നീട് വ്യക്തമായി. ദിവസങ്ങൾക്കു മുമ്പ് സ്റ്റാലിൻ ഈ യൂണിറ്റുകളെ തടഞ്ഞിരുന്നു. കാരണം ബർളിൻ ഷുഖോവിനായി നിശ്ചയിക്കപ്പെട്ടിരുന്നതായിരുന്നു. എന്നാൽ ഒരു സംഭവം അമിതമായ മാനുഷിക ദൗർബല്യം കാണിച്ചപ്പോൾ മറ്റേത്, മാതൃരാജ്യത്തിന്റെ മഹത്തായ യുദ്ധത്തിനുവേണ്ടി നടത്തിയ സഹജീവികളുടെ ഇഷ്ടാനിഷ്ടങ്ങൾ പരിഗണിക്കാതെ, സ്വന്തമായ അധികാരബോധത്തിൽ നിന്നുരുത്തിരിഞ്ഞുവന്ന അമിതമായ ഇടപെടലും കാണിച്ചു. അതുകൊണ്ട് ബർളിനുവേണ്ടി നടന്ന പോരാട്ടത്തെപ്പറ്റിയുള്ള ഒരു സോവിയറ്റ് വിവരണത്തിലും ഈ രണ്ടുനിലപാടുകളും പ്രത്യക്ഷപ്പെടുന്നില്ല.

റൈഷ്ചാൻസ്ലെറിയുടെ പിടിച്ചെടുക്കലോടെ കോമഡിസ്വഭാവമുള്ള, മനുഷ്യരെ മനഃപൂർവ്വം ചിന്താക്കുഴപ്പത്തിലാക്കുന്ന ഒരു നാടകവും ആരംഭിച്ചു. ഈ നാടകം ലോകത്തെ പണ്ടുമുതലേ വിഡ്ഢിയാക്കുക മാത്രമല്ല ചെയ്തത്, ഹിറ്റ്ലറെ മനുഷ്യരുടെ സങ്കല്പങ്ങളിൽ ജീവനോടെ നിലനിർത്തുകയും ചെയ്തു. ബങ്കറിൽ നിന്ന് പുറത്തേക്കുള്ള വാതിലിനരികത്ത് ജേതാക്കൾ, ഗാർഡന്റെ മറ്റു ഭാഗങ്ങളിൽ കണ്ടെത്തിയിരുന്ന മൃതദേഹങ്ങൾ കൂടാതെ ഏതാണ്ട് പതിനഞ്ച്, മിക്കവാറും കത്തിക്കഴിഞ്ഞ അല്ലെങ്കിൽ കഷണം കഷണമായി ചിതറിയ മനുഷ്യശരീരങ്ങൾ കണ്ടെത്തിയിരുന്നു.

താരതമ്യേന നല്ല അവസ്ഥയിലായിരുന്ന ഒരു ജഡം എടുത്ത് ഇവർ അത് അളിഞ്ഞുപോകാത്തവിധവും ആളെ തിരിച്ചറിയത്തക്കവിധവും ശസ്ത്രക്രിയകൾക്കും രാസപ്രയോഗങ്ങൾക്കും വിധേയമാക്കി. ഒരുപക്ഷേ ഒരു മേക്കപ്പുകാരന്റെ സഹായത്തോടെ മരിച്ച ഹിറ്റ്ലർ ആക്കി മാറ്റി. അവർ അത് മറ്റുള്ളവരുടെ ശ്രദ്ധ ആകർഷിക്കത്തക്കവിധം ഇടിഞ്ഞുപൊളിഞ്ഞുവീണ കെട്ടിടങ്ങളുടെ കല്ലിനും മണ്ണിനുമിടയിൽ കലാപരമായി വെയ്ക്കുകയും മെയ് നാലാംതീയതി ലോകത്തിന് അതീവ കൗതുകകരമായ ഒരുവിജയസ്മാരകമായി പ്രദർശിപ്പിക്കുകയും ചെയ്തു. പക്ഷേ, ഏറെത്താമസിയാതെ തങ്ങൾ സ്വയം സൃഷ്ടിച്ച സംഭ്രമജനകമായ ആ വിജയസ്മാരകം അവർ പിൻവലിച്ചു. ആദ്യം അവർ പറഞ്ഞത്

ഫ്യൂററുടെ ഒരു ഡ്യൂപ്പ് ആണ് അതെന്നാണ്. പിന്നീട് ഒരു വ്യാജസൃഷ്ടിയെപ്പറ്റിയും അവർ സംസാരിച്ചു. എവിടെനിന്നോ കണ്ടുകിട്ടിയ മറ്റൊരു ജഡം ജർമ്മൻ ഏകാധിപതിയുടേതായി പ്രദർശിപ്പിക്കുന്ന കാര്യം കുറച്ചു സമയത്തേക്ക് അവർ ആലോചിച്ചു. എന്നാൽ ഈ ആവശ്യത്തിനായി വിളിച്ചുകൊണ്ടുവന്നിരുന്ന വിദഗ്ധരിൽ ഒരാൾ ജഡം കീറിത്തുന്നിയ ബോക്സ് ധരിച്ചിരുന്നത് കൃത്യസമയത്ത് കണ്ടുപിടിച്ചു. എല്ലാവർക്കും മനസ്സിലായതുപോലെ ഇത് ആ ജഡത്തിന്റെ ഐഡന്റിറ്റിയെപ്പറ്റി തീർച്ചയായും സംശയമുണർത്തേണ്ടതായിരുന്നു. കുറച്ചുകഴിഞ്ഞ് ഇവർ വീണ്ടും പുതിയൊരു കണ്ടുപിടിത്തം നടത്തിയതായി കിംവദന്തികൾ പരത്തി. ഏതായാലും അതുവരെ തങ്ങൾക്കു പറ്റിയ കൈപ്പിഴ കണക്കിലെടുത്ത് അവർ ഈ പുതിയ ജഡത്തെ ഹിറ്റ്ലറുടെ ജഡമായി പ്രഖ്യാപിച്ചില്ല. "പുകഞ്ഞുകൊണ്ടിരുന്ന ഒരു പുതപ്പിലാണ് ജഡം കിടന്നിരുന്നത്. മുഖം കരിക്കട്ട ആയി മാറിയിരുന്നു. ഒരു വെടിയുണ്ട തലയോട് തുളച്ചു കടന്നുപോയിരുന്നു. എന്നാൽ അങ്ങേയറ്റം വികൃതമാക്കപ്പെട്ട മുഖം ഹിറ്റ്ലറുടേതായിരുന്നു എന്ന് ആർക്കും എളുപ്പത്തിൽ മനസ്സിലാകുമായിരുന്നു."

സ്റ്റാലിൻ സംഗതി നേരിട്ട് ഏറ്റെടുത്തതോടെ ഹിറ്റ്ലറുടെ കോപ്പികളുടെ വീണ്ടും വീണ്ടുമുള്ള പ്രത്യക്ഷപ്പെടൽ ഏതായാലും പെട്ടെന്ന് നിലച്ചു. ആവെറെൽ ഹാരിമാൻ, ഹാരി ഹോപ്കിൻസ്, ചാൾസ് ബോളൻ എന്നിവർ അംഗങ്ങളായിരുന്ന ഒരു അമേരിക്കൻ ഡെലിഗേഷൻ ക്രെംലിൻ സന്ദർശിച്ചപ്പോൾ, ഹിറ്റ്ലർ മരിച്ചിട്ടില്ലെന്നും ഒളിച്ചോടിയെന്നും ബോർമാനും ജനറൽ ക്രേബ്സും ഒന്നിച്ച് അജ്ഞാതമായ ഒരു സ്ഥലത്ത് ഒളിച്ചു താമസിക്കുകയാണെന്നും ഉള്ള തന്റെ ഊഹത്തെപ്പറ്റി സ്റ്റാലിൻ സംസാരിച്ചു. ജർമ്മനിയുടെ ഫ്യൂറർ ഒരു അന്തർവാഹിനിയിൽ ജപ്പാനിലേക്ക് കടന്നെന്ന് ഇടയ്ക്കിടയ്ക്ക് സ്റ്റാലിൻ പറഞ്ഞപ്പോഴോ അല്ലെങ്കിൽ മറ്റൊരു സന്ദർഭത്തിൽ ആർജെന്റീനയെ പരാമർശിച്ചപ്പോഴോ അതുമല്ലെങ്കിൽ കുറച്ചുകഴിഞ്ഞ് ഫ്രാങ്കോയുടെ സ്പെയിനെപ്പറ്റി സംസാരിച്ചപ്പോഴോ ഓരോ ഭാഷ്യത്തെയും എങ്ങനെയും കാര്യം പറഞ്ഞവസാനിപ്പിക്കാൻ അമിതോത്സാഹം കാണിച്ചിരുന്നവർ, വിവാദവിഷയമെങ്കിലും അവസാനത്തേതും ശരിയായതുമായി ചില കാര്യങ്ങൾ പ്രഖ്യാപിക്കുകയായിരുന്നു.

ഗൂഢാലോചനകൾക്കും ദുരുദ്ദേശപരമായ പിൻവാതിൽ പ്രവേശനങ്ങൾക്കും കള്ളക്കളികൾക്കും ഇരയാവാനുള്ള സോവിയറ്റ് യൂണിയന്റെ രൂഢമൂലമായ പ്രവണതയ്ക്ക് ഹിറ്റ്ലറുടെ ദുരൂഹമായ പ്രത്യക്ഷപ്പെടൽവഴി സമൃദ്ധമായ വികസനസാധ്യത ലഭിച്ചു. അതിനാവശ്യമായ തെളിവുകളും ഉടനെ നിരന്നു: മരണാനന്തരം താൻ ഈഫായോടൊപ്പം ചിതയിൽ വയ്ക്കപ്പെടുകയും ദഹിപ്പിക്കപ്പെടുകയും ചെയ്തത് നേരിട്ടു കണ്ടതായി ലോകത്തോട് പറയണമെന്ന് തന്റെ അനുയായികളിൽ ഓരോരുത്തരെക്കൊണ്ടും ഹിറ്റ്ലർ ശപഥം ചെയ്യിച്ചിരുന്നത്രെ.

ഹിറ്റ്ലർ താൻ എവിടെയാണെന്നുള്ളതിന്റെ സർവ്വതെളിവുകളും നശിപ്പിക്കുന്നതിന് ഉത്തരവിട്ടു എന്നാണ് പറയപ്പെടുന്നത്. ഏപ്രിൽ 30-ാം തീയതി പുലർച്ചെ മൂന്നു പുരുഷന്മാരോടും ഒരു സ്ത്രീയോടുംകൂടി ഒരു ചെറിയ വിമാനത്തിൽ ഈസ്റ്റ്-വെസ്റ്റ് ആക്സിസിൽനിന്ന് ഹാംബുർഗ് ലക്ഷ്യമാക്കി സ്റ്റാർട്ടുചെയ്തത് ഹിറ്റ്ലർ കഥയിലെ മറ്റൊരു ദുരൂഹതയാണ്. ഹാംബുർഗ് ലക്ഷ്യമാക്കി പറന്നു എന്ന ഭാഷ്യത്തിന് രഹസ്യാന്വേഷണവിഭാഗത്തിന്റേതെന്നപോലെ ഈ ഇൻഫർമേഷനും സഹായകമായുണ്ടായിരുന്നു. ബ്രിട്ടീഷ് സൈന്യം ഹാൻസെ സിറ്റിയായ ഹാംബുർഗ് പിടിച്ചെടുത്തതിനുമുമ്പ് ദുരൂഹതയുള്ള ഒരു അന്തർവാഹിനി അജ്ഞാതമായ ലക്ഷ്യം വെച്ചു പുറപ്പെട്ടിരുന്നു എന്ന്. അങ്ങനെ പലതും പ്രചരിപ്പിക്കപ്പെട്ടിരുന്നു.

ഉടനെതന്നെ സംഭ്രമാത്മകമായ വാർത്തകൾ തേടിയിരുന്ന പാശ്ചാത്യ പത്രലോകവും ആരെയും വശീകരിക്കാനാവുന്നതും അതുപോലെതന്നെ വൻലാഭം വാഗ്ദാനം ചെയ്യുന്നതുമായ ആ വിഷയം കുത്തിപ്പൊക്കി. തൊണ്ണൂറുകളിൽ വരെ ഇവർ പുതിയ വിശദാംശങ്ങൾ റിപ്പോർട്ട് ചെയ്തുപോന്നു: എല്ലാവരും ധരിച്ചുവശായ തന്റെ അന്ത്യത്തിനുശേഷം ഹിറ്റ്ലർ സ്ത്രീയായി വേഷംകെട്ടി ഡബ്ളിനിൽ കാണപ്പെട്ടു എന്ന്, ലണ്ടനിലെ ടൈംസ് പറഞ്ഞതുപോലെ ഹിറ്റ്ലർ ലോകത്തുനിന്നുള്ള തന്റെ തിരോധാനം ജനശ്രദ്ധ പിടിച്ചുപറ്റുന്ന ഒരു വലിയ നാടകവിജയമായി പ്ലാൻ ചെയ്തിരുന്നെന്ന്, സ്ഫോടകവസ്തു നിറച്ചിരുന്ന ഒരു പ്ലെയിനിൽ കയറി പറന്ന് ഓസ്റ്റ്സേക്കു മുകളിൽ പൊട്ടിത്തെറിക്കാൻ ആഗ്രഹിച്ചിരുന്നുവെന്ന്. മറ്റു ചില സ്ഥലങ്ങളിൽ പത്രപ്രവർത്തകരുടെ കണ്ടുപിടിത്ത വാസന സ്റ്റാലിന്റെ വളച്ചൊടിക്കലുകളിൽ വീണ്ടും ശരണം പ്രാപിച്ചു. ഇക്കൂട്ടർ പരസ്യമാക്കി: ഹിറ്റ്ലർ തന്റെ അവസാന വർഷങ്ങൾ ചെലവഴിച്ചത് ഏറെ ഭാവനയോടെ ആലോചിച്ചെടുത്ത 'അഡിലുപുസ്' എന്ന രഹസ്യപ്പേരിൽ ഫാസിസ്റ്റ് ഫ്രാങ്കോയുടെ പ്രസിഡണ്ട്സ് പാലസിൽ ആയിരുന്നെന്നും അവിടെവച്ച് 1947 നവംബർ ഒന്നാംതീയതി ഹൃദയാഘാതംമൂലം മരിച്ചു എന്നും.

ഇത് സംബന്ധിച്ച സത്യം അല്ലെങ്കിൽ തെളിയിക്കപ്പെടാവുന്ന വസ്തുത ഏറിയ പങ്കും വിസ്മൃതിയിലാണ്ടു. 1946 ഏപ്രിൽ അവസാനം ഫ്യൂററുടെ ബങ്കറിൽനിന്ന് ഗാർഡനിലേക്ക് പ്രവേശിക്കുന്ന കവാടത്തിനടുത്ത് റെഡ് ആർമിയുടെ ഒരു കമ്മീഷൻ പ്രത്യക്ഷപ്പെട്ടു. ആർക്കും എളുപ്പം പിടികിട്ടുന്നതും അതേസമയം സാവധാനം സ്വന്തം ആളുകളെത്തന്നെ കുഴക്കിത്തുടങ്ങിയിരുന്നതുമായ പ്രഹസനങ്ങൾക്കുംശേഷം വസ്തുതകൾ ദ്വയാർത്ഥത്തിന് ഇടംകൊടുക്കാതെ കണ്ടുപിടിക്കാനായിരുന്നു ഇവർ വന്നത്. ഇവരോടൊപ്പം യുദ്ധത്തെ അതിജീവിച്ച, നഗരത്തിന്റെ കീഴടങ്ങലിനിടയിൽ പിടിക്കപ്പെട്ട ഏതാനും ബങ്കർ നിവാസികളും ഉണ്ടായിരുന്നു. ഫിലിം ക്യാമറകൾ യഥാസ്ഥാനങ്ങളിൽ ഉറപ്പിച്ച് അഡോൾഫ് ഹിറ്റ്ലറും ഭാര്യയും ദഹിപ്പിക്കപ്പെടുന്ന രംഗം വീണ്ടും

ഒരിക്കൽകൂടി വിശദാംശങ്ങളോടെ യഥാർത്ഥത്തിൽ നടന്നതുപോലെ ചിത്രീകരിക്കപ്പെട്ടു. എന്നാൽ ഈ ഫിലിം റോളും അതുപോലെ ഗ്യൂൺഷേയേയും ലിംഗെയേയും റാറ്റർഹൂബറെയേയും മറ്റുള്ളവരെയും നിരന്തരം ചോദ്യംചെയ്ത് നേടിയെടുത്ത വിവരങ്ങളും ഉപയോഗിക്കപ്പെടാതെ ഏതോ രഹസ്യമായ ആർക്കൈവുകളിൽ അപ്രത്യക്ഷമായി.

ഹിറ്റ്ലറുടേതും ഈഫാ ബ്രൗണിന്റേതും മറ്റു ചിലരുടേതും എന്ന് പറയപ്പെട്ട ഭൗതികാവശിഷ്ടങ്ങൾ സ്റ്റാലിന്റെ അന്തിമവാക്കിനുശേഷം ഉപയോഗ്യമല്ലാതായിത്തീർന്നിരുന്നു. ഇക്കാരണത്താൽ അത് 1945 മെയ് അവസാനം ബെർളിൻ-ബുഹ് പ്രദേശത്തുള്ള എതിർപ്രചരണവിഭാഗത്തിന്റെ ഹെഡ്ഓഫീസിനരികത്ത് തൽക്കാലം കുഴിച്ചിട്ടു. ഭൗതികാവശിഷ്ടങ്ങൾ അടങ്ങിയിരുന്ന മരപ്പെട്ടി ആ സൈനികയൂണിറ്റിനോടൊപ്പം ആദ്യം ഫിനോവിലേക്കും അവിടെനിന്ന് റാത്തെനോവിലേക്കും ഒടുവിൽ മാഗ്ഡെബുർഗ്ഗിലേക്കും കൊണ്ടുപോകപ്പെട്ടു. അവശിഷ്ടങ്ങൾ പരമരഹസ്യമായി കുഴി തുറന്നെടുത്ത് കത്തിച്ച് എന്നന്നേക്കുമായി നശിപ്പിക്കണം എന്ന് ഒരു ചോദ്യത്തെ തുടർന്ന് 1970 മാർച്ചിൽ റഷ്യൻ കമ്മ്യൂണിസ്റ്റ് പാർട്ടിയുടെ പോളിറ്റ് ബ്യൂറോ തീരുമാനിച്ചു. 'ഓപ്പറേഷൻ ആർക്കൈവി'നെപ്പറ്റിയുള്ള ഫൈനൽ റിപ്പോർട്ടിൽ പറയുന്നു: "1970 ഏപ്രിൽ 5-ാം തീയതി രാത്രി ഹിറ്റ്ലറുടെയും ഭാര്യയുടെയും ഭൗതികാവശിഷ്ടങ്ങൾ മുഴുവനായും കത്തിക്കുകയും പിന്നീട് കൽക്കരിക്കഷണങ്ങൾ ചേർത്ത് ചാരപ്പൊടിയാക്കി പുഴയിലെറിയുകയും ചെയ്തു."

ആ മരപ്പെട്ടിയിൽ എന്താണ് സൂക്ഷിക്കപ്പെട്ടിരുന്നതെന്നും പല സ്ഥലങ്ങളും പിന്നിട്ട് മാഗ്ഡെബുർഗ്ഗ് വരെ എത്തിയതും എന്തിനാണ് എന്നതാണ് അവശേഷിക്കുന്ന ചോദ്യം. വിപുലമായ ശ്രമങ്ങൾ നടത്തിയിട്ടും എതിർപ്രചരണവിഭാഗത്തിന് അഡോൾഫ് ഹിറ്റ്ലറിന്റെയോ ആളുടെ ഭാര്യയുടെയോ ജഡം ഒരിക്കലും കണ്ടുപിടിക്കാൻ കഴിഞ്ഞില്ലെന്ന ഊഹത്തിനാണ് കൂടുതൽ സാധ്യത. 1945 ഏപ്രിൽ 30-ാം തീയതി വൈകീട്ട് വീണ്ടും ഒരിക്കൽകൂടി ജഡം ദഹിപ്പിക്കൽ നടന്ന സ്ഥലത്ത് പോയി നോക്കിയെന്നും അവശേഷിച്ച ചാരം കുഴിച്ചുമൂടിയെന്നും അവകാശപ്പെട്ട വാതിൽ കാവൽക്കാരുടെ മൊഴി മാത്രമല്ല ഇതിന് അനുകൂലമായി ഉണ്ടായിരുന്നത്.

ഹിറ്റ്ലറുടെ മരണം കഴിഞ്ഞും പത്തു മണിക്കൂറിലധികം നേരം തുടർന്ന, റൈഷ്ചാൻസ്‌ലെറിക്കും ഗാർഡനും എതിരെയുള്ള ഷെൽ വർഷവും ഇതിന് അനുകൂലമായി ഉണ്ടായിരുന്നു. വീണുപൊട്ടിയ സ്ഥലം പലവുരു ഉഴുതുമറിച്ചതുപോലെയാക്കിയ അതീവസ്ഫോടകശക്തിയുള്ള ഗ്രനേഡുകളും അതുപോലെ ചെന്നുമുട്ടുന്നിടത്ത് സർവ്വവും തകർത്തു തരിപ്പണമാക്കുന്ന പൊട്ടിത്തെറിയും വൻതീപിടുത്തവും ഉണ്ടാക്കുന്ന പ്രത്യേകതരം എണ്ണനിറച്ച പീരങ്കിയുണ്ടകളും തെളിവുകൾ നശിപ്പിക്കുന്ന വിധം എല്ലാം മണ്ണിട്ട് മൂടിയിരുന്നു. എല്ലാ ശരീരാവശിഷ്ടങ്ങളും

കല്ലുകൾക്കിടയിൽനിന്ന് കണ്ടുകിട്ടിയതും ഒരു പരിധിവരെ തിരിച്ചറിഞ്ഞതും വിദഗ്ധോപദേശത്തിനായി വരുത്തിയ ഡെന്റൽ ഡോക്ടർമാരുടെ സാക്ഷ്യപ്പെടുത്തൽപ്രകാരം ഹിറ്റ്ലറുടെ കൃത്രിമപ്പല്ലിന്റെ ചില ഭാഗങ്ങളും ഈഫാ ബ്രൗണിന്റെ വായിൽവെച്ചിരുന്ന സിന്തറ്റിക് മെറ്റീരിയൽകൊണ്ടുള്ള ബ്രിഡ്ജും മാത്രമായിരുന്നു.

ജഡങ്ങൾ ഒരിക്കലും കണ്ടുകിട്ടിയില്ലെന്ന വാദത്തിന് അനുകൂലമായ മറ്റൊരു തെളിവ് ആ വസ്തുതയിൽ കാണാം. യോസഫ് ഗ്വേബെൽസിന്റെയും ഭാര്യയുടെയും കാര്യങ്ങളിൽനിന്ന് വ്യത്യസ്തമായി ഹിറ്റ്ലർ ദമ്പതികളുടെ ശരീരാവശിഷ്ടങ്ങൾ സോവിയറ്റ് അന്വേഷണക്കമ്മീഷൻ ഒരിക്കലും പൊതുപ്രദർശനത്തിന് വച്ചില്ല. ഏതാനും വർഷങ്ങൾ സോവിയറ്റ് തടവിൽ കഴിയേണ്ടിവന്നിരുന്ന ഡെന്റൽ ടെക്നീഷ്യൻ ഫ്രിറ്റ്സ് എഷ്ട്ട്മാൻ സാക്ഷിയെന്ന നിലയിൽ മൊഴി നൽകി, റഷ്യൻ അന്വേഷണക്കമ്മീഷൻ 1945 മെയ് മാസത്തിൽ തനിക്ക് ഹിറ്റ്ലറുടെ കൃത്രിമപ്പല്ലിനും ഈഫാബ്രൗണിന്റെ ബ്രിഡ്ജിനുംപുറമെ ഒരു EK1[47]ഉം മാഗ്ഡാഗ്വേബെൽസ് അവസാനമായി ധരിച്ചിരുന്ന ഗോൾഡൻ പാർട്ടി മെഡലും മാത്രം അടങ്ങിയ ഒരു പായ്ക്കറ്റ് നൽകിയിരുന്നു എന്ന്. ഒരുപക്ഷേ അത് ബങ്കറിൽനിന്ന് പുറത്തേക്കുള്ള വാതിലിനരികത്തു കിടന്ന കല്ലുകളുടെ കൂട്ടത്തിൽ നടത്തിയ ദിവസങ്ങളോളം നീണ്ടുനിന്ന അന്വേഷണത്തിൽ കണ്ടുകിട്ടിയതും ഏറെ ആലോചിക്കാതെ ഉടനടി ഹിറ്റ്ലർ നൽകിയ ബഹുമതി ചിഹ്നമായി പ്രഖ്യാപിച്ചതും ആയിരിക്കണം.

സാമാന്യം ഉറപ്പായി അനുമാനിക്കാവുന്നതുപോലെ ഹിറ്റ്ലറുടേതായി അവശേഷിച്ചത് എല്ലാം ആ പെട്ടിയിൽ ഉണ്ടായിരുന്നു.

---

47. ഐസേർണെസ് ക്രോയ്റ്റ്സ് (Eiserness Kreuz) എന്ന വാക്കുകളുടെ ചുരുക്കെഴുത്ത്. Iron Cross എന്നർത്ഥം. ഒരു സൈനികബഹുമതി. ഒന്ന് എന്ന അക്കം ഒന്നാംക്ലാസിനെ സൂചിപ്പിക്കുന്നു.

എട്ട്

ഒരു ലോകത്തിന്റെ അന്ത്യം

ലോകത്തിന് യാതൊരു അടയാളവും ബാക്കിവെയ്ക്കാതെ ഹിറ്റ്ലർ നടത്തിയ നിരോധാനം, ചരിത്രത്തിന്റെ മറ്റു വൈരുദ്ധ്യങ്ങളുടെ ചുവടു പിടിച്ച്, ആൾക്ക് മറ്റുള്ളവരുടെ ഓർമ്മകളിൽ അപൂർവ്വമായ ഒരു മരണാനന്തര ജീവിതം സമ്മാനിച്ചു. പലരുടെയും ഓർമ്മകളിൽ തലമുറകൾ കഴിഞ്ഞിട്ടും ഹിറ്റ്ലർ ഇന്നും സജീവമായ സാന്നിധ്യമായി തുടരുന്നു. കാലം ചെല്ലുന്തോറും ഈ സാന്നിധ്യം കൂടുതൽ ശക്തമാവുകപോലും ചെയ്യുന്നു.

ഹിറ്റ്ലറെ ചരിത്രത്തിൽ ഒരിക്കലും ഇല്ലാതിരുന്നിട്ടുള്ള ശ്രദ്ധേയമായ ഒരു പ്രതിഭാസമാക്കുന്നത് എന്തായിരിക്കും? ആശയപരമോ സാംസ്കാരികമോ പ്രത്യയശാസ്ത്രപരമോ ആയ സ്വാധീനങ്ങൾ എന്താണ്? പുരാതന റോം തൊട്ട് ജർമ്മൻ രാഷ്ട്രത്തിന്റെ റോമാ സാമ്രാജ്യവും നെപ്പോളിയന്റെ ഫ്രാൻസും ബ്രിട്ടീഷ് എമ്പയറുംവരെ എല്ലാ ലോകശക്തികളും ആർക്കും എളുപ്പം തിരിച്ചറിയാവുന്ന വ്യത്യാസങ്ങൾ ഉണ്ടായാൽത്തന്നെയും അവരെല്ലാം സമാധാനത്തിലും പുരോഗതിയിലും സ്വാതന്ത്ര്യത്തിലും അധിഷ്ഠിതമായ ആശയങ്ങളിൽ അടിയുറച്ചു നിന്നിരുന്നു. അതെത്ര ദുർബലമായി വളർന്നതായിരുന്നെങ്കിലും മാനവികതയുടെ ഒരു സന്ദേശം അവകാശപ്പെട്ടിട്ടുണ്ട്. സ്റ്റാലിന്റെ രക്തകലുഷിതമായ സ്വേച്ഛാധിപത്യംപോലും ഭാവിയെപ്പറ്റിയുള്ള ഒരു വാഗ്ദാനംകൊണ്ട് സ്വയം അലങ്കരിച്ചിരുന്നു. ജനതകളുടെ മേൽ ആധിപത്യം സ്ഥാപിക്കാനുള്ള ശ്രമത്തിനുപിന്നിലെ ചാലകശക്തി എക്കാലവും ദുരാഗ്രഹവും പ്രസിദ്ധിക്കുവേണ്ടിയുള്ള ഭ്രമവും ആയിരുന്നു. ഈ അത്യാർത്തിക്കും പ്രസിദ്ധിക്കുവേണ്ടിയുള്ള കമ്പത്തിനും താൻ നേടിയെടുത്ത ആധിപത്യസ്ഥാപനം വഴി ഒരു നിശ്ചിത ശമനവും ആത്യന്തികമായി ചരിത്രത്തിന്റെ ഭാഗത്തുനിന്ന് ഒരുതരത്തിലുള്ള കുറ്റവിമോചനവും ലഭിച്ചു.

ഹിറ്റ്ലറാവട്ടെ, രാജ്യങ്ങൾ വെട്ടിപ്പിടിക്കുന്നതിനും അധികാരം വ്യാപിപ്പിക്കുന്നതിനും ഇടയ്ക്ക് പക്ഷേ ആശയപരമായ എല്ലാ മിനുക്കുപണികളും വേണ്ടെന്നുവച്ചുവെന്നു മാത്രമല്ല, അധികാരം നിലനിർത്താനാവശ്യമായി അങ്ങനെ ഒരു കപടനാട്യത്തിന്റെ ആവശ്യമുള്ളതായി കരുതുക

പോലും ചെയ്തില്ല. ഓരോ ചരിത്രസംഭവത്തിന്റെയും പിന്നിലുള്ള ആശയത്തെച്ചൊല്ലി പണ്ടുമുതലേ അഭിമാനംകൊണ്ടുപോന്നിട്ടുള്ള ജർമ്മൻജനത പോലും ഹിറ്റ്ലറുടെ ഭരണകൂടത്തിന് കൂടുതൽ അധികാരങ്ങൾ നൽകുന്നതിലൂടെ ഒരു ആദർശവും പിൻതുടരുകയായിരുന്നില്ല. വിപുലമായ പ്രചാരമുള്ള ഒന്നെന്ന നിലയിൽ ഹിറ്റ്ലർ എന്ന വാക്ക് ജർമ്മൻ ജനതയിൽ യഥാർത്ഥത്തിൽ ഒരു പുതിയ ആശയവും അങ്കുരിപ്പിച്ചില്ല. ആളിൽ ഒരു യുഗപുരുഷത്വം ആരോപിക്കാൻ നടത്തപ്പെട്ട എല്ലാ ശ്രമങ്ങളും നിസ്സഹായതയിൽ കുരുങ്ങിപ്പോയി. ഭൂരിപക്ഷം ജനമനസ്സുകളെ കീഴടക്കിയതും ക്രമത്തിലധികം സമയം വശീകരിച്ചു കൂടെ നിർത്തിയതും ഹിറ്റ്ലർ ഒരാൾ മാത്രമായിരുന്നു - ആൾ ഇടയ്ക്ക് എത്രയധികം ഇഷ്ടക്കേടുള്ളവനായി കാണപ്പെട്ടിരുന്നെങ്കിലും ഹിറ്റ്ലറെ ജീവിതകാലം മുഴുവൻ മുന്നോട്ടു നയിച്ച അനിയന്ത്രിതമായ ശക്തി, 'ശക്തികൂടിയവരുടെ അതിജീവനാവകാശം' എന്ന കിരാതമായ നാഗരികതയ്ക്കു മുമ്പുള്ള പ്രമാണം മാത്രമായിരുന്നു. ഈ പ്രമാണം മാത്രമാണ് തന്റെ ലോകവീക്ഷണം എന്ന് ഹിറ്റ്ലർ തന്റെ ജീവിതാവസാനം പ്രഖ്യാപിച്ചു.

ഹിറ്റ്ലറുടെ, ഡാർവിനിസത്തിൽ അധിഷ്ഠിതമായ പൊതുമുദ്രാവാക്യത്തിൽ കാർക്കശ്യത്തോടെ സമർത്ഥിക്കപ്പെട്ട സങ്കല്പങ്ങൾ ഉരുത്തിരിഞ്ഞുവന്നു. ഈ സങ്കല്പങ്ങൾ അടിച്ചമർത്തലും മറ്റു ജനതകളെ അടിമകളാക്കലും വർഗ്ഗാധിഷ്ഠിതമായ വേലികെട്ടിത്തിരിക്കലും ആണ് ലക്ഷ്യമാക്കിയത്. ഒടുവിൽ ഇത് അവസാനിച്ചത് 'കത്തിക്കരിഞ്ഞ ഭൂഗോള'ത്തിൽ മാത്രമാണ്. താൻ ശത്രുവായാണ് വന്നതെന്നും ശത്രുവായി തുടരാനാണ് തീരുമാനിച്ചിരിക്കുന്നതെന്നുമുള്ള കാര്യത്തിൽ ഒരിടത്തും, തന്റെ സൈന്യങ്ങൾ ആദ്യം 'വിമോചകരായി' സ്വാഗതം ചെയ്യപ്പെട്ടിടത്തുപോലും, ഒരു സംശയം ഉണ്ടാവാൻ ഹിറ്റ്ലർ അനുവദിച്ചില്ല. മിക്കവാറും എല്ലാ മുൻലോകജേതാക്കളും തങ്ങൾ പിടിച്ചടക്കിയ ജനതകളിൽ നയപരമായ സൗഹാർദ്ദങ്ങൾക്ക് ശ്രമിക്കുമായിരുന്നു. അവർ സ്വന്തം ഭാവിക്ക് തടസ്സമായി നിന്നോ എന്നുള്ള സംശയം വളർത്താൻ ശ്രദ്ധിച്ചിരുന്നു.

ഹിറ്റ്ലറോടുള്ള ഏത് എതിർപ്പും നീതിയുടെ ഭാഗത്തായിരുന്നു എന്ന് കരുതാമായിരുന്നു. തന്റെ പ്രോഗ്രാം 'നിലവിലുള്ള ലോകവീക്ഷണത്തിനെതിരെ ഒരു യുദ്ധപ്രഖ്യാപനം' ആണെന്ന് ഹിറ്റ്ലർ ആരംഭത്തിൽ ത്തന്നെ വെളിപ്പെടുത്തിയിരുന്നു.

ഇതുകൊണ്ട് എന്താണ് അർത്ഥമാക്കപ്പെട്ടത് എന്ന്, ചുരുങ്ങിയപക്ഷം നാല്പതുകളുടെ ആരംഭത്തിൽ രേഖപ്പെടുത്തിയ 'ഊട്ടുമേശയിലെ സംഭാഷണങ്ങളി'ലും അതുപോലെ ഫ്യൂററുടെ ഹെഡ്ക്വാർട്ടേഴ്സിൽ നടത്തപ്പെട്ട ആത്മഗതങ്ങളിലും മറ്റെങ്ങുമില്ലാത്തവിധം വ്യക്തമാക്കപ്പെട്ടിരുന്നു. ഈ സംഭാഷണങ്ങളിലും ആത്മഗതങ്ങളിലും ഹിറ്റ്ലർ മറ്റെവിടെക്കാൾ കൂടുതൽ കലവറയില്ലാതെ മനസ്സുതുറന്നു. കിട്ടിയ അവസരങ്ങളിലെല്ലാം എല്ലാതരത്തിലുള്ള സദാചാരത്തെയും മത

വിശ്വാസത്തെയും മനുഷ്യത്വത്തെയും പുച്ഛത്തോടും പരിഹാസത്തോടും കൂടി ആൾ അപലപിക്കുകയും ചെയ്തു. നിലവിലുള്ള ലോകത്തിൽ കൂടുതൽ സുതാര്യമായ നിയമങ്ങൾക്കാണ് പ്രസക്തി, ഹിറ്റ്ലർ വിശദീകരിച്ചു. മനുഷ്യനെ മനുഷ്യനിൽനിന്ന് രക്ഷിക്കാനായി, നൂറ്റാണ്ടുകൾ പഴക്കമുള്ള ഒരു പാരമ്പര്യം സൃഷ്ടിച്ചിരുന്ന മുൻകരുതലുകളെ ആൾ 'പണിക്കത്തനാരുടെ അബദ്ധജല്പനങ്ങൾ' എന്ന് പറഞ്ഞു തള്ളി. ഇങ്ങനെയുള്ള കാര്യങ്ങളുടെ മൂലകാരണം വഞ്ചനയിലോ നീചത്വത്തിലോ മാത്രം ആരോപിക്കാനാവില്ല. ഹിറ്റ്ലർ പറഞ്ഞു. മറിച്ച്, അത് മനുഷ്യൻ നടത്തിയ മൗലികമായ വഞ്ചനയുടെ ആദികാരണംവരെ എത്തിനിന്നു. അതിനെ എതിർക്കുകയെന്നുവച്ചാൽ ആകാശത്തിൽ ചാരിനിൽക്കുക എന്നർത്ഥം. ആത്യന്തികമായി നാം അതുവഴി നിയമത്തെയായിരിക്കില്ല നശിപ്പിക്കുക, മറിച്ച് തന്നെത്തന്നെയായിരിക്കും, ഹിറ്റ്ലർ തറപ്പിച്ചു പറഞ്ഞു. യുക്തിയുടെ ഈ ഉരുക്കുനിയമത്തെ അനുസരിച്ചുകൊണ്ട് ആൾ എല്ലാതരത്തിലുള്ള സഹാനുഭൂതിയും സ്വയം നിഷേധിച്ചു. ആന്തരികമായ എല്ലാ എതിർപ്പും അതുപോലെ അന്യവംശജരുടെ സാന്നിധ്യവും അങ്ങേയറ്റത്തെ കാഠിന്യത്തോടെ അടിച്ചമർത്തി.

1942 മെയ് 14ന് ഹിറ്റ്ലർ തന്റെ ഹെഡ്ക്വാർട്ടേഴ്സിൽവെച്ച് പറഞ്ഞു: "ഉദാഹരണത്തിന് കുരങ്ങുകൾ ഒറ്റയാന്മാരായ മറ്റു കുരങ്ങുകളെ സ്വന്തം വർഗ്ഗത്തിന് അന്യരായിക്കണ്ട് ചവിട്ടിക്കൊല്ലാറുണ്ട്. കുരങ്ങുകൾക്ക് ബാധകമായ നിയമം അതിനേക്കാൾ കൂടുതലായി മനുഷ്യർക്കും ബാധകമായിരിക്കണം." സാംസ്കാരികചിന്തയിൽനിന്ന് ഇതിലധികം പിന്നിലേക്ക് ഒരു അധികാരിയും ഒരിക്കലും യഥാർത്ഥത്തിൽ പോയിട്ടില്ല.

ഹിറ്റ്ലറുടെ മരണത്തിനുശേഷം രാഷ്ട്രീയവും സൈനികവുമായ പരിപൂർണമായ കിഴടങ്ങൽ ഏതാനും ദിവസങ്ങൾകൂടി കടന്നുപോയി. ചിലയിടങ്ങളിൽ ഇനിയും നിരന്തരം തുടർന്നിരുന്ന സംഘട്ടനങ്ങൾ മാത്രമായിരുന്നില്ല. മറിച്ച്, കഴിയുന്നത്ര സൈനികഘടകങ്ങൾക്കും സിവിലിയൻസിനും ജർമ്മനിയുടെ, പാശ്ചാത്യശക്തികൾ അധിനിവേശിച്ചിരുന്ന ഭാഗങ്ങളിലേക്കു കടക്കാനുള്ള സാധ്യത തുറക്കാനായി ഘട്ടംഘട്ടമായുള്ള കീഴടങ്ങലിലൂടെ കാര്യങ്ങളുടെ ഗതി മനഃപൂർവ്വം സാവധാനത്തിലാക്കാനുള്ള ഡ്വോണിറ്റ്സ് ഭരണകൂടത്തിന്റെ തീരുമാനവും കാരണമായിരുന്നു.

ബ്രിട്ടീഷ് സൈന്യത്തെ നയിച്ചിരുന്ന ഫീൽഡ് മാർഷൽ മോണ്ട്ഗോമറിക്കു മുമ്പിൽ ഭാഗികമായ ഒരു കീഴടങ്ങൽ നടന്നതിനുശേഷം മെയ് 7-ാം തീയതി രാത്രി അമേരിക്കൻ സർവ്വസൈന്യാധിപൻ ജനറൽ ഐസനോവറുടെ റൈംസിലുള്ള ഹെഡ്ക്വാർട്ടേഴ്സിൽവെച്ചായിരുന്നു മുഴുവനായുള്ള കീഴടങ്ങൽ നടന്നത്. 'ശത്രുതകളുടെ നിറുത്തിവയ്ക്കൽ' മെയ് എട്ടാംതീയതി അർദ്ധരാത്രിയോടെ നടക്കണമെന്ന് വ്യവസ്ഥ ചെയ്യപ്പെട്ടു. തന്റെ ഏറ്റവും ഉയർന്ന സൈനികോദ്യോഗസ്ഥന്മാരുടെ സാന്നിധ്യത്തിൽ

വേണം കീഴടങ്ങൽ എന്ന് സ്റ്റാലിൻ ശഠിച്ചതുകൊണ്ട് ബെർളിൻ-കാൾസ്ഹോർസ്റ്റിൽ സോവിയറ്റ് കമാന്റർ-ഇൻ ചീഫിന്റെ മുമ്പിൽ ചടങ്ങ് ഒരിക്കൽകൂടി നടത്തപ്പെട്ടു. കൂടിയാലോചനകൾ നടക്കുന്ന സമയത്ത് ജർമ്മൻ ഡെലിഗേഷന് അടുത്തുള്ള ഒരു മുറിയിൽ കാത്തുനിൽക്കേണ്ടിവന്നു. ഔദ്യോഗികരേഖയിൽ ഒപ്പിടാൻ മാത്രമേ അവരെ വിളിച്ചുള്ളൂ. കൈയിൽ മാർഷൽ ബാറ്റണും യൂണിഫോമിൽ ഗോൾഡൻ പാർട്ടി മെഡലും ആയാണ് ക്രൈറ്റൽ എത്തിയിരുന്നത്. ഹ്രസ്വവും ഔപചാരികവുമായ ചടങ്ങിനിടെ തന്റെ കൂടെയുണ്ടായിരുന്നവരിൽ ഒരാൾ നെടുവീർപ്പിട്ടപ്പോൾ ആ ഫീൽഡ് മാർഷൽ അയാളെ ശകാരിച്ചു: "നിർത്തൂ."

തകർന്ന് തരിപ്പണമായിക്കിടന്ന ബർളിൻ സോവിയറ്റ് ഭരണകൂടത്തിന്റെ സഹായത്തോടെ സാവധാനം മാത്രമാണ് സാധാരണഗതിയിലായത്. ജഡങ്ങൾ കണ്ടുപിടിച്ച് ശേഖരിക്കാൻ പ്രത്യേകം നിയുക്തമായിരുന്ന സൈനികഘടകങ്ങൾ, നോക്കിയാൽ നോക്കെത്താത്തയത്രയധികം വരുന്ന, ബോംബുവീണു തകർന്ന കെട്ടിടങ്ങളുടെ അവശിഷ്ടക്കൂമ്പാരങ്ങളിൽ തിരച്ചിൽ നടത്തി, കിട്ടിയ ജഡങ്ങൾ ഉന്തുവണ്ടികളിലും ഒറ്റയ്ക്കുതിരവണ്ടികളിലും കയറ്റി അവിടവിടെയായി എല്ലായിടത്തും കുഴിച്ചിരുന്ന കൂട്ടശവക്കുഴികളിൽ ഇട്ട് മണ്ണിട്ടുമൂടി. തൊട്ടടുത്ത്, മൈനുകൾ തെരഞ്ഞു കണ്ടുപിടിക്കാനായി പ്രത്യേകം പരിശീലനം ലഭിച്ചിരുന്നവർ, അവസാന നിമിഷത്തിൽമാത്രം നിക്ഷേപിക്കപ്പെട്ട മൈനുകൾക്കായി അന്വേഷണം നടത്തി. മറ്റുള്ളവർ, വലിയ കോൺക്രീറ്റ് കട്ടകൾ ചിന്നിച്ചിതറിക്കിടന്നിരുന്നതും ഭാഗികമായി ഭൂമിക്കടിയിലെ കോൺക്രീറ്റ് തുരങ്കത്തിൽ മുറിഞ്ഞുപോയതും ആയ റോഡുകൾ ഗതാഗതയോഗ്യമാക്കി. ജൂൺ അവസാനംവരെ മനുഷ്യരുടെയും മൃഗങ്ങളുടെയും ജഡങ്ങൾ ദിവസവും ജലാശയങ്ങളിൽ പൊന്തിക്കിടന്നു. രണ്ട് അമേരിക്കൻ പ്രസിഡണ്ടുമാരുടെ ഉപദേഷ്ടാവായിരുന്ന ഹാരി എൽ. ഹോപ്കിൻസ് ഈ ദിവസങ്ങളിൽ ബർളിനിൽ വന്നപ്പോൾ നാശനഷ്ടങ്ങളുടെ ആധിക്യം കണ്ടിട്ട് ഞെട്ടലോടെ പറഞ്ഞു: "ഇത് പുതിയ കാർത്തേജാണ്." യൂറോപ്പിലെ നശിച്ചുപോയ നഗരങ്ങൾ സന്ദർശിക്കാനിറങ്ങിയ മധ്യവർഗ്ഗയുവാക്കൾക്ക് വർഷങ്ങളോളം ആ നഗരം ഒരു ആകർഷണീയമായിരുന്നു.

കരാറിൽ പറഞ്ഞിരുന്നതുപോലെ ജൂലൈ ആരംഭത്തിൽ പടിഞ്ഞാറൻ സഖ്യകക്ഷികൾ ബർളിനിലെത്തി. പോട്സ്ഡാം കോൺഫറൻസ് ആരംഭിക്കുന്നതിന് ഒരു ദിവസം മുമ്പ്, ജൂലൈ 16ന്, വിൻസ്റ്റൺ ചർച്ചിൽ നഗരം സന്ദർശിച്ചു. രോഷത്തോടും അഭിമാനത്തോടുംകൂടി അദ്ദേഹം റൈഷ്ചാൻസ്ലെറിയുടെ ഇനിയും ഗാംഭീര്യത്തോടെ കിടന്നിരുന്ന അവശിഷ്ടങ്ങൾ നിരീക്ഷിക്കുകയും ഒരു സോവിയറ്റ് സെക്യൂരിറ്റി ഗാർഡിനെക്കൊണ്ട് ഹിറ്റ്ലറുടെ ജഡം കത്തിക്കപ്പെട്ടിരുന്ന വളപ്പിന്റെ പിന്നിലുള്ള ഗാർഡനിലേക്കിറങ്ങുന്ന വഴിയിലേക്ക് ആനയിപ്പിക്കുകയും ചെയ്തു. അതിനുശേഷം അദ്ദേഹം ഹിറ്റ്ലർ അവസാനമാസങ്ങൾ ചെലവഴിച്ച ലോവർ ബങ്കർ സന്ദർശിക്കാനാവശ്യപ്പെട്ടു. റെഡ് ആർമിയുടെ

ഒരു ഭടനെ അദ്ദേഹം താഴേക്കുള്ള ഒരു സ്റ്റെയർകെയ്സിൽ അനുഗമിച്ചു. എന്നാൽ ഇനിയും താഴേക്ക് രണ്ടു സ്റ്റെയർകെയ്സുകൾകൂടിയുണ്ടെന്ന് കേട്ടപ്പോൾ ചർച്ചിൽ തലകുടഞ്ഞുകൊണ്ട് തിരിഞ്ഞുനടന്നു. അവിടെ എങ്ങനെയായിരുന്നു മനുഷ്യർ ജീവിച്ചിരുന്നത് എന്നുപോലും അദ്ദേഹം അറിയാനാഗ്രഹിച്ചില്ല. വീണ്ടും പകൽവെളിച്ചത്തിലെത്തിയ അദ്ദേഹം ഒരു വണ്ടിവരുത്തി ഏതാനും നിമിഷനേരത്തേക്ക് ചിന്തയിലാണ്ടു. എന്നിട്ട് തന്റെ പേഴ്സണൽ ഡോക്ടറോടൊപ്പം ഒന്നും മിണ്ടാതെ പോട്സ്ഡാമിലേക്കു പുറപ്പെട്ടു.

സംഭവങ്ങളുടെ ആർക്കും മനസ്സിലാക്കാനാവാത്ത ഒരു പരമ്പരയോടെയാണ് ഹിറ്റ്ലർ വാഴ്ച അവസാനിക്കുന്നത്; വൈരുദ്ധ്യങ്ങളും നാടകീയതയും അതുപോലെ യുക്തിപരവും വിവേകപൂർണവും ആയ ചിന്തയ്ക്ക് അശക്തരാക്കുംവിധം മാനസികപ്രക്ഷുബ്ധതകൾ നിറഞ്ഞ അപൂർവ്വമായ ഒരു കഥപോലെയും ഞെട്ടലുണ്ടാക്കുന്ന, പരിതാപകരമായ നിരവധി തലവിധികളെയാണ് ഒരു നിരീക്ഷകൻ ഇവിടെ കണ്ടുമുട്ടുന്നത്. എന്നിട്ടും ഒരു ദുരന്തത്തെപ്പറ്റി പറയുക പ്രയാസമത്രെ. ഒരു ദുരന്തം എന്ന വിശേഷണത്തിന് അർഹമല്ലാതാക്കുംവിധം അത്രയധികം അടിയറവുവയ്ക്കലും അന്ധമായ വിധേയത്വവും ആയിരുന്നു ചുരുങ്ങിയ പക്ഷം അവസാനത്തെ മുഖ്യകഥാപാത്രങ്ങളുടെ ഭാഗത്തെങ്കിലും ഉണ്ടായിരുന്നത്. ഏപ്രിൽ 22-ാം തീയതി നടന്ന കോൺഫറൻസിൽ, യുദ്ധത്തിൽ ജർമ്മനി തോറ്റുകഴിഞ്ഞുവെന്ന് പറഞ്ഞ ഹിറ്റ്ലറെ അക്ഷരാർത്ഥത്തിൽ എടുക്കുക എന്ന ചിന്തതന്നെ ബങ്കറിലുണ്ടായിരുന്ന ഒരു ഓഫീസറെയും തൊട്ടുതീണ്ടിയില്ല. നേരേമറിച്ച്, കെറ്റലും യോഡലും ക്രേബ്സും മറ്റുള്ളവരും എന്തു ചെയ്യണമെന്നറിയാതെ യുദ്ധം തുടരണം എന്ന് ഹിറ്റ്ലറെ പറഞ്ഞുബോധ്യപ്പെടുത്തി. അതുപോലെ ഹിറ്റ്ലറുടെ ആത്മഹത്യയ്ക്കുശേഷം ഒരു ഉയർന്ന സൈനികോദ്യോഗസ്ഥനും വെള്ളക്കൊടി കാട്ടാൻ തയ്യാറായിരുന്നില്ല. പ്രതിരോധശക്തിയും ശത്രുക്കൾക്കെതിരെ പിടിച്ചുനിൽക്കാനുള്ള ആത്മധൈര്യവും ഏതാനും മണിക്കൂർ നേരത്തേക്കുകൂടി നിലനിർത്താനായി ഇവർ ഫ്യൂററുടെ മരണം രഹസ്യമായി സൂക്ഷിക്കുകപോലും ചെയ്തു. ഏകാധിപതിയായ ഹിറ്റ്ലറുടെ ദേഹവിയോഗത്തെപ്പറ്റി ഹിറ്റ്ലറുടെ സ്വന്തം പിൻഗാമിയായ ഡോണിറ്റ്സിനേക്കാൾ മുമ്പ് ഷുഖോവും സ്റ്റാലിനും അറിഞ്ഞിരുന്നു എന്നതിന്റെ വരുംവരായ്കകൾ ബോധപൂർവ്വം ഉൾക്കൊള്ളുകകൂടി ചെയ്തു അവർ ഇതിലൂടെ.

എല്ലാ നിർവ്വചനങ്ങൾക്കും ഉത്തരവാദിത്വസങ്കല്പങ്ങൾക്കും അതീതമായ ഒരു വിധേയത്വമായിരുന്നു അത്. അതിനുപിന്നിൽ ഒരു ആദർശവും ആർക്കും കണ്ടുപിടിക്കാൻ കഴിഞ്ഞില്ല. അതിനുപകരം രണ്ടു കാര്യങ്ങളായിരുന്നു മുഴുവൻ യുദ്ധരംഗങ്ങളിൽ എഴുന്നുനിന്നതും അസംഖ്യം ജീവനുകൾ അപഹരിച്ചതും. ഒരുവശത്ത് ഹിറ്റ്ലറുടെ ഭ്രാന്തൻ

ലോകത്തിൽ ബന്ദിയാക്കപ്പെട്ട, ആരെയും പേടിയില്ലാത്ത ഇച്ഛാശക്തിയും മറുവശത്ത് ആവശ്യത്തിലധികം പരിശീലിച്ച് സ്വായത്തമാക്കിയ, ആത്മാഭിമാനമില്ലാത്ത പാദസേവകത്വവും. അപവാദങ്ങൾ തീർച്ചയായും ഉണ്ടായിരുന്നു. പക്ഷേ സംഭവങ്ങളുടെ പ്രയാണം അവയ്ക്ക് താരതമ്യേന അപ്രധാനമായ പങ്കേ നൽകിയിരുന്നുള്ളൂ. താരശോഭയിൽ കുളിച്ചു നിന്നത് മറ്റുള്ളവരായിരുന്നു. ഇവരാണെങ്കിൽ ദാസ്യമനോഭാവം തുളുമ്പുന്ന ഒരേ സ്തുതിവചസ്സുകൾ വീണ്ടും വീണ്ടും ഉരുവിട്ടുകൊണ്ടുമിരുന്നു. യഥാർത്ഥ ദുരന്തനാടകത്തിൽ പക്ഷേ വീട്ടുവേലക്കാർക്ക് സ്ഥാനമില്ല. ചരിത്രത്തിന്റെ നാടകവേദിയിലും ഇല്ല.

പ്രസംഗത്തിലൂടെയും പ്രവൃത്തിയിലൂടെയും ഹിറ്റ്ലർ നടത്തിയ സംഭാവനകൾ കൂലംകഷമായി പരിശോധിക്കുന്നിടത്തെല്ലാം ആളുടെ മുഴുവൻ സങ്കല്പങ്ങളിലും മുന്തിനിന്നിരുന്ന ആ ശൂന്യതാവാദമാണ് തെളിഞ്ഞുവരുന്നത്. ബങ്കറിൽ വെച്ചുള്ള തന്റെ അന്ത്യത്തിന് കൃത്യം മൂന്നുവർഷങ്ങൾക്കുമുമ്പ് ഫ്യൂറർ ക്വാർട്ടേഴ്സിൽ തനിക്ക് ചുറ്റും ഇരുന്നവരോട് ഹിറ്റ്ലർ യാചിച്ചിരുന്നു, സർവ്വശക്തിയും സംഭരിച്ച് അന്തിമ വിജയത്തിൽ ശ്രദ്ധിക്കാൻ; വലിയ ഒരു അവസരം പാഴാക്കരുതെന്നും.

പുച്ഛം പ്രകടിപ്പിക്കുന്ന അംഗവിക്ഷേപത്തോടെ ഹിറ്റ്ലർ കൂട്ടിച്ചേർത്തിരുന്നു: യുദ്ധത്തിൽ തോറ്റാൽ എങ്ങനെയായാലും എല്ലാം നഷ്ടമാകും എന്ന് നാം എപ്പോഴും ഓർക്കണം. ലോകവുമായി ബന്ധിപ്പിക്കുന്ന പാലങ്ങൾ താൻ തകർത്തുകഴിഞ്ഞു എന്ന് ഹിറ്റ്ലർക്ക് അറിയാമായിരുന്നു. എന്നിട്ടും താൻ ഉണ്ടാക്കിവെച്ച അവിസ്മരണീയമായ ആ ആഘാതത്തിൽ നിന്ന് ഹിറ്റ്ലർ ഒരു ജനസേവനപരമായ മഹൽകൃത്യം സ്വന്തമായി സൃഷ്ടിച്ചെടുത്തു. അതിൽനിന്നുണ്ടായ പ്രത്യാഘാതങ്ങൾ ആളെ ശല്യപ്പെടുത്തിയില്ല.

ചുറ്റുപാടും ഉള്ളവരും സമകാലികരിൽ വളരെപേരും തത്ക്കാലത്തേക്ക് പ്രത്യക്ഷത്തിൽ മറിച്ചല്ല ചിന്തിച്ചത്. ഹിറ്റ്ലറുടെ ശാരീരികമായ തിരോധാനത്തോടെ ആൾ ലോകത്തിൽനിന്നുതന്നെ അപ്രത്യക്ഷമായി എന്നാണ് ഏതായാലും അവർ വിശ്വസിച്ചത്. ഏപ്രിൽ 30-ാം തീയതി വൈകീട്ട്, ഹിറ്റ്ലറുടെ ജഡം കത്തിയെരിഞ്ഞ് ഒരു ചാരക്കൂമ്പാരമായി മാറിയതിനുശേഷം ജർമ്മൻ സെക്യൂരിറ്റി ഫോഴ്സിലെ ഉദ്യോഗസ്ഥനായ ഹെർമൻ കാർണൗ ഒരിക്കൽക്കൂടി കോർപ്പറൽ എറിക് മാൻസ്ഫെൽഡ് കാവൽ നിന്നിരുന്ന, റൈഷ്ചാൻസെലറിയുടെ പിൻഭാഗത്ത് ഗാർഡനിലേക്കുള്ള കവാടത്തിനരികിലുള്ള ടവറിലേക്ക് വന്നു. അയാൾ ആ കാവൽക്കാരനോട് വിളിച്ചുപറഞ്ഞു: ഡ്യൂട്ടി കഴിഞ്ഞിരിക്കുന്നു, താഴേക്കു വരുക. എന്നിട്ടു പറഞ്ഞു: എല്ലാം അവസാനിച്ചിരിക്കുന്നു.

യഥാർത്ഥത്തിൽ ഒന്നും അവസാനിച്ചിരുന്നില്ല. പൊളിച്ചടുക്കാനാവാത്തവിധം ഒരു ലോകമപ്പാടെ ഹിറ്റ്ലർ പൊളിച്ചിട്ടിരിക്കുന്നു. ഹിറ്റ്ലറുടെ

ഉയർച്ചയോടെ എന്താണ് നഷ്ടമായതെന്നും അന്ത്യത്തോടെ എന്താണ് വീണ്ടെടുക്കാനാവാത്തവിധം മാറിയതെന്നും ലോകത്തിന് ആദ്യമായി ഇപ്പോൾ മാത്രമേ ബോധോദയമുണ്ടായുള്ളൂ. മനുഷ്യന് ഉൾക്കൊള്ളാൻ പറ്റാത്തതിലപ്പുറമായിരുന്നത്. ഏതായാലും ഇതായിരുന്നു: കൊല്ലപ്പെട്ടവർ, അവശിഷ്ടക്കൂനകൾ, ഭൂഖണ്ഡങ്ങൾ ആസകലം കാണപ്പെട്ട നാശനഷ്ടങ്ങളുടെ അടയാളങ്ങൾ. ഒരുപക്ഷേ ഒരു ലോകംതന്നെ. മറ്റ് എല്ലാ യഥാർത്ഥ അന്ത്യങ്ങളിലും എന്നപോലെ ഇവിടെയും മനുഷ്യന്റെ കണ്ണുകൾക്ക് കാണാൻ കഴിയുന്നതിനേക്കാൾ കൂടുതൽ എപ്പോഴും നഷ്ടപ്പെടുന്നു. നഷ്ടപ്പെട്ടിരിക്കുന്നു.

www.ingramcontent.com/pod-product-compliance
Lightning Source LLC
LaVergne TN
LVHW041950070526
838199LV00051BA/2969
* 9 7 8 9 3 8 7 3 5 7 7 9 2 *